கடவுள் பிசாசு நிலம்

கடவுள் பிசாசு நிலம்

அகரமுதல்வன்

ஓவியங்கள்: பாலகிருஷ்ணன்

விகடன்
பிரசுரம்

Title:
KADAVUL PISASU NILAM
© AKARA MUTHALVAN

ISBN : 978-93-94265-48-6

விகடன் பிரசுரம்: **1098**

நூல் தலைப்பு:
கடவுள் பிசாசு நிலம்

நூல் ஆசிரியர்:
© **அகரமுதல்வன்**

ஓவியங்கள்:
பாலகிருஷ்ணன்

முதற்பதிப்பு : **டிசம்பர், 2022**

விலை : **₹ 430**

பதிப்பாளர்:
பா.சீனிவாசன்

துறைத் தலைவர்:
எம்.அப்பாஸ் அலி

உதவி பொறுப்பாசிரியர்:
அ.அன்பழகன்

உதவி ஆசிரியர்:
ப.சுப்ரமணி

தலைமை வடிவமைப்பு:
மா.முகமது இம்ரான்

இந்தப் புத்தகத்தின் எந்த ஒரு பகுதியையும் பதிப்பாளரின் எழுத்துபூர்வமான முன் அனுமதி பெறாமல் மறுபிரசுரம் செய்வதோ, அச்சு மற்றும் மின்னணு ஊடகங்களில் மறுபதிப்பு செய்வதோ காப்புரிமைச் சட்டப்படி தடை செய்யப்பட்டதாகும். புத்தக விமர்சனத்துக்கு மட்டும் இந்தப் புத்தகத்திலிருந்து மேற்கோள் காட்ட அனுமதிக்கப்படுகிறது.

விகடன் பிரசுரம்

757, அண்ணா சாலை, சென்னை-600 002.

போன்: 044-4263 4283
மொபைல்: 80560 46940 / 95000 68144
Website: http://books.vikatan.com
e-mail: books@vikatan.com

பதிப்புரை

ஈழ மண் பல யுத்தங்களையும் வலிகளையும் கண்ணீரையும் கண்டு, கலங்கி நிற்கிறது. அங்கு வாழ்ந்த, வாழும் தமிழ் மக்கள் போரின் வலிகளையும் அது தந்த வடுக்களையும் தாங்கி ஒரு சூன்யமான வாழ்க்கையை அனுபவித்தவர்கள். எப்போது என்ன நடக்கும் என்ற அச்சத்தோடேயே ஈழத் தமிழர்கள் நாட்களை நகர்த்திக்கொண்டிருப்பவர்கள்.

இலங்கையில் அரசுக்கும் போராளிகளுக்கும் இடையே ஏற்பட்டிருந்த சமாதான பேச்சுவார்த்தை காலத்தில் தொடங்கி இறுதிப் போர் தொடங்கும் வரையிலான காலகட்டம்தான் இந்தக் கதையின் களம். ஒரு சிறுவனின் பார்வையிலிருந்து அந்த காலகட்டத்தில் நடந்ததை, பல பாத்திரங்களுடன் பயணித்தபடியே செல்கிறது இந்தப் புனைவு.

உண்மையும் கற்பனையும் கலந்து, போராளிகளின் வாழ்க்கையையும் அரசின் தந்திரங்களையும் அந்தச் சிறுவன்வழியே கதை நகர்கிறது. ஜூனியர் விகடன் இதழில் வெளிவந்த 'கடவுள் பிசாசு நிலம்' தொடரின் தொகுப்பு நூல் இது.

இறுதிப் போர் தொடங்கியபோது ஈழத் தமிழர்களின் மனநிலை, போராளிகளின் முடிவு, அரசு செய்த சூழ்ச்சி என அத்தனையையும் பல கதாபாத்திரங்கள் வழியே சொல்லிச் செல்கிறார் நூலாசிரியர்.

கடவுளும் பிசாசும் வாழும் நிலத்துக்குள் வாருங்கள்!

என்னுரை

‘கடவுள் பிசாசு நிலம்’ என்கிற இத்தொடர் என்னுடைய எழுத்தூழியத்தில் பெறுமதியான ஆக்கமென கருதுகிறேன். இந்த நல்வாய்ப்பை எனக்கு வழங்கிய ஜூனியர் விகடன் இதழுக்கும் அதன் ஆசிரியர்களுக்கும் நன்றி. தமிழ்நாட்டின் மிக முக்கியமான அரசியல் பத்திரிக்கையில் வெளியான முதல் ஈழத்தொடர் என்ற வகையில் அதன் முக்கியத்துவம் பெரிதானது. வாசகர்கள் மத்தியில் இதற்கு வழங்கப்பட்ட வரவேற்பும், ஊக்கமும் சொல்லித்தீராதவை.

ஈழ இனப்படுகொலை அரசியல் மேடைகளிலும், சர்வதேச நாடுகளின் ஜனநாயக அரங்குகளிலும் பேசுபொருளாகக்கூட இல்லாமல் போய் நாட்கள் ஆகிவிட்ட சூழலில் ஈழத்தின் சமாதான காலத்தையும், போருக்கு முன்பான சில தொடக்க காலங்களையும் ஒரு தொடராகப் பேச கிடைத்த வாய்ப்பு அளப்பெரியது. எப்போதும் விகடன் குழுமத்திற்கு நன்றிக்கடன் பட்டிருக்கிறேன்.

இத்தொடர் மூலமாக ஈழத்தின் ஒரு காலகட்டத்தின் பதற்றமான உள்ளக நிலவரங்கள் மட்டுமல்லாது, அந்தப் பெருநிலத்தின் பண்பாட்டு வேர்களையும் உலகெங்கும் பறைசாற்றியுள்ளேன் என்பதே எல்லையற்ற மகிழ்வாய் இருக்கிறது. நன்றியும் அன்பும்.

– **அகரமுதல்வன்**

நன்றி

இயக்குனர் ராம்
ரா.கண்ணன்
டி.கலைச்செல்வன்
தி.முருகன்
ப.திருமாவேலன்
எழுத்தாளர் லஷ்மி சரவணகுமார்
எழுத்தாளர் நாஞ்சில் நாடன்
எழுத்தாளர் பாரதி கிருஷ்ணகுமார்
கவிஞர் வெய்யில்
எழுத்தாளர் எம்.கோபாலகிருஷ்ணன்
பரிசல் கிருஷ்ணா
முனைவர் பெ.கோவிந்தசாமி
தியாக குறிஞ்சி செல்வன்
கவிஞர் வேல்கண்ணன்
கவிஞர் குறிஞ்சி பிரபா
எழுத்தாளர் பி.கு
கே.ராஜசேகரன்
அன்பழகன்
பாலு சத்யா

அகரமுதல்வன்

தமிழில் கவிதைகளும், புனைவுகளும் கட்டுரைகளும் எழுதிவரும் எழுத்தாளர். திரைத்துறையில் பணியாற்றுபவர். ஈழத்தின் கிளிநொச்சி மாவட்டத்தில் பிறந்து தமிழ்நாட்டில் புலம்பெயர்ந்து வாழ்கிறார்.

ஈழநிலத்தின் பின்னணியில் படைப்புகளை உருவாக்குகிறார். இன்று தமிழில் பரவலாக வாசிக்கப்படும் படைப்பாளிகளில் ஒருவராக உள்ளார். இவரின் சிறுகதைகள் ஈழத்தமிழர் வாழ்வின் தொன்மத்தையும், வழிபாட்டு நம்பிக்கைகளையும் முன்வைப்பன.

சைவ பக்தி இலக்கியங்களில் ஆழமான பார்வை கொண்டவர். 'கடவுள் பிசாசு நிலம்' எனும் இந்த நூலின் மூலம் ஈழத்தமிழரின் போராட்ட வாழ்வின் இன்னொரு பக்கத்தையும் அதன் உத்தரிப்புக்களையும் வெளிப்படுத்தி இருக்கிறார்.

இந்த நூல்...

தமிழ் அறிவியக்கத்தின் அடையாளமும்
சைவ சமயத்தின் மீட்டுருவாக்க ஆளுமையுமான
ஆறுமுக நாவலர் அவர்களுக்கு...

"குறி சொல்பவர், தீர்க்கதிரிசி, ஞானி நான் இவர்களில் யாருமல்ல. நான் நல்ல நினைவாற்றல் கொண்ட ஒரு இயல்பான மனிதன். ஒரு பெருவேக அழிவுச் சுழலில் விழுந்து அதிலிருந்து பண்பு நலனால் அல்லாமல், நல்லூழ் காரணமாக மீண்டு வந்தவன்."

– பிரைமோ லெவி

1

யாழ்ப்பாணத்தில் துவக்குச் சூடுகள் பெருகியிருந்த நாள்கள் அவை. நாளிதழ்களின் அனைத்துப் பக்கங்களிலும் தோட்டாக்களின் சொற்களே விரவிக்கிடந்தன. தமிழீழ விடுதலைப் புலிகள் இயக்கம், தேசத்துரோகிகளைக் கொன்றது. இலங்கை ராணுவம், பயங்கரவாதிகளைக் கொன்றது. இப்படித்தான் கொல்லப்பட்டவர்கள் குறித்து, கொன்றவர்கள் விளக்கமளித்தனர். வேட்டொலிகளின் நெடியும், ரத்தம் காய்ந்த சடலங்களின் தனிமையும் யாழ்ப்பாணத்து வீதிகளை வெறிக்கப் பண்ணின. 'அமைதி ஒப்பந்தம்' ஒரு பிசாசு. தனது பற்களைக் கோரங்களில் தீட்டிக்கொண்டது. அப்பாவிச் சனங்களின் மண்டையோட்டுக்குள் அனிச்சையாகவே கையெறி குண்டுகள் வெடித்தன. குடாநாடு சிவந்து ஓயாது அழுதது. துயர்ப் புழுதி பயங்கரத்தை உமிழ்ந்தது.

அன்றைக்கு நான் பத்து வயதுச் சிறுவனாக இருந்தேன். நாங்கள் குடியிருந்த வாடகை வீட்டுக் கருகில் ராணுவத்தின் சிறிய முகாமொன்று இருந்தது. நாய்களின் குரைப்பொலிக்கு மத்தியில் வாழ்க்கை வெருண்டுபோயிருந்தது. அக்காவும் நானும் பயத்தில் ஒடுங்கிப்போயிருப்போம். ராணுவத்தினரின் மதுவெறிக் கூச்சல்களும், பைலா பாடல்களும் கேட்டுக்கொண்டேயிருக்கும். சிறகுபோல் விரியும் இறுக்கத்தோடு விடியும் வரை விழித்திருப்போம்.

வெறுமை கப்பிய நித்தியத்தில் எங்களிருவருக்கும் புன்னகைக்க வழியில்லை.

என்னுடைய பள்ளிக்கூடம் ராணுவத்தின் உயர் பாதுகாப்பு வளையத்தில் இருந்தது. ஒவ்வொரு நாளும் சோதனைச்சாவடி வரிசையில் நிற்கவைத்து விடுவார்கள். சாப்பாட்டுப் பெட்டி வரை திறந்து சோதிக்கும் ராணுவத்தினரின் முகத்தில் மனுஷத்தன்மை இருப்பதில்லை. சோதனைச் சாவடியைக் கடந்து, பேருந்து நகரும்வரை அவமானத்தின் வாய் பிளந்திருக்கும். சோதனைச் சீண்டல் எங்கள் பலரின் மனதைச் சவாலுக்கு இழுத்தது. கொதித்தூறும் கோபத்தை வரவழைத்தது. உலையெனப் பொங்கக் காத்திருந்தது. பள்ளிக்கூடத்தின் நேரக் கட்டுப்பாடுகளை ராணுவத்தினரே வைத்திருந்தனர். காலை எட்டு மணியிலிருந்து மாலை நான்கு மணிக்குள் அனைவரும் உயர் பாதுகாப்பு வளையத்தைவிட்டு வெளியேற வேண்டுமென்ற கட்டளை யிருந்தது. ராணுவ வாகனங்களுக்குத் தரிப்பிடமாக இருக்கும் பள்ளிக்கூட வளாகத்தில் காலைப் பிரார்த்தனை நிகழும். அதிபர் உரை நிகழ்த்துவார். ஒழுக்கம் பற்றியும், கல்வியின் முக்கியத்துவத்தையும் எடுத்துக் கூறுவார். வன்முறையை யாரும் கையில் எடுக்கக்கூடாதென பொதுப்படையாகப் பேசுவார். நன்றாகப் படித்து, அரச உத்தியோகம் பெற்று, பள்ளிக்குப் பெயர் வாங்கித் தரவேண்டுமெனக் கூறிக்கொண்டேயிருப்பார்.

பள்ளிக் கூடத்தைச் சுற்றியிருக்கும் அனைத்து ராணுவ முகாம்களும் சிறுவர்களாகிய எங்களை அச்சுறுத்தின. நாடக ஆசிரியராக இருந்த சங்கரப்பிள்ளை வாத்தியாரிடம் இதைச் சொன்ன போது அவர் கைகளை விரித்து "நான் என்ன செய்யேலும் தம்பியவே" என்றார். அவரின் கண்களில் கையாலாகாத்தனம் மிதந்தது. உடல் வெட்கித்தது. அவர் மனத்துக்குள் அழுகை எழுந்தது. பதற்றம் மேயும் அவரது கண்களில் சீறிப்பாயும் ஒரு கடல் அடித்தபடியிருந்தது. நிம்மதி இழந்து, பெருக்கு வடிந்து கன்றிய வடுவைப்போல நின்று கொண்டிருந்தார். அவருடைய நாடகங்கள் பிரளயப் பாய்ச்சலாய் வசனங்களைக் கொண்டிருப்பவை. "இந்த நிலை நீளாது, சொந்த நிலம் மாளாது" என்று எங்களிடம் சொல்லிவிட்டு அங்கிருந்து நடக்கலானார்.

அன்றைக்கிரவு அண்ணா வீட்டுக்கு வந்திருந்தான். தனது கைத்துப்பாக்கியை முக்காலியில் வைத்துவிட்டு சாப்பிடத் தொடங்கினான். அக்கா உணவைப் பரிமாறினாள். நான் இனிமேல் பள்ளிக்கூடம் போக மாட்டேன் என்று அந்தக் கணத்தில் சொல்லிவிடுவதே சரியெனத் தோன்றியது. சொன்னேன்.

"படிக்கப் போகாமல் என்னடா செய்யப்போறாய்?" என்று அண்ணா கேட்டதும் "உந்த ஆர்மிக்காரங்களைக் கொழும்புக்கு அடிச்சு துரத்தப்போறன்" என்றேன். அவன் சிரித்துக்கொண்டு "தம்பி அதை நாங்கள் செய்யிறம், நீ படி" என்றான்.

அண்ணா பலரால் அறியப்பட்ட போராளி. மிகக் கடுமையான அதிரடி நடவடிக்கைகளால் பெயர் பெற்றிருந்தான். யாழ்ப்பாண ரௌடிகளையும், அவர்களின்

வாள்வெட்டு மோதல்களையும் முடிவுக்குக் கொண்டுவரும் வகையில் சிலரை எச்சரிக்கை செய்திருந்தான். ராணுவ ஆதரவு இயக்கங்களோடு தொடர்பிலிருந்த சில முதலாளிகளை நேரில் சந்தித்து, இனிமேல் அப்படியிருக்க வேண்டாமெனக் கூறியிருந்தான். அவனொரு புயல் காற்று. யாரின் கண்களிலும் மண்ணைத் தூவிவிட்டுத் தடம் தெரியாமல் மறைந்துவிடுவான். வீட்டுக்கருகில் இருந்த ராணுவத்தின் சிறிய முகாம் மீது அவனே தாக்குதல் நிகழ்த்திவிடுவான் என அக்கா பயந்துகொண்டிருந்தாள். ஆனால் அப்படி எதுவும் செய்ய மாட்டேன் என்று உறுதியளித்தான். அன்றிரவு அண்ணா வீட்டிலிருந்து புறப்படுவதற்கு முன்னர் முக்காலியில் இருந்த கைத்துப்பாக்கியைத் தடவிப் பார்த்தேன். வேட்கையின் ஆழ்ந்த குளிர் பரவியிருந்தது. மீண்டும் மீண்டும் எனது ஆட்காட்டி விரலால் அந்த உலோகத்தைத் தீண்டினேன். மகோன்னதமும் காவியத்தன்மையும்கூடிய ஒரு வரலாற்றுப் பாத்திரமாக என்னை நானே உணர்ந்தேன். தாங்க முடியாத பரவசம் நறுமணமாக எனக்குள் புகைந்தது.

வன்னியிலுள்ள சொந்தக் கிராமத்தில் அம்மா வசித்து வந்தாள். மாதத்தில் இரண்டு நாள்கள் யாழ்ப்பாணத்துக்கு வந்து எங்களைப் பார்த்துவிட்டுச் செல்வாள். அம்மா போராளிகளுக்குச் சமையல் செய்துகொடுப்பவள். ஓயாது அடுப்பு வெக்கையில் நின்று வேகுவாள். அவளின் சமையல் ருசியையும் உபசரிப்பையும் பற்றிப் போராளிகளுக்கிடையில் பெருமிதம் பிணைய உரையாடல்கள் நிகழும்.

மிகத் தொடக்க காலத்தில் போராளிகளின் மறைவிடங்களில் ஒன்றாக எங்களுடைய வீடிருந்ததாம். அப்படியொரு நாளில்தான் அம்மா என்னைப் பிரசவித்தாளாம். நான் பிறந்த அன்றைக்கு எங்களுடைய பெரிய வீட்டில் அமைக்கப்பட்டிருந்த நிலக்கீழ் பதுங்குக் குழிக்குள் மறைந்திருந்த தாக்குதல் படைப்பிரிவின் பொறுப்பாளர்களில் ஒருவரான லெப். கர்னல் நிலான் எனக்கு ‘ஆதீரன்’ எனப் பெயர் சூட்டினாராம். யாழ்ப்பாணம் தென்மராட்சி பகுதியில் ராணுவத்துக்குப் பாரிய சவாலாக இருந்த நிலான் பின்னர் ஒரு

நாளில் வீரச்சாவு அடைந்தாராம். போராளிகள் மத்தியில் 'அடைக்கல மாதா கோயில்' என்ற குழூஉக்குறி எங்களுடைய வீடாகவே இருந்ததாம். என்னிடம் இந்தக் கதைகளைப் பெருமை பொங்கச் சொல்லிக்கொண்டேயிருக்கும் போராளிகள் முன்பு அம்மா வீர யுகத்தின் சாட்சியாக நிற்பாள்.

சர்வதேச செஞ்சிலுவைச் சங்கத்தின் வெளிநாட்டு அலுவலர்கள், அம்மாவிடம் நேர்காணல் ஒன்றைக் கேட்டிருக்கின்றனர். "சமாதான காலம் எப்படியிருக்கிறது" என்ற அவர்களின் முதல் கேள்விக்கு அம்மா தனது அடுப்பைக் காட்டி அப்படித்தான் எரிந்துகொண்டிருக்கிறது என்றாள். அம்மாவுக்கு அந்நியர்மீது நம்பிக்கையில்லை. பரிதாபத்தின் உச்சுக்கொட்டலைச் சாம்பலாக்கினாள். விடுதலையைக் கடுந்தவமெனக்கொண்டிருந்த போர்க்காளியின் உக்கிரம் அவளிடமிருந்தது. தாளமுடியாத மனவழுத்தம் நேர்கையில் மட்டும் பன்னிச்சை மரத்தின் முன்னே போய் நின்று 'காளித்தாயே...' எனக் கலங்கி நிற்பாள்.

எனது பள்ளிக்கூட அதிபர் ராணுவத்தோடு நெருக்கமாக இருந்தார். பள்ளி நிகழ்வுகளுக்கு ராணுவ அதிகாரிகளை விருந்தினராக அழைத்தார். இணங்கிப்போதல் ஒன்றே நல்லதெனக் கூறினார். ஆசிரியர்கள் மத்தியில் அதற்குக் கண்டனங்கள் கசிந்தன. நடக்கவிருக்கும் பரிசளிப்பு விழாவை மாணவர்கள் புறக்கணிக்க வேண்டுமெனச் சிலர் குரல் எழுப்பினர். அதிபர் தனது முடிவில் மாற்றங்கள் இல்லையென அறிவித்தார். நான் அந்தப் பரிசளிப்பு விழாவில் பங்கெடுக்காத நூற்றுக்கணக்கான மாணவர்களுள் ஒருவனாயிருந்தேன். இந்தப் பிரச்னை குறித்து சிலரால் இயக்கத்துக்கு எழுதப்பட்ட கடிதத்தில் அதிபர் துரோகியாக ஆக்கப்பட்டிருந்தார். அதை உறுதிப்படுத்தும் வகையில் சில நிகழ்வுகளும் பள்ளிக்கூட நிர்வாகத்தில் அரங்கேறியிருந்தன. நான் பள்ளிக்கூடம் செல்வதை நிறுத்திக்கொண்டேன். வாரத்தில் மூன்று நாள்கள் போகலாமெனத் திட்டமிட்டேன். அக்கா பள்ளிக் கூடத்துக்குப் போகுமாறு பூவரசம் தடியால் என்னை உரித்தெடுத்தாள்.

நான் அழுதுகொண்டே பூட்டம்மாவின் கோயிலுக்கு ஓடிப்போவேன். அங்குதான் அமைதி நிலவிற்று. கண்ணகி அம்மன் எனக்காகவே காத்திருப்பாள். அங்கு வளர்ந்து நிற்கும் மர நிழலின் சாகசத்தில் நானொரு வேங்கை. எனது நகங்கள் அவலத்தைக் கீறி அழிக்கத் துடித்தன. உயிர் நிலத்தில் ஒரு பொழுதுக்கு நிம்மதி தரத் துடித்தன எனது கண்கள். அண்ணாவின் கைத்துப்பாக்கியை ஆட்காட்டி விரலால் தீண்டிய நேரத்தில் பரவிய வேட்கையின் ஆழ்ந்த குளிர் எனக்குள் தோன்றியது. அம்மன் எல்லாவற்றையும் பார்த்துக் கொண்டிருந்தாள்.

பூட்டம்மா யாழ்ப்பாணத்தின் சாமியாடிகளில் தலைசிறந்தவள். அவளது வாக்கு, அம்புலி வளரும் இரவிலே கேட்கும். செய்வினை அறுப்பதில் அவளை மிஞ்ச ஆளில்லை. உவர்ப்பு ஊறும் நாக்கை வெளியே நீட்டி திக்கு வாயால் உச்சாடனம் செய்யும் அவளது குங்கும நெற்றியைப் பார்த்தாலே வீண் பாரங்கள் இறங்கிவிடும். அவளது முகச்சாயல் எங்களிடமிருந்தது. இந்தக்

கோயிலில் எழுந்தருளியிருக்கும் கண்ணகியாளின் முகம் அனலாக எழும். பூட்டம்மாவுக்கு எல்லாமுமாக இருந்தது இந்தக் கோயில். நான் பள்ளிக்கூடம் போகாமல் ஊர் சுற்றுவதாக அவளிடம் சென்று முறையிட்டாள் அக்கா. பூட்டம்மா என்னிடம் கேட்டாள்.

“படிக்காமல் என்ன செய்யப் போகிறாய்?”

“போராடப் போறன்.”

இளக்காரம் நிறைந்த கடைவாய்ச் சிரிப்போடு “காத்து வளம் பார்த்து மூத்திரம் பெய்யத் தெரியாது, நீ கொம்பனிக்குபோய்சண்டைபிடிக்கப் போறியோ” என்றாள். பூமியில் கண்களை நிலைகுத்தி நின்றேன். அன்றைக்கு மாலையில் அம்மா வன்னியிலிருந்து யாழ்ப்பாணம் வந்திருந்தாள். அவளோடு இன்னொருவரும் வந்திருந்தார். அவருடைய பெயர் மருதன். நான்கு நாள்கள் எங்களுடைய வீட்டிலேயே தங்கியிருப்பார் என்றாள் அம்மா. அவரிடம் சொற்கள் குறைவாகவே இருந்தன. மருதன் கடுமையான பக்திமானாகவும் தன்னை வெளிப்படுத்தினார். நான்கு நாள்கள் ஆகியிருந்தன. மருதன் எங்களுடைய வீட்டிலிருந்து வெளிக்கிட்டார். அவர் யார், ஏன் இங்கு வந்து தங்கிவிட்டுச் செல்கிறார் என அம்மாவிடம் கேட்க முடியாது. அப்படி ஒன்றைக் குடைந்து கேட்கும் பழக்கம் எங்கள் யாரிடமும் இருக்கவில்லை. அம்மா வன்னியிலிருந்து கொண்டுவந்த விளாட்டு மாம்பழங்கள் இரண்டினை எடுத்து துண்டுகளாகச் சீவலிட்டாள். தேனொழுகும் உருசையும் வாசமும் பிரித்தறிய முடியாமல் இணைந்திருந்தன. காற்றில் செல்லும் சருகைப்போல

இரவு நகர்ந்துகொண்டிருந்தது. ராணுவத்தின் முகாமிலிருந்து பைலா பாடல்கள் ஒலிக்கத் தொடங்கின. அக்காவும் நானும் அம்மாவைக் கட்டியணைத்தபடி நித்திரையானோம்.

காலையில் பள்ளிக்கூடத்துக்குச் செல்லும் பேருந்துக்காகப் பல மாணவர்கள் காத்திருந்தோம். வழமைபோல எங்களைக் கடந்து உந்துருளியில் போய்க்

கொண்டிருந்தார் அதிபர். நாங்கள் வீதியில் நிற்கும்போதுகூட ஓர் ஒழுங்கைப் பேணவேண்டுமெனக் கருதும் ஒழுக்கவான் அவர். அதிபர் எங்களைக் கடந்து சென்ற அரை நொடிகளுக்குள் நான்கு வேட்டொலிகள் மூச்செழுப்பின. என்ன நிகழ்ந்ததென அறியாமல் குழப்பத்தில் நின்ற அடுத்த நொடியில் நாங்கள் நிற்கும் திசை நோக்கிப் பாய்ந்து வந்தது அதி வேக உந்துருளி. தலைக்கவசம் அணிந்திருந்த அந்த மர்ம நபரின் வலது கை, துண்டுப்பிரசுரங்களைக் காற்றில் பறக்கவிட்டது. உந்துருளி மிக வேகமாக வெளியில் போய் மறைந்து விட்டது. நிலத்தில் வீழ்வதற்காக அலைந்துகொண்டிருந்த ஒரு துண்டுப்பிரசுரத்தை அந்தரத்தில் ஏந்தி வாசிக்கையில் மனம் திகைத்து விட்டது.

"ஐயோ எங்கட அதிபர சுட்டுட்டாங்கள்" குரல்கள் வான் நோக்கி எழுந்து தவித்தன.

2

மாலை நேரங்களில் 'உதயசூரியன்' வாசகசாலைக்குச் சென்று நாளிதழ்களை வாசிப்பேன். உலகச் செய்திகளில் இராக் முக்கிய இடம்பிடித்திருக்கும். பன்னாட்டுப் படைகளுக்கும் இராக்குக்கும் நிகழ்ந்த மோதல் செய்திகள் என்னை அதிரச்செய்தன. 'பக்காத்தில் கார் குண்டுத் தாக்குதல், ஐம்பது பேருக்கு மேல் பலி' என்கிற செய்தி தொடர்ச்சியாக வந்தன. வழமைபோல வாசகசாலையில் நாளிதழை வாசித்துக்கொண்டிருந்தேன். நான்கு ராணுவத்தினர் உள்ளே நுழைந்து அங்கிருந்த இரண்டு அண்ணன்மாரை பலவந்தமாக ஆயுத முனையில் இழுத்துச் சென்றனர். எனக்கோ உயிர் நடுங்கியது. இருவரும் சேர்ந்து கூச்சலிட்டு அழுதனர். சனங்கள் கூடினர். கிழவியொருத்தி துணிச்சலாக ராணுவத்திடம் வாதிட்டாள். "முகாமுக்கு வந்து கதையுங்கள்" எனச் சொல்லிவிட்டு விரைந்தனர். சனங்கள் சோர்வுற்றுக் கலைந்தனர். இரண்டு இளைஞர்களின் வீடுகளுக்கும் தகவல் போனது.

அரச உத்தியோகத்தரான கிராமச் சேவையாளரை அழைத்துக்கொண்டு முகாமுக்குப்போன பெற்றோர்களை அடுத்த நாள் வருமாறு ராணுவ அதிகாரி கூறினான். "எங்கட பிள்ளையளை என்னத்துக்கு நீங்கள் பிடிச்சு

வெச்சிருக்கிறியள்?” என்ற துயரக் கேள்விக்கு, “உங்கள் பிள்ளைகள் புலி” எனச் சொல்லப்பட்டது. ராணுவ அதிகாரியைப் பார்த்து ஒரு தாய் அழுதுகொண்டே மீண்டும் சொன்னாள். “என்ர பிள்ளை புலியுமில்லை, ஆர்மியுமில்லை. அவன் பொதுசனம் சேர்.'' பெற்றோரை வெளியேறும்படி சிப்பாய்கள் இழுத்துத் தள்ளினர்.

அடுத்த நாள் நாளிதழ்களில் ‘ராணுவத்தினரால் இரண்டு தமிழ் இளைஞர்கள் கைது’ என்கிற செய்தி வெளியானது. நிலத்திலிருந்து கதறிய அழுகுரல்களின் இயலாமையை என்னால் சகிக்க முடியாதிருந்தது. கற்களைக்கொண்டாவது இந்த மிலேச்சர்களைத் தாக்க வேண்டுமென எனக்குள் எழுந்த தணலினை எந்தக் கடல்கொண்டும் அணைக்க முடியாதிருந்தது.

பூட்டம்மாவின் வீடு பிரதான வீதியிலிருந்தது. ராணுவத்தினர் ரோந்து செல்லும் நேரங்களில் வீட்டுக்குள் இருந்துவிடுவாள். பலாலியில் நடந்த ராணுவத்துடனான மோதலில், பூட்டம்மா தன் தலைச்சன் பிள்ளையை நாட்டுக்காக உவந்தளித்திருந்தாள். வீரவேங்கை இரவி என்றழைக்கப்பட்ட அவரின் வரிச்சீருடையுடனான புகைப்படமொன்றை வைத்திருந்தாள். மாவீரர் நாள் அன்றைக்கு, கோப்பாய் துயிலுமில்லத்துக்கு பூட்டம்மாவுக்குத் துணையாகச் சென்று வருவேன். பிள்ளையின் கல்லறையில் சந்தன வாசம் கமழும் ஊதுபத்திகளைப் புகைக்க விடுவாள். தானே ஆய்ந்து கட்டிய நித்திய கல்யாணியிலான மாலையைச் சாற்றி அழுவாள்.

மாவீரர்களின் நினைவாக, இயக்கத்தால் தரப்பட்ட தென்னம்பிள்ளையை அவளது வீட்டுக்காணியில் நட்டோம். நாங்கள் துயிலுமில்லத்துக்குச் சென்றுவந்ததை யாரிடமும் சொல்ல வேண்டாமென என்னை எச்சரித்தாள். எல்லோரையும் எல்லோரும் சந்தேகிக்கும் வாழ்க்கையில் பகிர்வதற்கு தருணங்கள் இல்லாமலிருந்தன. எல்லாவற்றிலும் பயங்கரம் தனது கனத்த மிதிகளால் அழுத்திக்கொண்டிருந்தது. இரண்டு நாள்களுக்குள் இயக்கத்துக்கு ஆதரவாளர்களாக இருந்த சிலரின் வீடுகள்மீது கைக்குண்டுகள் வீசப்பட்டன. மாவீரர்களின் பெற்றோர்களை துயிலுமில்லம் அழைத்துச்சென்ற மன்னன் அண்ணாவின் வீடு கடுமையான தாக்குதலுக்கு உள்ளானது. சமாதானத்தின் சடலம் ராணுவ முகாம்களில் புதைக்கப்பட்டது.

பூட்டம்மாவின் சாமியறைக்குள் எவரும் நுழைய முடியாது. குங்குமக் கடல்போலச் சிவந்திருக்கும் அறையினுள்ளே கொடுவாளும் சூலமும் ஏந்தியாடும் காளியின் பெரிய புகைப்படம் இருக்கும். உக்கிரம் உறைந்த நீர்வண்ண ஓவியம்போலிருக்கும் சாமியறைக்குள்ளிருந்து பூட்டம்மா எழுப்பும் பறவைகளின் குரல்களைக் கேட்கவே பயமாயிருக்கும். அம்மா, திறந்திருக்கும் கதவு வழியே பூட்டம்மாவைப் பார்த்துக் கும்பிடுவாள். செய்வினையால் பீடிக்கப்பட்டு துன்பம் விரிந்திறங்கியவர்களை காளியின் கொடுவாளாலும் சூலத்தாலும் பூட்டம்மா குணப்படுத்துவாள். அவள் முன்னே யாவும் அடக்கம். தணல் அவியும் சின முகத்தோடு பறவைகளின் குரல் எழுப்பியபடி

அவள் ஓய்ந்துபோகும் தருணத்தில், அறையின் கதவுகள் தானாக மூடிக்கொள்ளும்.

எல்லோரும் அவளது அறையை நோக்கி வணங்கிவிட்டுச் செல்வார்கள். பூட்டம்மா தேன் பருகிய ஜொலிப்போடு அறையிலிருந்து வெளியேறுவாள். அம்மா "பன்னிச்சைத் தாயே..." எனக் கும்பிடுவாள். அம்மா யாழ்ப்பாணத்துக்கு வந்துபோகும் நாள்களில் மட்டுமே பன்னிச்சையடி கிராமம் பற்றி பூட்டம்மா வாய் திறப்பாள். சொந்தவூரின் ஏக்கம் விளைந்து அவளது குரலில் வலி நீந்தும். அவளது நெஞ்சில் ஒரு பந்தம் எரியத் தொடங்கும். அப்போது பன்னிச்சையடி கிராமத்திலுள்ள உப்புக்காட்டின் மீது வெக்கை எழும்.

உப்புக்காட்டில் போராளிகளின் பாசறைகள் அமைந்திருந்தன. வேட்டைக்காரர்களுக்கு எல்லைகளை வகுத்திருந்தனர். நெடுவல் ராசன் போராளிகளின் சொல்லுக்கு மரியாதை கொடுத்து எல்லை மீறாமல் இருந்தார். என்னுடைய பள்ளிக்கூட விடுமுறை நாள்களில் சொந்தக் கிராமத்துக்குச் செல்வேன். வாய்ப்பு கிடைத்தால் நெடுவல் ராசனோடு வேட்டைக்குப் போய்வருவேன். ஒளிபொழிந்து நிற்கும் உப்புக்காட்டுக்கும் திருநீற்று வாய்க்காலுக்கும் இடையிலுள்ள பனங்கூடலுக்குள் ஏழு நடுகற்கள் இருப்பதாக நெடுவல் ராசன் அடிக்கடி சொல்லுவார்.

இரண்டு மார்புகளுக்கும் நடுவே மெழுகுபோல் மினுங்கும் பழைய காயத்தின் தழும்பைத் தடவிக்கொண்டு "உப்புக்காட்டு முனியை நேருக்கு நேராய்க் கண்டும் உயிரோட திரும்பிவந்த ஒரேயொரு வேட்டைக்காரன் நாந்தானே" என்பார். நெடுவல் ராசனோடு வேட்டைக்குப் போகத் தொடங்கிய நாள்களில், அவரை விநோதமாகவே பார்த்தேன். காட்டுக்குள் இறங்கியதும் கதைக்கவே மாட்டார். வேட்டை நாய்கள் சுவடு பிடித்தபடி ஓட, விரைவாக நடக்கத் தொடங்குவார். காட்டினில் நெடுவல் ராசன் உண்டாக்கும் வழித்தடங்கள் பின்னர் தன்னியல்பாகவே மறைந்துபோவதைக் கண்டிருக்கிறேன்.

ஆவேசங்கொண்ட வேல்முனைக் கண்களால் காட்டின் நடுவே நின்று, மூச்சை இழுத்துக் கண்களை மூடி இரையிருக்கும் திசை அறிவார்.

தன்னுடைய நாக்கை வெளியே தள்ளியபடி நாய்களுடன் நிற்கும் நெடுவல் ராசனை மூர்க்கம்கொண்ட தேவதை அழைத்துச் செல்வாள். உடும்புகளை வேட்டையாடிக் கொண்டு ஊருக்கு நடந்துவரும் வழியில் நிற்கும் பன்னிச்சை மரத்தின் முன்னால் வீழ்ந்து வணங்குவார். சிறிய வேட்டைக்கத்தியை எடுத்து, உடும்பின் கழுத்தை அறுத்து,

அதற்குள்ளிருக்கும் நஞ்சுப்பையையும் துளிக் குருதியையும் பன்னிச்சை மரத்தின் வேர்களில் பிசுக்கிவிடுவார். பின்னர் எதுவும் கதையாமல் நடக்கத் தொடங்குவார். ஊருக்குள் வந்ததும் பொதுக்கிணற்றடியில் கால்களைக் கழுவிக்கொண்டு வீட்டுக்குப் போவோம்.

உப்புக்காட்டுக்குள் மட்டுமே நெடுவல் ராசன் ஆயிரக்கணக்கான உடும்புகளை வேட்டையாடி யிருக்கிறார். அவரின் வீட்டு வேலி முழுக்க உடும்புத்தோல்கள் வெயிலில் காய்ந்து நாறிக்கொண்டிருக்கும். சிறுவர்கள் அந்தத் தோலை எடுத்து சிறிய மண்பானைகளின் வாயை மூடிக்கட்டி மேளம் இசைப்பார்கள்.

நெடுவல் ராசன் இன்றைக்கு இல்லை. அவரைச் சலரோகம் முறித்துப்போட்டது. உப்புக்

காட்டுக்கும் திருநீற்று வாய்க்காலுக்கும் இடையிலுள்ள பனங்கூடலுக்குள்ளிருக்கும் ஏழு நடுகற்களைக் கூட்டிச்சென்று காட்டுவதாகக் கூறிய நான்காவது நாள், மலை வேம்பொன்று முருங்கைக் கொப்பாய் உளுத்துப்போனது மாதிரி அவருயிர் விழுந்தது. சூறையின் சப்தம் உப்புக்காடெங்கும் கேட்கத் தொடங்கிற்று. அந்த நாள்களில் நோவு விழுந்த குழந்தையென பாஷையற்று விம்மித் துடித்தேன். அவரின் மறைவு

ரணமாய் விழிவிரித்து கொழுந்து விட்டெரிந்தது. துயர் கடையும் மத்தைத் தனது கரங்கள் தேயத் தேய காலத்தின் ஒவ்வொரு நொடியும் அசைத்துக்கொண்டேயிருந்தது. நெடுவல் ராசன் உப்புக்காட்டை விட்டகல்வார் என்று நான் எண்ணியதில்லை. அவரை எரித்து முடித்துக் காடாற்றிய நாளில் வேட்டைக்குச் சென்றேன்.

தனது பெருவாழ்வில் முதன்முறையாக வாதையருந்திய மௌனம், விழிப்புக்குலைந்த அதன் கண்கள், கிளைத்தெழுந்த புத்தம்புது தளிர்களிலும் துயரடர்ந்த குளிர்மை, ஒவ்வொரு இலையிலும் தவிப்பின் மெல்லிய காய்ச்சல் அசைய, எந்த வாசனையுமற்று உப்புக்காடு வெறித்திருந்தது. பாதைகள் அழிந்திருந்தன. வேட்டையினருள் அன்று பாலிக்க எண்ணவில்லை. வெறுங்கையுடன் வீடு திரும்புகையில் பன்னிச்சை மரத்தடியில் நின்று கொண்டிருந்த கிழவியொருத்தி, மாயமாய் மறைந்துபோவதைக் கண்டேன். இரண்டு முயல்கள் விசுக்கென துள்ளிப் பாய்ந்தன. ஆன்மாவைப் பிழிவதைப்போல மழை பெய்யத் தொடங்கியது. கால்களைத் தீண்டிக்கொண்டோடும் வெள்ளத்தில் கொப்பளித்தது தகிப்பு. பன்னிச்சை மரத்தைக் கட்டியணைத்து அழுதேன். மூதாதையரின் கமழும் வாசத்தோடு என்மீது பூக்கள் சொரிந்தன. நிசப்தமும் தனிமையில் கரைந்தது. மரத்திலிருந்து குரல் கிளைத்து "மகனே கலங்காதே, இனிவரும் நாள்களில் உன் பாதங்களை நானே வழிநடத்துவேன்" என்றது. யாரிடமும் எதுவும் சொல்லாமல் இரண்டு நாள்கள் காய்ச்சலில் கிடந்தேன்.

மரத்தில் கிளைத்த குரல் புனல்போலச் சிந்திக்கொண்டேயிருந்தது.

நான் யாழ்ப்பாணத்துக்குச் செல்லத் தயாரானேன். அம்மா என்னைப் பேருந்தில் ஏற்றிவிட்டாள். ஏ-9 வீதியிலுள்ள இயக்கத்தின் முகமாலை சோதனைச்சாவடியில் பேருந்து நின்றது. அங்கு சோதனை முடிவடைந்து ராணுவத்தின் கட்டுப்பாட்டுக்குள் பேருந்து நுழைந்தது. மீண்டும் சோதனை. யுத்தக் கண்காணிப்புக் குழுவினரின் அலுவலகத்தில் இருந்த வெள்ளைக்காரரொருவர் எல்லாவற்றையும் கவனித்துக் கொண்டிருந்தார். நான் வீட்டுக்கு வந்தடைந்த நேரத்தில் அக்காவைக் காணவில்லை. வழமையாகத் திறப்பு வைக்கும் கிணற்று வாளியைப் பார்த்தேன், அதில் திறப்பில்லை. நேராக பூட்டம்மாவின் வீட்டுக்குச் சென்றேன். அங்கேதான் அக்காவும் இருந்தாள். உப்புக்காட்டில் நேர்ந்ததைப் பூட்டம்மாவிடம் சொல்லத் தோன்றியது. இப்போது வேண்டாமென மனம் சொன்னது. அக்காவும் நானும் அங்கிருந்து வீட்டுக்கு வந்தடைந்தோம்.

இருளை ஊடுருவிப் பெய்து கொண்டிருந்தது மழை. நாய்கள் ஊளையிட்டு ராணுவத்தின் வாகனங்களை எதிர்த்தன. ஊரின் வைரவர் கோயிலுக்கு முன்பாகக் குழுமியிருந்த ராணுவத்தினர் ஒவ்வொரு வீட்டுக்குள்ளும் இறங்கினர். குழந்தைகள் வீறிட்டு அழுதனர். நிலம் எந்தச் சலனமுமில்லாமல் இருந்தது. ராணுவம் சிலரை இழுத்துக்கொண்டு வீதியில் போட்டு வதைத்தது. இரவின் ஓலம் கொந்தளிக்க, மழை ஸ்தம்பித்தது. பயத்தின் கண்கள் மின்னலாய்த் திறந்தன. குருதியின் அபயம் கோரும் காற்று வீசிக்கொண்டிருந்தது. சனங்கள் பதகளிப்பில் தனித்திருந்தனர். ராணுவம் அங்கிருந்து சென்றதும் வதைபட்டவர்களைத் தூக்கிக் கொண்டு சனங்கள் வீடுகளுக்குள் ஓடினர்.

அடுத்த நாள் அதிகாலையில், முருகன் கோயிலின் கோபுர வாசலில் இரண்டு சடலங்களைத் தூக்கி வீசியது வெள்ளை வேன். கண்டிப்போன ரத்தக்காயங்களோடு கறுத்திருந்த சடலங்களில் உசாக்கால மணி யோசை அதிர்ந்தது. ‘உதய சூரியன்’ வாசக சாலையிலிருந்து இழுத்துச் செல்லப்பட்ட இரண்டு அண்ணன்மாரும் சடலங்களாக அடையாளம் காணப்பட்டனர். இந்தப் பதற்றங்களுக்குப் பதிலடியாக வீட்டுக்கருகில் இருந்த சிறிய ராணுவ முகாம்மீது தாக்குதல் நிகழ்ந்தது. கையெறி குண்டுகளாலும் கைத்துப்பாக்கியாலும் தாக்குதலுக்குள்ளாகி படையினர் கொல்லப்பட்டிருந்தனர். சுற்று வட்டாரமே ராணுவத்தின் சுற்றி வளைப்புக்கு உள்ளானது. வீட்டின் மின்குமிழ்களை அணைத்துவிட்டு சிறிய விளக்கை வீட்டினுள் ஏற்றி வைத்தாள் அக்கா. முடிக்குள் பதுங்கும் பேன்களைப்போல அறைக்குள் மறைந்து இருந்தோம்.

வீட்டின் முன்கதவை உதைத்துத் தள்ளும் சத்தம் கேட்கத் தொடங்கியது!

3

காலையில் வீட்டின் முற்றமெங்கும் ராணுவத்தின் சப்பாத்துக் காலடிகள் பதிந்திருந்தன. வீட்டின் முன்கதவிலும் சேறுபடிந்த காலடிகள் நிரம்பியிருந்தன. இரவு நடந்தவற்றைப் பூட்டம்மாவுக்குச் சொன்னோம். "இப்பிடி வெறியாட்டம் காட்டினால் பெடியளிட்ட அடி வாங்கித்தான் சாவினம்" பூட்டம்மா வெற்றிலை எச்சிலைத் துப்பியபடி தொடர்ந்தாள். "நல்ல குடுவை குடுக்கத்தான் வேணும்" என்றேன். அக்கா, "வாயைப் பொத்தடா" என்று பிடரியில் அடித்தாள். நான் அமைதியானேன்.

அன்றைக்கே காளி கோயில் பொங்கலுக்காக வன்னிக்குச் சென்றோம். முதன்முறையாகப் போராளிகளின் முகாமுக்குப் போகும் வாய்ப்பு அப்போதுதான் கிட்டியது. "எங்கட அடைக்கல மாதாவின்ர மகன், யாழ்ப்பாணத்தில தங்கிப் படிக்கிறான். நல்ல கெட்டிக்காரன்" நகுலன் அண்ணா என்னை அறிமுகப்படுத்தினார். போராளிகள் புன்னகைத்தனர். அவர்களின் ஒவ்வோர் அசைவையும் ஆசையோடு உள்வாங்கிக்கொள்ள எத்தனித்தேன். அம்மாவை அடைக்கல மாதாவென அழைப்பவர்கள் இயக்கத்தின் பழைய ஆட்களாகவே இருந்தார்கள். நகுலன் அண்ணா

இந்த முகாமின் பொறுப்பாளர். அவருடைய உடல்மொழியை நான் நகலெடுத்துக்கொண்டிருந்தேன். அவரது சிறிய வோக்கியை எடுத்து ஆரோடாவது கதைக்கலாம் போலிருந்தது. ஓர் அறையில் அடுக்கப்பட்டிருந்த ஆயுதங்களைப் பார்த்தேன். ஓயில் வாசம் நிறைந்திருந்தது. உலோகத்தின் மினுக்கம் ஒளிக்கோடாகி என்னை வந்தடைந்தது. ஒருநாள் இந்த ஆயுதத்தைத் தூக்கி நின்று சமராடுவேன். கனன்று கனன்று எரிதழல் ஆகுமொரு பருவத்திற்காக காலம் என்னைக் காத்திருக்கச் சொல்கிறது. நகுலன் அண்ணாவுடன் இரவு வரைக்கும் முகாமிலேயே இருந்தேன். வீட்டுக்குப் போகலாமென்று அவர் சொன்னதும் வேண்டாமென்றேன்.

"அப்ப எங்களோடேயே இருக்கிறியோ?"

போராளியொருவர் நக்கலாகக் கேட்டார். தீர்மானமாகச் சொன்னேன்.

"ஓம் இருக்கிறன்."

பன்னிச்சையடி கிராமத்தின் காவல் தெய்வமாக, காளியே இருந்தாள். அவள் குடிகொண்டிருக்கும் பன்னிச்சை மரத்துக்கு வயதுமில்லை மூப்புமில்லை. ஊரின் வடக்குத் திசையில் காய் தள்ளியிருந்த பன்னிச்சை மரத்தின் முன்னால் சனங்கள் பொங்கல் வைத்தனர். பூசாரிக்கு அடுக்கெடுத்துக்கொண்டிருந்தாள் அம்மா. பொங்கிக்கொண்டிருந்தாள் அக்கா. இன்றிரவு காளிக்கு மடையெடுப்பு இருக்கிறது. நெடுவல் ராசன் இல்லாத மடையிரவு. அவரின் திரண்ட மேனியில் காளி நின்றாடுவாள். காலம் சேமித்த

சிதைகளில் அவரை ஏற்றியிருந்தது. மரணம் எரியட்டும்.

உப்புக்காட்டின் பன்னிச்சை மரத்தடிக்குப் போகலாமென்று நடந்தேன். காட்டினுள்ளே மூட்டமான குளிர் இருந்தது. பொன்வண்டுகள் பிடித்து விளையாடிய வாகை மரத்தைக் கடந்து, பன்னிச்சை மரத்தை அடைந்ததும் வணங்கி எழுந்தேன். மரத்தின் குரல் துரிதகதியில் என்னை அடைந்தது. 'எனக்குப் பசிக்கிறது, ஏதேனும் படையலிடு' என்றது. சிறிய முள் மரத்தின் கிளையொன்றை முறித்து வந்து எனது நெஞ்சில் ஓங்கி அடித்தேன். ரத்தம் வழிந்து பன்னிச்சை மரத்தின் வேர்களைத் தொட்டது. காற்று வீசாமல் மரம் கிளைகளை அசைத்து பூக்களைச் சொரிந்தது.

உப்புக்காட்டுக்கு ஒரு மகத்துவம் இருக்கிறது. இங்கு வேட்டையாடிய விலங்கினது இறைச்சியைச் சமைக்கையில் உப்பு சேர்க்கக் கூடாது. இயல்பிலேயே அந்தக் காட்டிலுள்ள அனைத்துச் செடிகளிலும், விலங்குகளிலும், ஓடைகளிலும் உப்புத்தன்மை இருக்கும். காட்டில் விளையும் ஈச்சம்பழங்களில்கூட உப்புச்சுவை கனிந்திருக்கும். அம்மா விறகெடுக்கச் சென்ற ஒருநாள், காட்டில் வைத்து அமுதுண்டேன். அவளது முலைகளே இனிமையான உப்பளமாயிருந்தது. இந்தக் காட்டில் காற்றெழுந்து வன்னியைச் சூழ்ந்து போர்த்தும். தேனுறிஞ்சும் தேனீக்கள், கொடியில் காயும் துகிலைப்போல அசைந்தசைந்து பறந்தன.

அந்தியிறங்கிக்கொண்டிருந்தது. நெடுவல் ராசன் சொன்ன ஏழு நடுகற்களை நினைத்துப் பார்த்தேன். திருநீற்றுவாய்க்கால் ஓடும் இடத்துக்குச் செல்வதற்கு பயமாகவிருந்தது. முனியின் கண்களில் தென்படாமல் செல்வதற்கு நெடுவல் ராசனிடம் ஒரு கள்ளப்பாதையிருந்தது. எனக்கு அந்தப் பாதை தெரியாது. ஆனால ஒருநாள் அந்த ஏழு நடுகற்களையும் கண்டடைவேன் என்று பன்னிச்சை மரத்தின் மீது சத்தியம் செய்தேன். இந்தக் காடு எங்கள் மூச்சாலானது. எத்தனை எத்தனையோ யுகங்கள் சூரியன் தொழுத மரங்கள், ஆயிரம் கண்களாய் பூக்கள் காய்க்க நின்றன. போராளிகள் சிலர் காட்டுப்பாதையில் வந்துகொண்டிருந்தனர். அவர்களின் கையில் நவீன கருவிகள் இருந்தன. அவற்றால் எதையோ அளந்து குறிப்பெடுத்தபடியிருந்தனர். நான் அவர்களுக்குப் பின்னால் போக விரும்பினேன். அந்த எண்ணம் வரும்போதெல்லாம் என்னுள்ளே நானே மலர்ந்துகொள்வேன்.

வருடாந்திர காளி கோயில் பொங்கலுக்குப் பிறகு, ஊரில் ஒரு பெண் பூப்பெய்திவிடுவாள் என்பது ஐதீகம். இம்முறையும் அது அப்படியே நிகழ்ந்தது. காட்டுக்கு விறகெடுக்கப்போயிருந்தபோது அம்பிகா சாமத்தியப்பட்டாள். தன்னுடலின் சின்னஞ்சிறு பகுதியில் வித்தியாசமான பிசுபிசுப்பை உணர்ந்தாள். விறகுகளைச் சேமித்துக்கொண்டிருந்த வேறு யாரும் பார்த்துவிடாதபடி அம்பிகா தன்னுடைய தலையை இடப்புறமாகத் திருப்பி பாவாடையின் பின் புறத்தைப் பார்க்க முயன்றாள். உடலினுள்ளே ஊறும் பிசுபிசுப்பும், உணரத்தகுந்த நோவும் அவளுக்கு வியர்வையாகப் பெருக்கெடுத்தன. கண்கள் பிதுங்கி பயமெழுந்தது. அவள் அப்படியே குந்தியிருந்து ஏனையவர்களை நோக்கிக் குரல் கொடுத்தாள். அவளுக்கருகில் மிக விரைவாக ஓடிப்போன நளினியக்கா காட்டிலுள்ள அனைத்தும் அறியும் வண்ணம் “செல்வராசாவோட இளய மேள் புக்கை” என்று சந்தோசம் பொங்கக் கத்தினாள். காட்டுக்குள் சிறுமியாக விறகு வெட்டும் கைக்கத்தியோடும் கயிற்றோடும் சென்ற அம்பிகா, ஊருக்குள் குமரியாகத் திரும்பி வந்தாள்.

செல்வ ராசாவின் வீடு பரபரப்பாகியது. பன்னிச்சையடிலிருந்த நாற்பது குடிகளும் அங்கேயே குழுமின. அவரின் மனைவி வசந்தாவும் இன்னும் சில பெண்களும் ‘குப்பைத்தண்ணி’ வார்ப்பதற்கான ஏற்பாடுகளில் மும்முரமாக இருந்தனர். தலையில் வெள்ளைத்துணியால் மொட்டாக்குப் போட்டு கை விளக்குமாற்றின்மீது

அம்பிகாவை இருக்கச் செய்தனர். கிணற்றிலிருந்து நீரள்ளி அவளுக்கு முழுக வார்த்தனர். வசந்தா உரலில் கத்திரிக்காயை இடித்து வெள்ளைத் துணிகொண்டு பிழிந்தாள். தேநீர்க் கோப்பையில் வழிந்த கத்திரிக்காய்ச் சாற்றில், முட்டையை அடித்து ஊற்றினாள். அதனோடு கொஞ்சம் நல்லெண்ணெயும் ஊற்றிக் கலக்கினாள். முழுகி முடித்து குமரியாகப் பருவந்தரித்து வீட்டுக்குள் வெறித்திருந்த அம்பிகா, கத்திரிக்காய்ச் சாற்றை ஒரே மிடறில் அருவருத்து அருந்தினாள். நாற்பது குடும்பங்களும் அன்றிரவு செல்வராசா வீட்டில்தான் உடன் புக்கையும் கத்திரிக்காய் பால் கறியும் உண்டனர்.

அம்பிகா சுடரசையும் குப்பி விளக்கின் வெளிச்சத்தில் வீட்டுக்குள் அமர்ந்திருந்தாள். இப்போது அவள் கண்ணுறும் ஒளியும் இருளும் இதற்கு முன்பு வாழ்வில் நிகழ்ந்ததில்லை. அம்பிகாவுக்குப் பதினோராவது நாளே பூப்புனித நீராட்டு விழா நடந்தது. சேமிப்பில் கிடந்த காசெல்லாம் செலவழித்து செல்வராசா விமர்சையாகச் செய்து முடித்தார். இரண்டு நாள்களாக அந்த விசேஷக் களை ஊரில் நின்றது. வெளியிடங்களில் இருந்து வருகை தந்திருந்த சொந்தக்காரர்கள் நிரம்பி வழிந்தனர். நானும் அக்காவும் யாழ்ப்பாணத்துக்குச் செல்வதற்குத் தயாராகிக்கொண்டிருந்தோம்.

நகுலன் அண்ணாவின் முகாமுக்குச் சென்று சொல்லிவிட்டு வரத்துணிந்தேன். முகாமின் வாசலில் நின்ற போராளியிடம் நான், ''யாழ்ப்பாணம் வெளிக்கிட்டேன்'' என்றேன்.

"நீ எங்களோட இருக்கப் போறியெண்டு சொன்னாய், இப்ப யாழ்ப்பாணம் போறாய். உனக்கு ஆர்மிக்காரங்களதான் பிடிச்சிருக்கு போல."

''உங்களுக்கு என்ன விசரா..? யாழ்ப்பாணம் போனா அதுதான் அர்த்தமா? அப்ப அங்க இருக்கிற இயக்க அண்ணாக்கள என்ன சொல்லுவியள்?"

''அவங்கள் இயக்கமாய்தானே போய் நிக்கிறாங்கள். ஆனால் நீ?"

"நான் இயக்கத்தில சேரத் தயார். உங்கட நகுலன் அண்ணாதான் வேண்டாம் என்கிறார். அவரிட்ட சேக்கச் சொல்லுங்கோ."

"சரி நீ அடுத்த தடவை வா. நான் நகுலனிட்ட சொல்லிவிடுறன். அதுமட்டும் நல்லாய்ப் படி" என்று சொல்லி வழியனுப்பிவைத்த அந்தப் போராளி அண்ணா, எனக்கொரு பேனாவைப் பரிசளித்தார்.

நான் யாழ்ப்பாணத்துக்கு வந்ததும் தாக்குதலுக்கு உள்ளான ராணுவத்தின் சிறிய முகாமைப் பார்த்தேன். முகாமில் பத்துக்கு மேற்பட்ட ராணுவத்தினர் இருந்தனர். அதிலொருவர் சனங்களோடு நன்றாகப் பழக ஆரம்பித்திருந்தார். தங்களிடம் மிஞ்சிய உணவுப் பொட்டலங்களையும் பழங்களையும் தருவித்தார். எங்களுடைய வீட்டுக் கிணற்றைக் குடிநீருக்காகப் பயன்படுத்த அனுமதி கேட்டார். அக்கா ஓமென்று தலையசைத்தாள். இல்லையென்று மறுக்கவும் முடியாது. நாங்கள் வீடு மாறவேண்டுமென்று முடிவு செய்தோம். மெல்ல மெல்ல ராணுவத்தினர் முகாமைச் சுற்றியுள்ள சனங்களோடு ஐக்கியம் பாராட்டினார்கள். எங்களுடைய கிணற்றில் குடிநீர் அள்ளவருகிற

சிப்பாயின் கண்களில் எங்களை வாரித்தின்னும் வெறியிருந்தது. நாங்கள் அவசரமாக வீட்டை மாற்றிக் கொண்டு சென்றுவிட்டோம்.

பூட்டம்மாவின் கோயில் வளவில் இருந்த வீட்டில் குடிபோனோம். அந்த வீட்டில் பாம்புகளின் புழக்கமிருந்தது. இரவானதும் வீட்டுக்குள் உளுந்து வாசம் பரவத் தொடங்கிவிடும். 'கோயில் பாம்பு, ஒன்றும் செய்யாது' என்று பூட்டம்மா சொன்னாள். அக்காவுக்கு மாதவிடாய் வரும் நாள்களில் அவள் வீட்டின் பின்புறத்தேயுள்ள பத்தியில் தங்கியிருப்பாள். வெளியே அடுப்பை மூட்டிச் சமைத்துச் சாப்பிடுவோம்.

“தம்பி உன்னை நல்லாப் படிப்பிக்க வேணுமெண்டுதான் இப்பிடி கஸ்ரப்படுறன். வேறொண்டையும் சிந்திக்காமல் படி. படிச்சால்தான் எதிர்காலத்தில சந்தோசமாய் வாழலாம். அம்மா நெருப்பு தின்று

உழைக்கிறாள். அவளுக்காகவேணும் படி” என்பாள் அக்கா. அக்காவின் நிம்மதிக்காய ஓமென்று தலையசைப்பேன். அவள் தாய்மை பொங்கும் கண்களால் என்னை அணைப்பாள்.

மழை பெய்யுமாற்போலிருந்தது. மின்னல் நரம்புகள் வானில் ஓடி மறைந்தன. காந்தியண்ணா தனது வீட்டுக் கதவைத் திறந்து கொண்டு வெளியே வந்து பார்த்திருக்கிறார். மழையிருட்டில் யாரோ ஆயுதங்களோடு நடமாடிக்கொண்டிருந்ததைக் கண்டிருக்கிறார். கதவை இறுகச் சாத்திவிட்டு அல்லியக்காவோடு பின்வளவால் தப்பியோடி எங்கள் வீட்டுக்கு வந்திருந்தார். அல்லியக்கா பயந்து மூச்செறிந்து அழுதபடியிருந்தாள். காந்தியண்ணா என்ன செய்வதெனத் தெரியாமல் விறைத்துப்போயிருந்தார். இரவு முழுக்க நித்திரையற்று இருந்தோம்.

“நான் சாகிறதுக்கு அஞ்சேல்ல, ஆனால் செய்யவேண்டிய வேலைகள் இன்னுமிருக்கு. அதுவும் இவங்கள் கூலிக்குக் கொலை செய்யிற ஆக்கள். எங்கட இனத்துக்கு எப்பிடி வீரம் ஒரு சிறப்போ, அதுமாதிரி இந்தத் துரோகமும் ஒரு இழுக்கு. இந்தத் துரோகிகளோட கையால வெடிவாங்கிச் சாகக்கூடாது.” காந்தியண்ணா என்னிடம் சொன்னார்.

காலையில் தனது வீட்டுக்குச் சென்றபோது, நடுவீட்டில் பிணமொன்று தலைகீழாகத் தொங்கியதைக் கண்ட காந்தியண்ணா, அலறியடித்துக்கொண்டு வீட்டை விட்டு ஓடினார். பிணத்தின் வாயில் ஒட்டப்பட்டிருந்த காகிதத்தில் எழுதப்பட்டிருந்த இந்த வாசகம் நிணத்தால் நனைந்திருந்தது.

‘காந்தி! உங்களுக்காய் ஒதுக்கப்பட்டிருக்கும் தோட்டா காலாவதி ஆகாது.’

4

பிள்ளையார் கோயில் மணியொலித்தது. பூசை தொடங்கியிருக்கும். மிக வேகமாக நடந்துபோனேன். உதயகால பூசையில் திருமுறை ஓதுவதில் மோகம் கொண்டிருந்தேன். இன்றைக்குத் திருநாவுக்கரசரின் தேவாரத்தைப் பாடவேண்டுமென நினைத்தேன். வெளியே இருந்த அடிகுழாயில் கால்களைக் கழுவி, கோயிலுக்குள் நுழைந்தேன். சங்குகள் முழங்கின. எப்போதும் வருபவர்களில் காந்தியண்ணா மட்டும் இல்லாதிருந்தார். எல்லோர் முகங்களிலும் அவருக்கு எதுவும் நேர்ந்துவிடக்கூடாதென்ற வேண்டுதல் இருந்தது. சண்முகவடிவேல் ஆசானின் கண்களில் எப்போதும் சுடர்கிற ஞான ஒளியை வணங்கினேன். திருமுறை இசைக்கும் நேரம் வந்தது. ‘திருச்சிற்றம்பலம்’ சொல்லி பதிகத்தை இசைக்கத் தொடங்கினேன். நான் கடவுளை நினைந்து உருகிப் பாடுவதாக ஆசான் சண்முக வடிவேல் சொல்வதுண்டு. “இன்று, உனது வாசனைக் குரலினால் இறைவனுக்குச் சந்தனம் பூசினாய்” என்றார். பூசை முடிந்ததும் தரப்பட்ட வெண்புக்கையை வாங்கிக்கொண்ட அடியவர்கள் மத்தியில், காந்தியண்ணா வீட்டில் நிகழ்ந்திருக்கும் சம்பவமே பேசுபொருளாயிருந்தது.

"இப்ப இயக்கமாய் இருந்தால்கூட பரவாயில்லை. இயக்கத்தின்ர வாலாய் இருந்தால் வாழுறது கஸ்ரம்" என்றார் சிவப்பிரகாசம் மாஸ்ரர்.

நீதிவான் ஸ்தலத்துக்கு விரைந்து வந்தார். காந்தியண்ணாவின் நடு வீட்டில் தலைகீழாய் தொங்கிய சடலத்தைப் பார்த்து, பிரேத பரிசோதனைக்காக உத்தரவிட்டார். தலைமறைவான காந்தியண்ணாவைக் கைது செய்ய சட்டரீதியாக போலீஸ் நடவடிக்கை மேற்கொண்டது. அடையாளம் காணப்படவியலாத வகையில் முகம் சிதைக்கப்பட்ட சடலத்தை போலீஸார் அங்கிருந்து கொண்டு சென்றனர். கூடியிருந்த சனங்கள் கலைய மறுத்து வீட்டின் முற்றத்திலேயே நின்றனர். நீதிவான் சனங்களை விலக்கியபடி வெளியேறினார்.

எல்லாவற்றையும் வெறித்துப் பார்த்துக்கொண்டிருந்த அல்லியக்கா, கிணற்றில் நீரள்ளி வீட்டைக் கழுவத் தொடங்கினாள். காந்தியண்ணா இயக்கத்தில் உறுப்பினர் கிடையாது. ஆனால் முழு ஆதரவாளர் என்பதை எல்லோரும் அறிந்திருந்தனர். இப்படியொரு நெருக்கடிக்குள் காந்தியண்ணா எங்கேயோ போய் மறைந்துவிட்டார். அல்லியக்காவுக்குத் துணையாக அக்கா இருந்தாள். என்னை வீட்டுக்குச் சென்று சாப்பிட்டுவிட்டு வருமாறு பணித்தாள். ஊரே உறைந்து போயிருந்தது. காந்தியை ராணுவமோ அல்லது அரச ஆதரவு பெற்ற இயக்கமோ சுட்டுக்கொன்றுவிடுமென சனங்களுக்குள் கிலி பிறந்தது. ஊர் முழுக்க ரோந்து செல்லும் ராணுவத்தினரின் கண்கள் காந்தியை மட்டுமே தேடிக்கொண்டிருந்தன.

நான் வீட்டுக்குச் சென்றேன். புட்டும், பச்சை மிளகாய் சம்பலும், பழஞ்சொதியும் அடுப்படியில் இருந்தன. எல்லாவற்றையும் ஒன்றாகப் போட்டு குழைத்துச் சாப்பிட்டுக்கொண்டிருந்தேன். வீட்டின் கதவைத் திறந்துகொண்டு காந்தியண்ணா என் முன்னே வந்து நின்றார். விழிகள் மலர்ந்து கன்னம் பனிக்க எழுந்து "அண்ணா" என்று கட்டியணைத்தேன். அவரோ "நீ ஒன்றுக்கும் கவலைப்படாதே. நாங்கள் வெல்லுவம், எங்களிட்ட அறமிருக்கு" என்றார். எங்களுடைய வீட்டு வளவில் இருந்த கோயில் கிணற்றுக்குள் மறைந்திருக்கும் தகவலைச் சொன்னார். "அந்தக் கிணற்றுக்குள் பாம்புகள் இருக்கின்றன, கவனம்" என்றேன். அவர் ஏற்கனவே தெரியுமென்பதைப் போல தலையை அசைத்தார்.

"ஆதீரன், நீ எனக்கொரு உதவி செய்யவேணும்."

"சொல்லுங்கோ."

"நான் எழுதித் தாறத கொண்டு போய், இனியவன்ர சலூனில குடுக்கவேணும்."

'தாங்கோ, கொண்டுபோய் குடுத்திட்டு வாறன்."

என்னுடைய பள்ளிக்கூடப் பையிலிருந்து ஒரு காகிதத்தை எடுத்துக்கொடுத்தேன். காந்தியண்ணா அதில் 'ரகசியப் பனி' என்று எழுதினார். அந்தக் குறிப்பை எடுத்துக்கொண்டு இனியவன் சலூனுக்கு நடக்கலானேன்.

எப்போதும் ஏ.ஆர். ரஹ்மானின் பாடல்கள் ஒலித்துக் கொண்டிருக்கும் இனியவன் சலூனில், வாடிக்கையாளர்கள் அமர்ந்துகொள்ள நீளமான இரண்டு வாங்குகள் போடப்பட்டிருக்கும்.

நாளிதழ்கள் ஒழுங்கற்று விரவிக்கிடக்கும். நாசியிலேறும் புத்துணர்ச்சியான வாசனையோடு இனியவன் முடிதிருத்தம் செய்து கொண்டிருப்பார். நான் கடைக்குள் நுழையும்போது,

"சொல்லிக் கொடுத்த பின்னும் அள்ளிக் கொடுத்த பின்னும் முத்தம் மீதமிருக்கு...

தீபம் மறைந்த பின்னும் பூமி இருண்ட பின்னும் கண்ணில் வெளிச்சமிருக்கு!"

பாடல் ஒலித்துக்கொண்டிருந்தது. என்னிலும் பார்க்க சின்னப்பெடியன் ஒருவனுக்கு முடிதிருத்தம் செய்து கொண்டிருந்தார் இனியவன். அந்தப் பெடியனின் தந்தை நாளிதழைப் பார்த்துக்கொண்டிருந்தார். நான் அவருக்கருகில் அமர்ந்தேன். ரஹ்மான் குரல் உயர உயர அரபிக் கடலோரம் கன்னித்தென்றல் ஆடை விலக்கிக்கொண்டே இருந்தது. பெடியனுக்கு முடிவெட்டி முடித்ததும் என்னைக் கதிரையில் வந்தமருமாறு சொன்னார் இனியவன். மறுக்காமல் கதிரையில் போய் அமர்ந்தேன். அவர்கள் காசைக் குடுத்து வெளியேறும் தருணத்துக்காகக் காத்திருந்தேன். வெளியேறியதும் எனது சட்டைப் பைக்குள் இருந்த 'ரகசியப் பனி' குறிப்பை இனியவனிடம் கொடுத்து, "காந்தியண்ணா குடுத்துவிடச் சொன்னவர்" என்றேன். வளர்ந்திருந்த தனது வலது கரத்தின் சின்ன விரல் நகத்தினால் பெருவிரல் நகத்தை முட்டி டிப் டிப்பென சத்தம் எழுப்பினார். கதவைச் சாத்திவிட்டு, வேறொரு காகிதத்துண்டில் 'எட்டுத்தொகை' என்றெழுதி ''காந்தியிடம் குடு'' என்றார். நான் சலூனை விட்டு வெளியேறுகிறபோது ராணுவத்தினர் ரோந்துபோய்க்கொண்டிருந்தனர். 'ரகசியப் பனி'யோடு வந்தவன், 'எட்டுத்தொகை'யோடு திரும்பினேன். காந்தியண்ணாவிடம் அந்தக் குறிப்பைக் கையளித்தேன். அவர் அதைப் பார்த்துவிட்டு புன்னகை செய்தார். நன்றி பெருகும் மகிழ்ச்சியோடு என்னைக் கட்டியணைத்து,

"நான் இண்டைக்கு இரவு இங்கிருந்து வெளிக்கிட்டுடவன், நீ அல்லியக்காட்ட ஒண்டுக்கும்

யோசியாமல் இருக்கச் சொல்லு. எல்லாம் நல்லபடியாய் நடக்கும்" என்றார்.

நானும் அக்காவும் காந்தியண்ணாவின் வீட்டிலேயே இரவு தங்கினோம். நடந்தவற்றை அல்லியக்காவிடம் சொன்னேன். "அவர் எங்க போனாலும் உயிரோட இருந்தால் சரி" என்றாள். அவளிடமிருந்து வேறெந்த வார்த்தைகளும் வரவில்லை. கண்ணீர் வழிய துயரத்தின் பேரலைகளில் தலைசாய்த்தாள்.

'ரகசியப் பனி' என்றால் என்ன, 'எட்டுத்தொகை' என்றால் என்ன என்பதையறியும் ஆர்வம் எனக்குள் காய்ச்சல்போல கொதியாய் நின்றது. நித்திரையற்று புரண்டு படுத்தேன். நேற்றைக்கு யாரென்று தெரியாத ஒருவரின் பிணம் தொங்கிய அந்த வீட்டில், கொளுத்திவைக்கப்பட்ட ஊதுபத்தி வாசம் வயிற்றைக் குமட்டியது. இருட்டு தனித்துக் கிடந்தது. காந்தியண்ணா இப்போது

பாதுகாப்பான இடத்துக்குச் சென்றிருப்பாரா... அவரைப் போராளிகள் அழைத்துச் சென்றிருப்பார்களா என்ற கேள்விகள் எழுந்தவண்ணமிருந்தன. நித்திரையற்று இருளை மட்டுமே வெறித்துப் பார்த்துக் கொண்டிருந்தேன். நிலம் விடிந்ததும் வீட்டுக்கு ஓடிப்போய் கிணற்றை எட்டிப்பார்த்தேன். காந்தியண்ணா இல்லை. சந்தோஷத்தில் கண்ணகி அம்மனை வழிபட்டு துதித்தேன். வீசிய காற்றில் இதம் உணர்ந்தேன்.

அன்று காலையில் அண்ணா வீட்டுக்கு வந்திருந்தான். காந்தியண்ணாவுக்கு நிகழ்ந்ததை அவன் அறிந்திருந்தான். "இயக்கம் அவரைப் பாதுகாக்கும்" என்று மட்டும் சொன்னான்.

"உங்களுக்கு 'ரகசியப் பனி', 'எட்டுத்தொகை' என்றால் என்னவென்று தெரியுமோ?" அண்ணாவிடம் கேட்டேன்.

"எட்டுத்தொகையென்றால் சங்ககாலப் பாட்டுகளின் ஒரு தொகுப்பு. ஏன் கேக்கிறாய்?"

"ஒன்றுமில்லை. சும்மா கேட்டனான்."

அக்கா பால்புட்டுச் செய்தாள். அண்ணாவுக்குப் பிடித்த சாப்பாடு. வழமைபோல அவன் தனது கைத்துப்பாக்கியைக் கழற்றிவைத்துவிட்டு, சாப்பிடத் தொடங்கினான். அதே கிளர்ச்சியும் பேருணர்வும் உந்தித்தள்ள அதை எனது கரங்களால் மீண்டுமொரு முறை தடவிப்பார்த்தேன். வெளியே மழை பொழியத் தொடங்கிற்று. நீண்ட நாள்கள் கழித்து அண்ணா வீட்டில் தங்கினான். அன்றிரவு முழுவதும் நானும் அவனும் கதைத்துக்கொண்டேயிருந்தோம். அவனை நோக்கிக் கேட்டேன்.

"எங்கட பள்ளிக்கூட அதிபர இயக்கம் ஏன் சுட்டது?"

"அவர் துரோகம் செய்திருப்பார்."

"என்ன துரோகம்?"

"எனக்குத் தெரியாது, ஆனால் உங்கட அதிபருக்குத் தெரிஞ்சிருக்கும்."

"இயக்கத்துக்குத் தெரிஞ்சிருக்காதோ?"

"தெரிஞ்சிருக்கும்."

"நீங்களும் இயக்கம்தானே, பின்ன எப்பிடி உங்களுக்குத் தெரியாமல் போச்சு?"

"நானும் இயக்கம்தான். ஆர் ஆருக்கு என்ன தெரியவேணுமோ அது மட்டும்தான் இயக்கத்தில தெரியும். எல்லாருக்கும் எல்லாம்

தெரிய அது என்ன முருகன் கோயில் கும்பாபிஷேக நிர்வாகமோ?”

அண்ணா கொஞ்சம் இறுக்கமாக பதில் சொன்னான். வெளியே பெய்துகொண்டிருந்த மழைக்கு ஒரு தேத்தண்ணி குடித்தால் சுதியாய் இருக்குமெனத் தோன்றியது. அண்ணாவும் நானும் மழையையே பார்த்துக்கொண்டிருந்தோம். வீட்டின் முன்னே மின்னல் வெளிச்சம் பரவி விழுந்து மறைந்தது. அடுத்த நாள் காலையில் அண்ணா செல்லத் தயாரானான். அவனுடைய கைத்துப்பாக்கியை எடுத்து இடுப்பில் கட்டிக்கொண்டு, சட்டையை சரி செய்தான். அதன் பிறகு அவனிடம் ஒரு கம்பீரம் புகுந்தது. மெல்லப் புன்னகைத்து விடைபெறும்போது அக்கா திருநீற்றை அவனது நெற்றியில் பூசிவிட்டாள். அண்ணா மறுபடியும் புன்னகைத்தான்.

அல்லியக்கா தனித்திருந்தாள். ராணுவத்தினர் வந்து காந்தி யண்ணாவை விசாரித்துச் சென்றனர். கணவனைக் காண வில்லையென அவள் அழுது புலம்பினாள். சொந்தக்காரர்கள் அனைவரும் காந்தியண்ணாவுக்கு ஏதோ நடந்துவிட்டதென நினைத்துக் கொண்டார்கள். அக்கா சமைத்து முடித்து அல்லியக்காவுக்குச் சாப்பாடு கொண்டு சென்றாள். அல்லியக்கா “என்ர புருஷனைக காணேல்ல, என்ர புருஷனைக் காணேல்ல” என்று வீதியில் போகும் சனங்களுக்குக் கேட்கும்படி அழுதுகொண்டேயிருந்தாள். அவள் அதையே ஒரு போராட்ட உத்தியாக்கிக்கொண்டாள். பூட்டம்மா, “காந்திக்கு எந்தக் கூடாததும் நடக்காது, அவன் காட்டுக்குள் நடந்து கரையேறுவான்” என்றாள். வானம் இருட்டிக்கொண்டு வந்தது. அடுத்த நாள் காலையில், பள்ளிக்கூடம் செல்ல வேண்டுமெனத் தோன்றியது. அதற்கான முன் ஏற்பாடுகளைச் செய்துவிட்டு நித்திரையானேன்.

அதிகாலையில் பிள்ளையார் கோயிலின் உதய கால பூசைக்காக வீட்டிலிருந்து வெளிக்கிட்டேன். அக்கா கதவை இறுகச் சாத்திவிட்டு உள்ளே இருந்தாள். நிலம் விடியத் தொடங்கியிருந்தது. தனியாக நடந்துசென்றுகொண்டிருந்த என்னைப் பார்த்து தெருநாய்கள் குரைக்கின்றன. வீதி வெறிச் சோடி கிடக்கிறது. தோட்டத்துக்குச் செல்லும் கமக்காரர்கள் சிலர் சைக்கிளில் செல்கின்றனர். நான் சொற்ப நிமிடங்களில் கோயிலைச் சென்றடைந்தேன். பூசை தொடங்குவதற்கு நேரமிருந்தது. ஐயர் பூசைக்கான அடுக்கெடுப்புகளில் தீவிரமாக இருந்தார்.

கோயிலுக்கு முன்னால் வந்து நின்ற வாகனத்திலிருந்து ராணுவத்தினர் குதித்திறங்கிய சத்தம், அதிகாலையை உதைத்தது. அவர்கள் ஆயுதங்களோடும் காலணிகளோடும் கோயிலுக்குள் நுழைந்தனர். ஆசான் சண்முகவடிவேல் அவர்களை வழிமறித்து காலணிகளை வெளியே விடுமாறு பணிவுடனும் அன்புடனும் கேட்டுக்கொண்டார். ஒரு படையினன் அவரைத் துப்பாக்கிப் பிடியால் ஓங்கி அடித்தான். ஆசான் குருதியொழுக வீழ்ந்தார். நாங்கள் ஒடுங்கி நடுங்கினோம். சிப்பாய் ஒருவன் பெரிதாகக் குரல் எழுப்பிக் கேட்டான்.

“ஆராடா இங் பவித்ரன்?”

5

ராணுவம் தேடிவந்து நிற்கும் பவித்ரன் வேறு யாருமல்ல. என்னுடைய நெருங்கிய சொந்தக்காரர். அவரை ‘பவி மாமா’ என்றுதான் அழைப்பேன். ஒரு வள்ளலைப்போல அனைவருக்கும் புன்னகையை தானம் செய்யும் முகவெட்டு. இளநரை பரவிய அடர்ந்த தலைமுடி. அழுத்தி மடித்த சால்வைத் துண்டைப்போல் நெற்றி. அதன்மேல் அழியாவரம் பெற்ற தீட்சைக் குறி. ஒவ்வொரு வார்த்தைக்கும் நடுவில் கசங்கிய குரலைச் சரிப்படுத்தும் பாவனையோடு மெல்லிய செருமல். கருணையின் கண்கள் மிதக்கக் கோயிலில் தொண்டு செய்வதை விரும்புகிறவர். எட்டு முழ வேட்டியைக் கட்டிக்கொண்டு வெறும் மேனியோடு தங்கச் சங்கிலி அணிந்திருக்கும் பவி மாமா வடிவாக இருப்பார்.

கோயிலுக்குள் புகுந்த ராணுவத்தினர் ‘பவி... பவி...’ என்று மூர்க்கமாய்த் தேடிக்கொண்டிருந்தனர். சிப்பாயால் தாக்கப்பட்டு குருதியொழுகத் தரையில் கிடந்த ஆசான், கைகளை ஊன்றி எழும்ப முயன்றார். கோயிலில் நின்ற அனைவரையும் முட்டுக்காலிட்டு அமரச் சொன்னார்கள். துப்பாக்கிகளுக்கு முன்னே வாய் மூடிய கடவுளரைப்போல எந்த எதிர்ப்பும் காட்டாமல் அவர்கள் சொல்வதையே

செய்தோம். ஆசான் சண்முக வடிவேல் மட்டும் கைகளை ஊன்றி எழுந்து "நாமார்க்கும் குடியல்லோம், நமனை அஞ்சோம்" என்று பெருங்குரலில் ராகம் பிசகாமல் பதிகம் பாடத்தொடங்கினார். எங்களுக்கு எதிரே நின்ற சிப்பாய் வெறிகொண்டு பாய்ந்து ஆசானை மீண்டும் உதைத்துத் தள்ளினான். பிடரி அடிபட ஆசான் விழுந்த சத்தம் பொல்லாத நாள்களின் சகுனம்போல் எனக்குத் தோன்றிற்று. பவித்ரன் கோயிலில் இல்லையென்று உறுதியான பின்பு தேடிக் களைத்த ராணுவத்தினர் வெளியேறினர். ஆசானுக்கு அதிக குருதிப்போக்கு ஏற்பட்டதால் மயக்கமாகியிருந்தார். அவரை ஆஸ்பத்திரிக்குத் தூக்கிச் சென்றோம். நிலம் விடிந்த பின்னரும், கோயிலுக்குள் திரண்டிருந்த இருளில் குருதியலைகளின் வீச்சம் பெருகிக் கொண்டேயிருந்தது.

நடந்தவற்றைக் கேள்விப்பட்ட சனங்கள் அதிர்ந்தனர். மங்கலமென ஏற்றிவைக்கப்பட்ட தீபத்தின் சுடரே வீட்டைச் சாம்பலாக்கும் நெருப்பாகி விடுவதைப்போல இந்தச் சமாதானம் எங்களை ஏமாற்றிக் கொல்கிறதென நொந்தனர். நாளும் பொழுதும் ராணுவத்தினரால் இளைஞர்கள் கைது செய்யப்பட்டனர். பிள்ளைகள் வீடு திரும்பும் வரை காத்திருக்கும் தாய்மாரின் கருவறையில் ஓலம் அமிலமாய் ஊறத்தொடங்கிற்று. அச்சமும் நடுக்கமும் கொண்டு ஒவ்வொரு நொடியையும் எண்ணிக்கொண்டனர். யுத்தம் அமைதியைவிட நேர்மையானது என்று சனங்கள் மனதுக்குள் நினைக்கத் தொடங்கினர். எந்தவொரு தீர்க்கதரிசியாலும் உறுதியாகக் கூறிவிட முடியாத பயங்கரங்கள் உருமாறிப் பரவிக்கொண்டிருந்தன. சமாதானம் ஒரு கொள்ளை நோய். அது அப்பாவிகளின் கண்ணீருக்கும் மன்றாட்டத்துக்கும் மசியாது. இந்த தேசமே மரணத்தின் பட்டணம். சதாகாலமும் மண்ணைச்

சடலங்களால் மூடிக்கொள்ளும் நடுக்கம் நிறைந்த இந்த வாழ்க்கையை உக்கிப்போகும்படி மண்ணுக்குள் புதைக்க வேண்டுமென்ற எல்லோரினதும் குமுறல் சுழல்காற்றில் முழங்கியது. 'எங்கள் சுதந்திரம் அந்நியர் வசமோ... தாய்நிலத்தில் இளைப்பாறல் எங்களுக்கில்லையோ?' என்று பாடப்புத்தகத்தில் எழுதி வைத்தேன். இரவு முழுவதும் அக்காவும் நானும் பவி மாமாவைப் பற்றிக் கதைத்துக்கொண்டிருந்தோம். அவருக்கு எதுவும் நடந்துவிடக் கூடாதென அம்மனிடம் தேங்காய் ஒன்றை நேர்ந்துவைத்தோம்.

காலையில் பூட்டம்மாவுக்குக் கொஞ்சம் உடம்புக்கு ஏலாமல் இருந்தது. ஆளனுப்பி அக்காவை வரச்சொல்லியிருந்தாள். அக்காவை பூட்டம்மாவின் வீடுவரை கூட்டிச் சென்று விட்டிட்டு வந்தேன். கண்ணகி அம்மன் கோயிலில் கொஞ்ச நேரம் இருக்க வேண்டுமாற் போலிருந்தது. காந்தியண்ணா, பவி மாமா என்று நீளும் இந்தத் தேடுதல்கள் எதுவரை நீளுமோ என்று யோசித்துக்கொண்டிருந்தேன். எல்லாக் கடவுளும் தோற்கடித்த திசையின் வெளியில், தப்பிக்கப் பாதைகளில்லை. நிலத்தின் துக்கம் அமிழ மறுத்து எம்பி நின்றது. மகிழ்ந்து குலாவ ஒரு நொடியற்றதா என் வாழ்வென மண் பிளக்க கதறவேண்டுமெனத் தோன்றியது. கண்ணகி எல்லாவற்றையும் பார்த்துக் கொண்டிருந்தாள். அவளது கண்களில் பதுங்கலின் எரிதணல் அடங்கியிருந்தது. கூட்டமாய்க் கிளிகள் சத்தமிட்டபடி பறந்து சென்றன.

வீதியிலிருந்து யாரோ எங்கள் வீடு நோக்கி நடந்துவருவது தெரிந்தது. வெள்ளை நிறத்திலான வேட்டியும் முழுக்கைச் சட்டையும் அணிந்திருக்கும் நபரைத் தூரத்தில் வைத்தே இனங்காண முடியாமல் இருந்தது. முகத்தில் வியர்வை வழிய வெற்றிலையைச் சப்பித் துப்பியபடி, அந்நபர் எனக்கருகில் வந்து நின்ற பின்னரும் யார் எனத் தெரியாமல் விழித்தேன். புலனில் பரவி எழுந்தது திகைப்பின் கணம். காய்ச்சல் படிந்த கண்களுடன் என்னை உற்று நோக்கிய அவரிடம் கேட்டேன்.

"நீங்கள் மருதன் அண்ணாதானே?"

"ஓம். கெட்டிக்காரன் அடையாளம் கண்டுட்டியள்."

"ஆரெண்டு தெரியாமல் கொஞ்ச நேரம் பயந்திட்டன். சரியா மெலிஞ்சு போய் முகமெல்லாம் காய்ஞ்சு போயிற்று. ஏதேனும் உடம்பு சுகமில்லையோ?"

"கொஞ்சம் ஏலாமல் இருந்தனான். இப்ப எவ்வளவோ சுகம். ரெண்டு மூண்டு நாளைக்கு இஞ்ச தங்க வேணும். அதுதான் வந்தனான்."

அறைகள் எதுவுமற்ற வீட்டுக்குள் மருதனை அழைத்துச் சென்றேன். அவர் தனக்கென ஒரு மூலையை உறுதி செய்துகொண்டார். பையை அதில் வைத்ததும் அமர்ந்துகொண்டார். செம்பில் தண்ணீரள்ளிக் கொடுத்தேன். ஒரு செம்பு தண்ணீரையும் குடித்து முடித்தார்.

"சாப்பிடுங்கோ, புட்டும் சொதியும் இருக்கு."

"நான் வரேக்கதான் பாண் சாப்பிட்டு வந்தனான். மதியம் சாப்பிடுகிறன்."

"சரி சோர்வாய் இருக்கிறியள். கொஞ்ச நேரம் படுங்கோ."

புல்லுப் பாயையும் தலையணையும் அவரிடம் கொடுத்துவிட்டு பூட்டம்மாவின் வீட்டுக்குப் பதகளித்து ஓடிச்சென்றேன். அக்காவிடம் விஷயத்தைத் தெரியப்படுத்தினேன்.

“சாப்பாடு குடுத்தனியே?”

“அவர் மதியம் சாப்பிடுகிறாராம்.”

“சரி, நீ வீட்ட போ. ரெண்டு பேருக்குமாய் மதியம் சமைச்சுக் கொண்டு வாறன்” என்றாள்.

யார் இந்த மருதன்? அம்மாவின் விருந்தாளிகள் அனைவரும் போராளிகளே. ஆனாலும், இவரின் நடத்தைகள் விநோதமாக இருக்கின்றன. சில மாதங்களுக்கு முன்னர் எங்கள் வீட்டில் தங்கியிருந்து சென்ற அதே மருதனில்லை இன்று வந்தவர். வெற்றிலையும் சுண்ணாம்புமாக இருக்கிறார். வெளியில் செல்லும்போது தன்னுடலில் வயோதிகத்தை ஊன்றி நடக்கிறார். ஆண்டாண்டாகக் கனிந்த ஒரு முதுகிழவனைப்போல ஆகிவிடுகிறார். வீட்டிலிருக்கும்போது பட்டாம்பூச்சி புத்தகத்தை வாசித்துக் கொண்டிருப்பார். அவரின் மனது நிசப்தத்தில் ததும்புகிறதுபோலும்!

நான் பள்ளிக்கூடம் போய்விட்டுத் திரும்பியதும், மாலையில் கொஞ்ச நேரம் கதைத்துக்கொண்டிருப்பது வழக்கம். ஒருநாள் நேருக்கு நேராய் அவரிடமே கேட்டேன்.

“நீங்கள் இயக்கமோ?”

அவர் இந்தக் கேள்வியை எதிர்கொள்ள உள்ளங்கைச் சூடாய் ஒரு புன்னகையை உதிர்த்தார். இடறிய காலைத் தூக்கிவைக்கும் நிதானத்தோடு என்னைப் பார்த்துக் கேட்டார்.

“என்னைப் பார்த்தால் இயக்கம் மாதிரியா தெரியுது?”

“ஒருவர் இயக்கமெண்டு சொல்ல பொதுவான அடையாளம் ஒண்டும் இல்லைதானே” என்றேன்.

“அம்மா என்னை உங்களுக்கு ஆரெண்டு சொல்லியிருக்கிறா?”

“ஒண்டுஞ் சொல்லேல்ல. அவா விட்ட கேட்டா உனக்கெதுக்குப் பெரிய ஆக்களோட விஷயம் எண்டு கேப்பா.”

எனது பதிலைக் கேட்டதும் மருதன் சிரித்தார். அவர் படித்துக் கொண்டிருந்த பட்டாம்பூச்சி நாவலின் பக்கமொன்றைப் புரட்டி, சொற்களை எண்ணுபவர்போல பாவனை செய்தார். தான் யார் என்று சொல்ல மறுக்கும் உடல் மொழியது. அங்கிருந்து மெல்ல எழுந்துகொண்டேன். அக்காவின் விழிகள் மலர்ந்து மருதன் அண்ணாவைப் பார்த்துக் கொண்டிருந்தன. அந்த விழிகளில் ஊற்றுகள் இருந்தால், எங்கள் வீடு நீரில் மூழ்கிவிடும்போலிருந்தது. அக்கா ஒரு பெண்ணின் அகங்காரத்தோடு மருதனைப் பார்க்கத் தொடங்கிய அக்கணம் வானத்தில் வெள்ளி முளைத்தது. அவளொரு மீனாக இல்லாதபோதிலும் அரூப ஆற்றில் நீந்திக் களைத்தாள். வலிமையான வெளிச்சம் வீட்டுக்குள் பரவத் தொடங்கிற்று. மருதன், புத்தகத்தின் பக்கங்களைப் புரட்டிக் கொண்டிருந்தார்.

பவி மாமாவின் வீடு அன்றிரவு சுற்றிவளைக்கப்பட்டது. அவரின் மூத்த சகோதரரான சிவலிங்கத்தை ராணுவம் கூட்டிச்சென்றது. பவி மாமா சரணடைந்ததும் சிவலிங்கத்தை விடுதலை செய்வதாக ராணுவத்தினர் கூறினர். பவி மாமாவுக்கு அடைக்கலம் தருவதற்கு

யாழ்ப்பாணம் முழுக்க ஆட்கள் இருக்கின்றனர். அப்படியொரு அசலான மனிதர். அவரைக் கண்டுபிடிப்பது ராணுவத்துக்குச் சுலபமான காரியமில்லை. ஆனால், சிவலிங்கம் மாமாவை ராணுவம் கூட்டிச் சென்ற செய்தியறிந்தால், அவர் துயர்ப்படுவார். பூட்டம்மா, "நடப்பவையெல்லாம் மீண்டுமொரு பேரழிவுக்கான அத்திவாரம் போலிருக்கின்றன" என்றாள். மாமாவோடு நட்பில் இருந்த சிலரை ராணுவத்தினர் விசாரணை செய்தனர். அவர்களது வீடுகள் சோதனை செய்யப்பட்டன. எங்குமற்று போன மாமாவை, எல்லா இடத்திலும் தேடிக்கொண்டிருந்த ராணுவத்தினரைக் கண்டு ஏளனம் பொங்கச் சிரித்தேன். பள்ளிக்கூடம் முடித்து வீட்டுக்கு வந்து கொண்டிருந்தபோது, இனியவனின் சலூனில் ராணுவ வாகனம் நின்றதைக் கண்டேன். உள்ளேயிருந்த மூன்று ராணுவத்தினர், ஒருவரைத் தொண்டையில் இறுக்கிப் பிடித்தபடி வெளியே கொண்டுவந்தனர். அவர் வேறு யாருமல்ல, என்னுடைய நாடக வாத்தியார் சங்கரப்பிள்ளை. அவரைத் துப்பாக்கி முனையில் வாகனத்தில் ஏற்றினார்கள். வாத்தியார் என்னைக் கண்டுவிட்டார். கண்கள் சிவந்து தழுதழுக்கும் குரலில் சொன்னார்.

"ஆதீரன்... நீயேன் உதில நிக்கிறாய், வெள்ளென வீட்டுக்கு போ!"

ஈரச் சிறகுகளை இன்னமும் விரிக்கத் தெரியாத பிஞ்சு வண்ணாத்தியாய் உடல் நடுங்க அப்படியே மூத்திரம் கழன்று என் காலிடையே கொதித்தது. சங்கரப்பிள்ளை வாத்தியார் துப்பாக்கிகளுக்கு நடுவில் கசங்கிய சரித்திரத்தைப்போல மறைந்து போனார். ராணுவ வாகனம் எழுப்பிய புழுதி, தரையில் மேகமென நகர்ந்தது. தலை கிறுகிறுத்தது. திசையற்ற திசையில் பிசாசைப்போல வெருண்டோடினேன். அடுத்த கணத்தில் எழுந்தது வெடிகுண்டு ஓசை.

6

அடர்ந்த செந்திறத்திலான முசுறு எறும்புகள் அவரின் நிர்வாண உடலில் மொய்த்திருந்தன. கண்கள் சிவந்து, கூந்தல் விரிந்திருந்தது. அவரின் வலக்கை என்னை 'வா'வென்று அழைத்தது. அவர் கால்களுக்குக் கீழே நின்ற கறுப்பு நாயின் நாக்கு நீல நிறத்தில் வெளியே தொங்குவதும், உள்ளே போவதுமாக இருந்தது. உப்புக்காட்டின் வாசம் கமழ்ந்தது. வந்திருப்பவர் "ஆதீரா, என்னட்ட வா" என்று குரல் கொடுத்ததும் அவருக்கருகில் ஓடிச் சென்றேன். கட்டியணைத்து "நீயென்னை மறந்துபோயிட்டாய்" என்று அழுதபடிக்கு நின்றவரைத் தேற்ற முடியவில்லை. அடுத்த நொடியில் நாயின் மீதேறி மறைந்தார்.

நித்திரையிலேயே வீறிட்டு அழுதிருக்கிறேன். அக்கா என்னுடைய முகத்தில் மூன்று முறை எச்சிலால் துப்பி அணைத்துக்கொண்டாள். துருப்பிடித்த கதவைத் திறப்பதைப்போல என்னுடைய கண்களைத் திறந்தேன். அக்கா திருநீற்றை அள்ளிவந்து முகமெங்கும் அப்பினாள். கொஞ்சம் தள்ளிப் படுத்திருந்த மருதன் அண்ணா எல்லாவற்றையும் பார்த்துக்கொண்டிருந்தார். அவருக்கும் நித்திரைக்கும் தொடர்பில்லை. எப்போதும் விழித்திருக்கும் கண்கள். பூமியின் எட்டுத் திசைகளில் நிகழும் ஒவ்வோர் அசைவையும் கணக்கெடுக்க, கடவுளால் படைக்கப்பட்டவர்.

இயல்புக்குத் திரும்ப சில நிமிடங்கள் தேவையாக இருந்த என்னை விளையாட்டுப் பொருளாகப் பார்த்து ரசித்துக்கொண்டிருந்தார். அக்கா கேட்டாள்.

"என்ன பேய்க்கனவு கண்டனியோ?"

"இல்லையில்லை, நெடுவல் ராசண்ணா வந்தவர். என்னை அவரோட வரச்சொல்லி கூப்பிட்டவர். செத்ததுக்குப் பிறகு இண்டைக்குத்தான் கனவில வந்திருக்கிறார்."

"சரி படு நாளைக்கு காலமை கதைப்பம்" என்றாள் அக்கா.

இந்தக் கனவின் கருஞ்சுடரில் விறைத்து நிற்கும் தருணங்கள் என்னை நித்திரைக்குச் செல்லவிடவில்லை. விரிந்த கூந்தலோடு நாயின் மீதேறி மறைந்த நெடுவல் ராசன் என்னை உப்புக்காட்டுக்கு அழைத்துக் கொண்டேயிருந்தார். வீடெங்கும் உப்புக்காட்டின் வாசம் நீர்நிலையாய் அசைந்தது. அக்கா போர்வையால் மூடிக்கொண்டு ஒருக்களித்துப் படுத்திருந்தாள். திடீரென வயிறு பற்றியெரியப்போவதைப்போல பசியெடுத்தது. உடல் முழுக்க வியர்த்தது. 'சாயங்காலத்தில் அழுகை தங்கும், விடியற்காலத்திலே களிப்புண்டாகும்' வேதாகமத்தின் வார்த்தைகள் நினைவில் தையலிட்டு என்னை அந்தரிக்கச் செய்தன. 'எல்லாக் காலத்திலும் அழுகை தங்கும் எங்களிடம் விடியற்கால மில்லையே!' எனக்கு நானே சொல்லிக்கொண்டேன். என் எலும்புகள் உலர்ந்துபோகும்படியாய் எழுமிந்தப் பசி, எல்லாவற்றையும் எரித்துவிடுவதைப்போல மிரட்டியது. என்னைப் பார்த்துக்கொண்டிருந்த மருதன் அண்ணா கேட்டார்.

"தம்பியா என்ன செய்யுது?"

ஒன்றுமில்லை என்று தலையாட்டினேன். உடல் குளிர்ந்து தாகமெடுத்தது. மிச்சமிருந்த இரவின் மீது கண்கள் சொருகி பாயில் விழுந்தேன்.

அதிகாலையில் கோயிலுக்குப் பலர் வராமலிருந்தனர். ஐயரையும் என்னையும் சேர்த்தே ஐந்து பேர்தான் இருந்தோம். பிள்ளையாருக்கு அறுகம்புல்லில் மாலை கட்டிவரும் தெய்வீகநாதன் கொஞ்சம் தாமதமாக வந்தார். மனமெல்லாம் இந்தப் பூசையை முடித்துக்கொண்டு பன்னிச்சையடிக்கு வெளிக்கிடு என்று சொல்லிக்கொண்டே இருந்தது. உப்புக்காடே நினைவுகளில் நின்றது. இன்றைக்கு ஆசான் சண்முக வடிவேல் வந்திருந்தால் சந்தோஷப்பட்டிருப்பார். அவருக்குப் பிடித்த 'மூவரென இருவரென' எனத் தொடங்கும் தேவாரத்தைப் பாடினேன்.

சுந்தரர் அருளிய இப்பதிகம் மன்னார் திருக்கேதீச்சரத்திலுள்ள சிவனைப் பாடியது என்பதால், ஒருபடி மேலான ஈர்ப்பு இருக்கிறதெனப்பா. பூசை முடிந்து வீட்டுக்குச் சென்றதும் அக்காவிடம் சொன்னேன்.

"நான் அம்மாவிட்ட போயிற்று வாறன், அவாவையும் பார்க்க வேணும் போலயிருக்கு."

"இன்னும் ரெண்டு நாளில இஞ்ச வருவால்லே, பள்ளிக்கூடத்த விட்டிட்டு இப்ப என்ன அவசர முனக்கு?"

"எனக்கு ஒரு மாதிரிக் கிடக்கு. என்னை விடுங்கோ. நான் போயிற்று வாறன்."

அக்கா விடமாட்டாள் என்று தெரிந்தது. அவள் கடும்போக்குவாதி.

படிப்பதைத் தவிர எதைக் கதைத்தாலும் "உனக்கு ஏன் தேவையில்லாத கதை" என்பாள்.

பூட்டம்மாவின் வீட்டுக்கு ஓடினேன். அவளுக்கு உடம்பு சுகமாகியிருந்தது. பச்சைப் பாக்கும் வெற்றிலையும் போட்டு, பொயிலையைக் கடை வாய்க்குள் வைத்து அதக்கத் தொடங்கியிருந்தாள். என்னைப் பார்த்ததும் புருவத்தைச் சுருக்கிப் பார்த்து, "என்ன வில்லங்கத்தோட வந்து நிக்கிறாய் மோனே?" என்றாள்.

"நான் பன்னிச்சையடிக்குப் போகப்போறன். அம்மாவைப் பார்க்கோணும் போலயிருக்கு. அக்கா விடமாட்டாளாம்."

"நாடு கிடக்கிற கிடைக்கு, உன்னைத் தனிய விடேலுமே, அவள் சொல்லுறது சரிதானே."

"முதல் ஒருக்கால் தனிய போய்ட்டு வந்தனான்தானே. எனக்கென்ன பிரச்னை சின்னப்பெடியன்தானே."

பூட்டம்மா கதிரையில் அமர்ந்திருந்தபடி உடலை எக்கி வெற்றிலை எச்சிலைத் துப்பினாள். யாசகம் கேட்பவனைப்போல் நிற்கும் என்னைப் பார்த்து "இப்ப நான் என்ன செய்யட்டும்?" என்று கேட்டாள். "என்னைப் பன்னிச்சையடிக்கு அனுப்பிவிடச் சொல்லுங்கோ" என்றேன்.

"சரி போய் வெளிக்கிடு. கொக்காட்ட நான் சொல்லுறன்."

பூட்டம்மாவின் வீட்டிலிருந்து துள்ளி ஓடி வந்தேன். அக்கா மரவள்ளிக் கிழங்கு வெட்டிக் கொண்டிருந்தாள். உலை பொங்கிக்கொண்டிருந்தது. மருதன் அண்ணா வோக்மெனில் பாட்டுக் கேட்டுக்கொண்டிருந்தார்.

இளையராஜாவின் இசையில் ஜேசுதாஸ் பாடிய பாடல்கள் மட்டும் அவருக்குப் பிடிக்கும். ஜேசுதாஸின் குரலில் கடவுள் இளைப்பாறுவதாகச் சொல்லுவார். நான் அக்காவுக்குப் பக்கத்தில் போய் நின்றுகொண்டு, "பூட்டம்மா என்னைப் போகச்சொல்லி பெம்மிசன் தந்திட்டா, நான் மதியமாய் வெளிக்கிடுறன்."

அக்கா கோபத்துடன் கையில் கிடந்த மரவள்ளிக்கிழங்கால் எறிந்து கத்தினாள்.

"ஊதத நாயே, உனக்கு ஊர் சுத்துறதில இருக்கிற சுகம் பள்ளிக் கூடம் போகிறதில வருதில்லையே."

அசையாமல் அப்படியே நின்றேன். அவளுக்குள் எழுந்த கோபம் புழுவைப்போல உடல் மடித்துச் சுருங்குவதை உணர்ந்தேன். இரண்டு மூன்று நாள்களில் திரும்புவதாக இருந்தாலும் பையை எடுத்து

உடுப்புகளை அடுக்கினேன். மருதன் என்னைப் பார்த்து வென்றுவிட்டாய் என்று கட்டை விரலை நிமிர்த்திக் காட்டினர். மதியம் சாப்பிட்டுவிட்டு பயணத்தைத் தொடங்கினேன்.

பன்னிச்சையடி கிராமத்துக்கு நான் சென்று சேர மம்மல் பொழுதாகியிருந்தது. அம்மா என்னைக் கண்டதும் அதிர்ச்சியடைந்து “என்ர சிவனே, என்னடா தனிய வந்து நிக்கிறாய்?” என்றாள். அம்மாவின் வியர்வை வாசமும், அவளது அரவணைப்பும் என்னில் மெல்ல நிரம்பி, அலைக்கழியும் என் மனத்தை ஒரு மலராக்கியது. நாசியெங்கும் உப்புக்காட்டின் சுகந்தம் புலர்ந்தது. நெடுவல் ராசனின் காலடிகள் விரவிக்கிடக்கும் உப்புக்காட்டில் நிலவொளியின் பருத்த காம்புகள் வெம்மையை ஈந்து சுரந்தன. எனக்காக அம்மா விறாத்தல் கோழிக் குஞ்சொன்றை உரித்து சமைக்கத் தொடங்கியிருந்தாள்.

உப்புக்காட்டுக்குள் நுழைந்தேன். பன்னிச்சை மரம் செழித்திருந்தது. மினுங்கும் சின்னச் சின்ன காய்கள் தொங்கிக்கொண்டிருந்தன. மரததைக கட்டியணைத்து முத்தமிட்டேன். காலடியில் கிடந்த மண்ணையள்ளி நெற்றியில் பூசி, “தாயே! நெடுவல் ராசண்ணா கனவில வந்து நாய் மீதேறி பறந்துபோய்ட்டார்” என்றேன். மரம் குரல் திறந்து சொன்னது.

“மகனே இந்தக் காடுள்ள வரையும் நெடுவல் ராசன் இங்குதான் இருப்பான், நீ கலங்காதே.”

மரத்தடியில் அமர்ந்திருந்தபடி விசிலடித்தேன். காடெங்கும் அதிர்ந்த ஒலியின் பாதையில் வேட்டை நாய்கள் பாய்ந்து வந்தன. இளைத்துப்போயிருந்தன. என்னுடைய கைகளையும் முகத்தையும் நக்கியெடுத்தன. அவற்றை அழைத்துக்கொண்டு நடுக்காடு நோக்கி நடக்கலானேன். இரவுக்கு நிறைய சூத்திரங்கள் இருக்கின்றன. நான் அவற்றைத் தெரிந்துவைத்திருக்கிறேன். சப்தம் இலைகளில் துளிர்த்திருக்கும். உயிரினங்களின் ஒவ்வொரு ஒலியும் காட்டின் மொழி. இரவின் சருமத்தில் காட்டின் நிழல் பரவிக்கிடக்க அதன்மீது நடந்துசென்றேன்.

நாய்களைக் குளிப்பாட்ட வேண்டுமென்று தோன்றியது. துரவுக்குள் இறங்கினேன். நாய்களைக் கட்டியணைத்து நீரால் கழுவி முத்தமிட்டேன். ‘கறுப்பன்’ காதுகளில் நிறைய உண்ணிகள் இருந்தன. ஒவ்வொன்றையும் பிடுங்கி எடுத்தேன். தீனமான குரல் எழுப்பி இரவின் திவலையில் சலனம் எழுப்பியது. திடீரென எனக்கு முன்னால் யாரோ நின்று மறைவதைப் போலிருந்தது. அதுவெனது நினைப்பாக இருக்குமென்று நாய்களோடு குளித்துக் கொண்டிருந்தேன். பிறகு என் பெயர் சொல்லி யாரோ அழைக்கும் குரல் கேட்டது. குளித்துக்கொண்டிருந்த நாய்கள் வாலை ஆட்டிக்கொண்டு நீர் சொட்டச் சொட்ட பாய்ந்து விரைந்து ஒரு பனை மரத்தின் அடியில் போய் நின்றன. உடல் நடுநடுங்கிப் புலன்கள் மோத, நாய்களுக்கருகில் வந்தேன். நாய்கள் அந்தப் பனையை மட்டுமே பார்த்துக்கொண்டிருந்தன. இரவு அசைந்துகொண்டேயிருந்தது. நாய்கள் போகலாம் என்பதைப்போல உடலால் சைகை செய்தன. உப்புக் காட்டிலிருந்து வீட்டுக்குத் திரும்பினேன்.

வெளியே ஜீப் வாகனமொன்று நின்றது. அம்மா சமைத்துக்

கொண்டிருந்தாள். ஈர உடுப்புகளைக் கழற்றி எறிந்து சாறத்தைக் கட்டிக் கொண்டேன். வீட்டுக்குள் போராளி அக்காக்கள் மூவர் இருந்தனர். அம்மா என்னை அவர்களுக்கு அறிமுகப்படுத்தினாள். வயதில் மூப்பானவளாக இருந்தவள் தன்னுடைய பெயர் வலம்புரி என்று சொன்னாள். மற்றைய இருவருக்கும் அவள்தான் பொறுப்பாளராக இருக்கிறாள் என்பதை விளங்கிக்கொண்டேன். வலம்புரி அக்கா என்னை மடியில் தூக்கிவைத்துக்கொண்டு கேட்டாள், "யாழ்ப்பாண நிலைமைகள் எப்பிடி இருக்கு?"

"ஒவ்வொரு நாளும் ஆரோ ஒருத்தரத் தேடி ஆர்மிக்காரர் வருவாங்கள். சிலரைப் பிடிச்சுக்கொண்டு போறாங்கள்."

நான் சொன்ன பதிலுக்கு வலம்புரியக்கா தனது புருவங்களை உயர்த்தினாள்.

"அவங்கள என்ன செய்யலாம் எண்டு நினைக்கிறியள்?"

"திருப்பி அடிச்சு எங்கட இடத்த விட்டு திரத்தவேணும், அதவிட வேறென்ன வழி" என்றேன்.

அம்மா சமையல் செய்து உணவுகளை எடுத்துவந்தாள். வலம்புரியக்கா எனக்கு உணவை ஊட்டிவிட்டாள். அன்றிரவு அவர்களோடு வாகனத்தில் என்னை அழைத்துச் சென்றார்கள். அங்குதான் அவரை முதன்முதலில் கண்டேன். நாளை உதிக்கவிருக்கும் சூரியன் அவர் முகத்தில் தரித்திருந்தது.

7

வானம் தெரியாதபடிக்கு உருவாக்கப்பட்ட அடர்பச்சை நிறத்திலான கூரைகள்கொண்ட அந்த முகாமில், கலை நிகழ்ச்சிகள் நடக்கவிருந்தன. பெரிய அரங்கமொன்றில் எல்லோரும் கூடியிருந்தனர். போராளிகள் நிறைந்திருந்தனர். இரவு மகிமையான ஒரு செடியைப்போல வளர்ந்துகொண்டேயிருந்தது. வலம்புரியக்கா தனக்கருகிலுள்ள கதிரையில் என்னை அமரவைத்தாள். புலிச்சீருடையில் ஒவ்வொரு மனிதரும் புன்னகைத்தபடி இருந்தனர். தேனிசை செல்லப்பாவின் பாடல் ஒலிக்கத் தொடங்கியது. அவருடைய குரலில் நிறைந்திருக்கும் ஜீவன், அப்பழுக்கற்ற புரட்சியின் வழிகளில் எதிரொலிக்கும் வல்லமைகொண்டது. நிகழ்ச்சிகள் ஆரம்பிக்கவிருப்பதாக இனிய குரலில் பெண் போராளி ஒருவர் அறிவித்தார். நான் அவர் வந்திருப்பார் என எண்ணினேன். கண்களை அகலத்திறந்து தேடினேன். பைபிளில் தாவீதின் சங்கீதம் பகுதியில் வருகிற வாசகம் நினைவில் சுரந்தது. ‘உமது முகத்தை எனக்கு மறையாதேயும், நீர் கோபத்துடன் உமது அடியேனை விலக்கிப் போடாதேயும், நீரே எனக்குச் சகாயர், என் இரட்சிப்பின் தேவனே, என்னை நெகிழவிடாமலும், என்னைக் கைவிடாமலும் இரும்.’ அப்போது வலம்புரியக்கா கேட்டாள்.

"ஆரைத் தேடுகிறாய்?"

"உலகம் யாரைத் தேடுகிறதோ, அவரைத்தான்."

"அவர் இங்கெல்லாம் வர மாட்டார்."

"நாங்கள் வரும்போது அந்தக் கொட்டிலடியில் நின்று கொண்டிருந் தாரே..."

"இல்லை, அது உன்ர பிரம."

வலம்புரியக்கா சொன்னது அப்போதுதான் எனக்கு உறைத்தது. அவரைச் சந்திக்க வேண்டுமென்ற ஆசையில் தோன்றிய கனவுதான் எனக்குள் வந்துபோயிருக்கிறதென உணர்ந்தேன். சங்கநாதம் குழுவினரின் நடன நிகழ்ச்சிகள் தொடங்கின. சிவந்த நிறத்தில் மஞ்சள் ஊறிய ஒளி, மேடையில் படர்ந்திருந்தது. கலைஞர்களின் ஒவ்வோர் அபிநயத்திலும் கண்ணீரைக் கோரும் அசைவுகளும் துடிப்புகளும் இழைந்திருந்தன. பார்வையாளர்கள் உறைந்த தங்களது கண்களை அசைக்க முடியாது தவித்தனர். கலை நிகழ்ச்சிகள் முடிந்து, அங்கிருந்து எல்லோரும் கலைவதற்கு விடியற்காலை ஆகியிருந்தது. நித்திரை கண்களை நிறைத்து உடலைச் சோர்வுக்குள்ளாக்கியது. வலம்புரியக்கா என்னை வாகனத்தில் ஏற்றி வந்து வீட்டில் இறக்கும்போது அதிகாலை ஐந்து மணியாகியிருந்தது. அடுப்படிக் கூரைக்குள்ளால் புகை கசிந்தது. அம்மா வலம்புரியக்காவை அடுப்படிக்குள் அழைத்து, சுடச்சுட அப்பம் சாப்பிடக் கொடுத்தாள். நன்றாக விடியும் வரை காத்திருந்தேன். மழைத்தூற்றலோடு கிழக்கு திசையில் எழுந்த சூரியனின் வெம்மை உடலுக்கு இதமாக இருந்தது. வெறும் வயிற்றோடு உப்புக்காட்டுக்குள் இறங்கினேன்.

வெந்துயர் தீர்க்கும் தாய்மையோடு காடு குளிர்ந்திருந்தது. பனியின் சிறு தும்மல் படர்ந்ததைப்போல இலைகளில் சொட்டும் நீர்த்துளிகள் போதம் அளித்தன. பன்னிச்சை மரத்தின் முன்னே அமர்ந்தேன். இன்று நான் புகும் வேட்டைக்கு அருள் பாலிக்கவேண்டுமென பிரார்த்தனை செய்தேன். நீண்ட வால் கொண்ட குருவியொன்று மெல்லிசை உருக பாடிக்கொண்டிருந்த மொழியெனக்கு விளங்கவில்லை. அந்தக் குருவியின் கண்கள் நீல நிறத்தில் மின்னின. சின்னஞ்சிறு அலகின்மீது தவிட்டு நிறத்தில் ஒரு பூ வளர்ந்திருந்தது. கண்களை அகலத் திறந்து ரசித்தேன். பன்னிச்சை மரத்திலிருந்து எழுந்து நீண்டுகிடக்கும் காட்டினுள்ளே நடக்கலானேன். எனது நெஞ்சம் முழுக்க நெடுவல் ராசன் நிறைந்திருக்கிறார். எப்போதும் என்னோடு நடந்து வருகிற அரூபக் காவல் தெய்வம் நெடுவல் ராசன். சுடுகாட்டின் சாம்பலை மேனியெங்கும் பூசி நின்றாடும் எம்பிரானைப்போல, நெடுவல் ராசனைப் பூசிக்கொண்டேன். காடு கம்பீரமான அவரின் காலடித் தடங்களை முதுசமாய்த் தாங்கி நின்றது.

முதன்முறையாக நித்திரையில் சுக்கிலத்தை இழந்திருந்தான் மணியன். கனவின் கட்டற்ற களிப்பில் சரீரம் எரிந்து நனைந்து எழுச்சிகொண்டது. கனவின் நினைவுகள் தாழ்ந்து மறைந்ததும் பூமியில் வெளிச்சம் உண்டாயிற்று. புள்ளினங்களின் சப்தத்தோடு கண்களை விழித்தான். கட்டியிருந்த சாறத்தில் சுக்கிலத்தின் கறைகள் காய்ந்துபோயிருந்ததைத் தொட்டுப் பார்த்தான். அவனுக்குள் சொல்ல முடியாத எண்ணங்கள்

அலர்ந்தன. குளிர்ச்சியும் வெம்மையும் அவனுடலில் தளிர்த்து நின்றன. படுக்கையைவிட்டு எழும்புவதற்கு முன்னர் கறை படிந்த பகுதியை உள்ளே மடித்து சாறத்தைக் கட்டினான். பற்பொடியை இடதுகையின் உள்ளங்கையில் கொட்டிக்கொண்டு கிணற்றடிக்கு நடக்கலானன். ரகசிய உறுப்பிலிருந்த சின்னஞ்சிறு கிலேசத்தை அப்போதுதான் உணர்ந்தான். கால்களுக்கு இடையே கிளர்ச்சியூட்டும் பாரம். பலம் குன்றியதாய் உணரச்செய்யும் நோவு. அதற்கு முன்னர் முகர்ந்திரா புதிய மணம். அவனுக்குள் வெளிச்சம் மிகுதியாகப் பரவி சிறு புன்னகையாய் வெளியேறியது. கிணற்று நீரில் கொப்பளித்துத் துப்பினான். சாறத்தைக் கொஞ்சம் இழக்கிக்கட்டி குளிக்கத் தொடங்கினான். வானம் தளும்பி அசையும் கிணற்றுக்குள் மூழ்கியது வாளி. மணியனுக்குள் பரிபூரணமாய் ஒரு ருசி தேடும் பசி சுடராய் ஆவேசம் கொண்டு திசையெங்கும் நாவைச் சுழற்றியது.

அவனது தந்தையார் ராமலிங்கம் பள்ளிக்கூடத்தின் பராமரிப்பாளராக இருந்தார். ஒரு நாள் தவறாமல் வேலைக்குச் சென்றுவிடுவார். மணியனுக்கும் படிப்புக்கும் ஆகாது. பள்ளிக்கூடம் போவதை மனதளவில் நிறுத்திக்கொண்டான். கிழமையில் மூன்று நாள்கள் புத்தகப்பையை எடுத்துக்கொண்டு, வகுப்பின் பின் இருக்கையில் இருந்துவிட்டு வருவான். எத்தனை தடவை யார் சொன்னாலும் படிக்க மாட்டேன் என்பான். கொஞ்ச நாள்களில் வேலைக்குப் போகத் தொடங்கினான். அடர்ந்த காட்டுக்குள் பட்டுப்போய் நிற்கும் மரங்களை விறகாக்கி, மரமடுவத்துக்கு ஏற்றிவிடும் அந்த வேலை இவனுக்குப் பிடித்திருந்தது. தன்னிலும் பார்க்க மூப்புடையவர்களுடன் கிடைத்த ஸ்நேகமும் உரையாடல்களும் இவனின் கண்களைக் கட்டிற்று.

முதன்முறையாக ஒரு பீடியை ஊதி முடித்து தண்ணீர் குடித்தான். வேறொரு நாளில் காட்டுக்குள் கொண்டு சென்று கள்ளருந்தினான். மணியன் ஒரு குடிகாரனாக ஆகிவருகிறான் என்பதைக் கேள்விப்பட்ட ராமலிங்கம் ஒருநாள் நாய்ச் சங்கிலியால் அவனை அடித்துத் துவைத்தார். மணியன் உடலில் அச்சிடப்பட்ட சங்கிலி வளையங்கள் சிவந்து கண்டிப்போயிருந்தன. ராமலிங்கம் வீட்டை விட்டு வெளியேறி பள்ளிக்கூடத்துக்குப் போனார். மணியன் கடைக்குச் சென்று ஒரு பீடிக்கட்டை வாங்கி வந்து வீட்டில் வைத்துப் புகைத்தான். வலி மிகுந்திருந்த அக்கணம் உடலும் கொதித்தது. வீட்டின் கோடிப்பக்கத்தில் சடைத்து வளர்ந்து நிற்கும் நிழல்மரவள்ளி மரத்தின் கீழே போய் நின்றான். பக்கத்து வீட்டிலுள்ள விநோதினி தன்னுடைய ஆடைகளைத் தோய்த்துக்கொண்டிருந்தாள். ஈரமும் உடலும் ஒட்டிக்கொண்டிருந்தன. அவள் குனிகிறாள்; நிமிர்கிறாள். அவளுடைய கூந்தல் முகத்தில் வழிகிறது. புறங்கைகொண்டு சரிசெய்கிறாள். தோய்த்த நீரை கீழே ஊற்றிவிட்டு புதிய நீரில் மீண்டும் துணிகளை அலசுகிறாள். மணியனின் உடல் முழுக்க இரைச்சல். பெருக்கெடுத்தோடும் ஆற்றின் புரள்வொலி. அவனின் காதுகள் அடைத்துக்கொண்டன. பெருங்கோயிலினுள்ளே நுழைந்ததும் எதிர்கொள்ளும் அமைதி. 'உவ்வ்...' என்று சத்தமிடும் காற்றின்

தாண்டவமென மணியனை ஆக்கிரமித்தது. விநோதினி ஈரத்தால் சூழ்ந்திருந்தாள். அவளொரு நீர் மலர். அவளொரு கற்பூரக் கனவு, நினைத்ததும் தீப்பற்றிக்கொள்ளும் அங்க அசைவுகள். மணியனுக்குள் இந்த உருவகங்களின் வேழம் மதம்பிடித்து அலைகிறது. வேகம் கொண்டான். காமம் இதயத்துக்கும் மூளைக்குமென மின்னல் வேகத்தில் ஒரு தையல் பின்னுகிறது. நிழல் மரவள்ளியின் கீழே கண்களை மூடியபடி மணியன் தன்னில் சுகம் காண்பதை விநோதினி கண்டுவிட்டாள். ஆயினும் அவள் அங்கிருந்து மறைய விரும்பாமல் அலசி முடித்த பிழிந்த ஆடைகளை மீண்டும் தண்ணீரில் இட்டு அலசத் தொடங்கினாள்.

என்னுடைய மச்சானின் திருமணத்திலேயே மணியனைக் கண்டேன். யாரையும் பொருட்படுத்தாத அவனின் சுபாவம் எனக்குப் பிடித்திருந்தது. அவனை யாரென்று விசாரித்துப் பார்த்தால் தூரத்துச் சொந்தம் என்றார்கள். நான் அவனையே பார்த்துக்கொண்டிருந்தேன். அவனுடைய கண்களில் ஒளியில்லை. கன்னங்கள் உள்ளொடுங்கி, உதடுகள் காய்ந்திருந்தன. ஆனால் எல்லோருடனும் கதைத்துக்கொண்டேயிருந்தான். நான் அவனைக் கையசைத்துக் கூப்பிட்டேன். நின்ற இடத்திலேயே நின்றுகொண்டு ‘என்ன?’ என்று சைகையால் கேட்டான். பிறகு தனது கண்களை என் கண்களில் நிலை குத்திப் பார்த்தான்.

“எத்தினியாம் வகுப்பு படிக்கிறீர்?”

“நான் பள்ளிக்கூடமே போறதில்லை, இதில எத்தினாம் வகுப்பெண்டொரு கேள்வி.”

"பள்ளிக்கூடம் போறதில உமக்கு என்ன கொள்ளை. படிக்காம என்ன செய்யப்போறீர், காவாலியாய் சுத்தப்போறீரோ?"

"உங்களுக்கு என்ன விசரா! நீங்கள் என்ன கலியாண வீட்டுக்கு வந்தனியளோ, இல்ல எனக்கு டிசிபிளின் வகுப்பெடுக்க வந்தனியளோ?"

''இந்தக் கதிரையை இழுத்துப் போட்டு இரும். உம்மளோட கதைக்க வேணும்."

"அதுக்கு வேற ஆரையும் பாருங்கோ" என்றான்.

காட்டின் நடுவில் கிடக்கும் துரவில் மணியன் குளித்துக்கொண்டிருந்தான். அவனுடைய உடுப்புகள் மரத்தில் தொங்கிக்கொண்டிருந்தன. என்னைக் கண்டதும், கையைக் காட்டி "எப்ப இஞ்ச வந்தனி"யெனக் கேட்டான்.

"நேற்றைக்குப் பின்நேரமே வந்திட்டன்."

"யாழ்ப்பாணத்தில பிரச்னையாம், கேள்விப்பட்டன்."

"ஓம், எங்கட பள்ளிக்கூட அதிபரச் சுட்டுட்டினம்."

"எந்த இயக்கம் சுட்டது?"

"எங்கட இயக்கம்தான்."

"உங்கட அதிபர் அல்பிரட் துரையப்பாவோட வம்சா வழியாயிருக்கும்" என்று சொன்ன மணியன், எள்ளலாய்ச் சிரித்தான். பிறகு கேட்டான்.

"நீ யாழ்ப்பாணத்தில படிக்கிற பெடியன், இந்தக் காட்டுக்குள்ள ஏன் சுத்தித் திரியிறாய்?"

"இதென்னடா புதினக் கதை, யாழ்ப்பாணத்தில படிச்சால் காட்டுக்குள்ள சுத்தக் கூடாதோ?" மணியன் துரவை விட்டு வெளியே வந்து ஈரத்தோடு ஆடைகளை அணிந்தான். என்னோடு காட்டுக்குள் உலவ விரும்பினான். ஆனால் அவனை அழைத்துச் செல்ல மனம் ஒப்பவில்லை. இந்தக் காட்டுக்கும் எனக்குமிடையே தொனிக்கும் அந்தரங்கத்தை நான் யாருக்கும் காண்பிக்க விரும்பவில்லை. அவனோடு கொஞ்ச தூரம் பாவனையாக நடந்து சென்றேன். வீட்டுக்குச் செல்லலாம் என அழைத்துக்கொண்டு ஊர் நோக்கி வந்தேன்.

"உப்புக்காட்டுக்குள் இன்றிரவு நீ வரவேண்டும்" என்றொரு குரல் எனக்குள் கேட்கத் தொடங்கிற்று.

8

இரவின் மீது எனக்கிருக்கும் மையலை எவராலும் விளங்கிக்கொள்ள முடியாது. எண்ணிறந்த யுகங்கள் கண்ட பூமி, தனது அடியழித்து துயிலுமோர் பொழுதை மனிதர் இரவென விளித்தனர். குப்பி விளக்கின் வெளிச்சம் போதாமையாக இருந்தது. இரவுக்கென அம்மா சமைத்த முள்ளம்பன்றி இறைச்சிக் குழம்பைப் புட்டோடு பிரட்டிக் குழைத்துச் சாப்பிட்டேன். உதிரும் குளிரும், வீசும் காற்றும் நீண்டெரிந்த கோடையை அந்தரத்தில் புதைத்தன. அம்மா திரி தீண்டியபடி லாம்பை எடுத்துவந்தாள். இரைந்துகொண்டிருக்கும் வானொலிப்பெட்டியை நிறுத்திவைத்துவிட்டு என்னோடு சேர்ந்து சாப்பிடத் தொடங்கினாள். நேரம் இரவு பத்து மணியாகியிருந்தது. சாப்பிட்டு முடித்ததும் உப்புக் காட்டுக்குப் போகவேண்டும். அம்மாவிடம் சொன்னால் விடவே மாட்டாள். நான் சித்தி வீட்டுக்குப் போய்வருவதாகப் பொய் சொன்னேன். அவள் 'போ' என்று சம்மதிக்காததைப் போலவே மறுக்கவுமில்லை. "கையில் டோர்ச்சக் கொண்டு போ, பாம்பு, பூச்சிகள் உலவும்" என்றாள். அடுத்த கணமே இரவின் திரி பிளந்து எரிவதைப்போல மின்னல்கள் ஓடின. மேலிருந்து கீழ் விழும் ஒலியென இடிகள் முழங்கின. அம்மா சொன்னாள்.

"மழைக்குணமாய் இருக்கு, ராவிருட்டியில திரியாத, நாளைக்கு காலமை போ."

"இல்லையம்மா, கொஞ்ச நேரம் போய்ட்டு வாறன்."

"சரி, மழைக்குள்ள போய் அகப்பட்டால் அங்கைய நிண்டிட்டு, காலமைக்கு வா. மழையில நனைஞ்சு போய் வராத."

"ஓமண, நான் அங்கேயே இருந்திட்டு நாளைக்குக் காலமை வாறன்."

அம்மா ஓமென்று தலையசைத்தாள். இப்போது எந்தப் பிரச்னையுமில்லை. விடியும் வரை நான் காட்டுக்குள் இருப்பேன். பன்னிச்சைத் தாய் என்னைக் காவல் செய்வாள்.

வீட்டின் படலையைத் திறந்து வீதிக்கு வந்தேன். ஒரு மரத்தின் கீழே இருந்தபடி சிலர் கதைத்துக் கொண்டிருந்தனர். ஊரின் கள்ளுக் குடிகாரர்கள். அவர்களைக் கடந்து போனால் வருவது நெடுவல் ராசனின் வீடு. அது இருள் மண்டிக்கிடந்தது. வாசலில் நாய்கள் படுத்திருந்தன. அவற்றின் கண்கள் நீலநிறத்தில் ஒளிர்ந்தன. நான் யாரையும் எதிர்கொள்ளக்கூடாதென நினைத்துக்கொண்டேன். இந்த நேரத்தில் உப்புக்காட்டுக்குள் போவதை யாரேனும் பார்த்தால், ஏன் என்று கேட்காமல் விலக மாட்டார்கள். என் ரத்தம் கொப்பளிக்க காட்டுக்குள் புகுந்தேன்.

ஓங்கிப் பெய்யும் மழையின் ஓசை, இரவைக் கலவரப்படுத்தியது. பன்னிச்சை மரத்தின் கீழ் தனித்து நின்றேன். சொற்கள் ஊன்றியெழும்பி பன்னிச்சைத் தாயின் மான்மியம் பாடினேன். உயிர் குளிரக் குளிர என் மொழி பிறந்து நதியாயிற்று. என் கண்களுக்கிடையே எரியும் தழலினை உப்புக்காடே என்னுள் ஏவியது. எனது எலும்பு மஜ்ஜைகளால் பேரிகை எழுப்பினேன். யாழ்நகரத்தில் எரியூட்டப்பட்ட ஓலைச்சுவடிகள் எனக்குள் தோன்றின. அவை ஒவ்வொன்றிலும் எழுதப்பட்டிருக்கும் பாடல்களின் மீது பன்னிச்சைத் தாயின் மண்ணெடுத்துப் பூசினேன். எந்தத் தீயினாலும் சாம்பலாக்கிவிட முடியாதவாறு அழியாவரம் பெற்றவை இந்த ஓலைச்சுவடிகள். மழைநீர் நுரைத்து வெள்ளமாக ஓடியது. மின்னல் தெறித்து கணத்தை ஒளிர்வித்தது. பன்னிச்சை மரம் அசைந்து சோதி சுடர்ந்தது.

''ஓ எனது நிலமே! பீறிப் பெருகும் குருதியால் உன்னைக் குளிர்விக்கிறோம். எங்கள் காலடியில் சேறாகவும் நீராகவும் குருதி தேங்கிவிட்டது. நெற்கதிர்கள் குருதியில் விளையத் தொடங்கிவிட்டன காண்" என்று குரலெடுத்துப் பாடினேன். அக்கணமே பன்னிச்சைத் தாய் தோன்றினாள். தனது முலையெடுத்து பாலூட்டினாள். உப்புச்சுவை மிகுந்திருந்த அவளின் முலைப்பாலில் தீக்கொழுந்தின் வெம்மை. "அழாதே மகனே, இந்த நிலை நீளாது" என்று ஆற்றுப்படுத்தினாள். ஆனால், நான் உருக்கொண்டு எம்பினேன். கால்கள் அந்தரத்தில் எழுந்தன. பன்னிச்சைத் தாயின் கைகளில் இருந்த உடுக்கை வாங்கி இசைக்கத் தொடங்கினேன். மழை மூச்சுத்திணறும் இரைச்சலோடு அதிவேகமாக இரவைப் புணர்ந்தது. நான் உடுக்கை இசைத்துக்கொண்டு மூர்க்கம் பொங்க திருநீற்று வாய்க்கால் நோக்கி ஓடினேன். எனது அகமெரியும் சத்தம் இரவின் செவிகளை அறைந்தது. என்னெதிரே அலை அலையாக இருள் நீண்டது.

யாரோவொருவரின் கை என்னை அணைத்து நிறுத்தியதும் நான் மயக்கமுற்று விழுந்தேன். இருள் முட்டி நிரம்பியது.

அடுத்த நாள் காலையில் வீட்டுக்கு வந்த சித்தி, 'ஆதீரன் எங்கேயென்று' கேட்டபோது அம்மா அதிர்ச்சியடைந்தாள். "உன்ர வீட்டதானே வந்தவன்" என்று சித்தியிடம் கேட்டதும், அவள் இல்லையென்று சொல்லிவிட்டாள். அம்மா என்னைத் தேடியிருக்கிறாள். கிடைக்கவில்லை.

"பின்ன பிள்ளை எங்க போயிட்டான்?"

"சரி, போனவன் வருவான்தானே, வரட்டும்" என்றிருக்கிறாள் சித்தி.

நான் காட்டுக்குள் கண் விழிக்கையில் சூரியன் உச்சிக்கு வந்து கொண்டிருந்தான். கையில் கிடந்த உடுக்கோடு வீட்டுக்கு வந்தேன். வீட்டுக்கு முன்னால் பன்னிச்சைக் கிராமமே கூடியிருந்தது. மணியன் என்னைப் பார்த்ததும் ஓடிவந்து,"எங்க போய்ட்டு வாறாய். கொம்மாட்ட நல்ல வெளுவை வாங்கப்போறாய்" என்றான்.

நான் உடுக்கையை இறுக்கிப் பிடித்துக்கொண்டு வீட்டுக்குள் நுழைந்ததுதான் தாமதம். அம்மா என்னைப் பூவரசம் கம்பால் அடிக்கத் தொடங்கினாள். அவளின் சினம் சொல்லில் அடங்காதது. பிள்ளையை அடிக்கிறேன் என்கிற வேதனையை அவள் எப்போதும் வெளிக்காட்டியதில்லை. பேய்க் குணத்தின் உயிர்த்துடிப்போடு என்னை தண்டித்தாள். பூவரசம்

கம்பு தும்பு தும்பாய்ப் பறக்குமட்டும். வேடிக்கை பார்த்துக்கொண்டிருந்த சிலர், "சரி விடு, அவனை அடியாத" என்று கொடுக்கும் குரல்கள் அப்போதைய நொடியில் முக்கியமானவை. ஆனால் அம்மா வலுவற்று ஓயுமட்டும் அடி நிகழ்ந்துகொண்டேயிருக்கும். உடம்பு முழுக்க அடிவிழுந்து சிவந்த படியிருக்க, "எங்கையடா போனீ, இவ்வளவு நேரமும்" என்று முதலில் கேட்டது 'நாகப்பர்'தான். அவரின் கூனல் முதுகும், வெற்றிலை வாயும், கரிக்கறுப்பும், வியர்வை வாசமும் எனக்குப் பிடிக்கும். ஆனால், இந்தச் சூழலில் இவர் கேட்ட கேள்வியை நான் அறவே வெறுத்தேன். மணியன் என்னையே பார்த்துக்கொண்டிருந்தான். நான் யாருக்கும் எங்கே போனேன் என்று சொல்லப்போவதில்லை. ஆனால், அவர்கள் அதையே எதிர்பார்த்துக் காத்திருந்தனர்.

"நான் பண்டி வேட்டைக்குப் போனான்."

அம்மாவுக்கு நான் சொன்னது பொய்யெனத் தெரிந்தது. அவள் இன்னொரு பூவரசம் தடியை முறிக்கும் ஆவேசத்தோடு என் முன்னே நின்றாள். மணி சிரித்துக் கொண்டு சொன்னான்.

"பண்டி வேட்டைக்கு உடுக்கோட போறதை இண்டைக்குத்தான் மச்சான் கேள்விப்பட்டிருக்கிறன்."

நாகப்பர் என்னைப் பார்த்துச் செருமியபடி கேட்டார்.

"பண்டி வேட்டைக்குத் துவக்கில்லாம போய், என்னடா செய்வாய்?"

'நான் இண்டைக்குப் பண்டியை வேவு பார்க்கப் போனான். அதோட பாதை எதெண்டு கண்டுபிடிக்கப் போனான்."

நாகப்பர், கண்களில் சினம் தாழ நிற்கும் அம்மாவைப் பார்த்துச் சொன்னார்.

"இவன் எங்கையோ போய்க் கிடந்திட்டு வந்து பொய் சொல்லுறான். நீ இவன்ர தோலையுரிச்சால்தான் உண்மை தெரியும்."

இறுதியாக அதிரும் தொனியில் அம்மா கேட்டாள்.

"எங்கையடா போனீ?"

"அம்மா, உண்மையா நான் வேட்டைக்குத்தான் போனான், என்னை நம்புங்கோ."

அம்மா அமைதியானாள். ஆனால் நாகப்பர் மறு கேள்வி கேட்டார்.

"பண்டியை நீ பார்த்தனியோ?"

"ஓம். அது எங்கட நடுத்துரவில வந்து தண்ணி குடிச்சிட்டு, அங்கால் பக்கமாய் போனது."

"எங்கால் பக்கமாய்?"

"அதுதான் முனுசு தோட்டம் பக்கம்."

குழுமியிருந்த அனைவரும் மெல்ல மெல்லக் கலைந்து சென்றனர். மணி, "இவன் பொய் சொல்லுறான்" என்று சொல்லிவிட்டு நடையைக் கட்டினான். நாகப்பர் மட்டும் வீட்டில் இருந்தார். நான் குளித்துவிட்டுச் சாப்பிடுவதற்கு ஆயத்தமானேன். அம்மா என்னுடைய உடம்புக்குத் தேங்காய் எண்ணெய் தடவிவிட்டு, "இனிமேலும் இப்பிடிக் குழப்படி செய்யக்கூடாது. அச்சாப் பிள்ளையாய் இருக்கவேணும்" என்றாள். நாகப்பர் என்னோடு சேர்ந்து சாப்பிட்டார். அம்மாவின் சமையல் அவருக்குப் பிடித்தமானது. "நீ சமைக்கிறது அகப்பையால இல்லையடி, மந்திரக்கோலால. அதுதான் இவ்வளவு உருசை" என்பார். என்னுடைய மேனியில் அடி விழுந்த இடங்கள் எரியத் தொடங்கியிருந்தன. நாகப்பர் கேட்டார்.

"இவ்வளவு அடி வாங்கியும் அழாமல் எப்பிடி இருக்கிறாய்?"

ஒரு சுடர்அசையும் புன்னகையை அவருக்காக நிகழ்த்தி "பெத்த தாய் அடிச்சாலும் பன்னிச்சைத்தாய் என்னை நோகவிடமாட்டா" என்றேன்.

நாகப்பர் பதிலுக்கு எதுவும் கேட்காமல் சாப்பிட்டு முடித்தார். பிறகு வெற்றிலை போட்டுக் கொண்டார். அம்மா அவருக்குப் பாயெடுத்துக் கொடுத்து, "கொஞ்ச நேரம் சாயுங்கோ" என்றாள். நாகப்பர் கூனல் முதுகைச் சரிப்படுத்து பவரைப்போலப் பாயில் மல்லாந்து படுத்தார். நாகப்பர் எனக்குப் பெரியப்பா. ஆனால் அவரை முறை சொல்லிக் கூப்பிடுவதேயில்லை. பெரியம்மா சொந்தத்துக்குள் யாரோ செய்வினை செய்து இளம்வயதிலேயே இறந்து போனாள். இரண்டு ஆண்கள், மூன்று பெண் பிள்ளைகள் என ஐந்து பிள்ளைகள். இரண்டு ஆண் பிள்ளைகளும் இயக்கத்துக்குச் சென்று களமாடி வீரச்சாவு அடைந்திருந்தார்கள். ஏனைய மூன்று பிள்ளைகளும் வெவ்வேறு இடங்களில் திருமணம் செய்து வாழ்ந்துவருகின்றனர். நாகப்பர் பன்னிச்சையடி கிராமத்தின் ஓர் அடையாளம். நெடுவல் ராசனின் உருக்கமான நண்பன். நிறைந்த கள்வெறியில் கூத்துப்பாடல்களைப் பாடத் தொடங்கினால், அங்கேயெம் குருதி மரபின் நரம்புகள் கிளர்ச்சியடைந்துவிடும். அவரின் குரலில் 'காத்தான் கூத்து' பாடல்களைக் கேட்பதற்கு ஊரில் ஒரு கூட்டமே கூடி நிற்கும்.

அன்றைக்கு மாலையில் நித்திரையிலிருந்து எழும்பிய நாகப்பர், என்னைத் தேடி கிளித்தட்டு மைதானத்துக்கு வந்தார். என்னைத் தனியாக அழைத்து "நேற்றைக்கு இரவு நீ எங்க போனனீ என்று எனக்குத் தெரியும்!" என்றார்.

"அதுதான் நானே சொல்லிட்டேனே, பண்டி வேட்டைக் கெண்டு... இதில தெரிய என்ன இருக்கு?"

"இல்ல, நீ போனது அங்கையில்ல."

"பின்ன எங்க?"

நாகப்பர் எதுவும் கதையாமல், கூத்துப்பாடலை முணுமுணுத்தபடி அங்கிருந்து நடந்தவர், என்னை நோக்கித் திரும்பிச் சொன்னார்.

"ஆதீரா, உன்னைப் பெத்ததே பன்னிச்சைத் தாய்தாண்டா."

அந்திக் கருக்கலில் பெய்யத் தொடங்கிய மழையில் மர்மம் குளிர்ந்தது.

9

அதிகாலையில் எழுந்த அம்மா, அப்பம் சுட்டுக்கொண்டிருந்தாள். அடுப்படி வாசலில் கொழுவிக்கிடந்த வானொலியில் டி.எம். சௌந்தரராஜன் ‘கற்பகவல்லி நின் பொற்பதங்கள் பிடித்தேன்...’ பாடலைப் பாடிக் கொண்டிருந்தார். பாடலின் நடுவே வருகிற ‘நீயிந்த வேளைதனில் சேயன் எனை மறந்தால், நானிந்த நானிலத்தில் நாடுதல யாரிடமோ...’ என்ற மகா வித்துவான் யாழ்ப்பாணம் வீரமணி ஐயரின் வரிகள் நித்திரையின் மயிர்க்கால்களைச் சிலிர்க்கச் செய்தன. விடியும் இந்நாளின் முதல் வாசமாக இந்தப் பாடல் எனக்குள் கசிந்து இறங்கியது. எழுந்துபோய் ஒரு சோடி அப்பத்தைச் சாப்பிடலாம். ஆனால் முகம் கழுவாமல் அடுப்படிக்குள் நுழையக்கூட முடியாது. அப்படி இறுக்கமான விதிமுறைகளை அம்மா கடைப்பிடித்து வந்தாள். அம்மாவுக்கு அடுப்படி ஆலயம். காய்ந்த விறகுகள் கடவுளர். எரியும் தீயின் வெடிப்பு, அவளுக்கு இறுக்கம் தளர்த்தும் ஓரொலி. அவள் முகத்தில் அனலாடும் வெம்மையில் சுரப்பதெல்லாம் தாய்மை. பிறர் வாழ, தம்மை ஈயும் விடுதலை யுகத்தின் பிள்ளைகளுக்கு உணவு ஊட்ட ஆயிரமாயிரம் அன்னக் கைகள் அவளிடம் இருந்தன.

படுக்கையிலிருந்து எழும்பி நேராகக் கிணற்றடிக்குச் சென்றேன். அடுப்புக்கரியால் பற்களைத் தீட்டி, முகத்தைக் கழுவினேன். அம்மா ஒரு தட்டில் இரண்டு சோடி அப்பங்களைப் போட்டுத் தந்தாள். அப்பத்துக்காகத் தயார்செய்யும் மாவுக்குள் எங்கள் வீட்டுப் பனங்கள்ளை விட்டுக் கலக்கிப் புளிக்கவைப்பாள். கள்ளின் மெல்லிய புளிப்புச்சுவை காலைப்பொழுதுக்கே பரவசம் தந்தது. நீலநிறச் சுடுதண்ணீர் போத்தலுக்குள் ராயத்தண்ணி இருந்தது. தேநீர்க் கோப்பையில் நிரப்பிக் குடித்துக்கொண்டிருந்தேன். நாகப்பர், உடம்பைச் சாறத்தால் போர்த்திக்கொண்டு வீட்டுப் படலையைத் திறந்தார். பார்த்ததும் அவர் நேற்றைக்குச் சொன்ன வார்த்தைகள் எனக்குள் ஒலிக்கத் தொடங்கிற்று.

“ஆதீரா! உன்னைப் பெத்ததே பன்னிச்சை தாய்தாண்டா...”

நாகப்பர் இரண்டு சோடி அப்பம் சாப்பிட்டார். காலையிலேயே கள்ளருந்தியிருந்தார். அவரின் மேனியில் கள் வாசனை குமிழியிட்டது. வாயைத் துடைத்துக்கொண்டு சொன்னார்.

“மோனே, நீ என்னட்ட எதையோ கேக்க நினைக்கிறாய். ஆனால், கேக்க ஏலாமல் கிடக்கு. நீ இப்ப கேட்டாலும் நான் சொல்லப்போறதில்லை. அதுக்கொரு காலம் வரும். அதுவரை காத்திரு.” முடிவற்ற கதையின் முதல்வரியைச் சொன்ன அசரீரியைப்போல பெருமிதத்தின் மருங்கில் நாகப்பர் அமர்ந்திருந்தார்.

பொன்வண்டு பிடித்து விளையாடும் சின்னஞ்சிறு அகவையில், உப்புக்காட்டிலிருந்து குண்டுமணிகளைப் பொறுக்கி வீட்டின் கோடிப்பக்கத்தில் கிடந்த பழைய இறங்கு பெட்டியில் சேமித்துவைப்பேன். “நஞ்சை எதுக்கடா இறங்கு பெட்டியில

சேர்த்துவைக்கிறாய், விசரா" என்று அம்மாவிடம் ஏச்சு வாங்காத நாளில்லை. உப்புக்காட்டின் வசீகரத்துக்குக் குண்டுமணிகளும் ஆபரணம். குண்டுமணிச் சிவப்பின் மினுக்கம் கிளர்த்துகிற கனவுகளுக்கு நான் எப்போதும் இரையாவேன். புதையல் வைரவர் கோயிலுக்கு முன்னாலுள்ள காணியிலும் குண்டுமணிக் கொடிகள் நின்றன. அம்மாவுடன் வெள்ளிக்கிழமை பூசைக்குச் செல்லும்போது அவற்றையும் சேமித்து வர நினைத்திருந்தேன்.

ஒரு வெள்ளிக்கிழமை வைரவருக்கு அணிவிப்பதற்கான வடை மாலையோடு நானும் அம்மாவும் கோயில் நோக்கிச் சென்றோம். 'புதையல் வைரவர்' புதுமைகளும் அற்புதங்களும் நிறைந்தவராம். ஐம்பது மட்டைக் கிடுகில் வேய்ந்துவிடக்கூடிய சிறிய கோயிலினுள்ளே பூசாரி குனிந்து நின்று பூசை செய்வார். கோயிலுக்கு முன்னாலுள்ள காணியின் முள்ளுக் கம்பி வேலியைப் பாய்ந்து கடந்தேன். குண்டுமணிப் பூக்கள மலர்ந்து தொங்கின. முன்னைய நாள்களில் வெடித்து உதிர்ந்த குண்டுமணிகளைக் கீழேயிருந்து பொறுக்கி சட்டைப்பையில் போட்ட நினைவுகள் திடீரென ஆயிரம் இழை பின்னி என்னைச் சுற்றின. பச்சைக் குண்டுமணிகளை நூலால் கோத்து மாலையாக அணிந்து நடந்த ஈரலிப்பான பருவங்களை நினைவில் துய்த்தேன்.

நீண்ட நாள்கள் கழித்து நகுலன் அண்ணா வீட்டுக்கு வந்திருந்தார். நாகப்பர் அவரைக் கண்டதும், ''வாங்கோ'' என்று அழைத்தார். நகுலன் அண்ணா என்னைக் கண்டதும் கேட்டார்.

"நீ எப்பையடா வந்தனீ தம்பியா?"

"மூண்டு நாள் ஆகுது. நீங்கள் எப்பிடி இருக்கிறியள்?"

"நல்லாய் இருக்கிறன். இடையில ஒருக்கால் யாழ்ப்பாணம் வந்தனான். உங்கட வீட்ட வரவேணுமெண்டு திட்டம் இருந்தது. ஆனால் வர ஏலாமல் போயிற்று."

"அடுத்த தடவை வரேக்க வாங்கோ."

நகுலன் அண்ணாவுக்கு அம்மா தேத்தண்ணியும் அப்பமும் கொடுத்தாள். அவர் மதியம் தங்களுக்கு நான்கு சாப்பாடு வேணுமெண்டு கேட்டார். அம்மா சரியென்று தலையாட்டினாள். சாப்பிட்டு முடித்ததும் "என்னோட வாறியா?" என்று கேட்டார். ஒளிமிகுந்த காலையின் நிமிர்ந்த அழைப்பிது. அம்மாவிடம் சொல்லிக்கொண்டு நகுலன் அண்ணாவின் வாகனத்தில் ஏறி அமர்ந்தேன்.

முகாமின் வேலி, தகரத்தால் அடைக்கப்பட்டிருந்தது. இரண்டு பெரிய மரங்கள் கிளை விரித்து சடைத்து நின்றன. வீட்டினுள்ளே நுழைவதற்கு முன்பு, வாசலில் நின்ற போராளி தனது இறுகிய தேகத்தில் அணிந்திருந்த ஆயுதங்களோடு என்னைப் பார்த்துப் புன்னகை செய்தார். அவரின் கண்களில் ரகசியமாக உறங்கும் விழிப்பு தெரிந்தது. நகுலன் அண்ணாவோடு முன்னர் வந்த முகாமில்லை இது. ஏற்கெனவே பார்த்த யாரையும் என்னால் சந்திக்க முடியவில்லை. எல்லோரும் புதியவர்களாக இருந்தனர்.

“ஏன் அந்தப் பழைய வீட்டை விட்டு மாறினியல்?”

“ஓமப்பன், நான் இப்ப பிரிவு மாறிட்டன். என்ர புதுப்பிரிவோட இடம் இதுதான்.”

“முந்தி நீங்கள் என்ன பிரிவு?”

“அரசியல்துறை.”

“இப்ப?”

“புலனாய்வுத்துறை.”

நகுலன் அண்ணா அணிந்திருந்த வெள்ளை நிறத்தில் நீலக்கோடு போட்ட சட்டையைக் கழற்றி, கசங்காமல் கொடியில் போட்டார். அவரின் கழுத்தில் குப்பியும், இலக்கத்தகடும் வியர்வையில் மின்னின. நஞ்சணிந்த நாயகர்கள். ‘கடல்தனில் அமுதொடு கலந்த நஞ்சை மிடறினில் அடக்கிய வேதியனே’ என்ற தேவாரப்பாடல் எனக்குள் எழுந்தாடியது. மருதன் அண்ணாவைப் பற்றி நகுலன் அண்ணாவிடம் விசாரித்துப் பார்க்கலாம் என்று தோன்றியது.

“நீங்கள் யாழ்ப்பாணத்தில எங்கட வீட்டுக்கு வந்திருந்தால் மருதன் அண்ணாவைச் சந்தித்திருக்கலாம்.”

“ஆர் மருதன்?”

“உங்களுக்கு அவரைத் தெரியாதா?”

“இல்லையே.”

“அவரும் இயக்கம்போல கிடக்கு, அம்மாதான் கூட்டிக்கொண்டு வந்தவா.”

“ஓ... எனக்கு மருதன் எண்டு இயக்கத்தில ஆரையும் தெரியாது ஆதீரன். எல்லாம் அடைக்கல மாதாவுக்கே வெளிச்சம்.”

நகுலன் அண்ணாவின் உடல் முழுக்க விழுப்புண் தழும்புகள். அவரின் உடலினுள்ளே குண்டுச் சிதறல்கள் நீக்க முடியாதபடி இருக்கின்றன. வெயில் காலங்களில் அவரின் தலையில் ஏற்படும் வலியும் கொதிப்பும் சொல்லி மாளாதாம். தூண்டில் போட்டு பிடித்த குளத்து மீன்களை ஒரு போராளி செதில் தட்டி மஞ்சள் பிரட்டிப் பொரித்துக்கொண்டிருந்தார். அந்த வாசனை புகையாகப் பரவியது. என்னைச் சாப்பிடும்படி கேட்டுக்கொண்டனர். ‘குளத்து மீன் பிடியாது’ என்றேன். மதிய உணவு வாங்குவதற்காக வீட்டுக்கு வரும் போராளியோடு நானும் சேர்ந்து கொண்டேன்.

நாகப்பர் வீட்டில் உறங்கிக் கொண்டிருந்தார். அவரின் தலைமாட்டில் வெற்றிலைப் பையிருந்தது. கால்களை விரித்து கைகளைத் தலைக்கு அணை கொடுத்தபடி சொப்பனத்தில் சிரித்தார். வந்திருந்த போராளி அவரைப் பார்த்து “நல்ல நித்திரை யடிக்கிறார் ஐயா” என்றார்.

“நாலு போத்தில் கள்ளைக் குடிச்சுப்போட்டு படுத்திருக்கிறார். இனியெழும்ப இரவாகிடும்.” அம்மா சொன்னாள்.

அம்மா உணவுப் பொதிகளைப் பையில் போட்டு போராளியிடம் கொடுத்தாள். நாகப்பர் பூமியின் அடியில் புதைந்த தன் குரலை மீட்டெடுப்பவரைப்போல குறட்டை விடத் தொடங்கினார். அம்மா சமைத்து முடித்துக் குளிக்கப் போனாள். கிணற்றடியில் நின்ற இரண்டு இதரை வாழை மரங்களில் ஒன்று குலை தள்ளியிருந்தது. நாகப்பர் கபடமற்ற தனது கண்களைத் திறந்து இதமான குரலில் “ஆதீரன் இஞ்ச வா...” என்று அழைத்தார். என் ஆத்மாவின் சுவாச கோளங்களில்

குரலின் இனிமையும் அணைப்பும் நிரம்பி நாகப்பரைப் பார்த்தேன். அவர் ஒரு கணம் உன்னதப் பிரகாசம் நெளியும் பாம்பாக அசைந்து படுத்தார்.

பழைய இறங்கு பெட்டியில் சேர்த்துவைத்த குண்டுமணிகளைப் பல வருடங்கள் கழித்துத் திறந்து பார்த்தேன். நிறைய மாலைகள் இருந்தன. பச்சைக் குண்டுமணிகளை எடுத்து இன்றைக்கொரு மாலை கோர்க்க வேண்டுமென உப்புக் காட்டுக்குச் செல்ல நினைத்தேன். குண்டுமணி என் கனவுகளின் நிரந்தர கிறக்கம். உப்புக்காட்டுக்குள் புகுந்தேன். நாகப்பர் கண்விழித்தார். அவர் என்னைப் பின்தொடர்ந்து வந்தது அதிர்ச்சியாக இருந்தது. ஆனால், அவரை நான் கண்டுவிட்டேன் என வெளிக்காட்டவில்லை. தலை திருப்பிப் பார்க்கக்கூடாதென விறுவிறுவென பன்னிச்சை மரத்தின் முன்னால் விழுந்து வணங்கினேன். நாகப்பர் புதர்களுக்குள்ளும், மரங்களுக்குப் பின்னாலும் மறைந்து என்னை நோட்டம் பார்க்கிறார். என் செவிகளும் கண்களும் மேலும் கூர்மையாகின்றன. நான் பச்சைக் குண்டுமணிகளைச் சேகரித்துக் கொண்டேன். இரண்டு உள்ளங்கை நிறைய குண்டுமணிகளோடு வீட்டுக்கு வந்தேன். நாகப்பர் அப்படியே நித்திரையிலிருந்ததைப் பார்த்துவிட்டு உடம்பெல்லாம் அதிர்ந்தது. நான் குண்டுமணிகளை ஓலைப்பாயில் போட்டுவிட்டு அம்மாவிடம் கேட்டேன்.

“நாகப்பர் கொஞ்சம் முன்னால எழும்பி எங்கையாவது போனவரா?”

அம்மா, ‘இல்லை’ என்று சொன்னாள். படுக்கையில் கிடக்கும் நாகப்பரைத் திரும்பிப் பார்த்தேன். உப்புக்காட்டு மண் அவர் கணுக்காலில் ஒட்டிக்கிடந்தது.

10

தொம்மை குஞ்சாச்சிக்கு சேடம் இழுத்துக்கொண்டிருந்தது. அவள் படுத்துக்கிடக்கும் வேப்பமர வாங்கைச் சுற்றி ரத்த உருத்துக்காரர்கள் நின்றனர். குஞ்சாச்சியின் வாயில் பாலூற்றினார்கள். அம்மாவின் கையைப் பிடித்தபடி அருகில் நின்றேன். அவளது உடல் சூம்பிய மாம்பழத்தைப்போல வாடிக்கிடந்தது. உடல் குளிர்ந்து கண்கள் சொருகிக்கொண்டுபோயின. தொம்மை குஞ்சாச்சியின் வாயில் அம்மாவும் பாலூற்றினாள். அவளின் கடைவாயில் பால் வழிய, கண்கள் கூரையில் நிலைகுத்தி நின்றன. அசையாது வெளிறிய பகலைப்போலிருந்த குஞ்சாச்சியின் கண் மடல்களை அம்மா வலது உள்ளங்கையால் மேலிருந்து கீழ் நோக்கி அழுத்தி மூடினாள். நள்ளிரவின் தரையில் கமுகென எழுந்த ஒப்பாரி, ‘தொம்மை’ என்றழைக்கப்படும் விசாலாட்சிப் பிள்ளையின் மறைவை வெளியெங்கும் எழுதிற்று.

நித்திரைக் கண்களோடு ஊரிலுள்ள ஆண்கள் சிலர் வந்தமர்ந்தனர். அம்மா குஞ்சாச்சியின் முகத்தை மெல்லிய ஈரச்சீலையால் துடைத்து, நெற்றியில் நீறு பூசினாள். தலைமாட்டில் வெள்ளிக் குத்துவிளக்கு ஏற்றிவைத்தனர். விடிவதற்குள் பந்தல் போட்டுவிட

வேண்டுமென அங்கிருந்தவர்கள் கதைத்துக்கொண்டிருந்தனர். பூட்டம்மாவுக்குஇப்போதேதகவலைச் சொல்லிவிட்டால் விடியவே யாழ்ப்பாணத்திலிருந்து வெளிக்கிடச் சரியாக இருக்குமென்றாள் அம்மா. பூட்டம்மாவின் வீட்டுக்குப் பக்கத்திலிருக்கும் கணியன் தொலைத்தொடர்பு நிலையத்துக்கு அழைத்துச் சொல்ல வேண்டும். 'நகுலன் அண்ணாவிடம் போய் இந்தத் தகவலைச் சொல்' என அனுப்பிவைத்தாள். சாமம் மூன்று மணியிருக்கும். சைக்கிளை உழக்கிக்கொண்டு நகுலன் அண்ணாவின் முகாமை நோக்கிப் போனேன்.

பனி பொழியும் இருளில் எதுவுமற்றுக் கிடக்கும் வெளியினில் நிலத்தின் சயனம் மகிழ்ச்சியைத் தந்தது. வீதியைக் குறுக்கறுத்து காட்டுக்குள் போகும் பாம்பொன்றின்மீது சைக்கிள் ஏறி இறங்கியதுபோலோர் எண்ணம்.

தொம்மை குஞ்சாச்சியின் இறுதி நொடிகளில் அவளின் கடைவாயில் வழிந்த பாலின் வாசனை என்னை விட்டு நீங்க மறுக்கிறது. சைக்கிளை முகாமுக்கு வெளியே விட்டேன். பூட்டிக்கிடந்த தகரக் கதவைத் தட்டினேன். யாரும் திறப்பதாயில்லை. சில நிமிடங்கள் கழித்து உள்ளிருந்து ஒரு குரல் "நில்லுங்கோ வாறன்." வந்தவரின் முகத்தில் நித்திரையறுந்த தடயமில்லை. அப்போதுதான் குளித்து முடித்து தேநீர் அருந்திய உற்சாகத்தோடு இருந்தார். என்னைப் பார்த்து "என்ன விடயம் சொல்லுங்கோ..." என்றார்.

"நகுலன் அண்ணா நிக்கிறாரோ, அவரிட்ட ஒரு தகவல் சொல்லிவிடச் சொல்லி அம்மா அனுப்பினவா, கொஞ்சம் அவசரம்."

நாங்கள் கதைத்தது நகுலன் அண்ணாவுக்குக் கேட்டிருக்க வேண்டும். ''அவனை உள்ள கூட்டிக்கொண்டு வா" என்று குரல் கொடுத்தார். உள்ளே சென்றதும் எழுதிக்கொண்டிருந்ததை நிறுத்தி வைத்துவிட்டு, "சொல்லு ஆதீரன், திருப்பள்ளியெழுச்சி படிச்சு சுவாமியை எழுப்புற நீ, இண்டைக்கு எங்களை எழுப்ப வந்தனியே." நக்கலாகக் கேட்டார்.

"எங்கட தொம்மை குஞ்சாச்சி மோசம் போய்ட்டா. யாழ்ப்பாணத்தில இருக்கிற பூட்டம்மாவுக்கும் அக்காவுக்கும் தெரியப்படுத்தவேணும்."

"கொமினிக்கேஷன் நம்பர் உனக்குத் தெரியுமோ?"

"ஓம்."

"நம்பரைச் சொல்லு."

நான் சொல்லியதை எழுதி முடித்து மீண்டும் ஒரு தடவை சொல்லுமாறு கேட்டு உறுதிப்படுத்திக்கொண்டார்.

எழுதிய இலக்கத்தைப் போராளி ஒருவரிடம் கொடுத்துத் தகவலைத் தெரியப்படுத்துமாறு உத்தரவிட்டார்.

“அம்மா வேற எதாவது சொல்லி விட்டவாவா?”

“இல்லை. இதுமட்டும்தான். நான் வெளிக்கிடுறன்.”

“இரடா, நானும் வாறன்” என்றார்.

நகுலன் அண்ணா மிக வேகமாக சைக்கிளை மிதித்தார். பின்னாலிருந்த எனக்கு பயமாகவிருந்தது. பனி, காதுக்குள் இறங்கி இரைந்தது. வீதியின் ஒவ்வொரு வளைவிலும் வேகம் பெருக்கெடுத்தது. நிலம் விடியத் தொடங்கும் முகாந்திரங்கள் தெரியத் தொடங்கின. மெல்ல மெல்ல வெளிச்சம் ஊடுருவத் தொடங்கியிருந்தது.

தொம்மைக் குஞ்சாச்சியின் வீட்டில் சனங்கள் கூடியிருந்தனர். இளந்தாரிகள் சேர்ந்து பந்தலைப் போட்டுக்கொண்டிருந்தனர். முகதத்தீட்டு வெள்ளைக் கட்டும் ‘கட்டாடி’ துரையரை அழைத்துவரச் சென்றிருந்தார்கள். நகுலன் அண்ணா குஞ்சாச்சியின் பூதவுடலுக்கு அஞ்சலி செலுத்தினார். பறை இசைப்பவர்கள் வந்ததும் அவர்களுக்குத் தோதான இடமொன்றில் பாய் விரிக்கப்பட்டது. புலரத் தொடங்கும் பொழுதில் பறையொலி இசைத்தது. பறையிசைக்கும் மாரி முத்தண்ணாவின் பெரிய மீசையும், அவரது வெள்ளைநிறச் சட்டையும், வெற்றிலைச் சப்பலையும் வேடிக்கை பார்த்துக்கொண்டிருந்தேன். பறையிசையும் ஒப்பாரியும் இழைந்து நெய்ய மரண வீட்டின் கோலம் பெருத்திருந்தது. ஒப்பாரியின் லயம் பிசகாமல் குஞ்சாச்சியைச் சூழ்ந்திருந்த பெண்கள் பாடிக்கொண்டிருந்தனர்.

முகத்தீட்டு வெள்ளைக்கட்டும் துரையர் வந்ததும், பந்தலுக்கு நடுவில் வெள்ளைத்துணி கட்டினார். அந்தத் துணிக்குக் கீழே குஞ்சாச்சியைக் கொண்டுவந்து கிடத்தினார்கள். மாலை கட்டுவதற்காகப் பூக்களை ஆய்ந்து வந்த குமரிகள், வீட்டின் உள்ளறையில் நார்களைச் சுழற்றிக் கொண்டிருந்தனர். குஞ்சாச்சிக்கு மாலை கட்டுவதற்காகப் பூக்கள் குவிந்தன. அம்பிகா இரண்டு பை நிறைய பூக்களோடு வந்தாள். என்னைப் பார்த்தும் பார்க்காததைப்போலவே வீட்டுக்குள் நுழைந்தாள். அவளுடைய கூந்தலும் நடையும் வடிவு பொருந்தி பின்னியிருந்தன.

அம்மாவை அழைத்த நகுலன் அண்ணா, “எதாவது உதவி வேணுமா அக்கா?” என்று கேட்டார். “யாழ்ப்பாணத்துக்குத் தகவல் போயிருந்தால் சரி” என்றாள்.

“பெடியள் போனடிச்சு அந்தக் கொமினிக்கேஷனுக்கு சொல்லியிருப்பாங்கள் அக்கா” நகுலன் அண்ணா வெளிக்கிட்டுச் சென்றார்.

ஏ-9 பாதை திறக்கும் நேரம் நெருங்கியது. புலிகளின் கட்டுப்பாட்டுப் பகுதிக்குள் நேற்றிரவு தரித்து நின்ற வாகனங்கள் யாழ்ப்பாணம் நோக்கிச் செல்ல ஆயத்தமாகின. பாதை திறக்கப்பட்டது. யாழ்ப்பாணத்திலிருந்து புலிகளின் கட்டுப்பாட்டுப் பகுதியில் கொழும்பு வரை செல்லும் வாகனங்கள் வரத் தொடங்கியிருந்தன. பூட்டம்மாவும் அக்காவும் ஒரு நீல நிற ஓட்டோவில் வந்திறங்கினர். வீட்டின் படலையைச் சனங்கள் நிறைத்தனர். பறையொலி ஓங்கி எழுந்தது.

எத்தனையோ ஆண்டுகள் கழித்து தன்னுடைய சொந்த கிராமத்தின் காற்றை முகர்ந்தாள் பூட்டம்மா. தன்னுடைய சகோதரியின் பூதவுடல் மீது அழுது புரண்டாள். எங்கள் குலத்தின் தலைமகள் மாரடித்து ஒப்பாரி பாடத் தொடங்கினாள். தலைமாட்டில் கூடுபத்தி எரிந்து கொண்டிருந்த குத்துவிளக்குக்கு அக்கா எண்ணெய்விட்டு திரியைச் சிறிதாக வெளித்தள்ளினாள். பூட்டம்மாவை ஒரு கதிரையில் இருத்திவிட்டு, அவளது காலடியில் அம்மா அமர்ந்துகொண்டாள். நான் பூட்டம்மாவுக்கு அருகில் போய் நின்றுகொண்டேன். தொம்மைக் குஞ்சாச்சியின் நெற்றியில் கிடந்த திருநீற்றுக் குறிகள் காய்ந்துபோயிருந்தன. அவளின் முகம் இப்போது மலர்ந்திருந்தது. பறையிசைப்பவர்களோடு அமர்ந்திருந்த நாகப்பர் முகத்தில் கள்வெறி பல்லற்ற பாம்பாகச் சுருண்டிருந்தது. குஞ்சாச்சியை நினைத்து நினைத்து விசும்பி மூக்குச் சிந்தினார். மாரிமுத்தண்ணாவும் நாகப்பரும் எழுந்து சென்று மறைவில் நின்று கள் குடித்தனர். குஞ்சாச்சியைப் பற்றி அவருக்குள் எழுந்த பாடலைக் குரலெடுத்துப் பாடினார்; பறை மேளத்தை இசைக்கத் தொடங்கினார். தொம்மை குஞ்சாச்சியின் பூதவுடலில் இலையான் இருந்துவிடாமல் வேப்பிலை கொண்டு விசுக்கிக் கொண்டிருந்தாள் அக்கா.

தொம்மை குஞ்சாச்சி பிறவி ஊமை. திருமணம் செய்யாது வாழ்ந்து வந்தாள். அவளின் வயோதிக காலங்கள் தனிமையிலானது. யாருக்கும் தீங்கு நினையா மனம்கொண்டவள். எட்டுப்பரப்பு காணியில் நிற்கும் தென்னை மரங்களிலிருந்து வருகிற வருவாய் அவளுக்குப் போதுமானதாக இருந்தது. வீட்டிலேயே தோட்டம் செய்து காய்கறிகளைச் சுற்றியுள்ள வீடுகளுக்கும் கொடுத்தனுப்புவாள். தொம்மைக் குஞ்சாச்சி என்னைத் தூக்கிவைத்திருக்கும் பழைய புகைப்படமொன்று எங்களுடைய வீட்டில் இருக்கிறது. குஞ்சாச்சிக்கு அருகில் போனேன். அவளுடைய கால்களில் ஓடிக்களைத்த ரேகைகள் நம் நிலத்தின் பாதைகளாகத் தோன்றின. அம்மா விசும்பிக்கொண்டிருந்தாள். பூட்டம்மா அமைதியாக அமர்ந்திருந்தாள். அக்காவும் அம்பிகாவும் அருகருகே பாயில் அமர்ந்திருந்தனர். அம்பிகா அணிந்திருந்த பச்சை நிறச் சட்டையில் சின்னஞ்சிறு வண்டைப்போலப் புள்ளிகள் பரவியிருந்தன. நான் அவளை மீண்டும் மீண்டும் பார்த்துக் கொண்டிருந்தேன். நான் பார்க்கும் நொடிகளில் அவளின் அழகு துளித்துளியாகப் பெருகுமென்று தெரிந்துகொண்டேன்.

வெளியூரிலிருந்து சனங்கள் வந்துகொண்டேயிருந்தனர். அம்மாவுக்காக நிறையப் போராளிகள் வந்துபோயினர். வருகிற எல்லோருக்கும் ஆனைச் சோடா வாங்கிக் கொடுக்குமாறு அம்மா சொல்லியிருந்தாள். ஈமக் கிரியைகளுக்காக ஐயர் வருவதற்குச் சரியாகப் பன்னிரண்டு மணியாகுமெனத் தெரிந்தது. சுடுகாட்டில் விறகு வெட்டி அடுக்கப்பட்டது. தொம்மைக் குஞ்சாச்சிக்கு அளவான சவப்பெட்டி அப்போதுதான் வந்திருந்தது. முதலில் ஒன்றை வாங்கி வந்தபோதும் நீளம் அதிகமாக இருந்ததால் பூட்டம்மா வேண்டாமென்று

சொல்லித் திருப்பி அனுப்பினாள். பெட்டியினுள்ளே குஞ்சாச்சியைத் தூக்கிவைத்தார்கள். குளிப்பாட்டி முடித்ததும், உடுத்துவதற்கான சீலையைக் கிளிநொச்சி சென்று வாங்கிவந்தார்கள். எதிலும் குறைவிடக் கூடாதென்கிற பூட்டம்மாவின் உத்தரவில் எல்லாமும் நடந்துகொண்டிருந்தது.

உற்றார் ஆருளரோ - உயிர்
கொண்டு போம்பொழுது
குற்றா லத்துறை கூத்தனல்லால்
நமக்கு
உற்றார் ஆருளரோ.

பறையொலிக்கு மத்தியில் நாகப்பர் திருஅங்கமாலை பதிகமொன்றைக் குரல் தழுதழுக்கப் பாடினார். கள்வெறியில் அவரின் சோகம் இன்னும் கூடிவந்தது. அப்போது ஒரு பிக்கப் வந்து நின்றது. அதிலிருந்து போராளிகள் சிலர் இறங்கினர். அவர்களோடு நடந்து வந்துகொண்டிருந்தவரைக் கண்டு அம்மா கதறி அழுதுகொண்டு ஓடினாள். பவி மாமா, அம்மாவைக் கட்டியணைத்து ஆறுதல் சொல்வதைக் கண்டேன். யாழ்ப்பாணத்தில் ராணுவம் தேடிய பவி மாமா, கைத்துப்பாக்கியை இடுப்பில் கட்டியபடி மிடுக்குடன் தொம்மைக் குஞ்சாச்சியைத் நோக்கி நடந்துவந்தார். நாகப்பர் பாடுவதை நிறுத்திவிட்டு அக்காவைக் கூப்பிட்டுக் கேட்டார்.

"ஆரடி வந்திருக்கிறது, தமிழ்ச் செல்வனா?"

"இல்லை, எங்கட பவி மாமா."

பறையொலிக்கு நடுவே நாகப்பர் அதிர்ந்துபோய்,

"கடவுளே... இவன் பவியும் இயக்கமெண்டு எங்களுக்குத் தெரிய தொம்மை செத்துப்போகவேண்டி இருக்கு" என்றார்.

11

நாகப்பர், பவி மாமாவோடு கதைத்துக் கொண்டிருந்தார். அண்ணாவும் யாழ்ப்பாணத்திலிருந்து வந்துசேர்ந்திருந்தான். தொம்மைக் குஞ்சாச்சிக்கான ஈமக்கிரியைகள் தொடங்கின. கொள்ளிவைக்கும் உரிமையை அண்ணாவிடம் கையளித்தாள் பூட்டம்மா. குஞ்சாச்சியின் பூதவுடலைத் தூக்கிக்கொண்டு இலுப்பையடி சுடலைக்குச் சென்றார்கள். பெண்கள், வீட்டின் படலை வரை அழுது முடித்து ஓய்ந்தனர். அம்மா என்னைச் சுடலைக்குப் போக வேண்டாமென மறித்தாள். நான் அடம்பிடித்துப் போகத் துடித்தேன். பூட்டம்மா சொன்னாள். “நீ அங்க போய்ட்டு வந்து இரவிரவாய் பயந்து அழுதுகொண்டிருந்தால், நானே உன்னை அடிப்பன். போறதெண்டால் போ.” அக்காவையும் அழைத்துக்கொண்டு போக நினைத்தேன். ஆனால், அவள் அங்கு வர விரும்பவில்லை. நான் நடையும் ஓட்டமுமாக வேகமெடுத்துச் சுடலைக்குச் செல்லும் சனக்கூட்டத்தோடு இணைந்தேன். பவி மாமாவின் கைகளைப் பிடித்துக்கொண்டேன். வண்ண மலர்களாலும் தென்னம்பூக்களாலும் வடிவமைக்கப்பட்ட பாடையில், குஞ்சாச்சியின் உடல் முன்னேறிக்கொண்டிருந்தது. ஒரு முச்சந்தியில் எல்லோரும் நின்றுகொள்ள பறையிசைப்பவர்கள்

வித்துவம் காட்டினர். கள்ளு மப்பில் நின்றவர்கள் 'இன்னும் அடி, இன்னும் அடி' என அவர்களை உசுப்பிக் கொண்டிருந்தனர். அப்போது நான் பவி மாமாவைக் கேட்டேன்.

"நீங்கள் எப்ப இயக்கத்தில சேர்ந்தனியள்?"

"இப்பதான், யாழ்ப்பாணத்தில என்னை ஆர்மிக்காரன் தேடினான். அண்டைக்கு ஓடிவந்து சேர்ந்தனான்."

அவரோடு நடந்து வந்து கொண்டிருந்த போராளி ஒருவர், என்னைப் பார்த்துச் சிரித்தார். மாமா ஏமாற்றும் விதத்தில் சொன்ன பதில் என்னைக் கோபமூட்டியது. ஏன் இவர்கள் எல்லாவற்றையும் மறைக்கிறார்கள் என்று நினைத்துக் கொண்டேன். அண்ணா கொள்ளிப் பானையோடு நடந்து சென்று கொண்டிருந்தான். சுடலையை நெருங்குவதற்கு முன்னர் வருகிற வீதி வளைவில், இரண்டு போராளிகள் நடந்து வந்துகொண்டிருந்தனர். அணிந்திருந்த தொப்பியைக் கழற்றி, கடந்து செல்லும் தொம்மை குஞ்சாச்சியின் பூதவுடலுக்கு நின்று மரியாதை செய்தனர். சுடலைக்குச் சென்றதும் சவப் பெட்டியின் மூடியை உடைத்து எறிந்து தொம்மை குஞ்சாச்சியை வெளியே தூக்கினர். விறகுகளால் எழுப்பப்பட்டிருந்த சிதை மேடையில் அவளுடலைக் கிடத்தினர். அண்ணா கொள்ளிப்பானையோடு குஞ்சாச்சியைச் சுற்றிவர, அந்தக் கொள்ளிப்பானையைக் கத்தியின் நுனியால் கொத்தித் துளையிட்டார் நாகப்பர். துளையினால் வீறிட்டு வருகிற தண்ணீரை தனது கைகளால் தட்டிக்கொண்டு நடந்து செல்லும் நாகப்பரின் கூனல் முதுகில் கனிந்த ஜீவிதத்தின் களைப்பு தெரிந்தது. தொம்மைக் குஞ்சாச்சியின் மீது நெருப்பெரிந்தது. அண்ணா திரும்பிப் பார்க்காமல் சுடலையை விட்டு நடந்துபோனான். நெற்றியில் நீறள்ளிப் பூசி "பன்னிச்சைத் தாயே..." என்றழைக்கும் தொம்மை குஞ்சாச்சி நீறாகத் தொடங்கியிருந்தாள்.

எட்டுச்செலவை முடித்துக் கொண்ட அடுத்த நாள் காலையில், அக்காவும் பூட்டம்மாவும் நானும் யாழ்ப்பாணத்துக்குப் பேருந்து ஏறினோம். பன்னிச்சைத் தாய் எனக்குத் தந்த உடுக்கை வீட்டில் பத்திரப்படுத்தியது நினைவுக்கு வந்தது. பக்குவமாக இருக்க வேண்டுமென வேண்டினேன்.

முகமாலைப் பகுதியிலிருந்த ராணுவத்தின் தடை முகாமில், புலிகளின் கட்டுப்பாட்டு பிரதேசத்தி லிருந்து வருகிற சிலரை இறுக்கமாக விசாரணை செய்தனர். புலிகள் இயக்கத்தின் பொறுப்பாளர்கள் சிலரின் புகைப்படங்களைக் காட்டி, 'இவரைப் பார்த்தாயா... எங்கேயேனும் கண்டாயா?' என்று நூறு கேள்விகள் கேட்டனர். இந்தக் கண்டத்தை விட்டுத் தப்பினால் வருகிற செவ்வாய்க்கிழமை ஆரிட்டையாவது கொடுத்து துர்க்கையம்மன் கோயிலுக்கு ஒரு பெட்டி கற்பூரம் கொளுத்த வேண்டுமென அக்கா நேர்ந்துகொண்டாள். நல்லதே நிகழ்ந்தது. வீட்டுக்கு வந்து சேர மதியமாகியிருந்தது. தன்னுடைய வீட்டுக்குள் நுழைந்த பூட்டம்மா "மோனே அந்தியேட்டி முடியும் வரை கோயிலுக்கொண்டும் போகப்பிடாது. ரத்தத் துடக்கு இருக்கு" என்றாள். எங்களுடைய வீட்டுக்குச் சென்றதும் மருதன் அண்ணா தேத்தண்ணி வெச்சுத் தந்தார். நாங்கள் இல்லாத நாள்களில்

சமைத்துச் சாப்பிட்டிருக்கிறார் என்பதற்கான தடயங்கள் இருந்தன.

"உங்களுக்குச் சமைக்கத் தெரியுமோ?" அக்கா கேட்டாள்.

"எனக்கு மட்டும் சமைக்கத் தெரியும்."

மருதன் அண்ணாவின் இது போன்ற பதில்கள் அவர்மீதான மர்ம இழைகளை இன்னுமின்னும் பெரிதாகப் பின்னுபவை. இவர் தனியாக இருந்த நாள்களில், வீட்டுக்கு வந்தவர்களை மறைந்திருந்து பார்த்திருக்கிறார். ஆனால் யாரோடும் கதைக்கவில்லை. இவர் சொன்ன அடையாளத்தை வைத்துப் பார்த்தால், அல்லியக்கா வந்து போயிருக்கிறார் என்பதை அறிந்து கொண்டோம். அக்கா முழுகிவிட்டு வந்து இரவுணவைச் செய்யத் தொடங்கினாள். அவளுக்குப் புட்டு அவிப்பது சுலபமான காரியம்.

சலூனில் வைத்து ராணுவத்தினரால் கொண்டுசெல்லப்பட்ட சங்கரப் பிள்ளை வாத்தியாருக்கு என்ன நேர்ந்தது என்று அறிய முடியாமல் இருந்தது. ராணுவம் எங்களுக்குத் தெரியாதெனக் கைவிரித்தது. ஆசிரியர் சங்கம் அவரை விடுவிக்க வேண்டுமெனக் குரல் கொடுத்தது. மாணவர்களுக்கு மத்தியில் இதுவொரு தணலாகக் கொதித்து, நெருப்பாக எழும்பக் காத்திருந்தது. வாத்தியாரை விடுதலை செய்யக்கோரி மாணவர்கள் ஒருங்கிணைக்கும் போராட்டம் நாளை நடைபெறவிருந்தது. பள்ளிக்கூடத்துக்கு அருகில் இருக்கும் பெரிய போலீஸ் நிலையத்துக்கு முன்னாலுள்ள பிரதேச செயலகத்தில் அமர்ந்திருந்து போராடத் திட்டமிட்டார்கள். காலையில் எழுந்ததும் மிக ஆர்வத்துடன் குளித்து முடித்து பள்ளிச் சீருடை அணிந்துகொண்டு வீதிக்கு ஓடினேன். பேருந்தில் ஏறிப் போராட்டம் நடக்கும் இடத்தில் சென்று இறங்கினேன். ஏற்கெனவே அங்கே வந்திருந்த பள்ளிக்கூடத்தின் மூத்த மாணவர்களும் மாணவிகளும், போராட்டத்தின் கோஷங்களையும் கோரிக்கைகளையும் வண்ண மட்டைகளில் எழுதிக் கொண்டிருந்தனர். 'விடுதலை செய்! விடுதலை செய்! எங்கள் ஆசிரியரை விடுதலை செய்!' என்ற கோரிக்கையை எழுதிக்கொண்டிருந்த ஆஷா அக்கா என்னை அழைத்து "என்ன வேடிக்கை பார்த்துக் கொண்டிருக்கிறாய், எங்களுக்கு உதவி செய்" என்றாள். சங்கரப்பிள்ளை வாத்தியாரின் அணுக்கமான மாணவன் என்றால் எல்லோரும் என்னைத்தான் சொல்லுவார்கள். அவர் எழுதிய நாடகங்கள் பலவற்றில் நடித்திருக்கிறேன். அவரை விஞ்சி நிற்க யாழ்ப்பாணத்தில் வேறொரு நாடக வாத்தியார் இல்லை. ஆனால், இன்றைக்கு அவரை நாங்கள் இந்தக் கொடுங்கோலர்களிடம் பறிகொடுத்திருக்கிறோம். அவரை மீட்க வேண்டும். அவர் எழுதி நிகழ்த்திய 'ஒப்பந்தம்' என்கிற நாடகத்தில் ஒரு பாத்திரம் சொல்லுகிற வசனத்தை நான் சொல்லிப் பார்த்தேன்.

"ஓம், எங்களை நீங்கள் ஆயுதங்களாலும், புக்காராக்களாலும், ஹெலியாலும் கொல்ல முடியாமல் மீண்டுமோர் அமைதி ஒப்பந்தத்தால் கொல்லத் துணிந்துவிட்டீர்கள். மகாராஜாக்களே! உங்களுடைய கொலைவாள்களை எங்களுடைய முண்டங்களில் கூர் பார்ப்பீர்கள். ஆனால், புதைக்கப்பட்ட எங்களுடைய

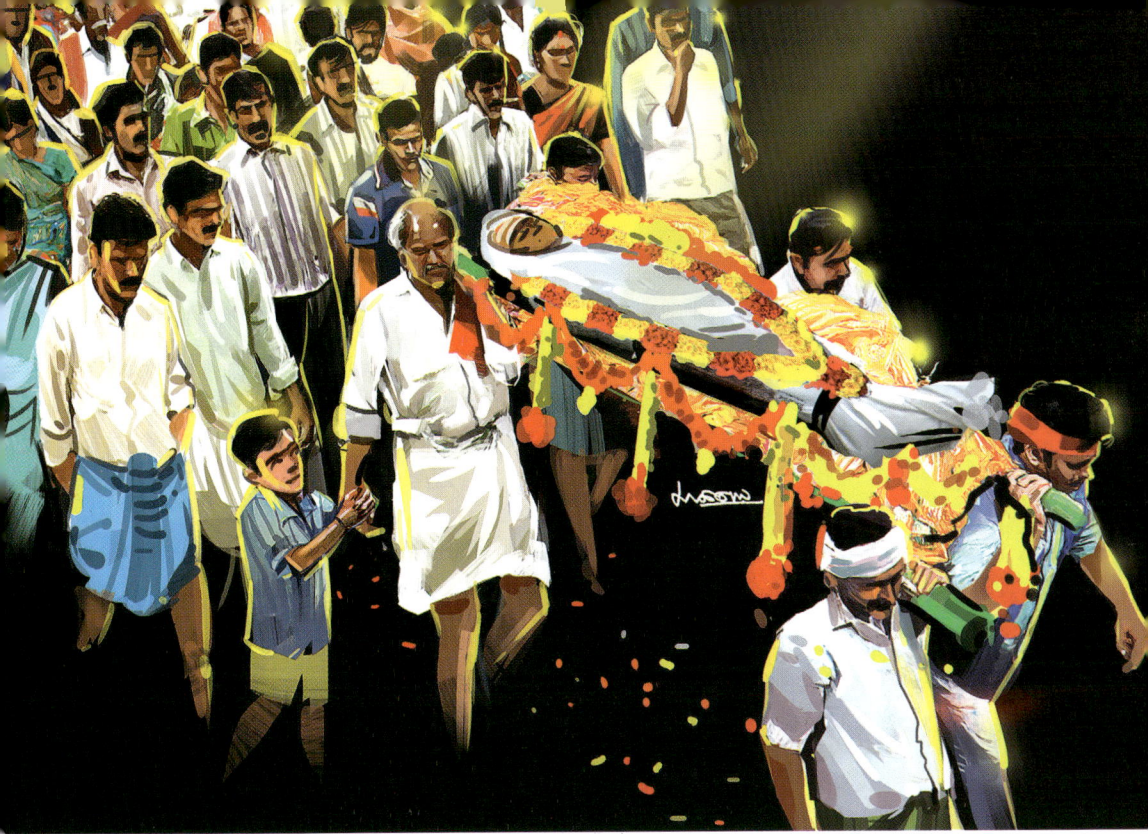

எலும்புகளை எடுத்துக்கொண்டு உங்களைத் தாக்க ஓடிவரும் எங்களுடைய குழந்தைகளைத் தாக்கவல்ல ஆயுதங்கள் உங்களிடம் இருக்கப்போவதில்லை. இருந்து பாருங்கள், உங்களுக்குத் தெரியாத யுத்தமொன்றை எங்களுடைய எலும்புகளை ஏந்தி நிற்கும் குழந்தைகள் நிகழ்த்துவர்."

பள்ளிச்சீருடையோடு மாணவர்கள் பெருமளவில் குவிந்த வண்ணமிருந்தனர். போராட்டம் காலையில் ஒன்பது மணிக்கு ஆரம்பமானது. கூட்டத்தின் முன்னணியில் மாணவத் தலைவர்களும் தலைவிகளும் நின்றுகொண்டனர். அந்தப் போராட்டத்தை முன்னின்று நடத்திய மாணவ முதல்வர் தவா அண்ணா எல்லா ஒழுங்குகளையும் செய்து கொண்டிருந்தார். ஆசிரியர்கள் சிலர் அன்றைக்கு விடுமுறை எடுத்துக் கொண்டு வீடுகளில் நின்றனர். போராட்டத்துக்கு வந்திருந்த ஆசிரியர்கள்மீது மாணவர்களுக்கு வாஞ்சை ஏற்பட்டது. ஆசிரியை வசந்தி தன்னுடைய கைப்பட எழுதிய கண்டன அறிக்கையை ஆங்கிலத்தில் வாசித்தார். இப்படியான மனித உரிமை மீறல்களை நிகழ்த்தும் ராணுவத்தினரின் கெடுபிடிகள் மாணவர்களுக்கு அச்சத்தையும், நிம்மதியற்ற சூழலையும் ஏற்படுத்துவதாக அவர் சுட்டிக்காட்டினார். மாணவர்கள் கோஷங்களை எழுப்பியபடி அமர்ந்திருந்தனர். இந்தப் போராட்டத்தின் பின்னால் புலிகள் இயக்கத்தின் மாணவர் அமைப்பினர் இருந்து செயல்படுவதாகவும், உடனடியாக மாணவர்கள் அனைவரும் கலைந்து செல்லவேண்டும் எனவும் போலீஸார் எச்சரித்தனர். ராணுவத்தினர் குவிக்கப்பட்டனர். ஊடகங்கள் புகைப்படங்களையும் காணொலிகளையும் எடுத்தவண்ணமிருந்தன. மாணவத் தலைவர்

ஓவியன், 'இந்தப் போராட்டத்துக்கும் புலிகள் இயக்கத்துக்கும் எந்தவிதத் தொடர்புமில்லை. எங்களுடைய போராட்டத்தை திசைதிருப்ப வேண்டாம்' என போலீஸாரோடு பேச்சுவார்த்தை நடத்தினார். ஆனால், போலீஸார் ஒத்துக்கொள்ளவில்லை. மிரட்டல் தொனிக்க அறுதியாக இப்படிச் சொல்லி முடித்தனர்.

"இன்னும் பதினைந்து நிமிடங்களில் நீங்கள் இந்த இடத்தைவிட்டுக் கலைய மறுத்தால், நாங்கள் உங்களைத் தாக்குவோம். நாங்கள் என்றால் போலீஸ் மட்டுமல்ல, இதோ வந்திருக்கும் ராணுவத்தினரும்தான் என்பதை உங்களுக்கு அழுத்தமாகச் சொல்லிக்கொள்கிறோம்."

கூடியிருந்த எங்களுக்குள் பயத்தின் கண்கள் விழித்தன. அடுத்த கணத்தில் எதுவும் நிகழலாம் என்கிற பதைபதைப்பும் நடுக்கமும் எனக்குள் அதிர்ந்தன. தாடைகள் முட்டி நடுங்கத் தொடங்கின. சிறுநீர் கழித்தால் கொஞ்சம் இயல்புக்கு வருவேன் என்று தோன்றியது. எழுந்து சென்று எங்கே போவது. மாணவத் தலைவர்கள் கோஷங்களை எழுப்புமாறு சொல்கின்றனர். அச்சமும் நடுக்கமும் சூழ்ந்திருக்க அடிப்படை வாழ்வுரிமைக்காகப் போராடும் ஒவ்வொரு கணமும் முக்கியமென எல்லோரும் கோஷம் எழுப்புகிறோம்.

''ஆக்கிரமிப்பாளரே! ஆக்கிரமிப்பாளரே!

எங்கள் ஆசிரியர் சங்கரப்பிள்ளை எங்கே? எங்கே?

ஆக்கிரமிப்பாளரே! ஆக்கிரமிப்பாளரே!

எங்கள் ஆசிரியர் சங்கரப்பிள்ளை எங்கே? எங்கே?"

நிமிடங்கள் கழிகின்றன. போலீஸார் மீண்டும் வந்து எச்சரிக்கின்றனர். ராணுவத்தினர் மாணவத் தலைவரை அழைத்துச் சென்று ஏதோ கதைக்கின்றனர். ஆனால், அவர் மறுத்து மீண்டும் வந்து கோஷங்களை எழுப்புகிறார். ஆசிரியர்கள் சிலர் கண்ணிமைக்கும் நேரத்தில் காணாமல் போய்விட்டனர். போலீஸார் கைகளைக் காட்டி "எழும்புங்கள்" என்கின்றனர். நாங்கள் குரல் உயர்த்தி "விடுதலை செய்... விடுதலை செய்... சங்கரப்பிள்ளையை விடுதலை செய்" என்று கத்துகிறோம். கலவரத்தை அடக்கும் கவச உடையணிந்து காத்திருந்த போலீஸ்காரனின் கண்கள் வெறிகொண்டிருந்த அந்த நாளின் முதல் புள்ளியாகச் சிவந்திருந்தன. அவன் முதல் கண்ணீர்ப் புகைக்குண்டை எங்களை நோக்கி எறிந்தான்.

12

கண்ணீர்ப் புகைக்குண்டுகள் வீசியும், தண்ணீர் பீய்ச்சியடித்தும் போராட்டத்தில் ஈடுபட்டிருக்கும் மாணவர்களை போலீஸார் அச்சுறுத்தினர். அச்சம் பீடித்திருந்தாலும் மாணவர்கள் அனைவரும் அப்படியே இருந்தோம். ஒருவர்கூட அங்கிருந்து தப்பிச்செல்ல மனதளவில்கூட எண்ணவில்லை. கோஷங்கள் ஓயாமல் ஒலித்தபடியிருந்தன. ராணுவத்தினர், மாணவர்களை வீதியில் போட்டு மிதித்தனர். தங்களுடைய வாகனத்திலிருந்து எடுத்த துடுப்பாட்ட மட்டைகளால் கிடைப்போரையெல்லாம் அடித்து வெறியாடினர். மாணவத் தலைவர்களுக்கும் போலீஸாருக்கும் இடையில் கைகலப்பு வந்திற்று கண்ணீர்ப் புகைக்குண்டுகள் விழுந்த வண்ணமே இருந்தன. கற்களைக் கையில் எடுத்த மாணவர்கள், ராணுவத்தினரை நோக்கி வீசத் தொடங்கினோம். என்னுடைய கையிலிருந்து பறந்து சென்ற முதல் கல், ராணுவ வாகனத்தின் கண்ணாடியைச் சேதம் செய்தது. போலீஸார் மேல் வெடிவைத்து மீண்டுமொரு எச்சரிக்கை செய்தனர். ரத்த மணத்தின் மீது நடுவெயில் எறித்தது. காயங்களோடும் வலியோடும் இருந்த மாணவர்கள், “சங்கரப்பிள்ளை வாத்தியாரை விடுதலை செய்” என்று சொல்லிக்கொண்டேயிருந்தனர். ஊடகங்கள்

நடப்பவை அனைத்தையும் செய்தியாக்கும் வேகத்தோடு வேடிக்கை பார்த்துக்கொண்டிருந்தன. அந்தப் போராட்டம் இறுதியாக அரச அதிகாரி ஒருவரால் மத்தியஸ்தம் வகிக்கப்பட்டு முடித்து வைக்கப்பட்டது. 'சங்கரப்பிள்ளை வாத்தியார் விடுவிக்கப்படுவார்' என்று மாணவர்களுக்கு உறுதியளிக்கப்பட்டது. அந்திச் சூரியன் எங்களுடைய ரத்தத்தில் நிறமெடுத்து செக்கச் சிவந்திருந்தான்.

அடுத்த நாள் காலையில், எங்களுடைய பள்ளிக்கூடத்தில் ராணுவத்தினர் குவிக்கப்பட்டனர். நேற்றைய போராட்டத்தில் பங்கெடுத்த முதன்மையான மாணவர்கள் ஆயுத முனையில் மிரட்டப்பட்டனர். ராணுவ அதிகாரி கொச்சைத் தமிழில் சொன்னார்.

"நீங் ந்தாமாத்திரி செஞ்சா... நாங் வேறே மாத்திரி செய்யம்... சரி?"

நின்றுகொண்டிருந்த மாணவர்களில் ஒருவரான காண்டீபன் அதிகாரியை நோக்கிக் கேட்டான்.

"என்ன செய்வியள், பிடிச்சுக் கொண்டுபோய் சுட்டுக் கொல்லுவியள். அதுதானே உங்களால முடியும்?"

மாணவர்களுக்கும் ராணுவ அதிகாரிக்கும் இடையே நடந்த பேச்சுவார்த்தை எந்த மாற்றங்களையும் கொண்டுவரவில்லை. பள்ளிக் கூடத்தை ராணுவம் முற்றுமுழுதாக ஆக்கிரமித்தது. போராட்டத்தில் ஈடுபட்ட மாணவர்களையும் ஆசிரியர்களையும் மாறி மாறி விசாரணை செய்தனர். நாளேடுகளில் இந்தச் செய்திகள் வெளியாகின. சில மாணவர்கள் ராணுவ முகாமுக்கும் அழைத்துச் செல்லப்பட்டனர். அக்கா முதன்முறையாக 'இன்றைக்கு நீ பள்ளிக்கூடம் போகாதே' என்று சொல்லும் நாள்கள் அப்போதுதான் வந்தன. ஆனால், நான் பள்ளிக்கூடம் போக விரும்பிய நாள்கள் அவையாகின.

ஒருநாள் அதிகாலையில், மருதன் அண்ணா வீட்டிலிருந்து வேறோர் இடத்துக்குச் செல்ல ஆயத்தமாகிக்கொண்டிருந்தார்.

அக்கா அவருக்குத் தேத்தண்ணி போட்டுக் கொடுத்தாள். படுக்கையில் கிடந்தபடியே அவரைப் பார்த்தேன்.

"தம்பி நான் போய்ட்டு வாறன், நல்லாய் படியடா" என்றார்.

அவரின் புத்திமதி உபயம் அந்தப் பொழுதில் எனக்கு அந்நியமாகவிருந்தது. அக்கா அவரைப் பார்த்துக்கொண்டிருந்தாள். கையில் கிடந்த வோக்மெனை அக்காவுக்குக் கொடுத்து, "இதை நீங்கள் வெச்சுக்கொள்ளுங்கோ" என்றார். அதிகாலையொரு நரம்புக் கருவியாக அக்காவுக்குள் ஸ்வரங்களை மீட்டியது. எந்த மறுப்பும் சொல்லாமல் வாங்கி வைத்துக்கொண்டாள். விலகிடும் இருளும், கசிந்திடும் ஒளியும் சேர்ந்திருக்கும் அதிகாலைக்குள்ளால் மருதன் அண்ணா விடைபெற்றுக் கொண்டார். அக்காவின் உயிருள்ளே வலியின் குரல் தேம்பி நின்றது.

உடையும் சொல்லைப்போல தனக்குள் முறிந்து கரைந்தாள். துஞ்சல் அழிந்த அவளுடைய கண்கள் கலங்கின. கதவைச் சாத்திவிட்டு அப்படியே பாயில் அமர்ந்துகொண்டாள்.

காலையில் பள்ளிக்கூடம் செல்லும் பேருந்துக்காகக் காத்திருந்தோம். நேரங்கடந்தும் பேருந்து வருவதாயில்லை. மாணவர்களுக்குக் குழப்பம் தோன்றியது. சிலர் பயந்துபோய் வீடுகளுக்குத் திரும்பினர். என்ன நடந்தாலும் பள்ளிக்கூடம் போவதிலிருந்து இன்றைக்கு பின்வாங்கப்போவதில்லையென, கிட்டத்தட்ட பன்னிரண்டு கிலோ மீட்டர் நடந்துபோவதற்கான முதல் அடியை எடுத்துவைத்தேன். மனத்தின் கொந்தளிப்புத் தீராமல் சுழன்றடித்தது. என்னோடு பத்துக்கு மேற்பட்டவர்கள் இணைந்து வந்து கொண்டிருந்தனர். எங்களுக்குள் நிறைய ஊகங்கள் பிறந்தன.

“ஆர்மிக்காரங்கள்தான் பஸ்ஸ மறிச்சு வெச்சிருப்பாங்கள், அவங்களுக்கு எங்கட பள்ளிக் கூடத்தில கோபம் வந்திட்டுது.”

“நீ ஏன் அப்பிடி சொல்லுறாய் மச்சான். சில வேளையில பஸ்ஸுக்குக் காத்து போயிருக்குமெல்லே.”

“என்ன சனியனோ தெரியேல்ல, ஆனால் ஆர்மிக்கு எங்கட பள்ளிக் கூடத்தில நல்ல கறள். அதுமட்டும் தெளிவு.”

நாங்கள் ராணுவ சோதனைச் சாவடியை வந்தடைய ஒரு மணித்தியாலம் ஆகியிருந்தது. அதைக் கடந்து ஐந்து நிமிடங்கள் நடந்துவிட்டால் பள்ளிக்கூடம் வந்துவிடும். சோதனைச்சாவடியில் நடந்து வந்த மாணவர்களை அழைத்துச்சென்று உள்ளே நிறுத்திவைத்தனர். உள்ளேயொரு வானொலியில் சிங்களப் பாடல் ஒலித்துக்கொண்டிருந்தது. எங்களைப் பள்ளிக்கூடம் போகவேண்டாம் திரும்பிச் செல்லுங்கள் என்று உத்தரவிட்டனர்.

“பஸ் வராமல் அவ்வளவு தூரம் நடந்து வந்தனாங்கள், பள்ளிக்கூடம் போக விடுங்கோ” என்றேன்.

குள்ளமாக இருந்த சிப்பாய் ஒருவன் என்னைக் கன்னத்தில் அறைந்து “வீட்டுக்கு ஓடு, இல்லாட்டி சுட்டுப்போடுவேன்” என்று மிரட்டினான். எல்லோருக்குள்ளும் வாழ்தலின் ஆசை பொங்கிவழிந்தது. உடனடியாக அங்கிருந்து வந்த வழியே நடக்கலானோம். என்னால் சகிக்க முடியாத அவமானத்தின் ரேகைகளாக அந்தச் சிப்பாய் அறைந்த விரல் தடயங்கள் கன்னத்தில் பதிந்திருந்தன. நான் வீட்டுக்கு வந்ததும் அக்காவிடம் நடந்ததைச் சொன்னேன். அவள் என்னைக் கட்டியணைத்து, ‘‘நீ இனிமேல் பள்ளிக்கூடம் போகவேண்டாம்’’ என்று அழுது வடித்தாள்.

“நான் போவேன், மிலேச்சர்களின் சோதனைச் சாவடிகளைக் கடந்து எனது வகுப்பறைக்குள் போவேன்” என்றேன். “அப்படியெல்லாம் கதைக்கக்கூடாது தம்பி. உந்தத் திலைவாருக்கு ஈவிரக்கமே இல்ல. உனக்கொண்டு நடந்தால் ஆரிட்ட போய் நிக்கேலும் சொல்லு” என்றாள்.

சங்கரப்பிள்ளை வாத்தியாரை ராணுவம் கடத்திச் சென்றமைக்கான காரணங்கள் பலவிருந்தன. அவற்றில் ஒன்று, அவர் எழுதி அரங்கேற்றிய ‘ஒப்பந்தம்’ என்கிற நாடகம். அந்த நாடகத்தில் நானொரு வெள்ளைப்புறா கதாபாத்திரத்தில் நடித்தேன். மேடையையே முட்கம்பிகளால் சுற்றிவளைத்து

அதற்குள் நின்றுகொண்டு அந்த நாடகத்தை நிகழ்த்தினோம். அந்த நிகழ்வுக்குப் பிரதம விருந்தினராக வந்திருந்த ராணுவ அதிகாரி, சுட்டுக்கொல்லப்பட்ட அதிபர் ஆகியோர் முன்னிலையில் நாடகம் தொடங்கியது. ஒரு பொல்லுக்கிழவனின் தோற்றத்தில் முள்ளுக்கம்பிக்குள் கையையும் காலையும் விட்டுக்கொண்டு சங்கரப்பிள்ளை வாத்தியார் பாடத் தொடங்கினார்.

"தாய்நிலமே... தாய்நிலமே...

உன் பிள்ளை நாம் அழுதே...

நாம் அழுதோம்; நாள் அழுதோம்

நம் வாழ்வு தீயெரிய...

முள்ளுக்கம்பி சூழ்ந்திருக்க

வெள்ளைப்புறா எங்கு பறக்க?

சொல்லுக்கேனும் அமைதியிங்கே

சொல்லிக்கொடுக்க ஆரு இருக்கா?

புத்தனுக்கு ரத்தபலி கேக்குமிந்த தீவிலே - எங்கள்

நித்தியத்தின் கழுத்தறுத்து வீசுகின்ற வெறியரே

நீங்கள் வேறு நாடு

நாங்கள் வேறு நாடு

நிறைய வேறுபாடு

நிறைய வேறுபாடு..."

பொல்லுக்கிழவன் தன்னுடைய குரலைத் தணித்து ''எங்கே சமாதானம்?" என்று கேட்க அலகில் தானியங்களைக் கொத்தியபடி நடந்துகொண்டே,

வெள்ளைப் புறா: ''நானே சமாதானம், நானே சமாதானம்..."

கிழவன்: "வாருங்கள் சமாதானமே, உங்களுக்கு எங்கள் மொழி புரிகிறதே, ஆச்சர்யம்தான்!"

வெள்ளைப்புறா: ''எனக்கு எல்லோரினது மொழியும் புரிகிறது. ஆனால், என்னுடைய மொழியை நீங்கள் புரிந்துகொள்ள மறுக்கிறீர்கள்."

கிழவன்: ''இல்லையே... எங்களுக்கு நன்றாக விளங்கும். நாங்கள்தான் உங்களைப் பாதுகாக்க எண்ணுபவர்கள்."

வெள்ளைப்புறா: ''அப்படியா? உங்களின் கையிலும் ஆயுதமிருக்கிறதே."

கிழவன்: (சிரிக்கிறார்) ''ஐயோ இது என்னுடைய பொல்லு. இந்தத் தள்ளாடும் வயதில் ஊண்டி நடக்க அதுதான் துணை."

வெள்ளைப்புறா: ''மன்னிக்க வேண்டும் ஐயா! இந்த நாட்டில் என்னைக் காயப்படுத்திக் கொண்டே இருக்கிறார்கள். நான் இங்கேயே இறந்துபோய்விடுவேன் என்று எண்ணுகிறேன்."

கிழவன்: ''சமாதானம் ஒரு பயங்கரவாதி என்று சொல்லிவிட்டால் அது நடந்துவிடுமே..."

வெள்ளைப்புறா: ''ஐயோ அப்படியெல்லாம் சொல்லாதே. அதோ பிரதம விருந்தினர் என்னைப் பார்த்துக்கொண்டிருக்கிறார். நாளை என்னைக் கடத்திச் சென்று சுட்டுக் கொன்றுவிடுவார்... அமைதியாய் இரு."

கிழவன்: "நீங்களே பயப்பிடலாமா?"

வெள்ளைப்புறா: ''நான் பயப்பிடாமல்?"

வெள்ளைப்புறா அங்குமிங்கும் தானியங்களைக் கொத்தித் தின்ன, அழுகிய முண்டங்கள் அதன் அலகில் கிடைக்கின்றன. பொல்லுக்கிழவன் மீண்டும் ஒரு பாடலைச் சமாதானமாகிய என்னை

நோக்கிப் பாடத் தொடங்கினார்.

'வெள்ளை நிறமுடுத்தி வந்த தேவதையே

உன்னை வாசமலர் தொடுத்து வாழ்த்தி வரவேற்றோம்

போர் அழித்து

எங்கள் வாழ்வுக்கு சுகமளிப்பாய்

என்று கோலமிட்டோம்

உன்னைக் கும்பிட்டோம்...

ஆனால் எங்கள் வாழ்வு அழிய வேணுமென்றே வேடிக்கை பார்க்கிறாய்

நகரழிந்து

சனமழிந்து

நாடழிந்துபோனாலும்

நீ வேடிக்கை பார்க்கிறாய்...

கொழும்புக்கு ஒரு நீதி

வன்னிக்கு ஒரு நீதி

அவனுக்கு ஒரு நீதி

இவனுக்கு ஒரு நீதி

நீயுந்தன் நாடகத்தை நிறுத்தடி - ஒப்பந்தச்

சேலைதனை மாற்றடி...

கலை நிகழ்வுகள் அனைத்தும் முடிவடைந்ததும் சங்கரப்பிள்ளை வாத்தியாரை அழைத்த அதிபர், கடுமையாகத் திட்டினார். "உமக்கேன் இந்தத் தேவையில்லாத வேலை?" சங்கரப்பிள்ளை வாத்தியார் எதுவும் கதையாமல் நின்றுகொண்டிருந்தார்.

அக்காவும் நானும் இரவுப் படுக்கைக்காகப் பூட்டம்மாவின் வீட்டுக்குச் சென்றோம். காலையில் ஆர்மிக்காரன் அடித்த விஷயத்தை அவளிடம் அக்கா சொன்னாள். என்னைக் கட்டியணைத்து ஆரத்தழுவிக்கொண்டு என்னை ஆற்றுப்படுத்தினாள். பின்னர் மனம் தோய்ந்து பன்னிச்சையடி கிராமத்தின் சில நினைவுகளைச் சொல்லத் தொடங்கினாள். அப்போது சரமாரியாகத் துப்பாக்கிகளின் ஓசை வெளியே கேட்கத் தொடங்கியது.

13

‘நேற்றிரவு ராணுவத்தினர் மீது துப்பாக்கிச் சூடு. மூவர் பலி, இரண்டு பேர் படுகாயம்’ என்று அடுத்த நாள் செய்திகள் வெளியாகின. பூட்டம்மாவின் வீட்டில் நின்று பார்த்தால் தெரிகிற பெரிய முடக்கில் இந்தச் சம்பவம் நடந்தேறியது. அன்றைக்கு நான் பள்ளிக்கூடம் செல்லவில்லை. எல்லாப் பக்கங்களிலும் கொதித்துக்கொண்டிருக்கும் ஒரு நாளைக் கடப்பதென்பது சிரமமானது. அக்காவும் நானும் பூட்டம்மாவின் வீட்டுக்குள்ளேயே இருந்தோம். வீதியில் இறங்கவே பயமாகவிருந்தது. சன நடமாட்டமற்ற வீதியில் எரிக்கும் வெயிலோடு பயங்கரமும் ஊர்ந்தது. “சமாதானம் குருதியில் ததும்பி, தருணத்தின் மிகச்சிறு இடைவெளிகளில் உயிர்தப்பிக்கொள்கிறது” என்றாள் பூட்டம்மா. கைவிடப்பட்ட நாளின் தத்தளிப்பு வேரடி மண்ணிலிருந்து உச்சிக்கிளைக்கு மேலேறி வந்தது. சங்கரப்பிள்ளை வாத்தியாருக்கு என்ன நேர்ந்திருக்குமோ என்று திடீர் பதைபதைப்பு தோன்றியது. பகல் காயம்பட்டு அசைய மறுத்தது. உறைந்த கடலில் இறந்திருக்கும் மீன்களைப்போல நிமிடங்கள் காய்ந்தன. துயிலற்ற நிலத்தின் விழிகள் சிவந்திருந்தன. காற்றை நிறைக்கும் குருதி வீச்சம் சனங்களின் பிராணத்தில் தனித்திருக்கிறது. அமைதியும் ஓலமும் பெருநிலத்தை அதிர்விக்கின்றன.

மாலைப்பொழுதில் அக்காவும் நானும் வீட்டுக்கு வெளிக்கிட்டோம். பூட்டம்மா "கவனமாகப் போங்கோ" என்று சொல்லி அனுப்பிவைத்தாள். இருவரும் பிரதான வீதியிலிருந்து உட்பாதைக்குள் போகும் வரை மிக வேகமாக நடந்து சென்றோம். என்னைக் கன்னத்தில் அறைந்த ராணுவத்தினனின் முகம் வெறிகொண்டலையும் விளைச்சலோடு என் கண்களுக்குள் கூச்சலிட்டது; உடல் தவித்தது. அவமானத்தின் கசப்பு எல்லையற்ற தீக்கனலாக அசைந்தது. "இன்றில்லை என்றோ ஒருநாள் எங்கள் மண்ணை விட்டு இவர்களை விரட்டியடிப்பேன்'' என்று அக்காவிடம் சொன்னேன்.

"ரோட்டில சத்தம் போடாமல் வா."

கதவைத் திறந்துகொண்டு உள்ளே நுழைந்தோம். நடுவீட்டில் கோயில் நாகம் நின்றுகொண்டிருந்தது. அக்கா பயந்துபோய் எனது கைகளைப் பிடித்துக்கொண்டாள். நாகத்தின் மினுக்கம் மாயக் கவர்ச்சியாக இருந்தது. தசை விரியத் தலைதூக்கி நிற்கையில், முப்புரம் எரித்த சிவனுக்கு நாணாக இருந்த நாகத்தை நினைத்துக்கொண்டேன். அக்காவும் நானும் கும்பிட்டபடி நின்றோம். நாகம் எங்களைக் கடந்து ஊர்ந்தது. அருள் சுழலும் அதன் மேனியில் குளிர் உலர்ந்து வெப்பம் கூடியிருந்தது. அக்கா பாம்பு போகும் திசையைப் பார்த்துக்கொண்டிருந்தாள்.

நெடுவல் ராசனோடு வேட்டைக்குப்போன முதல்நாள். உப்புக்காட்டினுள்ளே இரண்டு உடும்புகளை வேட்டையாடிய பிறகு களைத்துப்போய் அமர்ந்திருந்தோம். வேட்டை நாய்கள் எங்களைச் சூழ்ந்து நின்றுகொண்டன. மழை பெய்யுமாற்போலிருந்தது. நெடுவல் ராசன் சொன்னார்.

"ஆதீரா... இந்தக் காடு வேட்டைக்கு மட்டுமில்ல, எங்கட வணக்கத்துக்கும் உரியது. உனக்கு நான் சொல்லுறது இப்ப விளங்காது. ஒருநாள் முழுசா விளங்கும்."

"இல்லையண்ணே, எனக்கு விளங்குது. நீங்கள் சொல்லுங்கோ."

"இந்தக் காட்டில இருக்கிற பன்னிச்சைத் தாய் எங்கட தாய் தெய்வம். அவள் எங்கட குடி காக்கிற ஆள் மட்டுமில்ல. அறம் காக்கிற ஆள். கோபக்காரி."

"ஓம் அம்மா சொன்னவா. பன்னிச்சைத் தாய் மன்னனுக்கும் அஞ்சமாட்டாவாம். நீதியெண்டால் நீதியாம்."

நாங்கள் கதைத்துக்கொண்டிருக்க மழை தூறத் தொடங்கியது. எழும்பி நடக்கத் தொடங்கினோம். மழையும் வெய்யிலும் முத்தமிட்டு முத்தமிட்டு மோகம்கொண்டு பெய்தும் எறித்துமிருக்க, உப்புக்காட்டின் வாசம் நீர்மையில் கலந்து ஆயிரமாயிரம் மலர்களாகின. ஓர் இறக்கத்தைக் கடந்து மேலேறி வருகையில், அடர்ந்த சிறுவெளியில் பாம்புகள் புணர்ந்துகொண்டிருப்பதைப் பார்த்தோம். நெடுவல் ராசன் கையெடுத்துக் கும்பிட்டுவிட்டுச் சொன்னார்.

"இண்டைக்கு நல்ல மழை இருக்கு பெடியா, பெரிசுகள் கூடுறது நல்ல மழைக்கான சகுனம்."

பிணையும் பாம்புகளைப் பார்த்துக் கொண்டிருந்தேன். அவற்றின் அந்தர முத்தங்களையும் இரக்கமற்ற வேகத்திலான தழுவல்களையும் பொங்கிப் பெருகும் ஆவலோடு ரசித்திருந்தேன். காமத்தின்

திணையில் உவமைக்கு இடமில்லை. அனைத்தும் மந்திரச் சொற்கள். சிதறுவதெல்லாம் முழுமை. வீசும் காற்றில் ஓடிவதெல்லாம் மோகத்தின் களைகள். வடிவின் சுடரொளி பரவி நிற்கப் பிணையும் நாகத்தின் கருமேனியில் நெருப்பின் பெருக்காகப் புணர்ச்சியின் மதர்ப்பு. ஒவ்வொரு நொடிக்குள்ளும் எத்தனை நெளிவுகள், அபிநயங்கள். ‘‘பாம்புகளின் நிழலிலும் அருள் பொழியும்” என்றார் நெடுவல் ராசன்.

நாங்கள் முன்னர் இருந்த வாடகை வீட்டின் கோடிப்பக்கத்தில் ஒரு மழை நாளில் பாம்புகள் பிணைந்திருந்தன. அம்மா அப்போது வந்திருந்தாள். அக்காவை ஒரு புது வெள்ளைத்துணி எடுத்துவரச் சொல்லி பிணையும் பாம்புகளுக்கு அருகில் அதை விரித்துவைத்தாள். புணர்வின் நடனத்தில் நகர்ந்து நகர்ந்து வெள்ளைத் துணியின் மீது படர்ந்தன. அம்மா கையெடுத்துக் கும்பிட்டு கண்ணீர் மல்க அதைப் பார்த்துக்கொண்டிருந்தாள். பாம்புகள் அங்கிருந்து போனதும் வெள்ளைத்துணியை எடுத்துவந்து பார்த்தாள். மெல்லிய மஞ்சள் நிறம் கோடுகளாகப் பதிந்திருந்தன. அந்தத் துணியைக் கும்பிட்டு சாமித்தட்டில் மடித்துவைத்தாள்.

“கோயில் பாம்பு குற்றங்களைப் பொறுக்காதடா, சுத்தமாக இருக்க வேணும்” என்றாள் அக்கா. பூட்டம்மா அதிகாலையில் எழும்பி நீராடுவாள். அவளது நீளக்கூந்தலை ஒவ்வொரு நாளும் அரைத்த சீயாக்காயால் குளிர்விப்பாள். நித்தமும் அதிகாலை ஐந்து மணியளவில் கோயிலிலிருந்து வெளிக்கிட்டு, இந்த நாகப்பாம்பு பூட்டம்மாவின் வீட்டுக்குச் சென்றுவிடும். அவளது நீர்த்தொட்டியருகில் இருக்கும் செவ்வரத்தை பூங்கன்றில் நெளிந்தபடி பூட்டம்மாவைப் பார்த்துக்கொண்டிருக்கும். ஒருநாள் பூட்டம்மா உடம்பு சுகமில்லாமல் வீட்டுக்குள் படுத்திருந்தாள். அக்கா அவளுக்குத் துணையாக இருந்தமையால், காலையில் பாத்திரங்களை மினுக்கிக்கொள்ள நீர் எடுக்கச் சென்றிருக்கிறாள். தொட்டியினுள்ளே நாகம் நீந்திக் கொண்டிருந்ததைப் பார்த்து விட்டு பூட்டம்மாவிடம் பதகளித்து ஓடிப்போய்ச் சொல்லியிருக்கிறாள். பூட்டம்மா எழுந்து வந்து தனது கைகளால் நீர் எடுத்து, அதன்மீது தெளித்து “சரி ஆச்சி நீ போய்ட்டு நாளைக்கு வா” என்றதும் நாகம் அங்கிருந்து போயிருக்கிறது. அக்கா இந்தக் கதையை என்னிடம் சொன்னதும் நம்ப முடியாமல் இருந்தது. “சரியாக ஒரு கிலோ மீட்டர் பயணம் செய்து ஒவ்வொரு நாளும் கோயில் பாம்பு இப்படி போய்ட்டு வராது” என்றேன்.

“நீ நம்பாட்டி போ” என்றாள்.

பின்னர் ஒருநாளில், இவற்றை விடவும் வேறொரு மயிர்க்கூச்செரியும் சம்பவத்தை நானே கண்ணுற்றேன். மார்கழி மாதம், திருவெம்பாக்காலம். பூட்டம்மாவின் வீட்டிலிருந்து குளித்து கோயிலுக்குச் செல்வதற்காகக் கண்விழித்தேன். நீர்த்தொட்டியில் குளித்துக்கொண்டிருந்தேன். அப்போது செவ்வரத்தைப் பூங்கன்றின்மீது அசைவு தெரிந்தது. நான் மெல்லிய இருட்டில் அதைப் பொருட்படுத்தவில்லை. பின்னர் கேட்டுப் பழக்கமற்ற ஒரு சத்தம் கேட்கிறது. நான் குளித்து முடித்துவிட்டுத் துடைத்துக் கொண்டிருந்தேன். எனக்கருகே

அவிந்த நெல்லின் வாசனை. 'உஸ்... ஸ்...ஸ்...' என்றொரு காற்றின் சத்தம். திரும்பிப் பார்க்கிறேன். படமெடுத்து நிற்கிறது நாகம். நான் பயந்தடித்து ஓடிப்போய் அக்காவைத் தட்டி எழுப்பினேன். "அது இருந்தால் உனக்கு என்னடா?" என்று கேட்டுவிட்டு புரண்டு படுத்துக்கொண்டாள். பூட்டம்மாவை எழுப்பி, "பாம்பு வந்திருக்கிறது" என்றேன்.

"அவள் ஏன் இப்ப வந்தவள்" கேட்டுக்கொண்டே ஒருவித யோசனையோடு நீர்த்தொட்டிக்குப் போனாள் பூட்டம்மா. நான் அவளுக்குச் சில அடிகள் பின்னே நின்று பார்த்துக்கொண்டிருக்கிறேன். பூட்டம்மா பாம்பின் முன்னால் போய் நின்று,

"என்னடி கிழவி, என்ன பிரச்னை" அதிகாரமாகக் கேட்கிறாள்.

பாம்பின் அசைவுகளைப் பூட்டம்மா பாஷையாகத் தெரிந்து வைத்திருக்கிறாள்போலும். பாம்பு தனது படமெடுத்தாடும் முகத்தை முன்னே பின்னேயென ஆட்டுகிறது.

"சரி, நான் நாளைக்கு வருகிறேன். இப்போது நீ போ" என்கிறாள்.

பாம்பு அங்கிருந்து நகரத் தொடங்கியது. பூட்டம்மா வீட்டுக்குள் வந்தாள். அவளது கண்கள் வெளிச்சம் பொருந்திய நீல மலர்களைப்போல இருந்தன. என்னிடம் கேட்டாள்.

"என்னடா விடுப்பு பார்த்துக் கொண்டு நிக்கிறாய்..."

"பாம்போட மாறி மாறி கதைக்கிறியள். அதுவும் கதைக்குதா உங்களோட?"

"விசரா... பூமியில எல்லாத்துக்கும் கதைக்கத் தெரியும். ஒரு பிறவி ஊமைக்கும் கதைக்கத் தெரியும். ஆனால் எங்களுக்கு அவையளோட பாஷை தெரியாது. அதுதான் பிரச்னை."

"அப்ப பாம்புக்கும் பாஷை இருக்கோ?"

"இல்லாமல்... என்னால எப்பிடி கதைக்க ஏலும் சொல்லு."

"அதென்ன பாஷை?"

பூட்டம்மா வெடித்துச் சிரித்தாள். வீசியெறியும் அலையின் உச்சியில் நீந்தும் கயலைப்போல் அந்தரத்தில் மிதந்தேன். என்னைச் சூழ்ந்திருக்கும் குளிர்போக்க வெம்மையளிக்கும் தெய்வமாக பூட்டம்மா என்னை

அணைத்துக்கொண்டாள்.

"பாம்போட பாஷை!"

பூட்டம்மாவின் இந்த பதிலில் எத்தனை எத்தனை மர்மங்கள் குடிகொண்டிருக்கின்றன என்பதை என்னால் அறிய முடியாது. அவள் எல்லாவற்றையும் இப்படித்தான் சொல்வாள். அவளுக்குத் தெரிந்த பாஷைகள் யாருக்கும் தெரியாதவை.

பாம்பு வந்து நின்ற இடத்தை மிதியாமல் வீட்டுக்குள் நுழைந்தோம். அக்கா உலையேற்றினாள். நான் சங்கரப்பிள்ளை வாத்தியாருக்கு எதுவும் நடந்துவிடக்கூடாதென

வேண்டிக்கொண்டிருந்தேன். வீட்டுக்கு முன்பாக உந்துருளியொன்று வந்து நின்றது. கறுப்பு நிறத்திலான தலைக்கவசம் அணிந்திருந்த நபர், அப்படியே நேராக வீட்டின் கதவடியில் நின்று அக்காவின் பெயரைச் சொல்லி அழைத்தார். அக்கா அடுப்படியில் நின்றுகொண்டு "ஆர்?" என்று கேட்டாள். நான் ஓடிவந்து அந்த நபரைப் பார்த்தேன். அவர் தலைக்கவசத்தைக் கழற்றாமல் அப்படியே நின்றுகொண்டிருந்தார். "வீட்டின் பின்பாதையால தப்பியோடுவம்!" பயத்தில் அக்காவிடம் சொன்னேன்.

14

அக்கா, வாசலில் நிற்கும் தலைக்கவச மனிதனை எட்டிப்பார்த்தாள். எந்தத் தயக்கமுமற்று சாதாரணமாக "உள்ள வாங்கோ மருதன்" என்றாள். "இவர் மருதனில்லை வேறை ஆரோ!" என்றேன். இருவருக்கும் எதிரே நின்றவர் அப்போது தலைக்கவசத்தைக் கழற்றினார். மருதன்தான். ஒவ்வொரு நாளும் ஒவ்வோர் அவதாரம். ஒவ்வொரு நடை, உடை. கண்களைச் சிமிட்டிக்கொண்டு "என்ன தம்பி கடுமையாய் யோசிக்கிறியள்" என்று கேட்டார். "இப்பிடியா எங்களை வந்து பயப்பிடுத்திறது?" என்றேன்.

"அக்காவும் தம்பியும் சேர்ந்து கோபப்படாதேங்கோ, ஒரு தேத்தண்ணியைப் போட்டுத் தாங்கோ குடிச்சிட்டு வெளிக்கிடுறன்."

"சாப்பிட்டிட்டு போங்கோ" அக்கா சொன்னாள்.

"இல்ல, நான் அவசரமாய் வேறொரு சந்திப்புக்காகப் போகவேணும்."

மருதன் பணிய அமர்ந்தார். ஒரு வட்டத்தட்டில் அவருக்கு மிக்சரும், பிஸ்கோத்தும் எடுத்துவைத்தேன். அக்கா உலைத்தண்ணியில் நீரெடுத்துத் தேத்தண்ணி போட்டாள். மருதன் குடித்து முடித்ததும் அவசரமாக வெளிக்கிட்டார். போகும்போது என்னைப் பார்த்துச் சொன்னார்.

“ஆதீரன்... நீ உங்கட வாத்தியாருக்காக நடந்த போராட்டத்தில நிண்டு கோஷம் போட்டத பார்த்தனான். எல்லாம் நல்ல வசனங்கள்.”

“நீங்கள் எங்க நிண்டனியல், நான் உங்களைக் காணேல்ல.”

“அங்கினதான் நானும் நிண்டனான். நீ என்னை கவனிக்கேல்ல தம்பி. சரி நான் போய்ட்டு வாறன்.”

அக்காவும் நானும் அவரை வழியனுப்பி வைத்தோம். மருதனின் திடீர் வருகையும் புறப்பாடும் அக்காவை உலர்ச்சியாக்கியது.

“எப்பிடியக்கா மருதன் அண்ணாவை அடையாளம் கண்டனி?”

“ஏன் அவர் என்ன உருமறைப்பா செய்துகொண்டு வந்தவர், பார்த்ததும் தெரிஞ்சிட்டுது.”

“நான் பயந்துபோய்ட்டன். அதுதான் தப்பி ஓடிப்போகலாமெண்டு சொன்னான்.”

“ஆரெண்டு நினைச்சு இப்பிடிச் சொன்னனி?” அக்கா சிரித்தபடி கேட்டாள்.

“ஆரெண்டு தெரியாததாலதான் அப்பிடி பயந்தனான்.”

அக்கா அடுப்படிக்குள் நுழைந்து சமையலைத் தொடர்ந்தாள். என்னுடைய பாடப்புத்தகங்களை எடுத்து சும்மா புரட்டிக்கொண்டிருந்தேன். இப்படியான மனநிலை எப்போதாவது வாய்க்கும். சில வேளைகளில் புத்தகப்பையிலிருந்து அனைத்தையும் கொட்டிவிட்டு மீண்டும் அடுக்கி வைப்பேன். பள்ளிக்கூடத்தில் நடக்கும் மாணவர்கள் மீதான அடக்குமுறைகளுக்கு எதிராகப் பல்வேறு வெகுசன அமைப்புகள் கண்டனம் வெளியிட்டன. கடத்திச்செல்லப்பட்ட ஆசிரியர் சங்கரப்பிள்ளையை உடனடியாக விடுதலை செய்ய வேண்டுமென தமிழீழ விடுதலைப் புலிகளின் அரசியல் துறை அறிக்கை வெளியிட்டது. “இந்தப் பிரச்னை முடியுமட்டும் நீ பள்ளிக்கூடம் போகவேண்டாம்” என்று அக்கா சொன்னாள்.

அன்றைக்குப் பின்நேரம் அல்லியக்கா எங்களுடைய வீட்டுக்கு வந்திருந்தாள். மெலிந்து கழுத்தெலும்பு தெரியத் தொடங்கியிருந்தது, மாதக் கணக்காகியும் காந்தி அண்ணா பற்றிய எந்தத் தகவலும் அவளிடமோ, எங்களிடமோ வந்து சேரவில்லை. தொம்மைக் குஞ்சாச்சியின் செத்த வீட்டுக்காக யாழ்ப்பாணத்திலிருந்து அக்கா வெளிக்கிடும்போது அல்லியக்காவுக்குத் தெரியப் படுத்தியிருக்கிறாள். “வன்னியில காந்தியண்ணாவைக் கண்டனியளோ?” என்று கேட்டாள்.

“இல்லையக்கா... என்ர கண்ணுக்குத் தட்டுப்படேல்ல. அப்பிடி அங்க இருந்திருந்தால் அம்மாட்ட போயிருப்பார். அம்மா அப்பிடி ஒரு தகவலும் சொல்லேல்ல...”

“அப்ப எங்கையடி இந்த மனிஷன் போயிருக்குது?”

“அக்கா, நீங்கள் ஒண்டுக்கும் யோசியாதையுங்கோ... அவர இயக்கம் பாதுகாத்து வெச்சிருக்கும்... அவருக்கு இதென்ன முதல் தடவையா?”

அல்லியக்கா தளர்ந்து போகுமொரு ஆளில்லை, துணிச்சல்காரி. தந்திரம் தெரிந்த நாயகி. ‘யாரையும் நம்பாதே. எல்லோரையும் சந்தேகப்படு’ என்று அக்காவிடம் சொல்லிக்கொண்டே

இருப்பாள். 'நெய்யாய் உயிரூற்றி வளர்த்த விடுதலை வேள்வியிது' என்று கவித்துவம் பொங்கக் கதைப்பவள். ஆனால், இந்தப் பிரிவின் ஆற்றாமையை அவளால் சகிக்க முடியவில்லை. ராணுவமும், ராணுவத்தோடு சேர்ந்து இயங்கும் தமிழ் ஆயுதக்குழுவும் காந்தியண்ணாவைக் கொல்ல முடியவில்லையே என்ற அந்தரிப்போடு அல்லியக்காவின் அனைத்து நடவடிக்கைகளையும் கண்காணித்துக்கொண்டே இருந்தனர். காந்தியண்ணா இப்போது எங்கே இருக்கிறார் என அறிந்துகொள்ள எங்களிடமிருந்த ஒரே துருப்பு, சலூன் இனியவன்.

"நீ நாளைக்குக் காலமை வெள்ளனவே சலூனுக்குப் போய், அவரிட்ட கேள்."

"அவருக்கும் தெரிய வாய்ப்பிருக்கு மெண்டு நான் நினைக்கேல்ல. ஆனாலும் ஒரு தடவை கேட்டுப் பார்க்கலாம்." அக்கா சொன்னாள்.

''இல்லையடி... அவனுக்குத் தெரிய வாய்ப்பிருக்கும். அவன் கடும் ஆள். மல்லாகத்தில வெட்டின மயிரைக் கூட்டிப்பெருக்கினபடிக்கே மானிப்பாயில எத்தினை ஆர்மிக்காரன் நடந்து போறான் எண்டு சொல்லக்கூடியவன்."

"நாளைக்குக் காலமையாய் போய் விசாரிச்சிட்டு உங்கட வீட்டுக்கு வந்து சொல்லுறன்" என்றேன்.

"பெடியா. நீ வீட்ட வர வேண்டாம். நாளைக்குப் பின்நேரம் கந்தசாமியண்ணாவின்ர மில்லுக்கு வா. நான் அரிசி திரிக்கப் போறன். அங்க நிண்டு கதைச்சால் ஒருத்தருக்கும் கரவு வராது" என்று அல்லியக்கா சொல்லி முடித்ததும், எனக்கும் அதுதான் சரியெனத் தோன்றியது.

காலையிலேயே எழுந்தேன். இன்னும் துடக்கு கழிய நாள்கள் இருந்தன. கோயிலுக்குச் செல்லாமல் இருப்பது அதிருப்தியாக இருந்தது. வீட்டின் பின்னால் நிற்கும் முருங்கை மரத்தின் கீழே புலுனிக்குஞ்சுகள் மேய்ந்தபடியிருந்தன. எப்போதாவது வந்தமர்ந்து கூவும் குயில், 'இன்றைக்கே கூவியிறப்பேன் பார்' என்பதைப்போலக் குரல் எழுப்பியது. நேரத்துக்காகக் காத்திருந்தேன். அக்கா குளித்து முடித்து வந்ததும் ராசவள்ளிக்கிழங்கில் களி செய்தாள். உருசையும் வாசமும் காலைப்பொழுதையே அந்தக் கிழங்கின் நிறமென ஆக்கியது. சாப்பிட்டு முடித்ததும் இனியவன் சலூனுக்கு நடக்கத் தொடங்கினேன். அக்கா கூப்பிட்டுச் சொன்னாள்.

"அவரைத் தவிர வேற ஆக்கள் நிண்டால் ஒண்டும் கேக்காத, திரும்பி வா."

"ஓம். நான் கேக்க மாட்டேன்"

இனியவன் சலூனை அடைந்ததும், கதவைத் திறந்துகொண்டு உள்ளே போனேன். அவர் மட்டுமே இருந்தார். நாளேட்டைப் படித்துக் கொண்டிருந்தார். ஊதுபத்தி வாசனை கொஞ்சம் காட்டமாக நாசியில் ஏறியது. மெல்லிய சத்தத்தில் 'பிள்ளையார் சுழி போட்டு' பாடல் ஒலித்துக்கொண்டிருந்தது. என்னைப் பார்த்ததும் "வாங்கோ தம்பி" என்றார். அவருக்கொரு புன்னகையைக் கையளித்தேன். அவரும் என்னைப் பார்த்துச் சிரிக்கத் தொடங்குகையில்,

"காந்தியண்ணா எங்க இருக்கிறார் எண்டு எதாவது தகவல் தெரியுமோ, அவற்ற மனிசி கேக்கச் சொன்னவா"

என்றேன்.

“அப்பிடியா, எனக்கு இதுவரைக்கும் அதுபற்றி எந்தத் தகவலும் தெரியாதே.”

“உங்களை விசாரிச்சால் தெரியுமெண்டு அவா ஒரு நம்பிக்கையோடிருக்கிறா, அதுதான் அனுப்பிவிட்டவா.”

“ஓம் எனக்கு விளங்குது. நான் வேணுமெண்டால் உமக்கொரு உதவி செய்யிறன். ஆனால் நீர் கொஞ்சம் கவனமாய் இதைக் கேட்டு நடக்க வேணும்.”

“சொல்லுங்கோ” என்றேன்.

“நானொரு துண்டொன்று எழுதித் தருவன். அதைக் கொண்டுபோய் நான் சொல்லுற ஆளிட்ட குடும். அவருக்கு அந்த விடயம் தெரிஞ்சிருக்கும்.”

நான் ஓமென்று தலையசைக்கிறேன். இப்போது அடுத்த பாடல் ஒலிக்கத் தொடங்குகிறது. ‘பொம்ம பொம்மதான்’ என்று பெங்களூர் ரமணி அம்மாளின் அந்தக் குரல் என்னை அந்தரத்தில் தூக்கி எறிந்தது. சங்கரப்பிள்ளை வாத்தியார் அடிக்கடி முணுமுணுக்கும் பாடல். இனியவன் ஒரு சிறு துண்டில் ‘கஸ்தூரி மஞ்சள், ஓலைப்பாய்’ என்று எழுதினார். எனது கையில் அந்தத் துண்டைத் தருவித்து, “நாளைக்குக் காலமை சின்ன முருகன் கோயிலுக்குப் போய் ஐயரிட்ட இதைக் குடுங்கோ தெரிஞ்சிடும்” என்றார்.

ரகசியப்பனி, எட்டுத்தொகை, கஸ்தூரி மஞ்சள், ஓலைப்பாய் இவையெல்லாம் என்ன? எத்தனை மர்மங்கள், எத்தனை சொற்கள். எல்லோரும் அறிந்திருக்கும் ஒரு சொல்லைப் புரட்சி தனது ரகசியங்களுக்குப் பயன்படுத்தாது போலும்! நான் அதை வாங்கிக்கொண்டு வீட்டுக்கு வந்தேன். ‘கஸ்தூரி மஞ்சள், ஓலைப்பாய்’ என்ற இந்தச் சொற்கள் எதைக் குறிக்கின்றன என்று அறியாது அவதியுற்றேன். போராளிகளின் ரகசியக் கோட்டைகள் இரும்பாலானவை அல்ல, சொற்களால் ஆனவை. ‘எல்லாச் சொல்லும் பொருள் குறித்தனவே’ என்று பாடிய

தொல்காப்பியன் வன்னியிலுள்ள எந்தப் போராளிகளின் முகாமில் இருக்கிறானோ அறியேன். அக்காவிடம் வந்து நடந்ததைச் சொல்லி, இனியவன் எழுதித் தந்த துண்டைக் காண்பித்தேன். அவள் படித்துவிட்டு, “இது என்னடா?” என்று கேட்டாள். நான் சிரித்துக் கொண்டு வாசித்தேன்.

“கஸ்தூரி மஞ்சள், ஓலைப்பாய்.”

பின்நேரம் கந்தசாமியண்ணாவின் மில்லுக்குச் சென்றேன். அங்கே அல்லியக்கா நின்றுகொண்டிருந்தாள். நடந்தவற்றையும் நாளை காலமை கோயிலுக்குச் செல்ல வேண்டு மெனவும் சொல்லிவிட்டு அங்கிருந்து வேகமாக வீட்டுக்கு வந்துவிட்டேன்.

அப்போதுதான் எனக்கும் அக்காவுக்கும் ‘துடக்கு’ விஷயம் பொறிதட்டியது. பூட்டம்மாவிடம் கேட்டுப் பாப்பமென்று அக்கா சொன்னாள். நானும் அக்காவும் பூட்டம்மாவின் வீட்டுக்குச் சென்றோம். அவள் அப்போதுதான் இரவுச் சாப்பாடு செய்ய ஆயத்தமாகிக் கொண்டிருந்தாள். அக்காதான் விஷயம் எல்லாவற்றையும் சொன்னாள்.

“ஐயரைக் கோயிலுக்கு வெளியால வெச்சு சந்திக்க ஏலாதா? அப்படி எதாவது யோசிச்சுப் பார்.”

“அதுக்கு வாய்ப்பு இருந்தாலும், அப்பிடிச் செய்யக்கூடாது. ஆராவது பார்த்தால் கரவாகிடும்.”

“ரத்தத்துடக்கோட கோயிலுக்குப் போறது, கூடாதெல்லே... ஆனால் இதுக்கு ஒண்டும் செய்யேலாது. முக்கியமான விஷயம். பாவம் அல்லி துடிச்சுப்போய் இருக்கிறாள். நீ போ. அது ஒண்டும் நடக்காது” என்றாள் பூட்டம்மா.

“துடக்கோட போனால் ஒண்டும் நடக்காதுதானே” அக்கா மீண்டுமொருமுறை கேட்டாள்.

பூட்டம்மா சொன்னாள். “நான்தானே சொல்லுறன். நீ போ. ஒண்டும் நடக்காது!”

‘நான்தானே சொல்லுறன்’ என்ற பூட்டம்மாவின் குரலில், சர்வ வியாபகத்திலும் நிறைந்திருக்கும் கடவுளின் உத்தரவும் மீறலும் தெரிந்தன. ‘கஸ்தூரி மஞ்சள், ஓலைப்பாய்’ என்றெழுதப்பட்ட துண்டோடு படுக்கையில் சரிந்தேன்.

அல்லியக்காவின் வீட்டுக்கு முன்பாக நாய்கள் குரைக்கத் தொடங்கியிருந்தன.

15

அதிகாலையில் மழை பெய்யத் தொடங்கியிருந்தது. அக்கா தட்டியெழுப்பினாள். குளித்து முடித்து சின்ன முருகன் கோயிலுக்குச் சென்றேன். ஐயர் அப்போதுதான் சைக்கிளில் வந்திறங்கினார். தாமதத்துக்கு மழை காரணமாக இருக்கலாம். வெளியே கால்களைக் கழுவும் இடத்தில் நின்று அவரிடம் காகிதத்துண்டை நீட்டினேன். என்னை ஏற இறங்கப் பார்த்தவர், அதன் பிறகே துண்டில் எழுதப்பட்டிருந்த 'கஸ்தூரி மஞ்சள்' 'ஓலைப்பாய்' என்ற சொற்களைப் படித்தார். "உள்ளே வாங்கோ" என்று என்னை அழைத்தார்.

"இல்லை ஐயா... எனக்குத் துடக்கு, நான் வெளிய நிண்டு கும்பிட்டிட்டு போறன்."

"ஓ... அப்பிடியா! சரி இனியவனிட்ட ஐயர் இப்பிடிச் சொன்னதாய்ச் சொல்லுங்கோவன்."

அவரின் அந்தச் சொல்லுக்காகக் காத்திருந்தேன். எனக்குள் வியப்பும் எதிர்பார்ப்பும் கூடியிருந்தது. ஐயர் தன்னுடைய சைக்கிளில் இருந்த நைவேத்திய கூடையை எடுத்தபடிக்கு

" 'கந்தர் குடில்' என்று சொல்லுங்கோ, இனியவனுக்கு விளங்கும்" என்றார். மழையில்

நனைந்தபடி வீட்டுக்கு வந்தேன். அக்காவிடம் நடந்தவற்றைச் சொன்னேன். தலையில் கிடந்த ஈரத்தைத் துடைத்துவிட்டாள். ‘கந்தர் குடில்’ என்பதை இனியவனிடம் போய்ச் சொல்ல வேண்டும் என்றேன். மதிய நேரத்தில் சலூனில் ஆட்கள் இருக்கமாட்டார்கள் என்பதால், அந்நேரத்துக்குப் போகச் சொன்னாள் அக்கா. மழையின் மெல்லிய தீற்றல், புலர்ந்த காலையை நீர்வண்ண ஓவியமாக்கியது. இதம் உலாவருகிற குளிர்ந்த காற்றில் பூமி புல்லரிக்கிறது. வீட்டிலிருந்த பழைய நாளேடுகளை எடுத்துப் புரட்டினேன். ‘வரலாற்று முக்கியத்துவம் வாய்ந்த போர் நிறுத்த உடன்படிக்கையில் ரணில் - பிரபா நேற்று கைச்சாத்து. உத்தியோகபூர்வ அறிவிப்பு ஒஸ்லோவில் இருந்து வரும்’ என்று தலைப்பிடப்பட்டிருந்தது. இரண்டு வருடங்கள் ஆவதற்குள்ளேயே எத்தனை கொலைகள், எத்தனை கோரங்கள் என்று எண்ணிக்கொண்டேன். போர் நிறுத்தம் என்றால் ஒவ்வொரு பேருந்து நிறுத்தத்திலும் ஒருவரைக் கொல்வதென நினைத்துக்கொண்ட அனைத்துத் தரப்பினரையும் வெறுத்தேன். ராணுவத்தின் சுடுகலன்கள் அப்பாவிகளை சம்ஹாரம் செய்தன. ஆயுத இயக்கங்களோ தமக்கு எதிரானவர்களை, துரோகித்தவர்களை, தம்மைப் புறக்கணித்து மற்றவரை ஏற்றுக் கொண்டவரை எனச் சுட்டு வீழ்த்துகின்றன. நிறைந்த மரணங்கள் சல்லிக்கற்களைப்போல குதிக்காலில் ஏறுகின்றன. பன்னிரெண்டு வயதுச் சிறுவனாகிய நான், இந்த உலகின் அக்கிரமங்களைச் சபிக்கிறேன். ‘யாரொடு நோகேன், ஆர்க்கெடுத்து உரைப்பேன் ஆண்ட நீ அருளிலையானால்’ என்று எல்லாக் கடவுளரை நோக்கியும் பாடிக்கொண்டே இருந்தேன்.

முன்னர் ஒருபொழுதில் பன்னிச்சையடிக்குப் போயிருக்கையில் ‘தொப்பி’ குயிலன் என்பவரைச் சந்தித்தேன். சிரட்டைப் பொட்டு நிறம். கண்ணாடி அணிந்திருந்தார். பச்சை நிறத்திலான வட்டத்தொப்பி அணிந்திருந்தார். என்னைப் பார்த்ததும் அம்மாவிடம் சொன்னார்,

“என்னக்கா சின்னக்கடுவன் பூனை மாதிரி இருந்தவன், இப்ப நல்லா வளந்திட்டான்.”

“சாறத்தில இருந்து இயக்கம் ஜீன்ஸுக்கு வளர்ந்த மாதிரித்தான்” என்று அம்மா சொன்னாள்.

‘தொப்பி’ குயிலனை யாருக்கும் பெரிதாகத் தெரியாது. அவரின் இருபதாண்டுக் காலமும் காட்டுக்குள்ளேயே கழிந்திருக்கிறது. இந்திய அமைதிப்படை காலகட்டத்துக்கு முன்பாக இயக்கத்தில் இணைந்த குயிலன், இப்போது தலைவர் பிரபாகரனின் பாதுகாப்பு அணியிலுள்ள அதிகாரியென அறிந்த வேளையில் கொஞ்சம் திகைத்துவிட்டேன். அப்படியான ஒருவராக இருப்பதற்கான எந்த அடையாளமும் அவரிடமில்லை. என்னோடு கதைத்துக்கொண்டிருந்தார். இடையில் அம்மா தேத்தண்ணியும் வாய்ப்பனும் தருவித்தாள். அவர் ஒரு வாய்ப்பனை எடுத்துக் கடித்தபடி “தம்பியா, ஒண்டுக்கும் யோசியாதை. நல்லாய்ப் படி. நாடு கிடைச்சதும் தமிழீழ அரசில வேலை பார்க்கவேணும்” என்றார்.

நான் அவரிடம் கேட்க விரும்புவது

படிப்பையல்ல, இயக்கக் கதையை. ஆனால் இவர் சொல்ல மாட்டேன் எனும் போர்வழியென்றே தோன்றியது. "நல்லாய் படிக்கிறேன்" என்றேன். அவர் 'சரி' என்று தலையை ஆட்டினார்.

"நீங்கள் இயக்கத்தில சேர்ந்து இத்தனை வருஷத்தில எத்தின சண்டைக்குப் போயிருக்கிறியள்?"

குயிலன் தன்னுடைய வட்டத் தொப்பியைக் கழற்றுவதைப்போலக் கையாண்டு சரிசெய்தார். அவருக்கு அதுவொரு சுபாவம் போலாகியிருந்தது. பிறகு கேட்டார்.

"இப்ப இதத் தெரிஞ்சு, உனக்கு என்ன வரப்போகுது?"

"சும்மா கேட்டனான். சொல்லக் கூடாது எண்டால் விடுங்கோ. வேண்டாம்."

'தொப்பி' குயிலன் மெல்லிதாய் இருமி முடித்துச் சொன்னார்.

"தம்பியா... சண்டையை எண்ணிக் கொண்டு போராட எங்களுக்கு நேரமில்லாமல் போச்சு. ஒவ்வொரு நாளும் காட்டுக்குள்ள சண்டையும் ரத்தச் சகதியுமாய் இருந்த நாள்கள்தான் அதிகம். ஆனால், இப்ப கொஞ்சம் மூச்சுவிட ஒரு வாய்ப்பு. ஆனால் இது நிரந்தரமில்லை."

"எதைச் சொல்லுறியள்?"

"இந்தப் போர் நிறுத்தக் கூத்துதான்."

"ஏன் இயக்கம் சண்டையைத்தான் விரும்புதா?"

"நாங்கள் ஆயுதமேந்தவேணும் எண்டு எப்பிடி ஒரு உள்நாட்டு நெருக்கடி இருந்ததோ... அப்பிடி இந்த ஒப்பந்தம் ஒரு சர்வதேச நெருக்கடி. விளங்குதா உனக்கு?"

"நீங்கள் எப்பிடி சொல்லுறியள், இந்தப் போர் நிறுத்தம் குழம்பு மெண்டு..."

"ஓம். சிங்களத் தரப்பு ஒரு

பாரிய போருக்கு ரெடியாகுது. அதுவரைக்கும் இது தாங்கும். அவன் பலமாக இது தானாய் விழும். இருந்து பார்."

"இயக்கம் குழப்பாதோ."

"என்னத்த?"

"போர் நிறுத்த ஒப்பந்தத்தைதான்."

"ஒரு காலமும் இல்லை. அதைத் தலைவர் எங்களிட்ட மட்டுமில்ல. நோர்வேகாரங்களோட நடந்த முதல் சந்திப்பிலேயே உறுதியாய்ச் சொன்னவர்."

'தொப்பி' குயிலன் ஆழமான உரையாடல் செய்யவல்லவர். நடைமுறை ரீதியாக எல்லாவற்றையும் அணுகக்கூடியவர். இயக்கத் தலைமைக்கு அணுக்கமானவர். சில முக்கிய பொறுப்புகளை வகிக்கக்கூடியவர். நோர்வே சமாதானத் தூதுவர்களுக்கும், தமிழீழ விடுதலைப்புலிகள் இயக்கத்தின் தலைமைக்கும் நிகழ்ந்த முதல் சந்திப்பைப் பற்றி என்னிடம் சொன்னது ஆச்சர்யத்தைத் தந்தது. இப்படித்தான் அவர் அந்த நாள் பற்றிச் சொல்லத் தொடங்கினார்.

"இரண்டாயிரமாம் ஆண்டு, அக்டோபர் மாதம், முப்பத்தோராம் திகதி, நோர்வேயின் விசேட தூதுவர் எரிக் சொல்ஹெய்ம் தலைமையில் ஒரு குழுவினர் தலைவரைச் சந்திக்க வந்திருந்தனர். அவர்களுடனான சந்திப்பை எங்கே நிகழ்த்துவது என்ற குழப்பங்கள் பாதுகாப்பு மட்டத்தில் எழுந்தன. ஒரு முக்கிய தளபதி தேவாலயம் ஒன்றைப் பரிந்துரை செய்தார். இன்னொருவர் பள்ளிக்கூடம் ஒன்றைப் பரிந்துரை செய்தார். அரசியல் அறிஞர் ஒருவர் கூரையுள்ள கட்டடம் ஒன்றே போதுமானது என்றார். ஆனால், இன்னொரு தரப்பு வெளிநாட்டிலிருந்து வருகிறவர்களுடனான இந்தச் சந்திப்பை நாம் உயர்தரத்திலான சூழலில் செய்ய வேண்டுமென ஆணித்தரமாக முன்வைத்தனர். உயர்தரமான ஒரு சூழலில் அனைத்து உள்ளக வடிவமைப்புகளும் கொண்ட வசதிகளோடு ஒரு வீட்டைத் தயார்ப்படுத்தி, அதை ஓர் அலுவலகமாகக் காண்பிக்குமாறு ஏற்பாடுகள் முடுக்கிவிடப்பட்டன. முதலில் புதுக்குடியிருப்பென தீர்மானிக்கப்பட்டு பல்வேறு ஊகங்கள், பாதுகாப்புக் காரணங்களுக்காகப் பின்னர் மல்லாவிக்கு மாற்றப்பட்டது. அன்றைக்கு நிகழ்ந்த சந்திப்பில், எரிக்சொல்ஹெய்ம் தமிழ்ச்செல்வண்ணாவின் பெயரை

உச்சரித்த விதம் கொஞ்சம் கோணலாக இருந்தது. எங்களுடைய பிரச்னைக்குச் சமரசப் பேச்சுகள் மூலம் ஓர் அரசியல் தீர்வை எட்டுவதற்கு இயக்கம் தயாராக இருப்பதாக அறிவித்தது. இந்தச் சந்திப்பு நடந்து கிட்டத்தட்ட இரண்டு ஆண்டுகளுக்குப் பிறகே போர் நிறுத்த ஒப்பந்தம் கையெழுத்தானது” என்றார்.

‘தொப்பி’ குயிலன் ஆரூடம்போல நடக்கவிருக்கும் சிக்கல்களையும் நெருக்கடிகளையும் சொன்னார். பழிதீர்க்கும் கொலைகள் தவிர்க்க முடியாத வழிமுறைகளாக ஆகுமென்றார். இன்றைக்கு அதுதான் நிகழ்கிறது. எங்கள் பள்ளிக்கூட அதிபரைத் துரோகியென இயக்கம் கொன்றது. அதே பள்ளிக் கூடத்தின் நாடக வாத்தியார் சங்கரப்பிள்ளையை ராணுவம் கடத்தியிருக்கிறது. என்னைச் சுற்றி நீந்தும் இந்தக் கொதிப்பைச் சீர்செய்ய முடியாது தவிக்கிறது இத்தீவு என்றேன்.

எங்கள் வாழ்வின் கீழேயும் மேலேயும் படிகிற புகைத்திட்டுகளில் நடுக்கம் கறுப்பெனவிருக்கும். “தம்பி நீ சலூனுக்குப் போய்ட்டு வந்து சாப்பிடச் சரியாய் இருக்கும்” என்ற அக்காவின் குரல் கேட்டது.

நான் சலூனுக்குள் நுழைந்தேன். இனியவன் சாப்பிட்டுக்கொண்டிருந்தார். ஒரு வயோதிகர் அமர்ந்திருந்து ஈழநாடு நாளேட்டினைப் படித்துக் கொண்டிருந்தார். இனியவன் என்னைப் பார்த்ததும் மிக இயல்பாக “இருங்கோ தம்பி” என்றார். நான் எதுவும் கதையாமல் வாங்கில் அமர்ந்தேன். இனியவன் சாப்பிட்டு முடித்தார். வயோதிகர் முடியை வெட்ட கதிரையில் அமர்த்தப்பட்டார். இனியவன் நெஞ்சிலிருந்து தொண்டை வரை காறிய சளியைத் துப்பும் சாக்கில் வெளியே போனார். பிறகு உள்ளே வந்தார். ஏதோ பாடல் வேறு ஒலித்துக்கொண்டிருந்தது. ஆனால் அது ரஹ்மான் பாடல் இல்லை. மீண்டும் காறிக்கொண்டு வெளியே போகிற இனியவன் என்னை அழைத்தார். நான் கதவைத் திறந்துகொண்டு வெளியே போனேன்.

“என்ன சொன்னவர்?” இனியவன் கேட்டார்.

“கந்தர் குடில்” என்றேன்.

இனியவன் சிரித்தபடி “தம்பி நீங்கள் பயப்பிடுகிற மாதிரி அவர் வேற எங்கையும் போகேல்ல. எங்களுக்குப் பக்கத்திலதான் இருக்கிறார். வெகு விரைவாய்ச் சந்திக்கலாம் என்று சொல்லுங்கோ” என்றார்.

“எங்களுக்குப் பக்கத்தில எண்டால் எங்கை?”

“ஐயோ தம்பி... அந்த இடம் எனக்கும் தெரியாதடா. தெரிஞ்சால் உனக்கு நானே சொல்ல மாட்டேனா?”

இனியவன் இப்போது சொல்வது பொய். ஆனால் அவருக்கு அது ரகசியக் காப்பு. ஒரு மர்ம மாளிகையைத் திறக்க ஆயிரம் திறப்புகள் இருப்பதைப்போல இனியவனின் ஒவ்வொரு சொல்லுக்கும் ஒவ்வொரு கதவும், ஒவ்வோர் அசைவும். களைப்பும் சோர்வும் தள்ள வீட்டுக்கு வந்தேன்.

அம்மாவின் குரல் கேட்டது.

16

அம்மா நிறைய பனங்கிழங்கோடும், சின்ன உரப்பை நிறைய கச்சானோடும் வந்திருந்தாள். அக்கா பனங்கிழங்கை அவியவைத்திருந்தாள். கால்களை நீட்டி, அமர்ந்திருந்த அம்மாவுக்கு அருகில் ஓடிப்போனேன். அவளது மடியில் தலைகுத்தி விழுந்து செல்லம் கொஞ்சினேன். அம்மாவின் வாசனை என்னைப் பாதுகாக்கும், அதுவே எனக்குக் காவல். அம்மா தலையைத் தடவியபடி "எங்கையடா உலாத்திப்போட்டு வாறாய்" என்று கேட்டாள். அக்கா அடுப்படியை விட்டு வெளியேறி வந்து "அல்லியக்காவோட விஷயமாய்ப் போய்ட்டு வாறான். இப்ப அவன் சும்மாவெல்லாம் சுத்துறதில்லை.'' என்னை இப்படியெல்லாம் வியந்தும் பாராட்டியும் அக்கா ஒருநாளும் கதைப்பதில்லையே... இன்று ஏன் இந்த அற்புதங்கள் நிகழ்கின்றனவோ என்று எண்ணினேன். அம்மாவுக்கு நான் இனியவன் சலூன், சின்ன முருகன் கோயில் சந்திப்பு, மறுபடியும் இப்போது இனியவன் சலூன் என எல்லாவற்றையும் ஒரு பிசகுமில்லாமல் சொல்லி முடித்தேன். 'கந்தர் குடில்' அம்மாவுக்குத் தெரிந்திருந்தது. "அல்லியை அழைத்துக்கொண்டு நான் போய்ட்டு வருகிறேன்"

என்றாள். நானும் அக்காவும் வேண்டாமென்று மறுத்துவிட்டோம். “நீங்கள் பயப்பிடுகிற மாதிரி ஒண்டுமில்லை சும்மா இருங்கோ” அம்மா கொஞ்சம் ஆணையாகச் சொல்லி முடித்தாள்.

அன்றைக்குப் பின்னேரம் அல்லியக்கா எங்களுடைய வீட்டுக்கு வந்தாள். பனங்கிழங்கின் தும்பு சீவி சாப்பிட்டுக்கொண்டிருந்த அம்மாவிடம் “காந்திய வன்னியில எங்கையாவது கண்டனியளே அக்கா” எனக் கேட்டாள்.

“இல்லையே அல்லி. யாழ்ப்பாணத்தில இருக்கிற காந்திய வன்னியில எப்பிடிச் சந்திக்கிறது?”

“அக்கா புண்ணியமாய்ப் போகும், மனுஷன ஒருக்கால் சந்திக்க வையுங்கோ. எனக்கு விசராக்குது.”

“அல்லியக்கா இனியவன் சொல்லி விட்டது. காந்தியண்ணா எங்களுக்குப் பக்கத்திலதான் இருக்கிறாராம். விரைவில ஒருநாள் சந்திக்கலாமாம்” என்றேன்.

“தம்பி இவங்கள் விரைவில எண்டு சொல்லுறதுக்கு ஒரு திகதி இருக்காது, நாளிருக்காது. ஏன் அப்பிடியொரு விரைவே இருக்காது” பனங்கிழங்கைச் சின்னத் துண்டங்களாக முறித்துச் சாப்பிட்டபடி அல்லியக்கா சொன்னாள்.

“அல்லி, நீ ஒண்டுக்கும் கவலைப் படாத, அவனை இயக்கம் நல்ல பாதுகாப்பாய் வெச்சிருப்பாங்கள்.” இப்படிச் சொன்ன அம்மாவைப் பார்த்து,

“அக்கா, நான் அதைப்பற்றி ஒண்டும் கவலைப்படேல்ல. ஒருக்கால் அவரைப் பார்க்கவேணும்.”

“சரி. நாளைக்கு நிலம்வெளிக்க

முதல் இஞ்ச வா. நாங்கள் வெள்ளனவா வெளிக்கிட்டு ஒரு கோயிலுக்குப் போய்ட்டு, காந்தியிருக்கிற இடத்துக்குப் போகலாம்” என்றாள் அம்மா.

அல்லியக்காவின் கண்கள் தளும்பிச் சிவந்தன. கண்ணீர் பெருகி பனங்கிழங்கில் கலந்தது. அக்கணத்தில் இனிக்கும் தனது கண்ணீரைக் கிழங்கோடு சுவைத்தாள். பின்னர் முகத்தில் சந்தேகமும் அவநம்பிக்கையும் தொனிக்க அம்மாவிடம் கேட்டாள். “அக்கா நாளைக்கு அவர உறுதியா பார்க்கப் போறம்தானே.”

“அல்லி... இதில என்னடி விளையாட்டு. உறுதியாய்ப் போறம்”

அம்மா சொன்னாள்.

'தொப்பி' குயிலன் வீட்டுக்கு வந்தாராம். அம்மாவிடம் என்னைச் சுகம் விசாரித்ததாகச் சொல்லியிருக்கிறார். இனிமேலும் பன்னிச்சையடிக்குப் போனால் அவரை எப்படியாவது சந்தித்துவிட வேண்டுமென விரும்பினேன்.

"நீ நினைச்சதும் சந்திக்க குயிலன் என்ன வடலிச் சாத்திரியா?" அம்மா சிரித்தபடி கேட்டாள். மூன்று மாதங்களுக்கு ஒரு தடவை வீட்டுக்கு வந்துவிட்டு அவசர அவரசமாகப் போய்விடுவார். 'தொப்பி' குயிலன் பற்றி அம்மா சொன்ன கதையொன்று ஞாபகத்தை நெய்கிறது. கண்களை மூடுகிறேன். அம்மாவின் அண்மையில் துயில் அணைக்கையில் குழந்தையாகிவிடுகிறேன்.

அதிகாலை ஐந்து மணியிருக்கும், அல்லியக்கா வெளிக்கிட்டு வந்திருந்தாள். அவள் உடுத்தியிருந்த நாவல் நிறச்சேலை இருட்டாகயிருந்தது. சர்க்கரையைக் கடித்து, தேத்தண்ணி குடித்து முடித்ததும் அல்லியக்காவை அழைத்துக்கொண்டு அம்மா வீட்டிலிருந்து சென்றாள். அதிகாலையிலேயே 'கந்தர் குடில்' நோக்கிச் செல்லும் அம்மாவையும் அல்லியக்காவையும் நிலம் மகிழ்ந்து பார்த்துக்கொண்டிருந்தது. 'கந்தர் குடில்' என்பது இடமா அல்லது அதுவுமொரு ரகசியச் சொல்லா? ரகசியச் சொல் என்றால் அம்மாவுக்கு எப்படி அதன் உண்மையான உள்ளீடு தெரிகிறதென மூளையைச் சுழற்றினேன். அல்லியக்காவை அழைத்துச் செல்வது எனது அம்மாவல்ல, போராளிகளின் அடைக்கல மாதா. அக்கா காலையிலேயே அரிசி புடைக்கத் தொடங்கியிருந்தாள். அவளது நாள்கள் அடுப்படியில் காய்ந்து போகின்றன. எப்போதாவது மருதன் அண்ணா கொடுத்துச் சென்ற வோக்மெனில் பாட்டு கேட்கிறாள். ஒலிநாடாவின் இரண்டு பக்கங்களிலும் ஜேசுதாஸே நிரம்பியிருந்தார். இன்னொரு ஒலிநாடா முழுவதும் பக்திப் பாடல்கள் இருந்தன. நான் மீண்டும் நித்திரைகொள்ளலாம் என்று விரும்பினேன். பள்ளிக்கூடம் போவதற்கு எனக்கு மட்டுமல்ல, இப்போது அக்காவுக்கும் விருப்பமில்லாமல் போயிற்று. வோக்மெனை எடுத்து அழுத்தினேன். இடையிலிருந்து ஒரு பாடல் ஒலிக்கத் தொடங்கியது.

'ஆசை தீர பேச வேண்டும் வரவா வரவா

நாலு பேர்க்கு ஓசை கேட்கும் மெதுவா மெதுவா

ஆசை தீர பேச வேண்டும் வரவா வரவா

நாலு பேர்க்கு ஓசை கேட்கும் மெதுவா மெதுவா...'

உப்புக்காட்டின் மீது வேட்டை நாய்கள் பறக்கின்றன. நெடுவல் ராசன் கையில் கிடந்த கருக்கு மட்டையால் தன்னுடைய மிதப்பான நெஞ்சைக் கீறி ரத்தம் பார்க்கிறார். அவருடைய தலையில் ஈச்சம்பழங்கள் கனிந்திருக்கின்றன. வழியும் ரத்தத்தைக் கைகளில் அப்பி பன்னிச்சை மரத்தில் பூசிக்கொள்கிறார். அவருடைய கால்கள் உயரத் தொடங்குகின்றன. நாய்கள் பறந்துபோகும் வெளியைக் கடந்து அவர் உயர்ந்துபோகிறார். அவருடைய கூந்தல் அவிழ்ந்து காடெங்கும் ஒரு கொடியைப்போல படர்கின்றது. காடே நெகிழ்ந்து

அசைகிறது. துளிர்த்த இலையில் அசையும் ஒளியைப்போல காடு நகர்கிறது. உயர்ந்த நெடுவல் ராசன் ஒரு பனை மரமாக மாறி அசையாமல் அப்படியே நின்றுவிட்டார். காடு தன்னிலைக்குத் திரும்புகிறது. "ராசண்ணே... ராசண்ணே..." என்று அலறியடித்தபடி கண்களைத் திறந்தேன். அப்போதும் அரிசி புடைத்துக்கொண்டிருந்த அக்கா என்னைப் பார்த்துக் கேட்டாள்.

"உனக்கு கனவு கண்டு அழுகிறது வாடிக்கையாய் போச்சு."

"நான் அழேல்ல. கத்தியிருக்கிறன். கனவில நெடுவல் ராசண்ணா கருக்கு மட்டையால நெஞ்சைக் கீறி பன்னிச்சை மரத்துக்கு பூசுறார்."

"ஆதீரா... உன்ர கனவில உப்புக் காடும் ராசண்ணாவும்தான் இருக்கினம்."

"ஓம். எனக்குக் கனவு மட்டுமில்ல. நினைவும் அங்கதான்."

வெளியே மழை மப்பு இருட்டியிருந்தது. நெடுவல் ராசன் அண்ணாவிடம் ஒருநாள் கேட்டது ஞாபகத்தில் வந்தது.

"அண்ணா, உப்புக்காட்டுக்குள்ள நடுகற்கள் இருக்கெண்டால், இதுவும் மாவீரர் துயிலுமில்லமோ?"

"சரியாய் சொன்னாய். இங்க இருக்கிற ஏழு நடுகற்களும் இண்டைக்கு போராடிக்கொண்டிருக்கிற பிள்ளையளோட மூதாதையரோடது. வழிபாட்டுக்குரியவர்கள். உன்னை ஒருநாளைக்குக் கூட்டிக்கொண்டு போறன்."

"எப்ப?"

"சொல்லுறன்."

இப்படித்தான் எங்களிருவருக்கும் இடையில் நிகழ்ந்த மிகச் சொற்பமான உரையாடல்களை நினைவிலிருத்தி இருக்கிறேன். நெடுவல் ராசன் அண்ணா என்னுடைய கனவில் வராத நாள்களே மிக மிக அரிதாகியிருந்தன. துயில் கொண்டால் கண்களுக்குள் நெடுவல் ராசன் வேட்டை ஆடுகிறார். உப்புக்காடு புலர்கிறது. அந்த ஏழு நடுகற்களையும் தேடிக் கண்டுபிடிக்க வேண்டுமென்ற வேட்கை கூடியது. படுக்கையிலிருந்து எழும்பி பாயைச் சுருட்டி மூலையில் வைத்தேன். அக்காவிடம் சொல்லிவிட்டு வாசக சாலைக்குச் செல்ல ஆயத்தமானேன். அக்கா அரிசியைக் கழுவிக் காயப்போடச் சொன்னாள். இரண்டு வாளிகளில் அரிசியை நிரப்பி கிணற்றடிக்குத் தூக்கிச் சென்றேன். அரிசியைக் கழுவி முடித்து முற்றத்தில் விரிக்கப்பட்டிருந்த படங்கில் பரப்பிக் காயவைத்தேன். அக்கா நான் வேலை செய்வதைப் பார்த்துச் சொன்னாள்.

"இண்டைக்கும் மழை நல்லாய்ப் பெய்யும்போல கிடக்கு. நீ என்ன நினைக்கிறாய்?"

வானத்தை அண்ணாந்து பார்த்துச் சொன்னேன். "ஓம், பெய்ய வாய்ப்பிருக்கு."

வேலை செய்வதற்குக் கொஞ்சம் கள்ளப்படுவேன். எல்லோரும் என்னை வேலைக்கள்ளன் என்பார்கள். அதற்காக மனம் நோவதே கிடையாது. எனக்குத் தேவையானவற்றைச் சுணக்கம் இல்லாமல் செய்து முடிப்பேன்.

"இப்பிடி மப்புக் கட்டியிருக்கு, அரிசியைக் கழுவிக் காயவெச்சால் எப்பிடி காயும்" என்றேன்.

"அது காயும். நீ எங்கையும் போகாமல் நில்லு. மழை பெஞ்சால் அள்ளி வைக்கவேணும்" அக்கா சொன்னாள்.

நான் மீண்டும் வீட்டுக்குள் போயிருந்தேன். அல்லியக்காவும் காந்தியண்ணாவும் சந்தித்திருப்பார்களா... அம்மா அல்லியக்காவை கூட்டிச் சென்றது அதற்குத்தானா? அவர்களைக் கண்டு நடந்தவற்றை அறிய ஆவலாக இருந்தேன். அக்கா சோறும் ஒரு குழம்பும் மட்டுமே வைத்திருந்தாள். அம்மா வந்தால் கதை கேட்டுக்கொண்டே சாப்பிடலாம் என்று தோன்றியது. நேரம் கடந்தது. அவர்கள் வருவதாயில்லை. நான் சாப்பிடத் தொடங்கியிருந்தபோது மழை பெய்யத் தொடங்கியது. ஓடிச்சென்று அரிசியைப் படங்கோடு வீட்டுக்குள் இழுத்து வந்தேன். அக்கா அப்போது குளித்துக்கொண்டிருந்தாள். மீண்டும் கையைக் கழுவிவிட்டு சாப்பிட அமர்ந்தேன். மழையின் இரைச்சலுக்குள்ளால் என்னுடைய பெயரைச் சொல்லி அழைக்கும் சத்தம் கேட்டது. நான் வாசலில் வந்து நின்று பார்த்தேன். யாருமில்லை. ஆனால் மீண்டும் அந்தக் குரல் எனது பெயரைச் சொல்லி அழைப்பது கேட்கிறது. மழையின் உக்கிரமான வீச்சின் ஒலி பெருத்தது. மழையில் நனைந்தபடி வீடு நோக்கிப் பெண்ணொருத்தி நனைந்து வருவது தெரிந்தது.

அம்மாவா!

இல்லை. இது அம்மாவில்லை.

"ஆர்?"

"நான்தான்."

"நானெண்டால்?"

"தொம்மை குஞ்சாச்சி, என்னை உனக்குத் தெரியேல்லையா!"

வீடு நோக்கி நடந்து வந்த அந்த உருவம் மழையில் மாய்ந்தது. நான் வீட்டின் பின்பக்கம் ஓடிப்போய் குளித்துக்கொண்டிருந்த அக்காவின் முன்னால் மூச்சு வாங்கினேன்.

"என்னடா, என்ன நடந்தது. ஆர் வந்தது?"

"குஞ்சாச்சி."

"எந்தக் குஞ்சாச்சி?"

"தொம்மை குஞ்சாச்சி வந்தவா.

அப்படியே மழையில கரைஞ்சு போய்ட்டா."

"என்னடா சொல்லுறாய்?"

"நான் என்ன பொய்யா சொல்லுறன். அம்மா மேல சத்தியமாய்..."

இருவரும் கதைத்துக்கொண்டிருக்க, அக்காவின் பெயரைச் சொல்லி ஒரு குரல் அழைப்பது கேட்டது.

17

மழை வெறிகொண்டு நின்றாடியது. மீண்டும் அந்தக் குரல் அக்காவின் பெயரைச் சொல்லி அழைத்தது. அக்கா அந்தக் குரலை உற்றுக் கேட்டாள். உடம்பைத் துடைத்துக்கொண்டு சொன்னாள் “இது எங்கட மணியன்ர குரல்.” “அவன் ஏன் யாழ்ப்பாணத்துக்கு வரப்போகிறான், மணியனாய் இருக்க வாய்ப்பில்லை” என்றேன். “இல்லை அவன்தான். நீ போய்ப் பார்” என்றாள். நான் மெல்ல பயந்திருந்தேன். மழையில் கரைந்து போன குஞ்சாச்சியின் உருவம் எனக்குள் அடம்பன் கொடியென திரண்டிருந்தது. வாசலில் தொப்பலாக நனைந்தபடி நின்றிருந்த மணியனைப் பார்த்ததும் “உள்ளே வா” அழைத்தேன்.

“இவ்வளவு நேரம் என்னத்த சிரைச்சுக்கொண்டு நிண்டனி மயிராண்டி. உங்கட வீட்டு வாசலில நிண்டு கூப்பிட்டாலும் என்னெண்டு கேக்க மாட்டியளா” நனைந்திருந்த தன்னை வசவுகளால் காயப்பண்ணுபவனைப் போலத் திட்டிக்கொண்டே இருந்தான். அக்காவைப்

பார்த்ததும் அடங்கிக் கொண்டான். ஈரத்தைத் துடைக்க பெரிய துவாயை எடுத்துக்கொடுத்தாள். மணியன் உடல் ஈரத்தில் பூத்திருந்தது. அவன் நடுங்கியபடிக்கே அக்காவிடம் சொன்னான்.

“எனக்கொரு சாயத்தண்ணி போட்டுத் தாங்கோ.” ஏற்கெனவே அடுப்பில் தண்ணீர் கொதித்துக்கொண்டிருந்தது. மணியன் யாழ்ப்பாணத்துக்கு ஏன் வந்தான்? வன்னியை விட்டுத் தாண்டுவதற்கு எப்போதும் விரும்பியவன் கிடையாது. ஆனால் இவ்வளவு தூரம் எங்களுடைய வீட்டைக் கண்டுபிடித்து வந்திருக்கிறானே... இவனை நம்ப முடியாது. பன்னிச்சையடியில் யாருக்காவது உவத்திரத்தை கொடுத்துவிட்டு இங்கு வந்திருக்கிறானோ என்று சந்தேகித்தேன். அக்கா தேத்தண்ணி கொடுத்ததும் கேட்டாள்.

‘‘என்ன விஷயமாய் யாழ்ப்பாணத்துக்கு வந்தனி?”

“சும்மா வந்தனான். எல்லாரும் சொல்லுற மாதிரி யாழ்ப்பாணத்தில என்ன புதுமையாய் இருக்கெண்டு பார்க்கத்தான்.”

“எப்பிடி எங்கட வீட்டு விலாசம் தெரிஞ்சது?”

‘‘நான் அண்டைக்கு உங்கட அம்மாவிட்ட கேட்டனான்.”

“ஓ..! அப்பா எப்பிடி இருக்கிறார்?”

“அவருக்கு என்ன, பள்ளிக்கூடத்தைத் துப்பரவாக்கிக் கொண்டு இருக்கிறார்.”

மணியனைப் பார்த்தேன். அவனுடைய கண்கள் நிலையற்ற அசைவுகளோடு இருந்தன. குரல்வளை ஏறி இறங்கிக்கொண்டிருந்தது. உமிழ்நீர் அவனுக்குள் சுரந்து கொண்டேயிருக்கிறது. அவன் அதை மீண்டும் மீண்டும் விழுங்கிக் கொண்டே இருக்கிறான். அக்கா எழுந்து சென்று சாப்பிட்டு முடியாத எனது சோற்றுக் கோப்பையை எடுத்துக் கழுவினாள். மணியனுக்குச் சாப்பாட்டைப் பரிமாறினாள். நான் மணியனையே பார்த்துக்கொண்டிருந்தேன். அவனுக்குள் அலையலையாக எழுந்து தணிய மறுக்கும் தவிப்பையும் ஒருவிதமான அச்சத்தையும் நான் கண்டுகொண்டேன்.

“ஆதீரா! என்னடா கருவாட்டுச்சட்டியை பூனை பார்க்கிற மாதிரி என்னையே பார்த்துக்கொண்டிருக்கிறாய்?”

என்னையும் அவன் கவனித்திருக்கிறான். நான் ‘ஒன்றுமில்லை’ என்று தலையாட்டினேன். மணியன் சாப்பிட்டு முடித்ததும், வீட்டு வாசலில் அமர்ந்து பீடியைப் பற்ற வைத்தான். அக்கா கடுமையான தொனியில் சொன்னாள்.

“இது கோயில் வளவு, இஞ்ச இதுக்கெல்லாம் இடமில்ல மணியன்.”

அக்கா சொன்ன வேகமும் தொனியும் அவனை வாடச் செய்தன. சரி என்பதைப்போல கையில் எடுத்த பீடியை ஒடிக்கொண்டிருந்த மழைநீரில் சுண்டி வீசினான். அவனுடைய கண்கள் கலங்கி நின்றன. பீடி குடிக்க முடியாததை நினைத்து அழுகிறான் என்று கருதமுடியவில்லை. எதையோ நினைக்கிறான். எதற்காகவோ வருந்தி அழுகிற மனிதனின் உடலில் புகுந்து நிற்கும் நடுக்கத்தை மணியன் தனக்குள் உணர்கிறான்போலும்!

மாலை ஐந்து மணியாகியிருந்தது. அம்மாவும் அல்லியக்காவும் மழையில் நனைந்தபடி வீட்டுக்குள் நுழைந்தனர். மணியன் அம்மாவைக் கண்டதும் மரியாதையோடு ஒரு புன்னகையைப் பரிமாறினான். அம்மா அவனைப் பார்த்து,

"என்னடா இஞ்ச வந்து நிக்கிறாய்?"

"சும்மா வந்தனான். ஏன் வரக் கூடாதோ?"

அம்மா அவன் கேட்டதற்கு எந்த பதிலும் சொல்லாமல், வீட்டின் பின்னால் குளிக்கச் சென்றாள். அல்லியக்கா உடம்பைத் துடைத்து மாற்று உடையை அணிந்து கொண்டாள். அவளது முகத்தில் சந்தோஷக் களை துளிர்த்து நின்றது. அக்கா நக்கலாகச் சொன்னாள்.

"முகத்தில் திரி நீண்ட குப்பி விளக்கின் வெளிச்சம் அடிக்கிறது. அப்படியெனில் சந்திப்பு நிகழ்ந்து விட்டது."

அல்லியக்காவின் முகத்தில் திடீரெனத் தோன்றிய வெட்கம் அத்தனை பழைமையான காதலின் நளினம். ஆடையைச் சரி செய்துகொண்டு சொன்னாள்.

"ஓமடி புருஷனைப் பார்த்தாச்சு. இப்பதான் எனக்கு நிம்மதியாய் இருக்கு."

மணியன் எல்லாவற்றுக்கும் பொதுவாகச் சிரித்துக் கொண்டிருந்தான். அல்லியக்காவைக் கொஞ்சம் நிதானமாக அவதானித்தான். அம்மா குளித்து முடித்து வந்தாள். மணியனைப் பார்த்து "சாப்பிட்டியோ?" என்று கேட்டதும், அவன் ஓமென்று தலையாட்டினான். அம்மாவுக்கும் அக்காவுக்கும் அவன் வீட்டுக்கு வந்திருப்பது பிடிக்கவில்லை.

எனக்கும்தான். பன்னிச்சையடி கிராமத்தில் அடங்காப்பிடாரியாகத் திரிகிற மணியன் மேல் எத்தனையோ குற்றச்சாட்டுகள். களவும் குடியும் அவனுக்கு அடையாளங்களாக மாறியிருந்தன. அல்லியக்காவும் அம்மாவும் சாப்பிடத் தொடங்கியிருந்தார்கள். மழை விட்டிருந்தது. மணியன் எழும்பி வீதி வரைக்கு நடந்து போய் வருவதாகச் சொன்னான். பீடி குடிக்க வேண்டுமென்கிற வேட்கை அவனுக்குள் தணலாய் நின்றது. அவன் வீட்டை விட்டுப் போனதும் அம்மா சொன்னாள்.

“அவன் சரியான கள்ளன். நகைகள், காசுகளைப் பக்குவமாய் எடுத்து வை.” அக்கா சரியெனத் தலையாட்டினாள்.

காந்தியண்ணாவைச் சந்தித்த கதையைக் கேட்க ஆவலாயிருந்தோம். மணியன் போய்த் திரும்பி வருகிற ஊட்டுக்குள் சந்திப்புக் கதையைக் கேட்கலாம் என்று தோன்றியது. அல்லியக்காவே அம்மாவைக் காட்டிச் சொல்லத் தொடங்கினாள்.

“அக்காவோட புண்ணியத்தில அவரப் பார்த்திட்டன். இன்னும் ஒரு மாசத்துக்குள்ள அவர் வன்னிக்குள்ள போயிடுவாராம். அதுக்கு முதல் நானும் வன்னிக்குத்தான் போகவேணும். உங்கட ஊரில வந்து வாழுறதுக்கு ஒரு இடம் பார்க்க வேணும்.”

“எங்கட காணிக்குள்ளேயே இருக்க வேண்டியதுதானே” நான் சொன்னேன்.

“என்னடா இன்னும் கொஞ்சம் விட்டால் அல்லிக்கே காணியை எழுதிக் குடுத்திடுவாய் போலயிருக்கு” அம்மா பகிடியாகச் சொன்னதும், “அவனுக்குத்தான் நாங்கள் எங்கட காணியை எழுதப்போறம்” என்றாள்

அல்லியக்கா.

‘கந்தர் குடில்’ இடமா? அல்லது அதுவுமொரு ரகசியக் குறியீடா?

அம்மா சொன்னாள். “கண்டிப்பாய் அது இடமில்லை.”

“பின்ன எப்பிடி அந்தச் சொல் எந்த இடத்தைச் சொல்லுதெண்டு உங்களுக்கு மட்டும் தெரியுது?”

“ஆதீரன்... பெரிய ஆக்கள் மாதிரி கதைக்கக்கூடாது. உனக்கு என்னத்துக்கு இப்ப அந்த விளக்க மெல்லாம்...”

அம்மா இப்படிக் கேட்டாலே இனி அவளிடம் எதுவும் கதைக்க முடியாது. போதுமென்று சொல்லும் சமிக்ஞை. நான் அல்லியக்காவிடம் மெதுவாகக் கேட்டேன்.

“காந்தியண்ணா வேற என்ன சொன்னவர்?”

“உன்னைக் கவனமாய் படிக்கட்டாம். அங்க இங்கையெண்டு சுத்த வேண்டாமாம்.”

“அவர் இப்பிடி மறைஞ்சிருந்தும் இதைத்தான் சொல்லி விட்டவரே” எப்ப பார்த்தாலும் படிக்கச் சொல்பவர்களை நினைத்தால் கடுங்கோபமே வருகிறது. வெளியே ஒரு குட்டி நாயைத் தூக்கிக்கொண்டு மணியன் நடந்துவருவது தெரிந்தது. நாய் கத்துகிற ஒலி கேட்டு அம்மா வெளியே எட்டிப்பார்த்தாள். மணியன் தன்னுடைய நெஞ்சோடு அணைத்தபடி வாசலில் நின்று கொண்டு அக்காவிடம் சொன்னான்.

“கொஞ்சம் பால்கரைச்சுத் தாங்கோ, குடுப்பம்.”

“உது எங்க நிண்ட நாய்க்குட்டி, ஏன் அதை இஞ்ச தூக்கி வந்தனி. கொண்டே விட்டிட்டு வா.” அக்கா சொன்னாள்.

“பாவம், மழையில நனைஞ்சு தனிய நிண்டு கத்துது.”

“அது பரவாயில்லை. கொண்டு போய் விட்டிட்டு வா மணியன்.” நான் சொன்னேன். அம்மா எதுவும் கதையாமல் எல்லாவற்றையும் பார்த்துக்கொண்டிருந்தாள். அல்லியக்கா மணியனை விநோதமாகப் பார்த்தாள். அவன் எடுத்த இடத்தில் குட்டியைக் கொண்டுபோய் விடுவதற்காகத் திரும்பி நடந்தான். அம்மா சொன்னாள்.

“இவனை நாளைக்கு வெளிக்கிட்டு போகச் சொல்லவேணும். ஆதீரன்... அவனிட்ட இண்டைக்கே சொல்லிப் போடு.”

“வந்தவன் ரெண்டு மூன்று நாளைக்கு நிக்கட்டுமேன்.”

"திருப்பிக் கதையாமல் நான் சொல்லுறதைச் செய்."

அன்றைக்கு அல்லியக்காவும் எங்களுடைய வீட்டிலேயே தங்கினாள். இரவும் மழை பெய்துகொண்டிருந்தது. நான், மணியன், அம்மா ஒரே பக்கத்தில் படுத்துக்கொண்டோம். ஏனைய இருவரும் எதிர்ப் பக்கத்தில் படுத்திருந்தனர். மணியன் இரவிரவாக விழித்திருந்தான். அவனுடைய கண்கள் மூடுவதற்கே அஞ்சின. பூமியைப் பார்த்துக்கொண்டிருக்கவே விரும்புகிற ஒரு குற்றவாளியின் நிழலைப்போல எனக்கருகே அவன் மல்லாந்து படுத்திருந்தான். அவனுக்கு மிக அருகில் புரண்டுபோய்க் கேட்டேன்.

"உனக்கு என்னதான் பிரச்னை, ஏன் பேய் அடிச்சவனைப்போல இருக்கிறாய்?"

மணியன் தளர்ந்திருந்த தனது உடலை ஒரு மெல்லிய மூச்சுவிடலில் திடப்படுத்திக்கொண்டான். வெளியே பெய்துகொண்டிருக்கும் மழையின் ஈரலிப்பில் காற்று நிகழ்ந்தது. மணியன் சொன்னான்.

"நிறைய குற்றங்கள் செய்திட்டன். இயக்கம் என்னைப் பிடிச்சு அடைச்சிடுமோ எண்டு பயமாய் இருக்கு."

"அப்பிடி என்ன செய்தனி?"

"நாளைக்கு விரிவாய்ச் சொல்லுறன். ஆனால் எனக்கு வன்னிக்குள்ள போக பயமாய் இருக்கு."

"ஏன்?"

"அங்க, இயக்கம் என்னைப் பிடிச்சால் சீர்திருத்தப் பள்ளிக்கு அனுப்பிடுவாங்கள்."

"அது நல்லதுதான் மணியன். ஆனால், இஞ்ச அப்பிடிக் கிடையாது. சுட்டெல்லே போடுவினம்."

படுக்கையிலிருந்து எழும்பிய மணியன் நெஞ்சைப் பற்றிக்கொண்டு சொன்னான். "என்னை இயக்கம் சுடாது... நான் செய்தது எல்லாமே சின்னக் குற்றங்கள்."

"சின்னனோ, பெரிசோ. இயக்கத்துக்குக் குற்றமெண்டால் அளவு முக்கியமில்ல."

"நான் விடுகிற மூச்சோட சத்தம் எனக்குள்ளேயே கேக்குது. ஆதீரன்... உங்கட அண்ணாவிட்ட சொல்லி என்னைக் காப்பாத்தி விடு" என்று விம்மி விம்மி அழுதான்.

"சரி அழாமல் படு மணியன். என்ன நடந்தது எண்டு நாளைக்குச் சொல்லு."

வீட்டுக்கு வெளிய யாரோ டோர்ச் லயிற்றை அடித்துக்கொண்டு வருவது தெரிந்தது. அவர்கள் கதைக்கும் சத்தம் அந்த இரவுக்கு விரோதமாயிருந்தது.

18

மணியனும் நானும் படுக்கையைவிட்டு எழுந்து, வீட்டின் வாசலில் போய் நின்றுகொண்டோம். டோர்ச் வெளிச்சம் இடையிடையே நின்று வந்தது. அல்லியக்கா பயந்துபோய் நடுங்கிக்கொண்டிருந்தாள். 'நாங்கள் இயக்கத்தோட முகாமுக்குப் போய்ட்டு வந்தது ஆருக்கேனும் தெரிஞ்சிருக்குமோ...' என்று புலம்பினாள். அம்மாவும் அக்காவும் அவளைப் ஆற்றுப்படுத்தினர். டோர்ச் வெளிச்சம் இப்போது அணைந்தது. எங்களுக்கருகில் வந்த அம்மா, "ஆர் அது?" என்று கேட்டாள். இருட்டிலிருந்து ஒரு குரல் பிறந்தது.

"அது நாங்கள்தான்."

"நாங்கள் எண்டால்?"

"நாங்கள்தான்."

என்னையும் மணியனையும் படுக்கைக்குப் போகுமாறு சொன்னாள். நடப்பதெல்லாம் புதிராகவே இருந்தது. மணியன் தன்னைத்தான் இயக்கம் பிடிக்க வந்துவிட்டதென மெல்ல மெல்ல

அழத்தொடங்கினான். அம்மா முன் கதவை இறுக்கிச் சாத்திப் பூட்டினாள். வெளியே இனந்தெரியாதவர்களின் குரல்கள் கேட்டுக்கொண்டே இருந்தன. அம்மா சொன்னாள்

“ஆரெண்டு தெரியேல்ல, சில வேளையில கள்ளராய்க்கூட இருக்கலாம்.”

“கள்ளர் எண்டால் உங்களோட கதைச்சுக்கொண்டே இருக்கிறாங்கள்.”

“ஓமடா, அவங்கள் அப்பிடித் தான். பயத்தைக் காண்பிக்காமல் கதைச்சுக் கொண்டே போய்டுவாங்கள்.”

விடியும்வரை மணியன் விழித்திருந்தான். “கண்களை மூடவே பயமாய் இருந்தது'' என்றான். அல்லியக்கா அதிகாலையிலேயே எழும்பி தனது வீட்டுக்குப் போனாள். அக்கா காலைச் சாப்பாட்டை செய்துகொண்டிருந்தாள். நேற்றிரவு இனந்தெரியாதவர்கள் நடந்துபோன தடத்தை அம்மா உற்றுப் பார்த்துக்கொண்டிருந்தாள். ராணுவத்தின் சப்பாத்துத் தடத்தைப் பார்த்தவுடன் என்னை அழைத்த அம்மா “நேற்றைக்கு வந்தது கள்ளர் இல்லை. ஆர்மிக்காரங்கள்” என்றாள்.

“அப்ப தமிழில உங்களுக்குப் பதில் சொன்னது?”

“ஆர்மிக்குக் காட்டிக்குடுக்கிற ஆளாயிருக்கும்.”

“ஆனால் அவன்ர குரல், எங்கேயோ நல்லாய் கேட்ட குரல். உங்களுக்கு அப்பிடி தெரியேல்லையோ அம்மா?”

“அப்பிடி எங்களுக்குத் தெரிஞ்ச ஆள் எண்டால், குரல் குடுத்திருக்க மாட்டான். ஆரையோ தேடித் திரியிறாங்கள்போலக் கிடக்கு.”

“எங்கட வீட்டு வளவுக்க வந்து ஆரைத் தேடுறாங்கள்?”

“அவங்கள் எங்கட வீட்டுக்க

தேடல்ல. ஆரையோ தேடுறாங்கள். எங்கட வளவுக்கு அங்கால எங்கையோ போயிருக்கிறாங்கள்.”

மணியன் வாசலில் நின்று எல்லாவற்றையும் பார்த்துக் கொண்டிருந்தான். அம்மா சொன்னாள்...“இவனை இண்டைக்கே வீட்டை விட்டு அனுப்ப வேணும்.” மணியனை அழைத்து “உனக்கு என்னடா பிரச்னை? ஏன் இயக்கத்துக்குப் பயப்பிடுறாய் சொல்லு” என்றாள். மணியன் விசும்பி அழத் தொடங்கினான். “அழாத மணியன்... நடந்ததைச் சொல்லு, என்ன செய்யேலும் எண்டு பார்க்கிறன்.” அம்மா சொன்னதும் மணியன் இறைஞ்சிய தனது கண்களால் கண்ணீர் சொட்டினான். என்னைப் பார்த்தபடிக்குச் சொல்லத் தொடங்கினான்.

“நான் விறகு தறித்து மரமடுவத்துக்கு ஏற்றிச்செல்ல வேண்டிய இரண்டு வண்டில் விறகுகளை நேரடியாக ஒருத்தரின் கடைக்கு விற்றுவிட்டேன். இந்தச் சம்பவத்தைக் கேள்விப்பட்ட சிலர் என்னைக் கண்டித்து ‘இனிமேல் இப்படிச் செய்யாதே, இயக்கத்துக்குத் தெரிந்தால் குற்றமாகிவிடும்’ என்று எச்சரித்தனர். அதோடு நான் காட்டுக்கு விறகு தறிக்கச் செல்வதில்லை என முடிவெடுத்தேன். கொஞ்ச நாள்களாகக் குடியும் வெறியுமாக இருந்தேன். ஒருநாள் பின் நேரம் வீட்டிலிருந்த எனக்கு விநோதினியிடம் காசு கேட்கலாம் என்று தோன்றியது. அவளுடைய வீட்டுப்படலையில் நின்று கூப்பிட்டேன். அவள் அடுப்படியில் இருந்தபடிக்கு “உள்ள வா மணியன்” என்றாள். படலையைத் திறந்து வாசலில் போய் நின்றுகொண்டேன். வினோதினி அடுப்பில் நின்று வேர்த்திருந்தாள். அவளுடைய கண்களை சந்திக்கக்கூடாதென எனது பார்வையை நிலத்தில் குத்தி நின்றேன்.

‘‘எனக்கு ஒரு ஐம்பது ரூபாய் இருந்தால் தாங்கோ, காசு வந்ததும் தாறன்” என்றேன்.

வினோதினி கூரையில் செருகிக் கிடந்த காசுப்பையை எடுத்து சில்லறையைப் பொறுக்கித் தந்து “உன்ர வயசுக்குக் குடியாத, ஆராவது இயக்கத்திட்ட சொன்னால் அவ்வளவுதான். உன்னைப் பிடிச்சுக் கொண்டுபோய் சீர்திருத்தப்பள்ளியில போட்டிடுவாங்கள்” என்றாள்.

“உன்ர ஆலோசனைகள் எனக்குத் தேவையில்லை. நன்றி” என்று சொல்லி விட்டு கள்ளுத்தவறணைக்குப் போனேன். அங்கே நிறைய பேர் இருந்தனர். இயக்கத்துக்குத் தகவல் சொல்லும் உள்ளூர் முகவர்கள் நால்வர் இருந்தனர். நாகப்பர் என்னைப் பார்த்ததும் “என்னடா இஞ்ச வந்து நிக்கிறாய்” என்றார். நான் ஒன்றுமில்லையென்று தலையாட்டி விட்டுக் களவாக மதுபானம் விக்கும் மோகனோட இடத்துக்குப் போனேன். என்னிடமிருந்த மொத்த காசுக்குக் கால் போத்தலுக்கும் குறைவான சாராயத்தைத் தந்தான். குடித்தேன். போதாதுவென அங்கே வந்திருந்தவர் சிலரிடம் பிச்சைக் கேட்பதைப்போல ஒரு மிடறு சாராயத்துக்காகக் கையெடுத்துக் கும்பிட்டேன். இரண்டு மிடறுகள் நிரப்பிவிட்டு வீட்டுக்கு நடந்தேன். அப்போது மழை மப்புக்கட்டியிருந்தது. நான் வீட்டுக்குப் போகுமுன்னர் மழை பெய்துவிடக்கூடாதென எண்ணினேன். இயக்கத்தோட முகாம்கள் இல்லாத பாதையாகப் பார்த்து பன்னிச்சையடியை

நோக்கி நடந்துபோனேன். நல்லாய் இருட்டியிருந்தது. சுடலையடி ரோட்டில் வந்துகொண்டிருந்தேன். என்னைக் கடந்து போராளிகளின் வாகனங்கள் சென்றன. மங்கலாகவும் துல்லியமற்றும் காட்சிகள் தெரிந்தன. சுடலை ஏத்தத்தில் சைக்கிளை உழக்கிக்கொண்டு ஒருத்தி வருவது தெரிந்தது. நான் அந்த சைக்கிள் எனக்கருகில் வருகிற வரைக்கும் நின்றுகொண்டிருந்தேன். மஞ்சள் நிறச்சட்டையும் வெள்ளைப் பாவாடையும் அணிந்திருந்த அம்பிகாவைப் பார்த்ததும் “என்னை ஏத்திக்கொண்டு போடீ” என்றேன்.

“மணியண்ணா இப்பிடி குடிச்சிருக்கிறியளே, உங்கட அப்பாவுக்குத் தெரிஞ்சால் அவர் உங்கட தோலை உரிச்சுப்போடுவார்.”

‘‘இஞ்ச... அவர் தோலை உரிக்கட்டும், உரிக்காமல் போகட்டும். என்னைக்கொண்டே நீ வீட்டில விடுவியா, மாட்டியா?”

“சரி ஏறுங்கோ. பின்னால ஆடாமல் இருக்க வேணும்.”

நான் சைக்கிளில் ஏறி அமர்ந்தேன். அம்பிகா என்னை ஏற்றிக்கொண்டு இறக்கத்தில் சைக்கிளை ஓட்டினாள். வேகம் எடுத்தது. வெள்ளைப் பாவாடை அணிந்திருந்த அவளது பிருஷ்டத்தை மோகித்து தொட்டேன். நான் அவளை மூர்க்கத்தோடு சீண்டத் தொடங்கினேன். சைக்கிளை மிக வேகமாக உழக்கியபடி இருந்தவள், என்னைத் தள்ளிக் கீழே வீழ்த்தினாள். சைக்கிளை ஓரமாக நிப்பாட்டிவிட்டு அருகில் இருந்த விறகுக் கட்டையால் அடிக்கத் தொடங்கினாள். வெறியும் இயலாமையும் சூழ்ந்த என்னால் எதுவும் செய்ய முடியாமல் போயிற்று. அம்பிகா என்னை வேகங்கொண்டு தாக்கிவிட்டுச் சொன்னாள்.

“நடந்ததைப் போய் இயக்கத்திட்ட சொன்னன் எண்டால், இந்த மழை நிக்க முதல் உன்னைக் கொண்டுபோய் சுட்டுப்போடுவாங்கள். எழும்பி ஓடுடா நாயே... உனக்கு அரிப்பெண்டால் எங்கையாவது போ... எழும்பி ஓடு.”

அம்பிகா என்னை அடிக்கவில்லை. தாக்கினாள். காறி உமிழ்ந்தாள். அவள் சைக்கிளை எடுத்துக்கொண்டு நேராக இயக்கத்திட்ட சொல்லி விடுவாளோ என்று பயந்து நான் வீட்டுக்கே போகவில்லை. நேராக ஐந்து குளத்துக்குப் போனேன். அங்கே இருந்த மீன்குடிலில் படுத்துக்கிடந்தேன். அடுத்த நாள் மதியம் யாழ்ப்பாணத்துக்குப் பேருந்து பிடிச்சுப் போகலாமென்று எண்ணினேன். ஆனால் காசு இல்லையே, ஊருக்குள் போகவே பயமாகவிருந்தது. அம்பிகா எல்லோரிடமும் சொல்லியிருப்பாள். இப்போது என்னை இயக்கம் தேடிக்கொண்டிருக்குமென்று நம்பினேன். எங்களுடைய புதையல் வைரவர் கோயில் உண்டியலை உடைப்பதைத் தவிர எனக்கு வேறு வழி தெரியவில்லை. அன்றைக்கிரவு கோயிலுக்கு வெளியே இருந்த உண்டியலை வெட்டிரும்பால் திறந்தேன். எனக்குத் தேவையான பணத்தை மட்டுமே எடுத்துக்கொண்டு அடுத்த நாள் காலையிலேயே பேருந்தில் ஏறி இங்கே வந்தேன்.”

“தயவு செய்து என்னை மன்னிச்சுக் கொள்ளுங்கோ, எல்லாமே குடியால வந்த வினை. நான் திருந்தி வாழ ஒரு வாய்ப்பை வாங்கித் தாங்கோ” என்று அம்மாவின் காலில் விழுந்தான். அம்மா அவனைப் பொருட்படுத்தமாட்டார் என்று நினைத்தேன். ஆனால் மணியனைப் பார்த்துச் சொன்னாள்.

“அதுக்கு நான் பொறுப்பு. நாளைக்கு நான் உன்னை வன்னிக்குள்ள கூட்டிக்கொண்டு போறன். நீ பயப்பிடாதே.” மணியன் அம்மாவை நம்பினான். ஆனால், எனக்கு ஏதோ தந்திரமான நகர்வைப் போலிருந்தது. அம்மா மணியன் மீது கடுமையான கோபத்துடனும் ஆத்திரத்துடனும் இருந்தாள். அம்பிகாவின் துணிச்சல் என்னை வியப்பிலாழ்த்தியது. மணியனுக்கு என் சார்பில் இரண்டு அடிகளை அடிக்கவே விரும்பினேன். தனியாக என்னிடம் மாட்டினால் அதைக் கொடுக்க வேண்டுமென்று நினைத்துக் கொண்டேன். ‘அம்பிகாவின் மீது கையை வைத்துவிட்டு எனக்கருகே நின்றுகொண்டிருக்கிறாயே குடிகாரக் காவாலியே’ என்று கொதித்துக் கொண்டிருந்தேன். மணியன் அப்படியே உறைந்துபோய் நின்றான். அம்மா அவனை அழைத்துக்கொண்டு காலையுணவைப் பரிமாறினாள். அம்பிகாவின் வதனம் எனக்குள் ஊற்றெடுத்துக் குமிழியிட்டது. மணியன் உள்ளே சாப்பிட்டுக் கொண்டிருந்தான். அவனுடைய சட்டையைப் பிடித்து அடிக்க வேண்டுமெனத் தோன்றியது. அவனை நோக்கி நடந்துபோனேன்.

19

பூட்டம்மா வீட்டு வெளிக்கேற் ஆமைப்பூட்டால் பூட்டிக்கிடந்தது. “காலமை வெள்ளனவே கிழவி எங்கையோ அலுவலா போய்ட்டுது போலக் கிடக்கு” எனச் சொல்லியபடி, அம்மா மீண்டும் வீடு நோக்கி நடக்கத் தொடங்கினாள். “நாளைக்கு நானும் உங்களோட வன்னிக்கு வரட்டே அம்மா” என்று செல்லமாகக் கேட்டேன். “எல்லாருமாய்ச் சேர்ந்துதான் போகப்போறம்” என்றாள். மெல்ல மெல்ல எனக்குள் சந்தோஷத்தின் பெருங்கடல் விரிந்தது. சொந்தவூருக்குச் செல்லுகிற நினைப்பே என்னையொரு அதிஷ்டக்காரனாக ஆக்கிவிடுகிறது. மகத்துவமான வசீகரம் அப்போதுதான் எனக்குக் கிட்டுகிறது. ஓ... எனது பன்னிச்சையடியே! மீண்டும் மீண்டும் உமமையே தொழுகிறேன். உனது காற்றை, வெக்கையை, சுடுமணலை, பொன்வண்டை, ஈச்சம்பழத்தை எனக்காக நாளையும் விளைவிப்பாயாக!

மணல் ஒழுங்கையின் முடக்கைத்தாண்டி நடந்து போகையில், ராணுவத்தினர் இருவர் சைக்கிளில் வருவது தெரிந்தது. அம்மா எந்தத் தயக்கமுமில்லாமல் நடந்து முன்னேறிக்கொண்டிருந்தாள். எங்களை நெருங்கியதும் ராணுவத்தினர் சைக்கிளை நிறுத்தி “எங்க போறது?” என்று கேட்டனர். அம்மா சொன்னாள்...

“வீட்ட போறம், சேர்.”

“எங் வீடு?”

“அடுத்த முடக்குத் தாண்டி வருகிற குச்சொழுங்கைக்குள்ள.”

“சரி, போ.”

அம்மாவும் நானும் மிதமாக, மிக இயல்பாக நடந்து செல்லத் தொடங்கினோம். ராணுவத்தினர் பூவரசம் இலையைப் பிடுங்கி பீப்பி செய்து ஊதிக்கொண்டு அங்கிருந்து விலகினர்.

“ஆதீரா… ஆர்மிக்காரங்கள் உன்னை மறிச்சு விசாரிக்கேக்க, அவங்களுக்கு பயந்ததைப்போல நிக்க வேணும். சும்மா எங்கையாவது ஏமலாந்திக்கொண்டு அவங்களுக்கு பதில் சொல்லக்கூடாது. அம்மாவைப் பார்த்தனிதானே, எப்பிடி கைகட்டிக்கொண்டு பதில் சொன்னனன்…”

“இவங்களுக்கு ஏனம்மா பயப்பிட வேணும், அநியாயம் செய்யிற வங்களே இப்பிடித் துவக்கோட சுத்தி திரியிறாங்கள். நாங்கள் எதுக்கு இவங்களுக்கு முன்னாடி கைகட்டி நிப்பான்…”

“நான் பயப்பிடவோ, கைகட்டி மரியாதை செய்யவோ சொல்லேல்ல, அப்பிடி நடிக்கவேணும் எண்டுறன். நீதானே சங்கரப்பிள்ளை வாத்தியாரிட்ட நாடகம் படிச்சனி, உனக்குச் சொல்லித் தரவேணுமே என்ர செல்ல மோனே.”

அம்மா கன்னத்தில் கிள்ளிக் கொஞ்சினாள். அவளிடம் கேட்டேன்.

“இந்த மணியனை நாளைக்கு என்ன செய்யப்போறியள்?”

“அம்பிகா இயக்கத்திட்ட சொல்லியிருந்தால், இவ்வளவு நேரத்துக்கும் அவனை மணந்து பிடிச்சிருப்பாங்கள். அவள் சொல்லேல்லயெண்டு நினைக்கிறன். ஆனால் நாளைக்கு நான் முகமாலையிலேயே அவனை இயக்கத்திட்ட ஒப்படைச்சிடுவன்.”

“அவன் உங்களை நம்பிக் கொண்டிருக்கிறான். நீங்கள் இயக்கத்திட்ட சொல்லி மன்னிப்பு வாங்கித் தருவியளாம்.”

“இந்த ஊத்தக்காவாலிக்கு மன்னிப்புதான் இல்லாத குறை. இவனைக் கொண்டுபோய் கொஞ்ச நாள் அடைச்சால்தான் திருந்துவான்.”

மணியன் எங்களிடம் சொல்லாத குற்றங்கள் நிறையவே உண்டு. அம்மாவுக்கு அதெல்லாம் தெரிந்திருக்கிறது. விநோதினியின்

வீட்டுக்குள் ஒருநாள் இரவு நுழைந்தவன், அவளை வெறிகொண்டு புணர முயன்றிருக்கிறான். ஆனால் விநோதினி அவனை அடித்துக் கீழ் விழுத்தி வாய்க்குள் துணியைத் திணித்து இரவு முழுக்கக் கையையும் காலையும் கட்டிவைத்திருக்கிறாள். இந்தச் சம்பவத்தின் விளைவாக "பரத்த வேஷை பத்தினி வேஷம் போடுகிறாள்" என்று ஒருநாள் என்னிடம் சொல்லியிருக்கிறான். அதுமட்டுமில்லை. குளத்து மீன் வியாபாரம் செய்யும் "சூப்பி" வீட்டுக்குள் சென்று பணத்தைத் திருடியிருக்கிறான். ஏணைக்குள் நித்திரையாகிக்கிடந்த சூப்பியின் பெண் குழந்தை மோதிரத்தைக் கழற்றியிருக்கிறான். இத்தனைக்கும் அவன் ஒரு தடயத்தைக்கூட விடுவதில்லை. களவில் கைதேர்ந்தவனாய் ஆகியிருந்தான். இயக்கத்திடம் மணியன் ஒப்படைக்கப்பட்டால், இரண்டு ஆண்டுகளுக்கு மேலாகச் சீர்திருத்தப்பள்ளியில் வாழவேண்டி வருமென்று நினைத்துக்கொண்டேன்.

அக்கா, வீட்டுக்கு வெளியே அமர்ந்திருந்து வோக்மெனில் பாட்டுக் கேட்டுக் கொண்டிருந்தாள். அதைப் பார்த்ததும் அம்மாவிடம் சொன்னேன்.

"மருதன் அண்ணா கொடுத்த வோக்மென் எனக்குத் தரவே மாட்டாள், அவள் மட்டுமேதான் கேட்கிறாள்."

அம்மா சிரித்துக்கொண்டு சொன்னாள்... "உனக்குத் தேவையெண்டால், அடுத்த தடவை மருதன் வரும்போது கேள், தருவார். அவளுக்குக் குடுத்தத நீ ஏன் கேக்கிறாய்?"

மணியன் வீட்டுக்குள் படுத்திருந்தான். அவனின் கண்களில் ஒளியில்லை. ரத்தத்துக்கு பதிலாக அச்சம் ஓடும் உடலை அவன் தாங்கியிருந்தான். என்னைக் கண்டதும் ஒரு மெல்லிய தலையசைப்பு. அவனது உதடுகள் கறுத்துப்போயிருந்தன. முகத்தில் பருக்கள் அதிகமாகியிருந்தன. கண்களுக்குக் கீழே நித்திரையற்ற தழும்புகளாகக் கறுப்பு படர்ந்திருந்தது. நான் அவனிடம் சொன்னேன்.

"இண்டைக்குப் பின்னேரம் எங்கையாவது போகலாம்."

"யாழ்ப்பாணத்தில கோயிலுகளைத் தவிர என்னடா இருக்கு" என்று சலித்துக்கொண்டான்.

"சும்மா உலாத்தலாம், கிரிக்கெட் விளையாடுவாங்கள். போய்ப் பார்க்கலாம்" என்றேன்.

அவன் வேண்டாமென்று மறுத்துவிட்டான். அவனுடைய புலன்கள் நாளைய பற்றிய பதற்றத்தில் நெளிந்தன. அவன் செய்த குற்றத்துக்குக் கிடைக்கப்போகும் தண்டனை குறித்தெல்லாம் அநாயாசமான கற்பனைகள் செய்தபடியிருந்தான்.

அடுத்த நாள் காலையில், மணியனும் நானும் ஆயத்தமாகியிருந்தோம். பூட்டம்மா வீட்டுக்குப் போன அம்மா வந்துவிட்டால் பேருந்து தரிப்பிடத்துக்குப் போய்விடலாம் என்று காத்திருந்தோம். அக்கா இரண்டு பைகளை வெளியே வைத்து வீட்டின் கதவைப் பூட்டினாள். அம்மா வந்தாள். வீட்டின் கோடிப்பக்கத்தில் போய் ஒன்றுக்கிருந்தாள். நால்வரும் வீட்டிலிருந்து பேருந்து தரிப்பிடத்தை அடைந்த சில நொடிகளில் பேருந்து

வந்தது. யாழ்ப்பாணம் பேருந்து நிலையத்தை நோக்கிப் பயணிக்கத் தொடங்கினோம்.

மணியன் பேருந்தின் ஜன்னல் வழியாக யாழ்ப்பாணத்தின் வீதிகளையும் வீடுகளையும் பார்த்துக் கொண்டிருந்தான். நான் அவனது கைகளைப் பற்றிக்கொண்டு சொன்னேன்.

“நீ குற்றங்கள் செய்திருக்கிறாய். அதுக்கு ஒரு தண்டனை இருக்கு. ஆனால், நீ பயப்பிடுகிற மாதிரி ஒண்டும் நடக்காது.”

“இல்ல, ஆதீரன். எனக்குத் தெரியும். இயக்கம் என்னைப் பிடிச்சால் என்னைக் கடுமையாய் அடிப்பாங்கள்.”

“நீ யோசியாத. முகமாலைக்குள்ள போனதுக்குப் பிறகு இதைப்பற்றிக் கதைப்பம்.”

அக்கா வோக்மெனில் பாட்டு கேட்டுக்கொண்டிருந்தாள். அம்மா, எங்களிருவருக்கும் அல்பா மிக்சர் சின்னப்பையைக் கொடுத்தாள். இந்த ருசியை அடிக்க உலகத்தில எதுவுமே இல்லை. இந்த மிக்சர் இருந்தாலே எனக்குப் போதும்... சாப்பாடு எதுவும் வேண்டாமென்றேன். மணியனுக்கு அல்பா மிக்சர் பிடிக்கவில்லை. அவனுக்கு அந்த ருசியின் தன்மை எட்டவில்லை. பீடியும் சாராயமும் அருந்திய நாக்கில் இந்த ருசி ஏறவில்லை.

யாழ்ப்பாணப் பேருந்து நிலையத்தில் இறங்கி, கிளிநொச்சி செல்லும் பேருந்தில் ஏறினோம். அம்மாவுக்குத் தெரிந்த நடத்துநர் இருந்தார். அம்மாவைக் கண்டதும் சுகநலம் விசாரித்தார். ‘‘தொப்பி குயிலன்ர தம்பி ஜெயத்தான் இவர்தான்’’ என்றாள் அம்மா. தொப்பி குயிலனின் சாயல் லேசாகத் தெரிந்தது. அம்மா அப்பிடிச் சொன்னதும் அவருக்குள் நுழைந்த கம்பீரத்தைக் கண்டேன். என்னைப் பார்த்துக் கேட்டார்.

“அண்ணையை உங்களுக்குத் தெரியுமோ?”

“ஓம்” என்று தலையாட்டினேன்.

பேருந்தில் ஏறும் ஆட்களை அவதானித்ததும், ‘‘சரி பிறகு கதைக்கலாம்’’ என்று சொல்லி விட்டு வேலையில் ஈடுபடத் தொடங்கினார். கிளிநொச்சிக்குக்குச்

சென்றுவரும் பேருந்துகள் அனைத்தும் ராணுவத்தினரின் கண்காணிப்புக்குள்ளேயே இருக்கும். அம்மா அந்தப் பேருந்தில் யாரோடும் அவசியமற்று கதைப்பது கிடையாது. சிலர் ஏறியதும், "உங்கட சொந்த ஊரே கிளிநொச்சியே..." என்று கதைக்கத் தொடங்குவார்கள். அம்மா அந்தக் கதையை நீட்டாமல் மிகச் சுருக்கமாக, "எனக்குச் சொந்த ஊர் புத்தளம்" என்பாள். இப்படிச் சம்பவங்கள் நிறைய நடந்திருக்கின்றன. ஒருநாள் அம்மாவும் நானும் பேருந்தில் ஏறி அமர்கிறோம். நாற்பது வயது

மதிக்கத்தக்க ஆணொருவர் கிளிநொச்சிக்குப் பயணச்சீட்டு பெற்று அமர்கிறார். என்னைப் பார்த்து "தம்பியா நீ எங்க போறாய்?" என்று கேட்டார். நான் "கிளிநொச்சி" என்றேன். "கிளிநொச்சி எவ்வடம்? "இப்போது அம்மா சொன்னாள் "கிளிநொச்சி பஸ் டிப்போ."

"அங்கின எங்க வீடு?"

அம்மாவுக்குக் கோபம் வந்து விட்டது. அவள் என்னை மடியில் தூக்கி அமர்த்திக்கொண்டு அந்த ஆணிடம் கேட்டாள்.

"நீங்கள் என்ன விசாரணையே செய்யிறியள்.., எங்கட வீடு எங்க இருந்தால் உங்களுக்கு என்ன"?

அவருக்கு வியர்த்துவிட்டது. அம்மாவைச் சமாதானம் செய்ய அவர் முயன்று பார்க்கிறார். அம்மா நிறையவே கோபித்துக்கொண்டாள். பிறகு அந்தப் பயணம் முழுக்கவே அவர் எங்களையும் நாங்கள் அவரையும் பார்க்காமலேயே அமர்ந்திருந்தோம். வீட்டுக்குப் போனதும் கேட்டேன்.

"ஏன் அந்தாளைப் போட்டு இப்பிடிப் பேசினியள்?"

"பின்ன என்ன, வீட்டு விலாசத்தைக் கேட்டு என்ன செய்யப்போறான் அவன்?"

"சும்மா கதைக்க வேணுமெண்டு கேட்டிருப்பார்."

"இல்லை. ஆரும் சும்மா கதைக்க மாட்டினம். தகவல் சேகரிக்கத்தான் இப்பிடிக் கேப்பாங்கள். அவன் ஆர்மின்ர ஆளாய் இருப்பான், அவன் ஆர்மிக்கு ரெக்கி பார்க்கிற ஆள்தான்."

"எப்பிடி சொல்லுறியள்?"

"அவன்ர கதையில விடுப்பு புடுங்கிற தொனியில்லை. இடங்களையும் ஆக்களையும் தெரிய விரும்புற பக்குவமிருந்தது."

யாராலும் அறிய முடியாத இதிகாசத்தின் ஒரு கதாபாத்திரத்தையே கடவுள் எனக்கு அம்மாவாக அளித்திருக்கிறான். அவளை நான் அப்படித்தான் வணங்கிக்கொள்வேன். அம்மாவிடம் ஒருமுறை சொன்னேன்.

"அண்ணா இயக்கத்துக்குப் போன மாதிரி, வளர்ந்ததுக்குப் பிறகு நானும் போவன். நீங்கள் தடுக்கக்கூடாது."

"நான் தடுக்க மாட்டன். ஆனால் நீ இயக்கத்துக்குப் போய் திரும்பி ஓடி வரக்கூடாது."

ஒன்றும் விளங்காமல் அவளையே பார்த்தேன்.

"பின்ன என்ன, நீ ஒரு நொய்ஞ்ச உடம்புக்காரன். ஒரு கட்டை நடந்தாலே மூச்சு வாங்கிக் கால் நோகுதெண்பாய். அங்க போனால் தாங்குவியே..."

அம்மா பேருந்தின் இருக்கையில் அமர்ந்து, லேசாகக் கண்மூடி நித்திரையாகியிருந்தாள். அக்கா வோக்மெனில் பாட்டுக் கேட்டுக்கொண்டேயிருந்தாள். மணியன் வெளியே பார்த்துக் கொண்டிருந்தான். முகமாலை ராணுவ சோதனைச்சாவடிக்குள் பேருந்து நுழைகிறது. இந்தச் சோதனைச்சாவடியைக் கடந்தால் இயக்கத்தின் கட்டுப்பாட்டுப் பகுதி வந்துவிடும். மணியனுக்கு கண்ணீர் நிற்க வழியற்று வழிந்தது. தன்னுடைய மூச்சின் ஒலியை அச்சம்சூழ அவனுக்குள் கேட்கத் தொடங்கினான்.

20

இயக்கத்தின் கட்டுப்பாட்டுப் பகுதி வந்ததுமே, மணியனை இயக்கத்திடம் கையளித்தாள் அம்மா. தமிழீழக் காவல்துறையின் குற்றப்புலனாய்வுப் பிரிவினர் அவனை அழைத்துச் சென்றனர். “மணியன் நீ அப்பிடிச் செய்திருக்கக்கூடாது” என்று மட்டும் அம்மா சொல்லியனுப்பினாள். அவனை பயம் களைக்கச் செய்திருந்தது. குற்றத்தின் பாதைகளில் அவன் பலவீனப்பட்டிருந்தான். அவனைத் தண்டிப்பதோ, வருத்துவதோ கனம் பெருத்த குற்றமாகிவிடும். ஆனால், அவனைத் தண்டித்துத்தான் திருத்தவேண்டுமென அம்மா சொன்னாள். அன்றைக்கு முழுக்க மணியனைக் காவல்துறை சீர்திருத்தப் பள்ளிக்குக் கூட்டிச் சென்றதே பன்னிச்சையடி கிராமம் முழுக்கச் செய்தியாக இருந்தது. மணியனின் தந்தையார் வீட்டிற்கு வந்து நடந்ததை கேட்டுத் தெரிந்துகொண்டு, “அவனுக்கு இதுபோன்றதொரு தண்டனை வழங்கப்பட்டால் பயத்திலாவது திருந்தி வாழ்வான்” என்றார். மணியன் நிறைய கசப்புகளை தகப்பனுக்கு தந்திருக்கிறான். அவர் அதைப்பொருட்படுத்தவில்லை. “எனக்கு அவன் பிள்ளை, என்னை நோகச்செய்யலாம். ஆனால் மற்ற ஆக்களை அப்பிடியெல்லாம் செய்யக் கூடாது” என்றார். ஒருவனை எல்லோரும் இப்படிச்சொல்வது

கொஞ்சம் வேதனையாக இருந்தது. மணியன் வயதுக் கோளாறினாலும், தனிப்பட்ட தவறுகளாலும் தனது வழியைத் தேர்வு செய்த மூடன். ஆனால் அவன் மோசமானவன் கிடையாதென அவன் மீது எனக்கொரு மெல்லிய உருக்கம் வந்தது. அவன் திருத்தப்படவேண்டியவன், ஆனால் தண்டிக்கப்படக்கூடாது என்ற தவிப்பும் கூடி வந்தது.

பன்னிச்சைத் தாய் தந்தருளிய உடுக்கை, வீட்டுக்குள் தேடி அலைந்தேன். காணாது அம்மாவிடம் கேட்டேன். ''அதை நாகப்பர் எடுத்துச் சென்றுவிட்டார்'' என அம்மா சொன்னாள். அந்த உடுக்கை ஏன் நாகப்பர் எடுத்துச் சென்றார்... இப்போது அவரை எங்கே பார்க்க முடியும்? பலர் கள்ளருந்தும் பொதுவான இடத்துக்கு ஓடிப்போனேன். காவோலையை மூட்டி நெருப்பில் சூடைக்கருவாட்டைச் சுட்டுக்கொண்டிருந்தவரிடம்

கேட்டேன்,

“நாகப்பர் இஞ்ச வந்தவரோ?”

அவர் கள்ளை அருந்தி, சுட்டகருவாட்டைக் கடித்தபடி, தனது சாறத்தை அவிழ்த்து தலையைக் குனிந்து பார்த்துச் சொன்னார்.

“இதுக்குள்ளதான் வைச்சனான், ஆனால் ஆளக் காணேல்ல. எனக்குக் கண்ணில பழுது, நீயொருக்கால் வந்து பாரடா” என்றார்.

“உனக்கு சின்னப் பிள்ளையளோட கதைக்க, பேசத் தெரியாதே” என்று அவரைத் திட்டியபடி நாகப்பரின் வீட்டுக்கு ஓடினேன். நாகப்பர் அங்குமில்லை. நான் வீட்டுக்குத் திரும்பி வந்தேன். அக்காவும் அவளது நண்பிகளும் கதைத்துக்கொண்டிருந்தனர். அவர்களில் சிலருக்கு யாழ்ப்பாணம் என்பதே கனவு பூமியாக இருந்தது. அக்கா யாழ்ப்பாணத்தின் சிறப்புகளைச் சொல்லிக்கொண்டிருந்தாள். அம்மாவிடம் ஓடிப்போய் “நாகப்பர் உடுக்கை எடுக்கேக்க எதவாது சொன்னவரே” என்று கேட்டேன். யோசித்துப் பார்த்துவிட்டுச் சொன்னாள். “அவனுக்கு நான் விருப்பப்பட்டு குடுத்தத விட்டிட்டு போய்ட்டான் என்று சொன்னவர்.”

“அவர் எங்க தந்தவர்... எப்ப பார்த்தாலும் பொய்யும் புளுகும். இண்டைக்கு வரட்டும், அவருக்கு இருக்கு.”

“அவர் தராமல் உனக்கு உந்த உடுக்கை ஆர் தந்தது?”

“பன்னிச்சைத்தாய்”

“ஆரடா?”

“பன்னிச்சைத்தாய்”

“உனக்கு என்ன விசரே, கிழவி உனக்கு முன்னால தோன்றி உடுக்கை தந்தவாவே.”

“உண்மையாய் அவாதான் தந்தவா.”

“சரி. நாகப்பர் வரட்டும். உண்மை எதெண்டு கேப்பம்.”

அம்மாவிடம் பன்னிச்சைத்தாய் தந்ததை சொல்லியிருக்கக்கூடாது. அந்த நொடியில் நாகப்பர் மேல் வந்த கோபத்தில் சொல்லிவிட்டேன். நாகப்பர் வந்தால் இன்றொரு

விசாரணை இருக்கிறது. நான் அவற்றைச் சந்திக்கத் தயாராக இருக்கிறேன். எனக்கு இப்போது தேவை உடுக்கு. பன்னிச்சைத்தாய் விழித்திருக்கும் உப்புக்காட்டில் உடுக்கை அடிக்க வேண்டுமென மனம் எழுந்துகொண்டேயிருக்கிறது.

இரவாகிவிட்டது. நாகப்பர் வரவில்லை. அவருடைய வீட்டுக்கு மீண்டும் இரண்டு தடவை போய்ப் பார்த்தேன். வெளிச்சமில்லை. இரவின் ஒவ்வோர் இழையிலும் நாகப்பரின் வருகைக்காக தொங்கிக் கொண்டிருந்தேன். நாளை காலை பன்னிச்சைத்தாயிடம் போக வேண்டும். காலையிலேயே மழை பெய்துவிட்டால் வேட்டைக்கு வசதியாகவிருக்கும். அம்பிகாவைச் சந்திக்க வேண்டும். அவளுக்குக் காட்டுக்குள் தேன் எடுத்துவந்து

கொடுக்க வேண்டும். ஏனென்று உணர முடியாமல் ஒவ்வொரு தருணமும் படபடத்து எனக்குள் வந்தமர்கிற ஒரு தும்பியைப்போல் ஆகிவிட்டாள். அவளுடைய நிழலிலும் வாசனை பெருகுகிறது என்று நம்பத் தொடங்கும் எனக்கு எந்தப் பேயாடியிடமும் முறி மருந்தில்லை. முற்றத்தில் அமர்ந்திருக்கிறேன். பன்றி வேட்டைக்குச் செல்லும் விநாயகம் மாமா இடியன் துவக்கோடு நடந்து செல்கிறார். அவரின் பொய்க்கால் சத்தம் ஒரு இசைக்கோர்வையின் லயத்தோடு கேட்கிறது. அமைதிப் படை ராணுவத்தினரால் தாக்குதலுக்கு உள்ளாகி வலது காலை இழந்தவர். "அமைதிப்பட எங்களிட்ட வரும்போது, பூ மாலைகளோட வரவேற்றம். பிறகு அவங்கள் எங்கட குடலை உருவி மாலை போட்டுட்டாங்கள்" எப்போதாவது கதைக்கும்போது இப்படிச் சொல்லுவார். இடியன் விநாயகம் என்றால் தெரியாதவர் யாருமில்லை. "விநாயகம் இடியன் துவக்கால இந்திய ராணுவத்தையே எதிர்த்த ஆளடப்பா, இயக்கத்தில இருந்திருந்தால் தளபதியாகி யிருப்பான்" என்பார் நாகப்பர்.

"உள்ள வந்து படு, நாளைக்குக் காலைமைதான் இனி நாகப்பர் வருவார்." அம்மா சொன்னாள்.

"ஒருக்கால் அவற்ற வீட்டில போய் பார்த்திட்டு வரவே?"

"உந்த இருட்டுக்குள்ளால திரியாமல் வந்து படு. நாளைக்குப் பாக்கலாம்."

"அவர் ஏன் எடுத்துக்கொண்டு போனவர்... கிழவன் வரட்டும். ஒரு குடுவை குடுக்கத்தான் வேணும்."

இரவு முழுக்க விழித்திருந்தேன்.

நாகப்பர் வரவேயில்லை. விடிந்து காலைச் சாப்பாட்டு நேரத்துக்கு வந்திருந்தார். அவருடைய கண்கள் நல்ல தெளிவாக இருந்தன. என்னைப் பார்த்து பிரகாசமாகச் சிரித்தார். வெற்றிலை வாயைக் கொப்பளித்து, செம்பில் வாய்வைத்துக் குடித்தார்.

"என்ர உடுக்கு எங்க?"

"உன்ர புடுக்கோ, அது ஏனடா எனக்கு" என்று நக்கலாகச் சிரித்தார்.

"உடுக்கு... உடுக்கு."

"அது என்னட்டடத்தான் கிடக்கு, வீட்ட வா எடுத்துத் தாறன்."

நான், "போகலாம்" என்றேன்.

"சாப்பிட வந்தவரைக் கூட்டிக் கொண்டு போக நிக்கிறாய், இதென்ன பழக்கம். கொஞ்ச நேரம் இரு" அக்கா திட்டினாள்.

ஒற்றைக்காலில் காத்திருக்கும் கொக்கைப்போல அவரின் சாப்பாட்டுத் தட்டையே பார்த்துக் கொண்டிருந்தேன். அவர் மிக வேகமாகச் சாப்பிடக்கூடியவர். ஆனால், இன்றைக்கு முட்டையில் மயிர் புடுங்கும் விநோத ஆராய்ச்சியாளராகி இடியப்பத்தின் ஒவ்வொரு சிக்கலையும் ஆராய்ந்து கொண்டிருந்தார். சம்பலை இதுவரையும் சாப்பிடாத ஒருவரைப் போல இது தேங்காய்ப் பூவில் செய்யும் உணவா எனக் கண்களால் வியக்கிறார். ஏன் இந்த தாமதிப்பு, இத்தனை வேண்டாத பாவனைகள் என்று தெரியவில்லை. எனக்குக் கோபம் வந்தது. நான் உப்புக்காட்டுக்கு நடக்கத் தொடங்கினேன். பன்னிச்சைத் தாயிடம் முறையிடுவதைத் தவிர வேறு வழி தெரியவில்லை.

பன்னிச்சை மரத்திலேயே நிறைய உடுக்குகள் காய்களைப்போலத் தொங்கிக்கொண்டிருந்ததைக் கண்டு அதிர்ந்துவிட்டேன். உடல் நடுங்கத் தொடங்கிவிட்டது. அதிசயங்களுக்கு முன்னால் சாதாரணன் மண்டியிடுவான். நான் மண்டியிட்டேன். குருதி பொங்கி உடம்புக்குள் வெம்மையாகச் சுரக்கிறது. 'என் தாயே! உனது அருளை நான் போற்றுகிறேன். உனது திருவிளையாடல்களை நான் மெச்சுகிறேன். இதோ என் குருதி குடி. இதோ என் குருதி குடி'யென கால்களை உயர்த்தி உடுக்கைப் பறிக்கிறேன். உடுக்கின் ஒலியும் நாதமும் எழுகின்றன. பன்னிச்சைத் தாய்க்குக் குருதி அளிக்கிறேன். மரத்தின் வேர்களில் நீரைப்போல குளிர்விக்கும் எனது குருதியை அவள் வாங்கிக்கொண்டேயிருந்தாள். அப்போது எனது கண்கள் சொருகுவதை உப்புக்காடு மட்டுமே பார்த்தது. பிறகு நடந்தவற்றையெல்லாம் நாகப்பர் சொல்லியே அறிந்தேன்.

நான் கண்கள் சொருகி பன்னிச்சை மரத்தடியில் சாய்ந்தேன். ஆனால் என்னைப் போராளிகள் கண்டெடுத்தது திருநீற்று வாய்க்காலிலுள்ள பனங்கூடலடியிலாம். என்னுடைய குரல்வளையில் எந்தக் காயமுமில்லையாம். ஆனால், அதிலிருந்து குருதி வந்ததற்கான தடயம் இருந்ததாம். போராளிகள் என்னைத் தங்களுடைய முகாமுக்குத் தூக்கிச் சென்று முதலுதவி மருத்துவத்தைப் பார்த்திருக்கின்றனர். ஆனால் எதுவும் பயனளிக்காமல் யோசித்துக்கொண்டிருந்த வேளையில், நித்திரையைவிட்டு எழும்புகிற ஒருவனைப்போல

கண்களைக் கசக்கிக்கொண்டு, அலுப்பு முறித்தேனாம். அதன் பிறகு போராளிகளில் ஒருவர்,

''நீங்கள் ஏன் இவ்வளவு தூரம் காட்டுக்குள் வந்தனியள்?'' என்று கேட்டார்.

"நான் வரவேயில்லை."

"பின்ன ஆர் உங்களைக் கூட்டிக் கொண்டு வந்தது?"

"ஒருத்தரும் இல்லை, எனக்கு ஒண்டும் தெரியாது."

உப்புக்காட்டுக்குள் போராளிகளின் முகாம்கள் நிறைய இருக்கின்றன. ஆனால் என்னை இப்போது கண்டெடுத்தவர்கள் கொஞ்சம் இறுக்கமான பிரிவைச் சேர்ந்தவர்கள். அவர்களுக்கு என்மீது சந்தேகப்பட வேண்டிய தேவைகள் இருந்தன. என்னை விசாரணை செய்ய வீட்டுக்கு அழைத்து வந்தனர். அம்மா அவர்களை வரவேற்று அமரச் சொன்னாள். ''அவர்கள் கேட்கும் கேள்விக்குப் பதில் சொல்லு. பொய் சொல்லக் கூடாது" என என்னிடம் கூறினாள். அவளுக்குச் சிரிப்பு வந்தது. ஆனால் உள்ளுக்குள்ளேயே விழுங்கிச் சிரித்தாள். என்னை விசாரணை செய்த போராளி என்னுடைய பெயர், யாழ்ப்பாணத்திலுள்ள வீட்டு முகவரி போன்றவற்றைக் கேட்டு எழுதிக் கொண்டார். நான் படிக்கும் பள்ளிக்கூடம், ராணுவத்தின் உயர் பாதுகாப்பு வலயத்துக்குள் இருப்பதால் அவர்களுக்குச் சந்தேகப்பட ஒரு பொருள் இருந்தது. அம்மா வேடிக்கை பார்த்துக் கொண்டிருந்தாள். இந்த விசாரணை நடந்து கொண்டிருந்த வேளையில் 'தொப்பி' குயிலன் வாகனத்தில் வந்து இறங்கினார். அந்தப் போராளிகளுக்கு 'தொப்பி' குயிலனைத் தெரிந்திருக்காது. அவர்கள் அப்படியே அமர்ந்திருந்து என்னிடம் விசாரணையைத் தொடர்ந்தனர்.

''ஏன் காட்டுக்குள் அவ்வளவு தூரம் வந்தனியள்?"

"நான் வரேல்ல."

"நீங்கள் வராமல் பின்ன எப்பிடி அங்க மயக்கமாய் கிடந்தனியள்?"

நான் கேட்டேன். "ஏன் காட்டுக்குள் வரக்கூடாது. அது உப்புக்காடு. ஆர் வேண்டுமானாலும் வரலாம், போகலாம். அப்பிடி இல்லையா?"

"இல்லை."

"அப்ப ஆரார் எவ்வளவு தூரம் வரலாம் என்று சொல்லுங்கோ, அப்பிடி நடந்துகொள்கிறேன்."

"எங்களைப் பார்த்தால் என்ன நக்கலாய் கிடக்கா?"

"பின்ன, நீங்கள் காட்டுக்குள்ள இருக்கிறதால நாங்கள் நாட்டுக்குள்ள பாதுகாப்பாய் இருக்கிறம். ஆனால் நீங்கள் இருக்கிற காட்டுக்குள்ள ஒருத்தன் வந்தால் அதென்ன துரோகமே, இல்ல கேக்கிறன்."

'தொப்பி' குயிலன் சிரித்துக் கொண்டே "சரி நிப்பாட்டுங்கோ உங்கட நாடகத்த... அவன் கோபப்பட்டால் கேக்கிற கேள்விகளுக்கு எங்களிட்ட பதில் இல்லாமல் போய்டும்" என்றார்.

அந்தப் போராளிகள் என்னைக் கட்டியணைத்து, ''இவர்தான் இப்படி உங்களை சும்மா விசாரிக்கச் சொன்னவர்'' என்று குயிலனைக் காண்பித்தனர். நான் அவர்களிடம் ஒன்றும் பறையாமல் வீட்டினுள்ளே போனேன். அவர்களுக்கு முன்னால் சிரிக்கக்கூடாதல்லாவா!

21

அம்மாவுக்கு ஒன்றும் விளங்கவில்லை. உடுக்கு விஷயத்தில் அவளுக்குக் கொஞ்சம் பயமாகிவிட்டது. பன்னிச்சைத்தாய் உடுக்கு தந்ததாகச் சொன்னதுதான் பிசகிவிட்டது. 'இனிமேல் நீ உப்புக் காட்டுக்குள்ள போகக்கூடாது' என்று அம்மா சொல்லிவிடுவாளோ என்று அஞ்சினேன். மனப்பயம் விழுதெறிந்து நிம்மதியை முறித்தது. நாகப்பர் என்னைத் தன்னோடு அழைத்துச் சென்றார். பிளாவில் கொஞ்சம் கள்ளை ஊற்றி, "குடி" என்றார். சுட்ட கருவாட்டைத் தின்றேன். "ஒரு மிடறு குடி" என்று பிளாவை எனது வாய்க்கருகில் கொண்டுவந்தார். கள்ளு நுரைத்துக்கொண்டிருந்தது. இரண்டு குளவிகள் மிதந்தபடியிருந்தன. அவரிடமிருந்து பிளாவை வாங்கி இரண்டு மிடறுகள் பருகினேன். புளிப்புச் சுவை உடலெங்கும் பாவியது. மீண்டும் ஒரு கருவாட்டை எடுத்துக் கடித்தேன். நாகப்பர் மூன்று பிளா கள்ளு குடித்துவிட்டு தன்னுடைய வீட்டுக்குக் கூட்டிச் சென்றார். எனக்குக் கொஞ்சம் கிறுதி வருமாற்போலிருந்தது. பூமிக்கும் கால்களுக்கும் இடையே நிறைய இடைவெளி தோன்றியது. சில வேளைகளில் தலைகீழாக என்னை நானே பார்த்துச் சிரிக்கவும் செய்தேன். நான் தள்ளாடுவதைப் போன்று தோன்றுகிறது. அதற்குள் நாகப்பரின் வீட்டுக்குள் வந்துவிட்டேன். நாகப்பர் என்னைக் கட்டியணைத்து கண்ணீர் சிந்தினார். எனக்குத் தெரியும் ரூபமெல்லாம் தெளிவற்று மாய்கிறது.

நாகப்பர் உடுக்கை எடுத்து வந்து அடிக்கத் தொடங்கி பாடல் பாடுகின்றார். எனக்குள் களி பிறந்து ஆடத்தொடங்குகிறேன். உடுக்கின் ஒலியில் ஆதிப்பரவசமும் துடிப்பும் எங்களிடம் திரும்பின. நிலத்தின் கனிவும் நிறைவும் ஒரு வண்ணத்துப்பூச்சியாக எங்களுக்கு முன்னால் பறந்துகொண்டிருந்தன.

"ஆதீரா, இஞ்ச பார்... பேய் வண்ணாத்திப் பறக்குது, உன்ர தொம்மைக் குஞ்சாச்சிபோல கிடக்கு."

"பறக்கிறது பேய் வண்ணாத்திதான், ஆனால் குஞ்சாச்சி எண்டு எப்பிடிச் சொல்லுறியள்?"

"இப்பதான் பறக்கப் பழகியிருக்கு, பார்த்தால் தெரியுமடா. நாகப்பனுக்குத் தெய்வத்தையும் தெரியும், பேயையும் தெரியும். விளங்கிச்சோ?"

"ஓமோம்."

நான் கொஞ்ச நேரம் அசந்து நித்திரையானேன். நாகப்பர் வீட்டுக்கு வெளியே இருக்கும் மாமரத்தின் கீழே படுத்துக்கொண்டார். விழித்துப் பார்த்தேன் என்னுடைய தலைமாட்டில் உடுக்கு இருந்தது. கள்ளு குடித்தது ஒத்துவரவில்லை. கண்கள் வீங்கியிருந்தன. அம்மாவுக்குத் தெரிந்தால் தோலையுரித்து காயப்போட்டுவிடுவாள். பொதுக் கிணற்றடிக்குப் போய் முகத்தைக் கழுவிக்கொண்டேன். களை தீர்ந்ததுபோல் உணர்ந்தேன். உடுக்கை எடுத்துக்கொண்டு வீட்டுக்குப் போனேன். புலிச்சீருடை அணிந்திருந்த அண்ணாவைப் பார்த்தேன். அவனை முதன்முறையாக இப்படிப் பார்த்ததும் அவனைக் கட்டியணைத்துக் கொஞ்சினேன்.

"என்னடா பாசம் பொங்கிக் கொண்டு வருகுது?"

"தெரியேல்ல, இயக்கச் சீருடையில இண்டைக்குத்தான் உங்களைப் பார்க்கிறன். அதுவாய்த்தானிருக்கும்."

நேற்றைக்கு நடந்த எல்லாவற்றையும் அண்ணா கேள்விப்பட்டிருக்கிறான். அம்மா ஒன்றும் விடாமல் சொல்லியிருப்பாள். நான் உடுக்கை கொண்டுபோய் என்னுடைய இடத்தில் வைத்தேன். அம்மா, அக்கா, அண்ணா, நானென எல்லோரும் ஒன்றாக அமர்ந்திருந்து சாப்பிட்டோம். "இப்படிச் சாப்பிட்டு நிறைய நாள்கள் ஆகிவிட்டன" என்றாள் அக்கா.

"ஏனடா உப்புக் காட்டுக்குள்ள சும்மா சுத்தித் திரியிறாய்?" அண்ணா கேட்டான். எப்படி பதில் சொல்லுவதென தெரியாமல் "சும்மாதான்" என்றேன். "ஆர் உனக்கு உடுக்கு தந்தது?" அம்மா மீண்டும் கேட்டாள்.

"நாகப்பர்தான்."

"அண்டைக்கு வேறை ஆரையோ சொன்னாய்!"

"பன்னிச்சைத்தாய் எண்டு சொன்னான். ஆனால் அது பொய்."

அன்றைக்கு இரவு வரை அண்ணா வீட்டில் இருந்தான். நாளையிலிருந்து வேறொரு பயிற்சிக்காக முல்லைத்தீவு போகவிருப்பதாகச் சொன்னான்.

"எத்தனை நாளாகும்?"

"ரெண்டு மாசம் ஆயிடும்."

"இனிமேல் உங்களை யாழ்ப்பாணத்துக்கு விடமாட்டினமே..."

"இந்தப் பயிற்சி முடிஞ்சதும்தான் தெரியும். இயக்கம் எடுக்கிற முடிவு தான்."

"இப்ப சமாதான காலம்தானே... பயிற்சியெல்லாம் என்னத்துக்கு?"

"இப்ப சமாதான காலம் தான், பின்னால என்ன நடக்குமோ... அதுக்குத் தயாராக இருக்க வேணுமெல்லே?"

"இந்தச் சமாதானம் நீடிக்காதெண்டு இயக்கம் நினைக்குதா?"

"இது நீடிக்குமெண்டு ஆர்தான் நம்பினம். எல்லாரும் நீடிக்க வேணுமெண்டு விரும்புறம். ஆனால், அதுக்கு அரசாங்கம் ஒத்துழைக்காது."

"இயக்கமும் சண்டையைத்தான் விரும்புதோ?"

"விரும்பேல்ல, ஆனால், அதுக்குத் தயாராக இருக்கு."

"ஆனால், சண்டை வந்தால் பெரிய அழிவு நடந்திடும். இராக்கில சனத்தைப் போட்டுக் கொல்லுற மாதிரி எங்களையும் கொல்லுவாங்கள். அரசாங்கத்துக்கு உதவ ஆயிரம் ஆக்கள் இருக்கினம். நாங்கள் என்ன செய்யேலும்?"

"எங்களால போராட முடியும். உயிருள்ள வரைக்கும் போராடுவம். அமெரிக்க வந்தாலும் சரி, இஸ்ரேல் வந்தாலும் சரி... நாங்கள் போராடுவம்" அண்ணா உறுதியாக இதைத்தான் இரண்டு தடவை சொன்னான்.

இரவு பதினொரு மணியிருக்கும்... அண்ணா வீட்டிலிருந்து செல்ல ஆயத்தமானான். அம்மா அவனுக்கு உலர் உணவுகளைச் செய்து பொதி செய்திருந்தாள். எல்லாவற்றையும் எடுத்துச் செல்ல மறுத்துவிட்டான். அவனுக்குப் பிடித்த சீனி அரியதரத்தையும், முட்டை பிஸ்கட்டையும் கொண்டு சென்றான். அக்கா அவனை வழியனுப்பிவிட்டு வந்து சாமிப்படத் தட்டில் சுடர்விட்டுக்கொண்டிருந்த விளக்கின் திரியைக் கொஞ்சம் வெளியே இழுத்துவிட்டு வணங்கிக் கொண்டாள். அம்மா, வீட்டின் முற்றத்தில் விரிக்கப்பட்டிருந்த பாயில் படுக்க ஆயத்தமானாள். அக்காவிடம் கேட்டேன்.

"பயிற்சி முகாம் எப்பிடியிருக்கும்?"

"முந்தி பிந்தி நான் போயிருந்தால் தானே சொல்ல ஏலும், எனக்கு எப்பிடித் தெரியும்?"

"நாங்களெல்லாம் போய் பார்க்க ஏலாதோ?"

"பயிற்சி முகாம் இருக்கிற ஐந்து கிலோ மீட்டருக்கு முன்னாலேயே

ஆக்களை மறிச்சுப்போடுவினம்.”

“ஆனா, நான் பயிற்சி எடுக்கப் போனால் விடத்தானே வேணும்?”

“உன்ர வயசுக்குப் பயிற்சி வேற கேக்குதோ. ஒழுங்காய் இருந்து படி.அதுவே காணும் ” அக்கா என்னுடைய கண்களை உற்றுப்பார்த்துச் சொன்னாள்.

காலை விடிந்தது. அம்மாவின் வானொலி பாடிக்கொண்டேயிருந்தது. அடுப்படிக்குள் அப்ப வாசனை கமழ்ந்தது. நாகப்பர் வந்து ஊர்ப்புறணி கதைத்துக்கொண்டிருந்தார். அக்கா அவருக்குத் தேத்தண்ணி கொடுத்தாள். நாகப்பர் அம்மாவிடம் சொன்னார்.

“நேற்றைக்கு உன்ர மோனுக்கு கள்ளு குடுத்தனான், வந்து சொன்னவனே?”

அவர் சொன்னது எனக்குக் கேட்டதும் அப்படியே பயத்தில் புரண்டு படுத்தேன். அக்கா நாகப்பரிடம் கேட்கிறாள்.

“நீங்கள் குடுத்ததும் வாங்கிக் குடிச்சவனோ?”

“முதலில் வேண்டாமெண்டு ஒரே அடம்பிடிப்பு, பிறகு பிளாவில ஊத்தி வாயில வெச்சிட்டன். ரெண்டு மிடறு குடிச்சவன்.”

‘‘ஆதீரா...’’ என்று அக்கா உறுமுகிற சத்தம் கேட்டது. நான் படுக்கையிலிருந்து எழும்பவே இல்லை. கண்களை இறுக்க மூடிக்கொண்டு அப்படியே படுத்திருக்கிறேன். அக்கா மீண்டும் கூப்பிடும் சத்தம் கேட்கிறது. இனியும் எழும்பாமல் இருந்தால், படுக்கையில் வைத்தே தோலுரிக்க வாய்ப்பிருக்கிறது. எழும்பிப் போய் எதுவும் அறியாத ஒருவனைப்போல “என்ன?” என்று கேட்டேன்.

“நேற்றைக்கு நீ கள்ளு குடிச்சனியே...”

“கள்ளோ, அதையேன் தொடப் போறன்...”

நாகப்பர் என்னைப் பார்த்துக் கொண்டிருந்தார். அக்கா அவரைக் காட்டிச் சொன்னாள்.

“நாகப்பர் சொல்லுறார், நீ பிளாவில கள்ளு குடிச்சனியாம்.”

“இவர் வாய் திறந்தால் பொய்தானே சொல்லுவார். இவற்ற கதையைக் கேட்டே விசாரணை செய்யிறாய்.”

நாகப்பர் சிரித்துக்கொண்டு அக்காவிடம் சொன்னார்.

“நான் சும்மா சொன்னதும் நீ நம்பிட்டியே பிள்ளை, அவன் குடிப்பானே. என்னை நம்பின நீ அவனை நம்பேல்லேயே...”

நான் மெதுவாகக் கையில் பற்பொடியைக் கொட்டிக்கொண்டு கிணற்றடிக்கு நடக்கலானேன். அக்கா நாகப்பரை ஏசிக்கொண்டிருந்தாள்.

“முஸ்பாத்தி அடிக்கிறதுதான்... அதுக்காக இப்பிடியே வந்து சொல்லுவியள்?”

“சரி விடடி பிள்ளை. காலமை வெள்ளனவே ஏன் இப்பிடி கோபப்படுறாய்... இந்தக் கிழவன் சும்மா சொல்லிப்போட்டன்.”

அக்கா அடுப்படிக்குள் நுழைந்து இரண்டு சோடி அப்பத்தை எடுத்து வந்து நாகப்பருக்குக் கொடுத்தாள்.

நானும் நாகப்பரும் உப்புக் காட்டுக்குள் இறங்கும் நேரம், வெய்யில் நன்றாக ஏறியிருந்தது. பன்னிச்சை மரத்தடியில் உடுக்கை வைத்துவிட்டு வணங்கி எழுந்தோம். வேட்டை நாய்களை விசிலடித்து அழைத்தோம். “நெடுவல் ராசன்

இருந்திருந்தால் இந்தக் காட்டுக்கே வாசமும் நிறமும் வேற. அவனை நோய் கொண்டுபோயிற்று." நாகப்பர் கலங்கி வருந்தினார். நாங்கள் நாய்களை அழைத்துக்கொண்டு உப்புக்காட்டின் அடிவயிறு வரைக்கும் போகலாமெனத் தீர்மானித்தோம். "தலையில் தொடங்கும் நமது பயணம் போய்ச்சேர அந்தி தாண்டி வந்துவிடும்" என நாகப்பர் சொன்னார். "பரவாயில்லை பார்க்கலாம்" என்று நானே ஊக்கப்படுத்தினேன். திருநீற்று வாய்க்காலுக்குப் போனால் அந்த ஏழு நடுகற்களையும் பார்த்துவிடலாமென்று எனக்குள் தோன்றியது. நாகப்பரிடம் கேட்டேன்.

"உப்புக்காட்டைப் பற்றி உங்களுக்கு என்ன தெரியும்?"

அவர் இரண்டு கைகளையும் விரித்துப் பிரட்டினார். உதடு வெளியே பிதுங்கிவந்தது. "உப்புக்காட்டைப் பற்றி முழுசாகத் தெரிஞ்சவன் ஒருத்தரும் இஞ்ச இல்லை. நெடுவல் ராசனுக்குத்தான் நிறைய கதைகள் தெரியும்"

"ஓம்... எனக்கும் நிறைய கதைகள் சொன்னவர். உங்களுக்கு அந்த ஏழு நடுகற்களைப் பற்றி எதாவது சொல்லியிருக்கிறாரோ?"

"அந்த ஏழு நடுகற்களை நீதான் கண்டுபிடிக்க வேண்டும் ஆதீரா..."

"நான் ஏன் கண்டுபிடிக்க வேண்டும்?"

"நீதான்ரா, பன்னிச்சைத் தாயோட பிள்ளை" என்று சொன்ன நாகப்பரின் கண்கள், ஒளி பொருந்திய பொன் வண்டுகளைப் போல என்னையே பார்த்திருந்தன!

22

அக்காவும் நானும் யாழ்ப்பாணத்துக்குத் திரும்பினோம். அம்மா பனங்காய்ப் பணியாரம் சுட்டு, பொதி செய்து தருவித்திருந்தாள். பூட்டம்மாவிடம் கொண்டு சென்று அதைக் கொடுத்தேன். அவள் ஆசை ஆசையாக அதை வாங்கினாள். தொம்மைக் குஞ்சாச்சிக்கு அந்தியேட்டி முடிந்திருந்தது. இனிமேல் நான் கோயிலுக்குப் போக முடியும். பள்ளிக்கூடமும் போக வேண்டும். சங்கரப்பிள்ளை வாத்தியாரை இன்னும் ராணுவம் விடவில்லை. அவரை மெல்ல மெல்ல பள்ளிக்கூடம் மறந்துபோய்விட்டதெனக் கோபம் வந்திற்று. அண்ணா புதிய பயிற்சிக்குப் போய்விட்டான். இனி அவன் யாழ்ப்பாணத்துக்கு வருவானா தெரியவில்லை. தனித்துப்போன ஓர் உணர்வு குபுகுபுவென மனதுக்குள் நிரம்பிற்று. வீட்டைக் கூட்டி அக்கா விளக்குவைத்தாள். வெளியே குவிந்துகிடந்த சருகுகளைக் கூட்டிக் குவித்துவைத்த நெருப்பு தணலாடக் கிடந்தது. திடீரெனப் பதுங்கி வந்த இரவு, அனைத்து இடங்களிலும் பெருகி நின்றது. கூந்தலை நீவிவிடும் அம்பிகாவின் விரல்களைப்போல இவ்விரவை நீவுகிறது குளிர்ந்த காற்று. பயணக் களைப்பில் இருவரும் வெள்ளனவே நித்திரை கொள்ளலாம் என முடிவெடுத்தோம். கண்களை மூடினால் மணியன் வந்துவிடுகிறான். கண்ணீர் விசும்பி அழும் அவனது வார்த்தைகள் நடுங்குகின்றன. ‘இயக்கம் என்னைச் சுட்டுவிடும்... காப்பாற்று...

காப்பாற்று' என்று என்னை நோக்கிக் கைகளை நீட்டுகிறான். கண்களை இறுக்கி, போர்வையால் என்னை மூடிக்கொண்டேன். இரவு நெடுந்தூரம் போகுமொரு பயணி. அதற்கு எத்தனை காலத்து களைப்பும் தாகமும் இருக்கும்!

இரவுக்கு எத்தனை சக்கரங்கள், எத்தனை வடங்கள்... எத்தனை விழிப்புகளும், பிரார்த்தனைகளும் இரவை இழுத்துப்போகின்றன... 'இரவே! எனக்கு நித்திரையைக் கொடு.' அதிகாலையிலேயே கோயிலுக்கு வெளிக்கிட்டேன். வீட்டிலிருந்து வீதியை அடைந்ததும் எதிரே வந்த பொயிலைக் கிளியண்ணா அந்தச் செய்தியைச் சொல்லிக்கொண்டு போனார்.

"தம்பி காந்தியோட அல்லியைச் சுட்டுப்போட்டாங்கள்."

பாய்ந்தடித்து வீட்டுக்கு ஓடினேன். அக்காவிடம் விஷயத்தைச் சொன்னதும் அவள் தலையில் கையைவைத்து "ஐயோ..." என்று கதறி அழுதாள். அவளும் நானும் அல்லியக்காவின் வீட்டை நோக்கி ஓடிப்போனோம். பக்கத்து வீட்டில் இருக்கிறவர்கள் மட்டுமே இருந்தனர். கட்டிலில் வைத்தே சுட்டுக்கொல்லப்பட்டிருக்கிறாள்.

"ஒரு நாலு நாலரை இருக்கும். அப்பதான் துவக்குச் சத்தம் கேட்டது." பக்கத்து வீட்டுக்காரர் நடுநடுங்கிச் சொன்னார்.

சமாதான நீதிவான் வந்து சடலத்தைப் பார்வையிட்டு, விசாரணைக்கு உத்தரவிடும் சடங்குக்காகக் காத்திருந்தோம். அவை முடிந்த பிறகு, பிரேத பரிசோதனை முடிந்து, சடலம் தருவதாகக் கூறப்பட்டது. அடுத்த நாள் காலையில் சடலம் கையளிக்கப்பட்டது. அம்மாவுக்குத் தகவல் சொன்னோம். அவள் வருவதில் சிக்கல்கள் இருந்தன. காந்தியண்ணாவால் வர முடியாது. ஆனால், அவருக்குத் தகவல் தெரிவிக்கப்பட்டது. சலூன் இனியவன் அதற்கான ஏற்பாடுகளை எப்போதும் போலச் செய்து முடித்தார். அல்லியக்காவுக்குக் கொள்ளிவைப்பதற்கான சடங்குகளை நானே செய்து முடித்தேன். காந்தியண்ணா, செத்த வீட்டுக்கு வருவார் என ராணுவமும், அவர்களோடு சேர்ந்து இயங்கிய ஆயுத இயக்கமொன்றும் காத்திருந்தன. அல்லியக்காவின் மீது நெருப்பு சுழன்றது. சுடலையின் மரங்களில் ஓலம் இரைந்தது. கொள்ளிக்குடம் தூக்கிவந்த எனது தோள்களில் துவக்கைச் சுமந்து இந்த அக்கிரமக்காரர்களை ஒருநாள் சங்ஹாரம் செய்வேன். அல்லியக்காவை எரியூட்டிவிட்டு வந்த அக்கணத்திலிருந்து நான் மிகவும் தளர்ந்துபோயிருந்தேன்.

"நாங்கள் நாளைக்குப் பன்னிச்சையடிக்கு வெளிக்கிடுவம்." அக்கா சொன்னாள்.

"இல்லை, நான் வரேல்ல" என்றேன்.

"இஞ்ச இருந்தால் எங்களுக்கும் ஆபத்து வரும்போலக் கிடக்கு."

"ஆபத்து வந்தாலும் பரவாயில்லை, ஓட வேண்டாம்" என்று சொன்னேன்.

அக்கா வாசலைப் பார்த்தாள். மருதன் அண்ணா நின்றுகொண்டிருந்தார். அவருடைய நெற்றியில் காயம் மாறியிருந்த தடயம் இருந்தது. வீட்டுக்குள் நுழைந்ததும் அல்லியக்காவுக்கு நடந்தது குறித்துக் கவலைப்பட்டார். எனது மனமும் வார்த்தைகளும் இருட்குகைக்குள்

மாய்ந்துபோயிருந்தன. ஆனால் மருதனிடம் சொன்னேன்.

"அல்லியக்காவைக் கொன்டவங்களுக்கு நல்ல பதிலடி கொடுக்க வேணும்."

"ஆர் கொண்டது?" மருதன் கேட்டார்.

"உங்களுக்குத் தெரியாதே, ஏன் என்னட்ட கேக்கிறியள்?"

அக்காவும் அப்படியே அமர்ந்திருந்தாள். மருதன் தேத்தண்ணி கேட்டதும், நானே எழுந்து சென்று தண்ணீரைக் கொதிக்கவைத்தேன். அன்றிரவு நானும் மருதன் அண்ணாவும் நீண்ட நேரம் கதைத்துக்கொண்டிருந்தோம். ஆச்சர்யமாக மருதன் என்னிடம் நிறைய விஷயங்களைக் கதைத்தார். "உனக்கு இப்பதான் பதின்மூன்று வயசாகுது. கொஞ்சம் போகப் போக நாட்டில என்ன நடக்குதெண்டு விளங்கும்" என்றார்.

"அல்லியக்காவின் கொலையை மன்னிக்கவே முடியாது. புலிகள் இயக்கத்தின் அபிமானிக்கு மனைவியாக இருந்ததால் கொல்லப்பட்ட அப்பாவி அவள். இதுக்கு நீதி கிடைக்காது. ஆனால், பதிலடி அடிக்கவேணும்" எனக் கொந்தளித்தேன்.

"பதிலடி என்று நீ என்னத்த சொல்லுறாய்?"

"இந்தக் கொலையைச் செய்தவங்களோட இருப்பிடங்களைத் தாக்கவேணும்"

"தாக்கினால் அது நீதியா?"

"ஓம், அது பாதிக்கப்பட்டவனின் பதிலடி. நீதிவேண்டிய சமிக்ஞை. உங்களுக்கு அது தெரியாதா?"

"தெரியாது. உன்னை மாதிரி எனக்குக் கதைக்கவே தெரியாது."

"எனக்குத் தெரியும். நீங்கள் இருந்து பாருங்கோ... நான் பதிலடி கொடுப்பன்."

மருதன் என்னுடைய தலையைத் தடவிக்கொடுத்தபடி "கண்மூடித்தனமான கோபம் உனக்கு மட்டுமில்ல, உன்னைச் சுத்தி இருக்கிற ஆக்களுக்கும் ஆபத்தைத் தரும்" என்றார். இரவிரவாக கதைத்துக் கொண்டிருந்தோம். மருதன் தன்னையொரு போராளியென என்னிடம் ஒப்புக்கொண்டார். "மனதளவில் நானும் போராளியாகி மாதங்கள் ஆகிவிட்டன" என்றேன். அவர் சிரித்தபடி என்னைக் கட்டியணைத்தார். அல்லியக்காவின் இழப்பை காந்தியண்ணாவால் தாங்க முடியாது. அவர் இந்தத் துயரத்தின் வெந்தணலில் புழுவைப்போலத் துடிதுடிப்பார். கடவுளே அவரை ஆற்றுப்படுத்து என்று வேண்டினேன்.

காலையில் பள்ளிக்கூடத்துக்கு ஆயத்தமானேன். அக்கா போக வேண்டாமென்று சொல்லி மறித்தாள். மருதன் எதுவும் சொல்லாமல் அமர்ந்திருந்தார். அவருக்கு என்னைப் புரிந்துவிட்டதுபோலும். நான் பள்ளிக்கூடப் பேருந்துக்காகக் காத்திருந்தேன். மாணவர்கள் கொஞ்ச பேரை ஏற்றிக்கொண்டு வந்து நின்ற பேருந்தில் ஏறினேன். ஆயுதம் தாங்கிய இரண்டு ராணுவத்தினர் பேருந்தில் அமர்ந்திருந்தனர். புதியதும் பயங்கரமுமான காட்சி. பள்ளிக்கூடத்து மாணவர்கள் போகிற பேருந்தில் இவர்களுக்கு என்ன வேலை... நாம் இருப்பது அமைதிக் காலத்திலா, ராணுவ ஆட்சிக்காலத்திலா... இராக்கில் அமெரிக்கப் படைகளைப்போல எங்கள் நிலத்தை ஆக்கிரமித்திருக்கும்

இந்த வன்கவர்வாதிகளை எதுவும் செய்ய முடியாதா? சோதனைச்சாவடியில் பேருந்து நிறுத்தப்பட்டது. மாணவர்கள் ஒவ்வொருவராகச் சோதனை செய்யப்பட்டனர். எல்லாம் நிறைவுற்று பள்ளிக்கூடத்துக்குள் நுழைகிறேன். இயல்புக்கு மாறாகப் பள்ளிக்கூடமே ராணுவச் சீருடைகளால் நிரம்பியிருந்தது. என்னுடைய வகுப்பறையில் இருந்த நண்பர்களிடம் நடப்பது பற்றிக் கேட்டேன். இரண்டு நாள்களாக இப்படித்தான் நடக்கிறது என்றனர். சங்கரப்பிள்ளை வாத்தியாரைக் கடத்திச் சென்று, இத்தனை நாள்களாகியும் விடாமல் உலகையும் எங்களையும் ஏமாற்றும் இந்தக் கயவர்கள் இங்கே நடமாடித் திரிவதன் மர்மம் என்ன?

பள்ளிக்கூடத்தின் உணவு இடைவேளையின் போது, வகுப்பறைக்கு அருகில் நின்ற வேப்பமரத்தின் கீழே ராணுவ அதிகாரி ஒருவர் இளைப்பாறிக்கொண்டிருந்தார். அவருடைய வாகனம் சற்று தள்ளி நிறுத்தப்பட்டிருந்தது. அந்த வாகனத்தில் ஏதேனும் ஒரு சேதத்தை விளைவிக்க எண்ணினேன். பள்ளிக்கூடத்தின் பூசையறைக்குள் நுழைந்து தீப்பெட்டியை எடுத்துவந்தேன். யாருக்கும் சந்தேகம் வராதபடி அந்த வாகனத்தின் எரிபொருள் தொட்டியில் ஒரு தீக்குச்சியை எறிந்துவிடத் துணிந்தேன். பார்வைகள் விலகக் காத்திருந்த எனக்கு ஏமாற்றமே மிஞ்சியது. உணவு இடைவேளை முடிந்து மணி ஒலித்தது. ஆனாலும், நான் அந்தச் சிறு நொடிக்காகக் காத்திருந்தேன். நான் மறைந்திருக்கும் அந்த இடத்திலிருந்து ஓடி வாகனத்தை அண்மித்தால் போதும். அதன்

பிறகு எல்லாமும் சரியாக நிகழும். இந்த பூமியில் கையாலாகாதவன் விரும்பி நிற்கிற ஒரு நொடியைத் தரவல்ல கடவுளையோ, பிசாசையோ இறைஞ்சி நின்றேன். ஒடுக்குதலை ஏற்க மறுக்கும் இந்த நிலத்தின் யுகத்தில் இப்படி எத்தனை நொடிகளுக்காக, எத்தனை பேர் காத்திருக்கின்றனரோ!

நான் வகுப்பறைக்குச் சென்றேன். ஏற்கெனவே வகுப்பு ஆரம்பமாகியிருந்தது. பாட ஆசிரியர் "இவ்வளவு நேரமும் எங்கே போயிருந்தாய்?" என மிடுக்கு குலையாமல் கேள்வி கேட்டார்.

"ராணுவத்தினர் என்னை விசாரணை செய்தனர், நீங்களே வந்து கேளுங்கள்" என்றேன்.

ஆசிரியர் திடீர் செவிடனைப்போல ஆகி, "சரி இருங்கள்" என்றார். பயம், மனிதனை எவ்வளவு கீழ்மையையும் சகிக்கப் பண்ணிவிடுகிறது. சகிக்க முடியாதவர்கள் வீறுகொண்டு எழுந்து கீழ்மைகளுக்கு எதிராகப் போராடுகிறார்கள். என்னுடைய காற்சட்டைப் பையில் இருக்கும் தீப்பெட்டியில் உறங்கும் நெருப்பைக்கொண்டு இவர்களைப் பொசுக்குவேன். எனது நெருப்பின் பிராணம் சத்தியத்தால் எழும்பும். பள்ளிக்கூடம் விடுகிற நேரம் வரை அந்த வாகனம் அப்படியே நின்றது. யாரின் பார்வையும் படாத ஒரு நொடியை நிலம் எனக்குக் கையளித்தது. விறுவிறுவென வாகனத்தின் அருகே நடந்துபோனேன். ஒரு ராணுவச் சிப்பாய் சிறுநீர் கழித்தபடி "என்ன?" என்று கேட்டான். காற்சட்டைப் பைக்குள் இருந்த எனது கைவிரல்களை வெளியே எடுத்தபடி, "ஒன்றுமில்லை" என்றேன். அந்தச் சிப்பாய் ஓடிவந்து பிடித்து "பொய் சொல்லாதே" என்றான். "நான் சும்மாதான் வந்தேன்" என்று மீண்டும் மீண்டும் சொன்னேன். கைகளை மேலே உயர்த்துமாறு சோதனை செய்யத் தொடங்கினார்.

நான் மீள மாட்டேன் என்று கடவுளும், பிசாசும், நிலமும் ஒருகணம் திகைத்தனர்!

23

“நீங்கள் அப்பிடி நடந்துகொண்டிருக்கக் கூடாது ஆதீரன்” என்று மருதன் அண்ணா கனிவு குலையாமல் சொன்னார். இன்னும்கூட கோபம் தணியாத என்னை ஆறுதல்படுத்தினார். “ஆத்திரமும் அவசரமும் புரட்சிக்கு உகந்ததில்லை தம்பியா” இந்த வார்த்தைகளைச் சொல்லிக்கொண்டு எழுந்து சென்றார். அக்காவுக்கு இந்த விஷயம் தெரியக்கூடாதென முன்கூட்டியே சத்தியம் வாங்கிவிட்டுத்தான் மருதனுக்குச் சொன்னேன். அந்த ராணுவச் சிப்பாய் என்னுடைய கைகளை மேல் நோக்கி உயர்த்தச் சொல்லிவிட்டு, “முட்டுக்காலில் இரு” என்றார். பள்ளிக்கூடம் விட்டு மாணவர்கள் போய்க்கொண்டிருந்தனர். நான் முட்டுக்காலிட்டு கைகளை மேலே உயர்த்தியபடி இருந்தேன். திடீரென “சரி நீ எழும்பி வீட்டுக்குப் போ” என்றதும் புத்தகப் பையை எடுத்துக்கொண்டு ஓடிவந்துவிட்டேன். தீப்பெட்டி எதற்கு என்று சிப்பாய் கேட்ட கேள்விக்கு, “கோயிலில் கற்பூரம் கொளுத்த” என்றேன். ‘‘ஒவ்வொரு நாளும் பள்ளிக்கூடத்துக்கு எடுத்து வருவேன்’’ என்று மேலதிகமாக ஒரு பொய்யைச் சொன்னேன். என்னுடைய முகத்தைப் பார்த்து அவனுக்குள் இரக்கமூறியிருப்பதை எண்ணி மனம் வாடினேன், ஐயமுற்றேன். அநீதியாளர்களின் இரக்கத்தின் மீது சந்தேகப்படும் தார்மிகம் அவர்களால் பாதிக்கப்படுபவனுக்கு உண்டு.

அல்லியக்கா கொல்லப்பட்டு இரண்டு நாள்கள் ஆகியிருந்தன. மருதன் அண்ணா எங்களுடைய வீட்டிலேயே தங்கியிருந்தார். அவரைச் சந்திக்க வந்திருந்த நாற்பது வயது மதிக்கத்தக்க பெண்மணி ஒருவரை, எங்களுக்கு அறிமுகப்படுத்திவைத்தார். பெண்மணியின் பெயர் மேகலா. இயல்பின் வசீகரம்கொண்ட முகம். தன்னுடைய கைப்பையிலிருந்து ஒரு சின்னக் கைப்பேசியை எடுத்துக் கொடுத்தார். மருதன் அதை வாங்கிக்கொண்டு நன்றி மட்டும் சொல்லிக்கொண்டார். அந்தக் கைப்பேசியை வாங்கிப் பார்த்தேன். 'Motorola' என்று எழுதப்பட்டிருந்தது. நான் அக்காவுக்கு எடுத்துச் சென்று அதைக் காட்டினேன். வாங்கியவள் ஒரு பொம்மையைப் பார்ப்பதைப்போல பார்த்துக்கொண்டிருந்தாள். எனக்கு உறக்கம் பிடிக்கவில்லை. அன்றைக்கு விடிய விடிய அந்தக் கைப்பேசியை சும்மா அழுத்திக்கொண்டே இருந்தேன். ஐந்து நாள்கள் கழித்து மருதன் வீட்டிலிருந்து சென்றார். போகும்போது நிறைய புத்திமதிகள் சொன்னார்.

"நீங்கள் நினைக்கிறதெல்லாம் சரி. ஆனால் எது சாத்தியமோ, எது யதார்த்தமோ அதுக்குத்தான் வேலை செய்யவேணும்."

நான் சரியென்று தலை யாட்டினேன். அக்கா வாசல் வரை சென்று வழியனுப்பிவைத்தாள். அவளுக்குள் அப்போதும் வோக்மென் இல்லாமலேயே ஜேசுதாஸ் பாடிக்கொண்டிருந்தார்.

அல்லியக்காவின் செத்த வீட்டுக்குக் குறைவான ஆட்களே வந்தனர். வர பயந்தனர். அம்மாவே வராமற்போனது அதிர்ச்சியாக இருந்தது. அவளுக்கு பயம் காரணமாக இருந்திருக்காது. பின்னர் ஏன் வரவில்லை என்று கேள்வி எழுந்தது. அக்காவிடமும் கேட்டேன். இயக்கம் பங்கெடுக்க வேண்டாமென்று சொல்லியிருக்கும் என்றாள். வீட்டை விட்டுச் சென்ற மருதன் திரும்பி வந்தார். தன்னுடைய மூக்குக்கண்ணாடியை மறந்து வைத்துவிட்டுப் போய்விட்டாராம். அக்கா "கொஞ்ச நேரம் இருந்துவிட்டுப் போங்கோ" என்றாள்.

"என்ன சாத்திரமே, எனக்கு ஒண்டும் நடக்காது" என்று சிரித்தார். அக்காவுக்கு இப்படியான மீறல்களில் விருப்பமில்லை. அவள் சகுனத்தில் தீர்க்கமான நம்பிக்கை கொண்டிருப்பவள். அதனால் மருதனைக் கோபத்துடன் நோக்கினாள். அவர் கொஞ்ச நேரம் இருந்துவிட்டு எழுந்து சென்றார். மூக்குக் கண்ணாடி அணிந்ததும் தோற்றம் மாறிவிட்டது. கண்கள் உள்ளே போய்விட்டன. மருதன் விடைபெற்றுப் போகும் அந்த நிமிடத்தில் குயிலொன்று கூவத் தொடங்கியது. இவ்வளவு நாடகீயமான தருணத்தை இயற்கை அளிக்குமென என்னால் நம்ப முடியாதிருந்தது. அக்கா அந்தக் குயிலில் தன்னையே பார்த்துக் கொண்டிருந்தாள்.

மாலையில், ராணுவத்தின் பெரிய முகாமொன்றைத் தாண்டியிருக்கும் மைதானத்துக்கு கிரிக்கெட் விளையாடுவதற்காகப் போய்க்கொண்டிருந்தேன். எப்போதாவது விளையாட வாய்ப்பு கிடைக்கும். வயதில் மூத்தவர்கள் விளையாடுவார்கள். வேடிக்கை பார்ப்பேன். அந்த மைதானம் செம்மண்ணால் ஆனது.

கால்களிலிருந்து அணிந்திருக்கும் உடுப்பு வரை செந்நிறமாகிவிடும். அந்த ராணுவ முகாமில் ஏழு அடிக்கு மேலாக முள்ளுக்கம்பி அடித்து பாதுகாப்புக்குச் சுற்றிவர சிப்பாய்கள் நின்றுகொண்டிருப்பார்கள். எப்போதாவது வீதியால் செல்வோரை மறித்து அடையாள அட்டையை வாங்கிச் சரிபார்த்துக்கொள்வார்கள். ‘மேல்மாடி வீட்டு ஆர்மி காம்ப்’ என்றழைக்கப்படும் அந்த முகாமிலிருந்து ராணுவத்தினர் வந்து பிடித்துச் செல்லப்போகிறார்கள், வேகமாகச் சாப்பிடு என்று வெருட்டி குழந்தைகளுக்குச் சோறூட்டும் அளவுக்குப் புகழ்பெற்றிருந்தது. அந்த முகாமைத் தாண்டிப்போகிறேன், என்னுடைய காற்சட்டைப்பையில் இருக்கும் தீப்பெட்டியைத் தொட்டுப் பார்க்கிறேன். நெருப்பு யுகத்தின் குச்சிகள் எரிவதற்கு ஆயத்தமாக உறக்கமற்று இருந்தன. ஆனால், இந்தத் தீக்குச்சியால் இவர்களை வீழ்த்த இயலாது. இந்தச் சிறு நெருப்பால் இவர்களை எதுவும் செய்ய முடியாதென உணர்ந்துகொண்டேன். மனம் மிக மெதுவாக முன்னேறி அசைந்தது.

இளைஞர்கள் மைதானத்தில் விளையாடிக் கொண்டிருந்தனர். கபிலன் சிகரெட்டை ஊதித் தள்ளியபடி அமர்ந்திருந்தார். துடுப்பெடுத்தாடும் அணியின் பிரதான ஆட்டக்காரர். குடிகாரன், பெண் பித்தன். ஆனால் எல்லோருக்கும் உதவும் நல்லவன். இரண்டு குழுக்களுக்கிடையே நிகழ்ந்த வாள்வெட்டுச் சண்டையில் கையில் வெட்டு வாங்கி இப்போதுதான் மீண்டிருக்கிறார். கபிலன் என்னைப் பார்த்ததும் “வாடா வன்னி” என்று அழைத்தார். யாழ்ப்பாணத்தின் எள்ளலும் அன்பும் நிறைந்த அழைப்பு. நாங்கள் வன்னியிலிருந்து இடம்பெயர்ந்து வந்த நாளிலிருந்து யாழ்ப்பாணிகள் எங்களை ‘வன்னிச்சனம்’ என்று தான் அழைத்தனர். கபிலனின் வெட்டுக்காயத்தைப் பார்த்தேன். காய்ந்த களிம்புபோலிருந்தது. விளையாட்டில் எப்போதும் ஓட்ட எண்ணிக்கை குளறுபடிகள் வந்து, வாக்குவாதம் முற்றும்.

அன்றைக்கும் அதுபோல வாக்கு வாதம் வந்து விளையாட்டு குழம்பிப் போய்விட்டது. சிலர் விளையாட வரவில்லையென ஒதுங்கி நிற்க, என்னை விளையாட்டில் சேர்த்துக் கொண்டனர். அன்றைக்குச் சரியான விளையாட்டு. துடுப்பெடுத்தாடி இருபது ஓட்டங்களை எடுத்தேன். கபிலன் என்னைப் பாராட்டித் தீர்த்தார். ‘‘நீ இனி ஒவ்வொரு நாளும் விளையாட வரவேண்டும்’’ என உத்தரவாய்ச் சொன்னார். அல்லியக்காவின் கொலை குறித்து கபிலன் அண்ணாவிடம் கதைக்கும்போது அவர் தீர்மானமாகச் சொன்னார், “இதுக்கு இயக்கம் பதிலடி குடுக்கும். இருந்து பார்.’’ அன்றைக்கு நான் வீடு வருவதற்குள் இருண்டிருந்தது. அக்கா பயந்துபோய் வீட்டின் முன்னாலேயே அமர்ந்திருந்தாள்.

“இவ்வளவு நேரம் எங்கையடா போனீ?”

“விளையாடத்தான், கொஞ்சம் பிந்திட்டுது.”

அக்காவுக்கு இப்படித் தாமதமாக வந்தது பிடிக்கவில்லை. ஆனால் கண்டிக்கவுமில்லை. இரவு சாப்பிட்டுவிட்டு நித்திரைக்குச் செல்ல ஆயத்தமானோம். துவக்குச்

சூடுகள் கேட்டன. எங்களுக்குள் கிலி பிறந்திற்று.

“இஞ்ச எங்கையோ பக்கமாய்த்தான் நடக்குது.”

நடுங்கத் தொடங்கியது. நான் அக்காவின் அரவணைப்பில் போய் படுத்துக்கொண்டேன். ‘‘கடவுளே ஆருக்கும் ஒண்டும் நடக்கக்கூடாது” என்று மட்டும் அக்கா வேண்டினாள். நாய்கள் குரைக்கத் தொடங்கின. அழுகுரல் சத்தம் கேட்கிறது. இரவுக்கும் ஓலத்துக்கும் இடையே ஊழிச்சூறாவளி எழுந்தாடுகிறது. “ஆர்மிக்காரங்களுக்குத்தான் அடி விழுந்திருக்கும். அவங்களுக்குத்தான் விழவேணும்” என்றேன். அக்கா வாயைப் பொத்தி, ஓர் அடி அடித்தாள்.

அன்றைக்கு அதிகாலையில் எழுந்தேன். நித்திரை வரவில்லை. என்ன நடந்திருக்கும்... யாரை யார் சுட்டிருப்பார்கள் என யோசித்துக்கொண்டிருந்தேன். காலை விடிந்ததும் பூட்டம்மாவின் வீட்டுக்குப் போனேன். அவள் கதவைத் திறக்காமல் வீட்டுக்குள்ளேயே இருந்தாள். நான் ஜன்னல் வழியாகத் தட்டினேன். என்னைப் பார்த்ததும் கதவைத் திறந்து உள்ளே இழுத்துக்கொண்டாள்.

“என்ன பிரச்னை, ஏன் வீட்டுக்குள்ள இருக்கிறியள்?”

“இரவு ஆர்மிக்காறற்ற வாகனத்தையல்லே அடிச்சுப் போட்டாங்கள், நாலு பேர் செத்திட்டாங்கள்.”

“சத்தம் கேட்டது. நான் அக்காட்ட சொன்னன், இப்பிடித்தான் நடக்குமெண்டு. எங்க நடந்தது?”

“சிவத்தான்ர மில் முடக்கில.”

“சுட்ட ஆக்கள இரவிரவாய் ஆர்மிக்காரங்கள் தேடித் திரியிறாங்கள். இஞ்சையும் வந்து தேடினவங்கள். ரெண்டு பேராம்.”

“இயக்கம் மோட்டர் சைக்கிளில வந்தெல்ல இப்படிச் செய்யிறவங்கள்.”

“இல்லை. சுட்டுப்போட்டு ஓடிப் போனவங்களாம். காயப்பட்டவன் சொல்லியிருக்கிறான். சுற்றிவளைச்சுத் தேடுறாங்கள்.”

“எங்கட வீட்டுப் பக்கம் ஆர்மி வரேல்லையே..”

“ஓடிப்போனவங்களோட திசையிலதான் தேடுவாங்கள்.”

“அல்லியக்காவின்ர கொலைக்குப் பழிக்குப் பழி வாங்கியிருக்கினம் போலக்கிடக்கு.”

“அதுக்கு சனமிருக்கிற ஊருக்குள்ள வந்தே இப்படிச் செய்யிறது... மோடனுகள்.” பூட்டம்மா இயக்கத்தைத் திட்டினாள்.

அக்காவும் பூட்டம்மா வீட்டுக்கு வந்திருந்தாள். மூவரும் அங்கேயே இருந்தோம். ராணுவம் ஊரைச் சல்லடை போட்டுத் தேடிக் கொண்டிருந்தது. பூட்டம்மா எல்லோருக்கும் சேர்த்துச் சமைத்தாள். அன்றைக்கு மாலையில் சிறுவர் பள்ளிக்கூடமொன்றின் கட்டி முடிக்கப்படாத கட்டடத்தில் மறைந்திருந்தவருக்கும் ராணுவத்தினருக்கும மோதல நிகழ்ந்தது. மறைந்திருந்த நபர் கொல்லப்பட்டதோடு, அவரின் சடலத்தை ராணுவம் தனது முகாமின் முன்னேயுள்ளே தகர ரம்முக்குள் போட்டுவைத்திருந்தது. அந்த ரம்மில் எழுதப்பட்டிருந்த வாசகம் ‘பயங்கரவாதி - தள்ளி நில்லுங்கள்’ என்றிருந்தது.

நானும் அக்காவும் வீட்டுக்குச் சென்றோம். பூட்டம்மா எங்களை வழியனுப்பிவிட்டு கதவை இறுகச் சாத்திக்கொண்டாள். மாலைக்கும் இரவுக்கும் நடுவே பொழுது மங்கியது. அக்கா விளக்கேற்றி வைத்தாள். அக்காவிடம் கேட்டேன்.

"மருதன் அண்ணா இஞ்ச வந்து போறது எங்களுக்குப் பிரச்னை யில்லையே?"

"ஏன் இல்லை, பிரச்னைதான்."

"பின்ன ஏன் அவர் அடிக்கடி வந்து போறார்?"

"இயக்க வேலையாய்த்தான்."

"இப்பிடி மூக்குக்கண்ணாடியப் போட்டுக்கொண்டு என்ன இயக்க வேலை செய்யிறார்?"

"ஆதீரா, நீ நினைக்கிறது மாதிரி மருதன் லேசுப்பட்ட ஆளில்லை. யாழ்ப்பாணத்தின்ர வரைபடமே மருதன்ர உள்ளங்கையில இருக்கு."

"என்னக்கா சொல்லுறாய்?"

"ஓமடா, மருதன் தாக்குதல் பிரிவு. நான் நினைக்கிறன் இண்டைக்கு ராணுவத்தோட வாகனத்தை அடிச்சதும் மருதன்ர அணியாய்த்தானிருக்கும்."

"எப்பிடிச் சொல்லுறாய்?"

"எனக்கு அப்பிடித்தான் தெரியுது. ஏனெண்டால் சிவத்தான்ர மில்லுக்கும், பள்ளிக்கூடச் சந்திக்குமாய் அஞ்சாறு நாளாய்ப் போய்ட்டு போய்ட்டு வந்தவர்."

"அவர் மாட்டினால்..."

"அவர் மாட்ட மாட்டார்."

கதைத்துக்கொண்டிருக்கும்போது எங்களுடைய வீட்டின் பின்புறமாக நின்றுகொண்டு அக்காவின் பெயரைச் சொல்லி ஒரு குரல் அழைக்கிறது.

"ஆர்?" அக்கா கேட்கிறாள்.

"நான் காந்தியண்ணா பிள்ளை, கதவைத் திற." வெளியே ராணுவச் சீருடையோடு காந்தியண்ணாவும் இன்னொருவரும் நின்றுகொண்டிருந்தனர். காந்தியண்ணாவின் கழுத்திலிருந்து ரத்தம் வழிந்துகொண்டிருந்தது.

24

இரவு தருவித்த நடுக்கத்தோடு, காந்தியண்ணாவின் காயத்துக்குச் சூடாக்கிய மஞ்சளும், நல்லெண்ணெயும், கல்லுப்பும் சேர்த்து குழைத்துப் பூசினோம். காந்தியண்ணாவோடு வந்தவரின் பெயர் ஓவியன் என்று சொன்னார். குள்ளமாக இருந்தார். அவரின் சுருட்டைத் தலைமுடியும், இரண்டு புருவங்களும் சேர்ந்துகொள்ளும் நெற்றியும் வடிவாக இருந்தன. காயத்தின் தணலில் வதையுணர்ந்தபடி காந்தியண்ணா இருந்தார். அவருக்குள் மிதந்துகொண்டிருந்த அல்லியக்காவின் துயரம், ஒரு பனையளவு அலையென எழுந்து சீறியது. அக்காவையும் என்னையும் கட்டியணைத்து விம்மி விம்மி அழுதார். ரத்தமும் கண்ணீரும் கலந்த அந்தப் பொழுதை ஓவியன் பார்த்துக்கொண்டிருந்தார். அல்லியக்காவுக்குக் கொள்ளிவைத்த எனது கையைப் பற்றி அழத் தொடங்கினார். அக்காவும் நானும் அவரைக் கட்டியணைத்து அழுதோம். மெல்ல மெல்ல துயரின் தசைகள் பிய்ந்து இளகின. காந்தியண்ணா கண்களைத் துடைத்துக்கொண்டு "பிள்ளை... நாங்கள் இன்னும் கொஞ்ச நேரத்தில வெளிக்கிட்டிடுவம், நீங்கள் பயப்பிடத் தேவையில்ல."

“இப்ப நாங்கள் பயப்பிடுறம் எண்டு ஆர் சொன்னது” அக்கா கேட்டாள்.

போராளிகள், ராணுவத்தின் சீருடையை அணிந்திருப்பது எனக்கு அதிர்ச்சியாக இருந்தது. முதன்முறையாக இப்படியொரு காட்சியைப் பார்க்கிறேன். காந்தி யண்ணா தன்னைப் போராளியாகச் சொன்னது கிடையாது. தன்னோடு வந்திருக்கும் ஓவியன் போராளி என்று சொன்னார். அவரும் அதையே அணிந்திருந்தார்.

“உங்கள் ரெண்டு பேருக்கும் வேற உடுப்பில்லையோ, உந்த உடுப்ப பார்த்தால் என்னவெல்லாமோ செய்யுது” என்றேன்.

“இந்த உடுப்புதான் எங்களை இவ்வளவு நேரமாய்க் காப்பாற்றி யிருக்கு” என்றார் ஓவியன். அதை ஆமோதிப்பதைப்போல காந்தியண்ணா தலையசைத்தார். அக்கா அவர்களுக்குத் தேநீர் பரிமாறினாள். சாப்பிடுவதற்குப் பலகாரங்களைக் கொடுத்தாள்.

‘என்ன நடந்தது, ஏன் இப்படி ரத்தம் ஒழுக ஒழுக ஓடிவருகிறீர்கள், ராணுவத்தின் சீருடை அணிந்து எங்கே போனீர்கள்?’ என்று அவர்களிடம் கேட்க விரும்பிய கேள்விகள் எனக்குள் ஊறிக்கொண்டேயிருந்தன. ஆனால் கேட்கக்கூடாது. அப்படிக் கேட்பது அடைக்கல மாதாவின் வீட்டு மரபில்லை. ஓவியன், தனது முதுகின் கீழே செருகிவைத்திருந்த கைத்துப்பாக்கியை எடுத்து வெளியே வைத்தார். காந்தியண்ணா என்னைப் பார்த்துக்கொண்டு ஓவியனிடம் சொன்னார்.

“அணிலைத் தூக்கி வெளிய வெச்சதும் ஆதீரன்ர கண்ணைப் பார்த்தனியளே, அவனுக்கு இதெண்டால் ஒரு புளுகம். தமையன் வீட்டுக்குக் கொண்டுவந்தால் அதை உள்ளங்கையில வெச்சு நிறுத்துப் பாப்பான்.”

“அணில் என்றால் பிஸ்டலோ?” என்று கேட்டேன். ஓவியன் ஓமென்று தலையசைத்துக்கொண்டு “அணில் இண்டைக்கு மூன்று பேரை வேட்டை யாடியிருக்கு” என்றார்.

எனது புருவங்கள் உயர்ந்தன. எங்கே, யார், எப்படியென ஆர்வம் தத்தளிக்க அவரையே பார்த்தேன். என்ன அதிசயமோ காந்தியண்ணா நடந்தவற்றைச் சொல்லத் தொடங்கினார்.

“ஆர்மிக்காரங்கள சிவத்தான்ர மில் முடக்கில வெச்சு சுட்டது நாங்கள்தான். எங்களைத் தேடிச் சுற்றிவளைப்பு நடக்குது. நாங்கள் தாக்குதலைச் செய்துபோட்டு பொயிலைத் தோட்டத்துக்குள்ள ஓடிட்டம்.”

“எல்லா இடத்திலையும் தேடின ஆர்மி அங்க தேடேல்லையோ?” என்று கேட்டேன்.

“அவங்கள் முதல் இறங்கினதே அதுக்குள்ளதான். ஆனா எங்களைக் கண்டுபிடிக்க முடியுமோ? புகை போக முடியாத இடத்துக்குள்ளேயே புலி போய்டுமெல்லே” என்றார் காந்தியண்ணா.

“தாக்குதல் நடந்த நேற்று இரவிலிருந்து இப்ப வரைக்கும் அங்கயே இருந்தனியள்?” அக்கா கேட்டாள்.

“இல்லை, நாங்கள் இண்டைக்குக் காலம்பிறையே இடம் மாறிட்டம்.” ஓவியன் சொன்னார். அவருடைய குரலில் சாகசமற்ற தீரமிருந்தது.

“எங்க போனியள்?”

காந்தியண்ணாவின் வாய் ஓரத்தில் புன்னகை. ஓவியன் முகத்தில் பதில்

சொல்ல முடியாத தீர்மானம். ‘‘சரி, சொல்லக்கூடாதென்றால் விடுங்கள்” என்றேன். “அப்பிடியொரு ரகசியமும் இல்லை. அல்லி எரிஞ்ச சுடலைக்குப் போக வேணும்போல இருந்தது. அதுமட்டுமில்ல, அதுதான் பாதுகாப்பும்கூட. ஆரையும் அங்க வந்து தேட மாட்டினம்’’ என்றார் காந்தியண்ணா.

“பிறகு என்ன நடந்தது?”

“பிறகுதான் எல்லாமும் நடந்தது” ஓவியன் என்னைப் பார்த்துச் சொன்னார்.

“நாங்கள் சுடலைக்குப் போகேக்க விடியப்பிறம் நாலு மணியிருக்கும். பொயிலைத் தோட்டத்திலருந்து சுடலைக்குப் போறதுக்கு எங்களிட்ட இருந்த ஒரே வழி குளத்தைக் கடக்கிறது. ஆனால், அங்க ஆர்மி நிப்பாங்கள் எண்டு ஒரு யோசனை வந்தது. அப்பிடி இருந்தால் வந்த வழியே வரலாமென்று முடிவெடுத்து குளத்தில் நீந்திச் சுடலைக்கு வந்தம். சுடலைக்குப் பின்னாலுள்ள பத்தைக்குள்ள மறைஞ்சிருந்தம். அப்பதான் எங்களுக்கு ஒரு தகவல் வந்தது. நாங்கள் அந்தக் காரியத்தை வெற்றிகரமாய்ச் செய்து போட்டுத்தான் வந்திருக்கிறம்.”

“என்ன காரியம்?”

“தூக்குதல்தான்.”

“எங்க?”

“மேல் மாடி ஆர்மி காம்ப்.”

சொல்லிக்கொண்டே ஓவியன் வீட்டை விட்டு வெளியே போய், கைப்பேசியில் யாரையோ அழைத்து “நாங்கள் மருதன்ர இடத்தில நிக்கிறம்” என்றார். ஒரு அரை மணித்தியாலத்தில் ஆட்டோ ஒன்று எங்களுடைய வீட்டுக்கு முன்னால் வந்து நின்றது. அதிலிருந்து இறங்கி வந்த பெண்ணுடைய கையில் ஓர் உடுப்புப் பை இருந்தது. அவள் வீட்டுக்குள் நுழைந்ததும், ஓவியன் பையை வாங்கி, உடுப்பை மாற்ற வெளியே போனார். காந்தியண்ணாவும் சேர்ந்து உடுப்பை மாற்றினார். ராணுவத்தின் சீருடைகளை ஓர் உரப்பையில் கட்டி, வீட்டின் பின்னே புதைக்குமாறு ஓவியனுக்கு அந்தப் பெண் கட்டளையிட்டார். துரிதமும் தெளிவும்கொண்ட நகர்வுகளாக இருந்தன. அந்தப் பெண்ணை காந்தியண்ணாவும் இப்போதுதான் முதன்முறை சந்திக்கிறார்போலும். அவர்களுக்குள் பெரிதாக உரையாடலே நிகழவில்லை. ஆட்டோக்காரன் வாலிபனாக இருந்தான். அவனை அழைத்து, ‘‘பாம்புக்குத் தகவல் சொல்லு, இன்னும் ஒரு அஞ்சு நிமிசத்தில வெளிக்கிடலாம்’’ என்ற அந்தப் பெண்மணி, அக்காவிடம் “உங்கட பெயர் என்ன?” என்று விசாரித்தார். அக்கா தன்னுடைய பெயரைச் சொல்லிஒருபுன்னகையை அளித்தாள். “உங்களுடைய அம்மாவைப் பற்றிக் கேள்விப்பட்டிருக்கிறேன்” என்றார். எங்களைக் கட்டியணைத்து, “என்ர பிள்ளையள் நீங்கள். கவனமாய் இருங்கோ” என்ற காந்தியண்ணா ஆட்டோவில் இறுதியாக ஏறிக் கொண்டார். ஆட்டோ எங்களுடைய வீட்டிலிருந்து வெளிக்கிட்டுச் சென்றதும், நானும் அக்காவும் தனித்துப்போன உணர்வு இருந்தது.

“ஆட்டோவில வந்த அக்காதான் இவையளுக்குப் பொறுப்பாளர் போல.”

“எனக்கும் அப்பிடித்தான் தெரியுது.” அக்கா சொன்னாள்.

“ஓவியன் வெளியால போய் போன்

கதைச்சதைக் கேட்டனியளோ, எங்கட வீட்டுக்கு மருதன்ர இடமெண்டு குறிப்புச் சொன்னவர்."

"ஓம்... ஓம். அவர் அடுத்த தடவை வரவிட்டுக் கேப்பம். இப்பிடி எத்தினை பேருக்குச் சொல்லி வெச்சிருக்கிறாரோ..."

அக்கா கோபப்படுவதைப்போல அந்தப் பரவசத்தை ஏற்றுக் கொண்டாள். 'இந்த இடம் மட்டுமா... எனது இதயமும் மருதனுடையதே' என்று தனக்குள் சொல்லிக்கொண்டாள். இரவு தீர்ந்து போய்க்கொண்டிருந்தது. எனக்கு நித்திரையே வரவில்லை. விடிந்தால் எல்லாம் தெரிந்துவிடும்.

அதிகாலைப் பூசைக்கான ஆயத்தங்களிலிருந்த சின்ன முருகன் கோயில் ஐயரைச் சுட்டுக் கொன்ற ராணுவத்தினர், உடலை மூலஸ்தானத்துக்குள் இழுத்துச்

சென்று கதவைப் பூட்டினர். கோயிலுக்குப் போனவர்கள் அச்சத்தில் வீடுகளுக்குத் திரும்பினர். ராணுவத்தோடு சேர்ந்து இயங்கும் துரோகிகள் யாரோ உளவு பார்த்திருக்கிறார்கள் எனத் தெரிந்தது. காட்டிக் கொடுப்புகள், துரோகத்தனங்கள், இயக்கப் பழிவாங்கல்களென ஆயுதக் கொலைகளுக்குத் தலைப்பிட்டுச் சடலங்களைப் பெருக்கிக் கொண்டிருந்தது காலம்.

'மேல்மாடி ஆர்மி காம்ப்' மீது நேற்றிரவு நடந்த தாக்குதலில், மூன்றுக்கு மேற்பட்ட ராணுவத்தினர் பலியாகியதாகத் தகவல்கள் உலவின. அன்றாடம் பாதிக்கப்பட்ட சனங்கள் என்ன செய்வதெனத் தெரியாமல், காம்ப் இருக்கும் வழியை விட்டு வேறு பாதைகளைப் பயன்படுத்தினர். ஐயரைச் சுட்டுக் கொன்ற செய்தி காற்றெல்லாம் பரவியது. மூலஸ்தானத்தின் கதவுத் திறப்பை ராணுவம் கையளித்தபோது நடுவெயில் வானில் தகித்தது. ரத்தம் காய்ந்த அவரின் உடல்மீது விளக்கின் எண்ணெய் வழிந்துகொண்டிருந்தது. வேல் தாங்கி நின்ற முருகனின் காலடியில், அவரின் சடலத்தைக் காண நேர்ந்த சனங்கள் 'ஐயோ... கடவுளே...' என விம்மிப் பொருமினர்.

காந்தியண்ணாவும் ஓவியனும் இந்தத் தாக்குதலைச் செய்துவிட்டு எங்கள் வீட்டில் வந்து மறைந்திருந்தனர் என்பதை நினைத்தால் மயிர்க் கால்கள் நடுங்குகின்றன. காந்தியண்ணாவுக்கு ஆயுதங்களைக் கையாண்டு பழக்கமில்லை என்று நம்பினேன். ஆனால் அவருக்கும் பயிற்சி அளிக்கப்பட்டிருக்கிறது. கையெறி குண்டுகளை இவர்தான் வீசியிருக்கிறார். ஐந்து ராணுவத்தினருக்கு மேல் காயப்பட்டிருக்கின்றனர். பலியான மூவரையும் ஓவியனே சுட்டிருக்கிறார். அவருடைய அணில் வேட்டையாடிய எண்ணிக்கை மூன்று என்று சொன்னதை இப்போது நினைத்துப் பார்க்கிறேன். பிஸ்டலுக்கு 'அணில்' எனும் பெயர் மாற்றத்தை என்னால் நம்ப முடியாதிருந்தது. தடவிப் பார்க்கையில் மென்மையும்

குழந்தைமையும் திரும்புகிற உயிரினம் அணில். அதன் பெயரை இந்தக் குளிர் பரவி நிற்கும் உலோகத்துக்கு எப்படிச் சூட்டினார்கள் என்று நொந்தேன்.

ஐயரின் கொலைக்கு வழமைபோல ஜனநாயக அமைப்புகள் கண்டனங்களை வெளியிட்டன. ராணுவம் வழமைபோல அந்தக் கொலைக்கும் தமக்கும் தொடர்பில்லையென அறிக்கை வெளி யிட்டது. பல்வேறு மதங்களின் மத குருக்களும் சமூக ஆளுமைகளும் கலந்துகொண்ட ஐயரின் இறுதி ஊர்வலத்தில், கண்ணீர் அஞ்சலி துண்டுப்பிரசுரங்கள் வழங்கப்பட்டன. அந்தப் பகுதியின் ராணுவ அதிகாரி ஒருவர், ஊர்வலத்தில் பங்கெடுத்துக் கொண்டார். அது சிலருக்கு ஆச்சர்யத்தை ஏற்படுத்தியது. பலருக்கு ஆறாத காயத்தின்மீது சுடு சாம்பலைக் கொட்டியதைப் போலிருந்தது. அந்த ராணுவ அதிகாரியின் கையிலும் ஒரு துண்டுப்பிரசுரத்தைக் கொடுத்தேன். அவர் வாங்கிக்கொண்டார். ஐயரின் சவ ஊர்வலத்தில், இயக்கத்தின் அரசியல் போராளிகளும் பங்கெடுத்தனர். அங்கு ஏதேனும் அசம்பாவிதங்கள் நடக்கக்கூடுமென ஒரு பதற்றம் இருந்தபோதிலும் எதுவும் நிகழவில்லை. ஐயரின் சடலத்தைச் சுடலைக்குத் தூக்கிச்செல்லும் பாதையின் மருங்கிலுள்ள புதருக்குள் இரண்டு சடலங்கள் கிடந்தன.

25

குப்புறக் கிடந்த இரு சடலங்களையும் முகம் தெரியுமாறு புரட்டினார்கள். காய்ந்த ரத்தத்தின் நெடியும், மொய்த்த எறும்புகளையும் தாண்டி முகங்களை அடையாளம் கண்டனர். “ரெண்டு பேரும் ஆர்மிக்காரர்போலக் கிடக்கு” என்றது ஒரு குரல். “சாறமும், மாப்பிள கோடன் சேர்ட்டும் போட்டுக்கொண்டே ஆர்மிக்காரங்கள் நிப்பாங்கள், உனக்கென்ன விசரே” என்று குரல் எழுப்பினார் இன்னொருவர். ஐயரின் இறுதி ஊர்வலத்தில் வந்துகொண்டிருந்த ராணுவ அதிகாரி, சடலங்களின் அருகில் போனார். முகங்களை உற்று நோக்கினார். ஒருவிதச் சாம்பலும் மஞ்சள் நிறமுமாக ஆகியிருந்த சடலத்தைப் பார்த்து உறுதிப்படுத்தினார். இரண்டு சிப்பாய்கள் கத்தியால் குத்திக்கொல்லப்பட்டிருப்பதை அவரே கண்டுபிடித்தார். ஆனால் எப்படி சாறமும், மாப்பிள்ளை கோடன் சேர்ட்டும் இவர்கள் அணிந்திருக்கிறார்கள் என எல்லோருக்குள்ளும் கேள்விகள் எழுந்தன. ஆனால், என்னிடம் பதில் இருந்தது. காந்தியண்ணாவும் ஓவியனும் இவர்களைக் கொன்று கைப்பற்றிய ராணுவச் சீருடையை

அணிந்துகொண்டுதான் அடுத்த தாக்குதலைச் செய்திருக்கிறார்கள். காந்தியண்ணாவின் கழுத்திலிருந்து வழிந்த ரத்தத்துக்கு இங்கே நிகழ்ந்த கத்திக்குத்தே காரணமாக இருந்திருக்கிறது. இவர்களைக் கொலை செய்து, சீருடையைப் பறித்துக்கொண்டு, தங்களுடைய ஆடைகளை இவர்களுக்கு அணிவித்திருக்கிறார்கள்.

ஐயரின் இறுதி ஊர்வலம் தொடர்ந்தது. ராணுவ அதிகாரி தெரிவிக்க வேண்டிய இடங்களுக்குத் தகவலை அனுப்பியிருந்தார். அங்கேயே ஒரு சிப்பாயை நிறுத்திவைத்துவிட்டு ஊர்வலத்தோடு நடக்கத் தொடங்கினார். சுடலையிலிருந்து வந்ததும் அக்காவிடம் நடந்ததைச் சொன்னேன். அவள் பெரிதாக வியக்கவில்லை. அப்படித்தானே நிகழும் என்பதைப்போல முக பாவத்தை வைத்திருந்தாள். ஆனால், ராணுவம் எதையாவது பதிலுக்குச் செய்யுமென்று மட்டும் உறுதியாகச் சொன்னாள்.

அடுத்த நாள் காலையில் பள்ளிக் கூடத்தின் காலைப் பிரார்த்தனையில் அதிபர் உரை நிகழ்த்தினார். நாட்டில் நடைபெற்றுக்கொண்டிருக்கும் அசம்பாவிதச் சூழல்கள் பற்றி கவலை தெரிவித்திருந்தார். சங்கரப்பிள்ளை வாத்தியாரின் விடுதலைக்காக மனித உரிமை அமைப்புகள் அரசாங்க மேல்மட்ட பிரதிநிதிகளோடு பேச்சு வார்த்தை நடத்துகின்றன, ஆகவே மாணவர்கள் யாரும் இனிமேல் போராட்டத்தில் ஈடுபடக்கூடாதென அறிவுறுத்தினார். மாணவர்கள் பலர் அதை ஆமோதித்தனர். சிலரோ 'பயந்தாங்கொள்ளி' என்று குரல் எழுப்பினார்கள். அதிபர் கடுமையாகக் கோபங்கொண்டு "துணிச்சல்காரர்களே! நீங்கள் சொல்வது சரிதான், ஆனால் நான் நடாத்துவது பள்ளிக்கூடமே தவிர ஆயுதப்பயிற்சி முகாமில்லை" என்றார். மீண்டும் சில மாணவர்கள் "பயந்தாங்கொள்ளிகளே! பள்ளிக் கூடம் அக்கிரமக்காரர்களின் கூடாரமாக இருக்கும்போது, நாங்கள் ஆயுதப் பயிற்சி முகாமுக்குத்தான் போவோம்" என்றனர். காலைப் பிரார்த்தனையில் கடுமையான வாக்குவாதம் நிகழ்ந்தது.

அன்று முழுவதும் பள்ளிக்கூடமே ஸ்தம்பித்திருந்தது. குரல் எழுப்பிய

மாணவர்கள் யார் யாரென அதிபருக்குப் பட்டியல் தரப்பட்டது. மதிய நேரத்தில் அவர்களை மட்டும் அழைத்து அதிபர் மிரட்டினார். மாணவர்கள் அவரின வாதங்களைப் பொருட்படுத்தாமல் வெளியேறினார்கள். அவர்களின் உறுதியை எண்ணி வியந்தேன். சிறுவனாக இல்லாமல் போயிருந்தால் நானும் அவர்களோடு நின்றிருப்பேன். பள்ளிக்கூடம்விட்டுப் பேருந்தில் ஏறிக்கொண்டேன். மாணவர்கள் மத்தியில் காலையில் நடந்த சம்பவமே பேசுபொருளாக இருந்தது. நான் எதுவும் கதைக்கவில்லை. பாடப்புத்தகத்தை எடுத்துப் புரட்டிக் கொண்டிருந்தேன். வெறுமனே சொற்களால் பாசாங்கு காட்டித் திரியும் சிலரை எண்ணி வருந்தினேன். சொல்லைவிடச் செயல் பலமிக்கது. அவசியமானது. தாவரத்துக்குச் சூரியனைப்போல, புரட்சிக்கு செயலே ஊட்டமளிக்கிறது.

காந்தியண்ணாவை நினைத்துப் பார்க்கிறேன். ராணுவத்தைக் கத்தியால் குத்திக் கொன்று, முகாமில் தாக்குதலை நிகழ்த்தினார் என்பதை யாரால் நம்ப முடியும்?

அல்லியக்கா உயிரோடு இருந்து இந்தச் சம்பவங்களை அறிந்தாலும் நம்பியிருக்க மாட்டாள். கைதட்டி பெலத்து சிரித்திருப்பாள் என்றே தோன்றுகிறது. ஆனால், அல்லியக்கா அறிந்திராத காந்தியண்ணாவை அல்லவா கழுத்தில் ரத்தம் வழியச் சந்தித்திருக்கிறேன். ராணுவச் சீருடைகளை எங்களுடைய வீட்டில் புதைத்துவிட்டுப் போயிருக்கிறார்கள். அவற்றை மோப்பம் பிடித்து ராணுவம் வந்துவிடுமே எனக்கூட பயந்தேன். பேருந்திலிருந்து இறங்கி நடந்துபோய்க்கொண்டிருந்தேன். இனியவனின் சலூன் பூட்டிக் கிடந்தது. மூன்று நாள்கள் விடுமுறை என்று கடைக்கு முன்னால் எழுதப்பட்டிருந்தது. வீட்டுக்குள் நுழைந்தேன். அக்காவைக் காணவில்லை. கூப்பிட்டுப் பார்த்தேன், பதில் இல்லை. பூட்டம்மா வீட்டுக்குப் போயிருப்பாள். அடுப்படிக்குள் நுழைந்து மதியச் சாப்பாட்டைப் பார்த்தேன். பாகற்காய் குழம்பும், பருப்பும் இருந்தன. குழம்புச்சட்டியில் சோற்றைப் போட்டுக் குழைத்தேன். கொஞ்சம் பருப்பை ஊற்றினேன். மோர் மிளகாய்ப் பொரியலைக் கடித்தபடி சாப்பிடத் தொடங்கினேன். சரீரமெங்கும் உருசை படர்ந்தது.

அக்கா கடைக்குப் போய், பொருள்கள் வாங்கிக்கொண்டு வந்தாள். பள்ளிக்கூடத்தில் நடந்தவற்றைச் சொன்னேன். “நல்ல அதிபர், இப்பிடித்தான் இருக்க வேணும்” என்றாள். நான் சாப்பிட்டு முடித்ததும் மைதானத்துக்குப் போக வேண்டும். கபிலன் அண்ணா என்னை வரச்சொல்லியிருக்கிறார் என்பது ஞாபகத்தில் வந்தது. எனக்கு கிரிக்கெட் விளையாடத் தெரியுமென கபிலன் அண்ணா ஒத்துக்கொண்டதே சந்தோஷமாகவிருந்தது. இன்றும் துடுப்பெடுத்தாட வாய்ப்பு கிடைக்க வேண்டுமென எண்ணினேன். மைதானத்துக்கு எல்லோரும் வந்திருந்தனர். கபிலன் அண்ணா மட்டும் வரவில்லை. அவர் வந்தால்தான் எனக்கு வாய்ப்பு. இந்த அண்ணாக்களெல்லாம் என்னைச் சேர்த்துக்கொள்வதையே தியாகம்போல பாவனை செய்வார்கள். நான் அமைதியாக ஒரு மரத்தடியில் அமர்ந்திருந்தேன். கபிலன் அண்ணா வரவில்லையென்றால், கொஞ்ச நேரத்தில் வீட்டுக்கு போய்விடலாம். விளையாட்டு ஆரம்பமானது, நாகரிகத்துக்குக்கூட என்னிடம் விளையாட வருகிறாயா எனக் கேட்பதற்கு யாரும் தயாரில்லை. வன்னியிலிருந்து வந்தவனுக்கு கிரிக்கெட் விளையாடத் தெரியாதென நம்புகிற, தெரியக் கூடாதென விரும்புகிற யாழ்ப்பாண குணமிது. மைதானத்தை விட்டு எழுந்து நடக்கத் தொடங்கினேன்.

வீதியின் இரு மருங்கிலும் ராணுவத்தினர் ரோந்து சென்றுகொண்டிருந்தனர். கருவிகள் சிலவற்றை வைத்து தாம் சந்தேகிக்கும் இடங்களில் சோதனை செய்தனர். நாய்கள் வெருண்டோடின. நான் மிக வேகமாக வீட்டுக்கு நடக்கலானேன். எனக்கு எதிர்ப்புறத்தில் பல்சர் மோட்டார் சைக்கிளில் வந்த கபிலன் அண்ணா வேகத்தைக் குறைத்து “வன்னி, என்னடா விளையாடேல்லையா” எனக் கேட்டார். ‘‘என்னை அவர்கள் சேர்த்துக்கொள்ளவில்லை’’ எனச் சொன்னேன். “மோட்டார் சைக்கிளில ஏறடா” என்றார்.

"இல்லையண்ணா, நாளைக்கு வாறன், நீங்கள் போங்கோ" என்று சொன்னதும் "நீ இப்ப வரப்போறியா, இல்லையா" என்று பாசத்துடனும் உரிமையுடனும் அழைத்தார். அவரோடு மீண்டும் மைதானத்துக்குப் போனேன். விளையாடிக்கொண்டிருந்த இரண்டு அணித் தலைவர்களையும் அழைத்து என்னைச் சேர்த்துக் கொள்ளாததற்காகக் கடிந்து கொண்டார். அன்றைக்கு நான் விளையாடினேன். ஆனால், சிலர் என்மீது கோபத்திலும் பொறாமையிலும் இருந்தனர். கபிலன் எனக்குச் செல்வாக்கு அளிப்பதாக அவர்களுக்குள் புகைச்சல்கள் இருந்தன. என்னை ஆட்டமிழக்கச் செய்ய வேண்டுமென எதிர் அணியினரும், நான் நன்றாக விளையாடக்கூடாதென எனது அணியினரும் எண்ணினர்.

விளையாடி முடித்ததும் கபிலன் என்னை ஏற்றிக்கொண்டு எங்கேயோ வெளிக்கிட்டார்.

"அண்ணா நான் வீட்ட போகவேணும்."

"போகலாம், பேசாமல் வாடா."

"எங்க கூட்டிக்கொண்டு போறியள்?"

"உன்னைக் கூட்டிக்கொண்டு போய் என்ன சுடவா போறாங்கள். சத்தம் போடாமல் வா."

"எங்கையெண்டு சொல்லுங்கோவன்."

ஒரு வீட்டுக்குள் அழைத்துச் சென்றார். உள்ளே நுழைந்ததும் இரைந்துகொண்டிருந்த வானொலியை நிறுத்திவைத்தார். வெற்றிலையை மடித்து வாய்க்குள் வைத்து ஒரு அதக்கு அதக்கியபடி என்னைப் பார்த்த வயோதிகர், மெல்லப் புன்னகைத்து 'உனக்கு என்ன பெயர்?' என்று கேட்டார்.

"ஆதீரன்."

"ஆரடா உனக்கு இந்தப் பெயர வெச்சது?"

"அம்மா."

"என்ன அர்த்தமாம்?"

"தெரியேல்ல."

கபிலன் என்னைத் தன்னுடைய தாய்க்கு அறிமுகப்படுத்திவைத்தார். "உன்னைப் பற்றி கபிலன் நிறைய சொல்லியிருக்கிறான்" என்றார். என்னைப்பற்றி நிறைய சொல்வதற்கு என்ன இருக்கிறதென குழம்பிப்போய்விட்டேன். தாய் தருவித்த தேத்தண்ணியை உறிஞ்சிக் குடித்தேன். என்னோடு கதைத்துக்கொண்டிருந்த வயோதிகர் என்னை அருகில் அழைத்து, "நீங்கள் என்ன ஆக்கள்?" என்று கேட்டார்.

"தமிழ் ஆக்கள்தான், வன்னியிலருந்து இடம்பெயர்ந்து இஞ்ச இருக்கிறம்" என்றேன்.

கபிலன் அந்த வயோதிகருக்கு அருகில் வந்து "தாத்தா உங்களுக்கு இன்னும் சாதியரிப்பு இருந்தால் எங்கையாவது கொண்டே தேயுங்கோ" என்றார். சாதியா... என்ன ஆக்கள் என்று கேட்டது சாதியைத்தானா? கேவலம்... இந்த வயோதிகப் படுக்கையிலும் சாதிப்புண் இவனைச் சீழ் பற்றி இருக்கிறதே என்று அங்கிருந்து விலகினேன். கபிலனும் நானும் அங்கிருந்து வெளிக்கிட்டோம்.

"என்னை வீட்டுக்குப் பக்கத்தில இறக்கிவிடுகிறியளா?"

"ஓம்."

கபிலனோடு மோட்டார்

சைக்கிளில் வந்தேன் என்று அக்கா கேள்விப்பட்டால், அடித்து உரித்துவிடுவாள். கபிலன் என்றால் காவாலி. அவரை யாருக்கும் பிடிக்காது. எப்போதும் சண்டைகளும் சச்சரவுகளும். யாழ்ப்பாணத்தில் நிகழும் குழுக்களுக்கிடையிலான வாள் வெட்டு மோதல்களில் கபிலன் பெயர்பெற்றவர். நான் அவருக்குப் பின்னால் அமர்ந்திருக்கிறேன் என்பதைப் பார்த்துச் சொன்னால்கூட வீட்டில் அமர்க்களம் நிகழும். கபிலனும் நானும் 'மேல்மாடி ஆர்மிக் காம்ப்'பை அண்மிக்கும் நேரத்தில், எங்களை ராணுவத்தினர் மறித்தனர். வயதில் சிறியவனான என்னிடம் அடையாள அட்டை இல்லை. கபிலன் தனது அடையாள அட்டையைக் காண்பித்தார். ராணுவத்தினருக்குக் கபிலனை நன்றாகத் தெரியுமென்றாலும், அதுவொரு ஆக்கிரமிப்புச் சடங்கு. கபிலனையும் என்னையும் மோட்டார் சைக்கிளைவிட்டு கீழே இறங்குமாறு ராணுவத்தினர் கூறினர். நானும் கபிலனும் இறங்கிக்கொண்டோம்.

கபிலனின் கையைப் பிடித்த ராணுவச் சிப்பாய், அவனைத் தரையினில் முட்டுக்காலிட்டு அமருமாறு கட்டளையிடுகிறார். கபிலன் ஏன் அமர வேண்டுமெனக் கேட்க, வாக்குவாதம் முற்றுகிறது.

ஏனையோரின் கண்களிலும் மூச்சிலும் பதற்றத்தின் வெக்கை. அவர்கள் தங்களது அடையாள அட்டையைக் காண்பித்துக்கொண்டு செல்கின்றனர். என்னையும் ராணுவம் போகச் சொல்கிறது. கபிலன் மட்டும் நிலத்தின் மீது மண்டியிட்டு அமர்ந்திருக்க நிலம் இருள்கிறது. நான் "கபிலன் அண்ணா..." என்று சொல்லிக்கொண்டே வீடு நோக்கி ஓடினேன். கொஞ்ச தூரம் போனதும் வெடியோசைகள் கேட்டன.

26

வெடியோசைகள் அங்கிருந்துதான் வந்தன. கபிலனைத்தான் கொன்றுவிட்டார்கள் என்று நினைத்தேன். ஆனால், ராணுவ முகாமுக்குள் தவறுதலாக ஏற்பட்ட வெடிவிபத்து எழுப்பிய சத்தமென அறிந்ததுமே கபிலனுக்கு எதுவும் நிகழவில்லை என உறுதியடைந்தேன். எனக்குள் ஒரு கனல் பற்றத் தொடங்கியிருந்தது. இரவை வெறித்துக் கடந்துகொண்டிருந்தேன். இந்த மண்ணில் எப்போது நிம்மதியாகவும் கௌரவமாகவும் நாம் வாழப்போகிறோமோ என்ற ஏக்கமும் தவிப்பும் வழமைபோல எனக்குள் மிதந்துவந்தன. யாழ்ப்பாணம் போலவே ராணுவக் கட்டுப்பாட்டுப் பகுதிகளில் வசிக்கும் தமிழ்ச் சனங்களின் இன்னல்களை எண்ணிப் பார்த்தேன். கிளிநொச்சியும் முல்லைத்தீவும்போல சுதந்திரச் சுவாசிப்புக்கு உத்தரவாதம் இல்லாமல்போன யாழ்ப்பாணத்தை உறுத்தும் ஊழ்வினை எதுவென்று அறியேன்! படுக்கையில் கிடந்தபடி விழித்திருந்தேன். என்னையறியாமல் கண்ணீர் பெருகியோடும் பலவீனமான நிமிடங்கள் நீளுகின்றன. விம்மியழுதால் உடைந்து பெருகும் வெள்ளம்போலப் பாயக் காத்திருந்த கண்ணீரை

எனக்குள் சுமந்துகொண்டிருந்தேன். இந்தப் படிப்புக்காக ஏன் இங்கிருந்து அல்லற்படுவான், மொத்தமாகப் பன்னிச்சையடிக்கே திரும்பி விடலாமென்ற எண்ணம் உந்தித் தள்ளியது. ஆனால், அக்கா ஒத்துக்கொள்ள மாட்டாள். யாழ்ப்பாணத்தில படிக்கிற மாதிரி வராது என்று ஒற்றைக்காலில் நிற்பாள். "உழுகிற மாடு எங்கையெண்டாலும் உழும்" எனச் சொல்லிப் பார்க்கலாம். எல்லாவற்றுக்கும் விடியட்டுமென்று விழித்திருந்தேன். அதிகாலையிலேயே எழுந்த அக்கா, என்னைத் தட்டியதும் அவளைத் திரும்பிப் பார்த்தேன்.

"எனக்கு பயமாய் இருக்கு, பூட்டம்மாவுக்குப் பல்லு விழுகிற மாதிரி கனவு கண்டனான்" என்றாள்.

"அவாவுக்குப் பல்லு நல்லாய்த் தானே இருக்குது, நீங்கள் ஏன் பயப்பிடுகிறியள்?"

"உனக்கென்ன நக்கலாய் இருக்கோ. இப்பிடித்தான் முதலொருக்கால்

பல்லுவிழக் கனவு கண்டு கூடாத தெல்லாம் நடந்தது. உனக்கு ஞாபக மில்லையோ?”

கடந்த வருடத்தில் அக்கா பல்லுவிழக் கனவு கண்டாள். அது ஒருவகையில் துர்செய்தியை அறிவிக்கும் கனவென நம்பிக்கை. இரண்டாவது நாளும் அப்படியே ஒரு கனவு அவளை வந்தடைந்தது. சில நாட்களின் பின்னர் அந்தக் கனவுக்கு உண்மையாக எங்களுடைய மிக நெருக்கமான சொந்தக்கார அக்காவொருத்தி கிணற்றில் விழுந்து தற்கொலை செய்துகொண்டது ஞாபகத்தில் வந்தது.

அக்கா திருநீற்றை அள்ளி நெற்றியில் பூசிக்கொண்டு, ‘கடவுளே... எதுவும் நடக்கக்கூடாது’ எனப் பிரார்த்தித்தாள். காலையில் பள்ளிக்கூடம் போவதற்காகப் பேருந்துக்காகக் காத்திருந்தேன். என்னைக் கடந்து மோட்டார் சைக்கிளில் சென்ற கபிலன் அண்ணா திரும்பி வந்து ‘ஏறு’ என்றார். கபிலனைப் பார்த்த சில மாணவிகள் முகத்தை விடுக்கென திருப்பிக்கொண்டனர். நான், “இல்லை பேருந்து வரும்” என்று சொன்னேன். அவர் அடம்பிடித்து என்னை ஏற்றிக்கொண்டு சென்றார். பள்ளிக்கூடத்துக்குப் போவதற்கு முன்னிருக்கும் ராணுவ சோதனைச்சாவடியிலிருந்து சரியாக இரு நூறு மீட்டர் முன்பாக என்னை இறக்கிவிட்டார். நான் அங்கிருந்து நடந்துபோனேன். அந்தச் சோதனைச்சாவடிக்கு புதிதாக வந்திருக்கும் ராணுவச் சிப்பாய் ஒருவர் எல்லோருடனும் அன்பாகவும் மரியாதையுடனும் நடந்தார். கோப்ரல் நிசங்க என்று எங்களிடம் அறிமுகப்படுத்திக்கொண்டார். அவர் அன்றைக்கு ராணுவச் சீருடையில் மிடுக்காக நின்றார். மாணவர்கள் சோதனை செய்யப்பட்டு வெளியேறும் பகுதியில் காத்திருந்து ஒவ்வொருவருக்கும் ரொபி கொடுத்துக்கொண்டிருந்தார். அது புதுவிதமான அதிர்ச்சியாக இருந்தது. சோதனைச்சாவடியில் நிற்கும் ராணுவத்தினர் ஒருவர் மாணவர்களுக்கு இனிப்பு மிகுந்த ரொபியைக் கொடுக்கிறாரே என்று யோசித்துக்கொண்டிருந்தேன். நானும் சோதனை முடித்துப் போகும்போது, அதை வாங்கிக்கொண்டேன். ஆனால், “ஏன் தருகிறீர்கள்?” என்ற கேள்வியையும் கேட்டேன். அப்போது கோப்ரல் நிசங்க “இன்று என்னுடைய காதலிக்குப் பிறந்த நாள்” என்றார். நான் அவருக்கு வாழ்த்துகளைச் சொன்னேன். எனது கன்னத்தைக் கிள்ளி தமிழில் “நன்றுாய்...” என்றார். நான் ஒரு புன்னகையை மட்டும் அன்பளித்தேன்.

பள்ளிக்கூடத்தில் மாணவர்களின் வருகை அன்று குறைவாக இருந்தது. காலைப் பிரார்த்தனை முடிந்ததும் வழமைபோல வகுப்புகள் ஆரம்பிக்கப்பட்டன. அக்கா ‘பல்லு விழுந்து போகிற கனவைக் கண்டிருக்கிறாளே’ என்ற தயக்கம் வேறு ஓடிக்கொண்டிருந்தது. பாடத்தை கவனிக்க மனம் இசையவில்லை. அங்குமிங்கும் தரிப்பிடமற்று தறி ஓடிக்கொண்டிருந்தது. இறுதியாகப் பன்னிச்சையடிக்குப் போயிருந்தபோது, நாகப்பரும் நானும் ஒன்றாக உப்புக்காட்டுக்குள் போன நினைவுகள் வந்தடைந்தன.

நாய்கள் எங்களுக்கருகிலேயே படுத்திருந்தன. போராளிகள் சிலர் நடந்துபோயினர். ஒருவருடைய கையில் இரண்டு சாம்பல் நிற

முயல்கள் தொங்கிக்கொண்டிருந்தன. "நல்ல விளைச்சலான முயல், பெடியளுக்கு இண்டைக்கு பதமான வேட்டை" நாகப்பர் சொன்னார். ஆனால் இன்றைக்கு வேட்டைக்குச் செல்ல வேண்டுமென்று எனக்குத் தோன்றவில்லை. நாகப்பரிடம் கதைத்துக்கொண்டிருப்பது ஒருவித சுகமாய் இருந்தது. உப்புக்காட்டின் கதையைச் சொல்ல எஞ்சியிருக்கும் அரிதானவர்களுள் இவரும் ஒருவர் என்பதை விளங்கிக்கொண்டேன். நாகப்பர் செருமிக்கொண்டு "ஆதீரன் நாங்கள் ஒண்டு வீட்டுக்குப் போகவேணும், இல்லாட்டி உள்ள நடக்கத் தொடங்கவேணும்" என்றார். நடக்கலாம் என்று எழுந்தேன். நாகப்பர் தன்னுடைய சாறத்தை அவிழ்த்து மீண்டுமொருமுறை இறுக்கிக்கட்டினார். நாய்கள் எங்களுக்குப் பின்னால் மெல்ல நடந்து வந்தன. எத்தனையோ தடவை இந்தக் காட்டுக்குள் தூரங்களை நடந்திருக்கிறேன். ஆனால், இன்று வேறொரு உணர்வாக இருக்கிறது. பெரிய வாகை மரமொன்றில் இரண்டு செம்போத்துப் பறவைகள் அமர்ந்திருந்தன. கண்களில் தீக்கனலின் சிவப்பு தெரிந்தது.

"எல்லா தெய்வங்களும் கோயிலில் இருக்க, பன்னிச்சைத்தாய் மட்டும் ஏன் இந்த உப்புக்காட்டுக்குள்ள வந்தவா" கேட்ட என்னை நின்று பார்த்த நாகப்பர், மெல்லச் செருமினார். அவரின் வெறும் மேலில் வியர்வையைத் துடைத்துக்கொண்டு சொன்னார்.

"ஆதீரா எங்களைக் காப்பாத்திற தெய்வங்களுக்குக் காட்டிலதான் இருப்பு. அது இண்டைக்கு நேற்றில்லை... எண்டைக்கும் அப்பிடித்தான்."

"அப்ப கோயிலில இருக்கிற தெய்வங்கள் என்ன சும்மாவே..."

"எனக்குச் சும்மாதான். தெய்வம் எண்டு சொன்னால் வழிபடுகிற என்னோட இருக்க வேணும். என்னை அது தொடவேணும். நான் அதைத் தொடவேணும். பரஸ்பரம் எனக்கும் தெய்வத்துக்கும் கதைப் பேச்சு இருக்க வேணும்."

"எங்கட புதையல் வைரவரையும் அப்படியே சொல்லுவியள்?"

"புதையல் வைரவர் அப்பிடிக் கிடையாது, எங்கட தெய்வம். போர்த்துக்கீசரை எதிர்த்து நின்று சண்டை போட்ட பண்டார வன்னியன் காலத்திலருந்து, இண்டைக்கு பிரபாகரன் காலம் வரையும் வைரவர் காட்டின புதுமைகள் ஏராளம்."

"புதையல் வைரவர் என்ன இயக்கமே?"

"ஓம் உனக்குத் தெரியாதே. கேணல் புதையல் வைரவர் என்று ராங் குடுத்தது" சொல்லிவிட்டுச் சிரித்தார். எனது கையைப் பிடித்துக்கொண்டு கொஞ்ச தூரம் மெல்ல நடந்தார். ஈச்ச மரத்தில் செங்காய்கள் இருந்தன. நான் ஆசை பொங்கக் காய்களைப் பறித்துச் சுவைத்தேன். இனிப்பும் துவர்ப்பும் புரள உப்பின் சுவை கனிந்திருந்தது.

"கனக்க சாப்பிடாத, தொண்டை வறண்டுபோயிடும்" என்று குரல் கொடுத்த நாகப்பரைத் திரும்பிப் பார்த்தேன். பட்டு வீழ்ந்துபோன கருங்காலி மரத்தில் ஏறி நின்றபடி, ஒன்றுக்குப் போய்க்கொண்டிருந்தார்.

"இப்பவும் சின்னப்பிள்ளையெண்டு நினைப்பு, மூத்திரம் போக உயரம் கேக்குது" குரல் கொடுத்ததும் "டேய் நானெல்லாம் உன்ர வயசில பனை

மரத்தில ஏறி நிண்டு மூத்திரம் போய்க் காட்டுவன்" என்றார். நினைத்துப் பார்த்தேன் சிரிப்பு வந்துவிட்டது. பனை மரத்தில் ஏறி நின்று மூத்திரம் போறது அந்தக் காலத்தில வித்தைக்குச் சமம் என்றார். மீண்டும் நடக்கத் தொடங்கினோம். நாகப்பரிடம் கேட்டேன்.

"பன்னிச்சைத்தாய் உப்புக் காட்ட விட்டு எப்பவாவது போயிருக்கி றாவோ?"

"கிழவி போக மாட்டாள். ஆனால் அவளின்ர கோபத்துக்கு ஆளான நிறைய பேருக்கு தண்டனை கொடுத்திருக்கிறாள்."

"அப்பிடியே, ஆனால் இந்த ஆர்மிக்காரங்கள இன்னும் தண்டிக்கேல்லையே?"

நாகப்பர் சிரித்துக்கொண்டு சொன்னார் "ஆதீரா பன்னிச்சைத்தாய் தண்டிப்பாள். அவளின் நெருப்பு அநீதியை எரிக்கும், எரிச்சிருக்கு."

"எங்க எரிச்சவா?"

"பாண்டியன்ர மதுரயை."

"அது கண்ணகி அல்லே?"

"அவள்தான் இவள்."

மதுரையை எரித்த கண்ணகியா எங்கள் பன்னிச்சைத்தாய்.. எனக்குத் திகைப்பாகிற்று.. "உப்புக்காடு எங்கட பரம்பரைக்குக் கோயில். அங்க இருந்துதான் எங்கட தெய்வம் எங்களைப் பாலிக்கும்" என்ற பூட்டம்மாவின் வார்த்தைகள் எனக்குள் எதிரொலிக்கத் தொடங்கின.

"ஆதீரன் இதுக்கு பதிலைச் சொல்லு" என்ற ஆசிரியரின் குரல் என்னைத் தட்டியதுமே வகுப்பறைக்குத் திரும்பினேன்.

"என்னடா யோசினை?" என்ற ஆசிரியரைப் பார்த்து "ஒன்றுமில்லை" என்றேன்.

மனத்தினுள் தடுமாற்றம் ஓடிக்கொண்டிருக்கிறது. பள்ளிக்கூடம்விட்டு பேருந்தில் ஏறும்வரை அப்படியே இருந்தேன். பேருந்திலிருந்து இறங்கி, வீட்டுக்கு நடந்துபோகும் பாதையில் நிறைய துண்டுப்பிரசுரங்கள் விழுந்துகிடந்தன. காற்றில் எழுந்து பறந்தன. ஒன்றைக்கூட எடுக்காமல் நடந்து வீட்டுக்குப் போய்க்கொண்டிருந்தேன். சிறிய ராணுவ முகாமின் முன்பாக சனங்கள் குவிந்திருப்பது தெரிந்தது. நான் மிக வேகமாக நடக்கத் தொடங்கினேன். சனக்கூட்டத்திலிருந்து வாக்கு வாதம் ஏதோ நிகழ்ந்துகொண்டிருந்தது. என்னவென்று விளங்காமல் சனக்கூட்டத்தின் அருகில் போனேன். ராணுவத்தினர் எல்லோரையும் கலைந்து போகுமாறு சொல்லிக்கொண்டிருந்தனர்.

அங்கேயிருந்த ஒருவரிடம் கேட்டேன் "என்ன பிரச்னை?"

அவர் சொல்ல வாயெடுக்கையில்... 'பளார்' என்று யாரின் கன்னத்திலோ விழுந்த அறையின் சத்தம் எழும்பியது!

27

வாக்குவாதத்தில் ஈடுபட்ட சனங்களில் ஒருவரை ராணுவம் அடித்துத் துவைத்தது. கூடியிருந்தவர்கள் அவரைக் காப்பாற்ற வேண்டுமென துடியாகத் துடித்தனர். என்ன பிரச்னை, எதற்காக ராணுவ முகாமுக்கு முன்னால் கூடி நிற்கின்றனர் என்று அறிய முடியாதிருந்தேன். ஆனால், நிலைமை மோசமாகிவிடுமெனத் தோன்றியது. முகாமுக்குள்ளிருந்து மில் சிவத்தானை இழுத்து வந்து சனங்களுக்கு முன்னே நிறுத்தினார்கள். அவரின் உடலெல்லாம் தழும்புகளும், ரத்தக் கண்டல்களும் வெம்பிக்கிடந்தன. சிவத்தானின் இடது கண்புருவம் வீங்கிப்போயிருந்தது. உள்ளடையோடு மட்டுமே மிஞ்சியிருந்த சிவத்தான், நிற்பதற்கு பலமற்று நிலத்தில் சரிந்து விழுந்து வெளியே கூடி நின்ற சனங்களைப் பார்த்து, “காப்பாற்றுங்கள்” என்றார். பாவம் சிவத்தான், இவரை எதற்குப் பிடித்து அடிக்கிறார்கள்? சனங்களின் அரிசி திரிப்பதற்கும், மிளகாய் அரைப்பதற்குமே வாழ்க்கையை எழுதிவைத்தவர். சனங்கள் ‘‘சிவத்தானை விடுவியுங்கள்” எனக் குரல் கொடுத்தனர். கொஞ்ச

நேரத்தில் சிவத்தான் கண்டல் காயங்களோடு விடுவிக்கப்பட்டார். சில நாள்களுக்கு முன்பாகத் தங்கள்மீது நடந்த தாக்குதலுக்கும் சிவத்தானுக்கும் தொடர்பு இருப்பதாக ராணுவம் நம்பியதன் விளைவு, இந்தக் களேபரத்தை உண்டு பண்ணியிருந்தது.

பேச்சுவார்த்தைகளும் அரசியல் தீர்வுத் திட்டங்களும் பண்டிகைக்காலப் பட்டிமன்றமாக நடந்துகொண்டேயிருந்தன. இரு தரப்புகளும் ஒன்றோடொன்று முரண்பட்டன. மத்தியஸ்தம் வகிக்கும் வெளிநாட்டுப் பிரதிநிதிகள் தீவின் அமைதிக்காக முயல்வதைப்போலப் பேசினர். நாளிதழ்களில் பேச்சு வார்த்தைகள் தொடர்பாகக் கட்டுரைகள் வெளியாகின. இன்னொரு பக்கம் சனங்களுக்குக் கடுமையான அச்சுறுத்தல்கள் நிகழ்ந்துகொண்டிருந்தன. ராணுவமும், அவர்களோடு சேர்ந்து இயங்கும் ஆயுதக்குழுக்களும் சனங்களின் இயல்பு வாழ்க்கைக்கு நெருக்கடியைக் கொடுத்தன.

நாள்களைத் தோட்டாக்கள் கிழித்தன. இரவையும் பகலையும் எண்ணிக் கடந்தும் வருடங்கள் போயின. அப்போது எட்டாம் வகுப்பில் படித்துக்கொண்டிருந்தேன். சங்கரப்பிள்ளை வாத்தியார் இல்லாமல் நான் மூன்று நாடகங்களை எழுதி நடித்திருந்தேன். 'உன்னுடைய வயசுக்கு இதெல்லாம் தேவையில்லாத வேலை' என்று சிலர் எச்சரித்தனர். இன்னும் சிலர் 'இவ்வளவு சின்னப்பெடியனாக இருக்கிற நீயா இந்த நாடகங்களை எழுதினாய்?' என்று ஆச்சர்யப்பட்டு நம்ப மறுத்தனர். டிசம்பர் மாதம் இருபத்தைந்தாம் திகதி அக்காவின் பிறந்த நாள். நாங்கள் பன்னிச்சையடிக்கு மூன்று நாள்களுக்கு முன்னதாகவே சென்றோம். பூட்டம்மா எங்களை வழியனுப்பி வைத்தாள்.

பன்னிச்சையடியில் காலையிலிருந்தே மழை பெய்துகொண்டிருந்தது. மணியனின் அப்பாவுக்கு உடம்பு சுகமில்லை. அம்மா அவருக்குச் சமைத்துத் தந்த சாப்பாட்டை எடுத்துக்கொண்டு போனேன். வீட்டின் வெளியே அமர்ந்திருந்து வானத்தைப் பார்த்துக்கொண்டிருந்தார். மழைக்கரு சுமந்த வானத்தில் சலனம் நிறைந்திருந்தது. படலையைத் திறந்து உள்ளே போனதும் "வாடா ஆதீரன்" என்றழைத்தார். "சாப்பாட்ட உள்ளே வைக்கவா" என்று கேட்டதும், சரியென்று தலையசைத்தார். வீட்டினுள்ளே பிளந்துகிடந்த பலாப்பழத்தின் மீது ஏராளமான கொசு குவிந்திருந்தது. சாப்பாட்டை வைத்துவிட்டு வெளியே வந்தேன். "மணியனைப் பார்க்கிறதுக்கு ஒருக்கால் இயக்கத்திட்ட கேட்டுப் பார்க்கப் போறேன். சந்திக்க விடுவாங்கள் எண்டுதான் நினைக்கிறேன்" என்றார். "ஒருக்கால் முயற்சி செய்து பாருங்கோ, சில வேளை அனுமதிப்பினம்" என்று நம்பிக்கையாகச் சொல்லிவிட்டு அங்கிருந்து விறுவிறுவென ஓடத் தொடங்கினேன்.

அம்பிகாவிடம் பிழையாக நடந்துகொண்ட மணியனை தண்டிக்கக்கூடிய அனைத்து உரிமைகளும் எனக்கிருப்பதாக இப்போது நம்புகிறேன். ஆனால்,

அவன் தண்டனைபெறத் தொடங்கியிருப்பான். சீர்திருத்தப் பள்ளியில் அவனுக்கு வழங்கப்படும் வேலைகளும் பாடங்களும் கொஞ்சம் கடுமையானதாகவே இருக்கும். நான் அவனைத் தண்டிக்க மாட்டேன். மன்னிப்பேன். அவனுக்கு ஒரு வாழ்விருக்கிறது. அதைச் சொல்லித்தருகிற நண்பனாக இருப்பேன்.

அம்பிகா என்னைக் கண்டால் தலையைக் குனிந்து நளினத்தைக் கட்டுப்படுத்தி நடக்கத் தொடங்குகிறாள். அவளுடைய நீளக்கூந்தலை ரெட்டையாகப் பிரித்து பின்னிக் கட்டிவிட்டால், அது வேறு என்னை அலைபாய வைக்கிறது. அவளின் அழகு பற்றிய அகங்காரத்தினால் அழகெனும் சொல் அழகாகிறது. மெல்ல வளரும் இளங்குருத்தென என் காதல் அவளைக் கண்டதும் அசைகிறது. இவை எல்லாமும் தெரிந்த பின்னரும் ஒரு நொடியும் என்னைத் திரும்பிப் பார்க்க எண்ணாத அவளின் மமதையை இன்னும் விரும்பினேன்.

அன்றிரவு எங்களுடைய சொந்தக்காரர் ஒருவரின் பிள்ளைக்குப் பிறந்த நாள் விழா நடந்தது. அன்றிரவு அம்பிகா அணிந்து வந்திருந்த பச்சை நிறத்திலான சரிகைப் பஞ்சாவி, அவளைக் கொஞ்சம் பெரிய ஆளாகக் காட்டியது. வருபவர்களுக்குப் பலகாரங்களும் தேநீரும் வழங்கிக்கொண்டிருந்தாள். என்னைக் கண்டதும் வேறோர் ஆளிடம் கொடுத்தனுப்பியிருந்தாள். எனக்கு ஒன்றும் விளங்கவில்லை. அவளிடம் நேருக்கு நேராகப் போய் நின்று உங்களுக்கு என்ன பிரச்னை என்று கேட்கலாம் என்று மனதுக்குள் எழுந்த கொதிப்பு உந்தியது. பிறந்த நாள் விழாவில் குடித்துவிட்டு நின்ற இளைஞர்கள் சிலர் பாடல்களை ஒலிக்கவிட்டு ஆடிக் கொண்டிருந்தனர். பெரியவர்கள், குடும்பங்களோடு வந்திருந்தவர்கள் அனைவரும் சாப்பிட்டுவிட்டு புகைப்படங்களை எடுத்துக்கொண்டனர். நானும் அம்மாவும் போயிருந்தோம். அக்கா வரவில்லை. புகைப்படத்தை எடுத்து முடித்ததும் அம்மா சொன்னாள். "வாடா போவம்."

"நான் கொஞ்ச நேரம் இஞ்ச நிண்டிட்டு வரட்டே அம்மா."

"வேண்டாம், வேண்டாம். வா போகலாம்." அம்மா விடம் ஓடிவந்த அம்பிகா "அக்காவுக்குச் சாப்பாடு கட்டித் தாறன். கொண்டு போங்கோ" என்று சொன்னாள். அம்மா வேண்டா மென்று மறுத்து, அம்பிகாவின் கையைப் பிடித்துத் தனக்குப் பக்கத்தில் அமரச்செய்தாள். நான் அவளையே பார்த்துக் கொண்டிருந்தேன். அவள் மீண்டும் தன்னுடைய கூந்தலை விரல்களால் நீவிக்கொண்டு அம்மா சொல்வதைக் கேட்டுக்கொண்டிருந்தாள். "நீ ஏன் இஞ்ச நிக்கிறாய், கெதியாய் வீட்டுக்குப் போகவேண்டியது தானே?"

"ஓம் போகவேணும், கொஞ்ச வேலைகள் செய்து குடுத்திட்டுப் போகலாமெண்டு நினைச்சன்" அம்பிகா சொன்னாள். "சரி நீயும் வா. உன்னைக்கொண்டே வீட்ட விட்டிட்டு நாங்கள் எங்கட வீட்ட போறம்" என்றாள் அம்மா. அம்பிகா ஒரு நொடியும் தாமதிக்காமல், "இருங்கோ வாறன்" என்று சொல்லி விட்டு உள்ளே போனாள். கையில் ஒரு பலகாரப் பையை எடுத்துக்கொண்டு

வந்து அம்மாவிடம் சொன்னாள். "போகலாம்."

அம்மா, நான், அம்பிகா மூவருமாக நடந்துபோய்க்கொண்டிருந்தோம். இருட்டு. இதுவரைக்கும் சந்தித்திராத இருட்டு. பிடித்த பெண்ணோடு நடந்து போகிற இந்தத் தருணத்தில் பூமி ஏன் இருட்டுக்கட்டியிருக்கிறது? அவளது கூந்தல் தெரியவில்லை. இதென்ன நரக வேதனை. அம்பிகாவின் கூந்தலைக் காண முடியாத இருளில் எனக்கேன் கண்களெனக் காதல் பிரவாகமாக மொழியில் புரள்கிறது.

அம்பிகாவை அவளது வீட்டில் விட்டுச் சென்றோம். நாகப்பர் விடியற்காலையிலேயே வந்தார். இடதுபக்க நெற்றியில் சிறிய காயமிருந்தது. மருந்து கட்டியிருந்தார். என்ன நடந்தது என்று அம்மா கேட்டதும், "கீழ விழுந்திட்டன். கல்லு குத்திப்போட்டுது" என்றார். என்னைப் பக்கத்தில் அழைத்து "இன்றைக்குப் பின் நேரமாய்க் காட்டுக்குப் போகலாம் ஆயத்தமாய் இரு" என்றார். நான் அப்போதுதான் நித்திரையிலிருந்து எழும்பினேன். விரைவாகப் பல்லைத்தீட்டி முகத்தைக் கழுவி விட்டு, இடியாப்பத்தைச் சாப்பிடத் தொடங்கினேன். நாகப்பருக்கு அம்மா உணவைப் பரிமாறினாள். மெல்லச் செருமிக்கொண்டு சாப்பிடத் தொடங்கினார்.

அம்பிகா நடந்துவருவது வேலியால் தெரிந்தது. நான் சாப்பிட்டு முடித்து, கைகழுவும் இடத்துக்குப் போனேன். அம்பிகா படலையைத் திறந்து உள்ளே வந்து அடுப்படிக்குள் போனாள். காலையிலேயே குளித்து நெற்றியில் நீறு பூசி, நறுமணம் வீச அவள் நடந்துபோனதைப் பார்த்துக் கொண்டு நின்றேன். அம்மாவிடம் ஐந்து சோடி அப்பத்தை வாங்கிக் கொண்டு வெளியே போனாள். படலைச் சாத்தும் அந்த நொடியில் என்னைப் பார்த்து கண்களைச் சிமிட்டிக்கொண்டாள். இந்தக் காலைப்பொழுது புத்தம் புதிய ஒரு மலரென எனது உடலில் பூக்கத் தொடங்கியது. பின்னால் ஓடிப்போய் அவளது நீளக்கூந்தலை எனது விரல்களினால் நீவிவிடத் தோன்றியது. பெண்ணின் கண்களுக்கென ஒரு மொழியிருக்கிறது. அதற்கு எத்தனை உயிர் எழுத்துகள், மெய்யெழுத்துகள் என்று அறியேன். ஆனால், ஆயுத எழுத்து ஆயிரம் இருக்கின்றன. அவளைப் பாட வேண்டும், ஆராதிக்க வேண்டுமென்று என்னை நானே கெஞ்சிக்கொண்டேன். 'காதலாகிக் கசிந்து கண்ணீர் மல்கி' என்கிற இந்தப் பதிக வரியை மீண்டும் மீண்டும் அசைபோட்டுக்கொண்டேன்.

தாகம் பெருகிய ஒரு வழிப் போக்கனின் கையில் கிடைத்துவிட்ட செவ்விளநீர்போலக் காதல் என்னைக் கைகளில் ஏந்திக்கொண்டுவிட்டது. அம்பிகா எனும் பெயரை மனதுக்குள் உச்சாடனம் செய்யத் தொடங்கினேன். கூழாங்கல்போல எனக்குள் கிடந்தவள், மெல்ல மெல்ல ஓடும் நீரில் மேலேறி வந்தாள். அவளது ஜ்வலிப்பு, தனித்துவமான ஜாடை எல்லாமும் எனது புலன்களுக்குள் ஊடுருவி நின்றன. நதியின் கீழே அடைந்துகிடக்க இனி அவள் கூழாங்கல் இல்லை. நதியின் மேல் உதிக்கும் பிரகாசச் சுடர். அவளே என் தேவி. உப்புக்காட்டின் மீது ஆணை. பன்னிச்சைத்தாய் மீது சத்தியம். அவளே எனது ஜீவன். "இண்டைக்குப் பின் நேரம் நீ காட்டுக்கு வருவியோ, மாட்டியோ?" நாகப்பர் கேட்டார்.

"வருவன்."

"பிறகு, அவளை விரும்பத் தொடங்கிட்டன். உப்புக்காடும் வேண்டாம், ஏழு நடுகற்களும் வேண்டாமெண்டு சொல்ல மாட்டாய்தானே?"

"நான் ஏன் அப்பிடி சொல்லுறன், எனக்கென்ன விசரே?"

"இப்பதானே தொடங்கி யிருக்கிறாய். கொஞ்ச நாளில விசர் ஆக்கிடும்" என்றார் நாகப்பர். திடுமென வீட்டின் முன்னால் வந்து நின்ற வாகனத்திலிருந்து ஒருவர் எங்களுடைய வீட்டுக்குள் வந்தார். அவரைப் பார்த்ததும் திகைத்து விட்டோம்.

28

காந்தியண்ணா என்னைக் கட்டியணைத்துக் கொஞ்சினார். அவரைப் பார்த்த அதிர்ச்சி என்னைப் பாம்பைப்போலச் சுற்றியிருந்தது. யாழ்ப்பாணத்தில் ராணுவத்தினரால் தேடப்படும் காந்தியண்ணா, வன்னிக்குள் எப்படி வந்தார்... ராணுவத்தின் சோதனைச் சாவடிகளைக் கடந்து அவரால் எப்படி வரமுடிந்தது? அதிர்ச்சியையும் வியப்பையும் புரிந்துகொண்ட காந்தியண்ணா சொன்னார் "நீ வந்த அதே பாதையாலதான் நானும் வந்தனான்."

நானும் அக்காவும் அதை நம்ப மறுத்தோம். அம்மாவுக்கு ஏற்கெனவே காந்தியண்ணா வன்னிக்குள் வந்திருப்பது தெரிந்திருந்தது. ''உங்களோடு இருந்தாரே ஓவியன் அவர் யாழ்ப்பாணத்திலயா... இஞ்ச வந்துட்டாரா?" என்று கேட்டேன். "அங்கதான்" என்றார்.

"நல்லதாய் போச்சு, புதைச்ச ராணுவச் சீருடையைக் கெதியாய் எடுக்கச் சொல்லுங்கோ, தற்செயலா கண்டுபிடிச்சிட்டாங்கள் எண்டால் அவ்வளவுதான்."

"நீ ஒண்டுக்கும் யோசியாத, ஓவியனுக்குத் தேவைப்பட்டால் எடுத்திடுவான்."

"ரெண்டு ஆர்மிக்காரரையும் கத்தியால குத்தியா கொண்டனியள்?"

"எங்க?"

"சுடலைக்குப் போற ரோட்டில."

"ஓ... அதுவே! எங்களுக்கு அவங்கட சீருடை தேவைப்பட்டது. உடனடியாய் அப்பிடி ஒரு முடிவு எடுக்க வேண்டிப் போயிற்று."

"ஆனால், உங்களுக்கும் அவங்களுக்கும் இடையில கடுமையான தள்ளுமுள்ளு நடந்திருக்கும்போல."

"பின்ன, அண்டைக்கு என்ர கழுத்தில ரத்தம் வந்ததெல்லே. அந்தக் காயம் அங்கதான்."

"ஆர்மியிட்ட துவக்கு இருந்திருக்குமே?"

"ஓம் இருந்தது. நாங்கள் அதைக் கைப்பற்றி இன்னொரு இடத்தில மறைச்சு வெச்சிருக்கிறம்."

"நான் அதைக் கேக்கேல்ல, உங்களைச் சுட்டிருந்தால்..."

"அதுக்கு நாங்கள் நேரங் குடுக்கேல்ல, ஓவியன் மின்னல் வேகத்தில ஒரு தாக்குதல்

நடத்தினான்” காந்தியண்ணா கண்ணைச் சிமிட்டிக்கொண்டு சொன்னார்.

இனிமேல் வன்னியை விட்டு வேறு எங்கும் தன்னைப் போக வேண்டாமென இயக்கம் உத்தர விட்டிருப்பதாகக் கூறினார். அரசியல் துறையின் கீழுள்ள நிர்வாகம் ஒன்றில் காந்தியண்ணாவுக்குப் பணி நியமனம் வழங்கப்பட்டிருந்தது. அந்தப் பொறுப்பின் நிமித்தம் அவருக்கும் சனங்களுக்குமிடையே ஓர் உறவைப் பூண்டுகொண்டார். தன்னைப் போராளியென நினைப்பவர்களை இடைமறித்து ‘ஆதரவாளன் மட்டுமே’ எனச் சொன்னார்.

அந்திப்பொழுது சிவந்த மேற்கு திசை நோக்கி, நகுலன் அண்ணா முகாமில் இருக்க வேண்டுமென்ற வேண்டுதலோடு சைக்கிளில் சென்றேன். விறகெடுக்கச் சென்ற சித்தியும், இன்னும் சில பெண்களும் வீதியில் வந்துகொண்டிருந்தனர். அம்பிகா என்னைக் கண்டதும் தலையில் கிடந்த விறகுக் கட்டோடு கண்களை கீழே இறக்கினாள். அவளின் நடையில் இறுக்கம் தொனித்தது. கொஞ்ச தூரம் அவளைக் கடந்து மீண்டும் திரும்பிப் பார்த்தேன். விறகுக்கட்டைச் சுமந்து நிற்கும் அவளின் தலை திரும்புவதற்கு முனைவதை உணர்ந்தேன். உடலின் ஒவ்வொரு திசுவிலும் சோதி. ‘மாசற்ற சோதி மலர்ந்த மலர்ச்சுடரே’ என்ற சிவபுராணத்தின் வரியில் என்னை நான் பூட்டிக் கொண்டேன். அம்பிகாவின் அமுத நிழலில் இளைப்பாறும் எனது சௌந்தர்யத்தின் சுகந்தத்தைக் காற்றும் கொஞ்சம் பூசிக்கொண்டது. வீதியின் இறக்கத்தில் சைக்கிள் மிக வேகமாகப் போய்க்கொண்டிருக்கிறது. பருவத்தின் சிறகுகள் முளைத்த பறவையின் பரவசம் எனக்குள் கிளையாகப் பெருகியது. நகுலன் அண்ணாவின் முகாமை வந்தடைந்தேன். சைக்கிளை வேலியில் சாத்திவிட்டு உள்ளே நுழைந்தேன். வாசலில் பாதுகாப்புக்கு நின்ற போராளி என்னை மறித்து விசாரணை செய்தார்.

“நகுலன் அண்ணாவைப் பார்க்க வேணும்” என்றேன்.

“அவரில்லை, நாளைக்குத்தான் வருவார்.”

எங்க போய்ட்டார் என்று கேட்கலாம். ஆனால், கேட்கக்கூடாது.

இன்றைக்கு நகுலன் அண்ணாவைச் சந்தித்தால், நிறைய கதைக்க வேண்டுமென்று எண்ணினேன். உண்மையில் இந்தச் சமாதான காலம் யாருக்கானது? போரை எதிர்கொண்ட பொது சனங்கள் குறித்து எந்தப் பரிவும் காட்டாத இந்தச் சமாதானத்தை ஆயுதங்களின் வேள்விக்காகப் படையலிடும் இரு தரப்பு குறித்தும் என்னிடம் விமர்சனங்கள் இருந்தன. நகுலன் அண்ணா ஒரு மூத்த போராளி. அவரிடமிருக்கும் அரசியல் தெளிவும் தொலைநோக்கும் என்னை வியப்பிலாழ்த்துபவை.

கற்பனைகளோடும் சாகச உணர்ச்சிகளோடும் உரையாடக் கூடியவர்களோடு நேரம் செலவழிப்பது கிடையாது. அவர்களிடம் இருப்பது கண் மூடித்தனம். அப்படியானவர்களின் சொற்களுக்கு இடையில் தோன்றுகிற இடைவெளியில் காலம் பல்லிளித்துவிடும். நகுலன் அண்ணாவின் முகாமிலிருந்து சைக்கிளை எடுத்து மீண்டும் வீடு

நோக்கி உழக்கலானேன். வருகிற வழியிலுள்ள ஆரம்பப் பள்ளியில் தெருக்கூத்து போடவிருப்பதாக ஒலி பெருக்கியில் அறிவிப்பு செய்யும் வாகனம் கடந்தது. பின் நேரம் ஆறு மணிக்குத் தொடங்கும் தெருக்கூத்தைப் பார்க்க முடியுமா என்று தெரியவில்லை. நாகப்பர் உப்புக்காட்டுக்குப் போக வேண்டுமெனக் காத்திருக்கவும் கூடும். நான் வீட்டுக்கு வந்தால், அவர் வாசலிலேயே அமர்ந்திருந்தார்.

"இவ்வளவு நேரமும் எங்கையடா போனீ" நாகப்பர் கேட்டார்.

"நகுலன் அண்ணாவின்ர இடத்துக்குப் போனான். ஆனால், ஆள் வெளியால எங்கையோ போய்ட்டாராம்."

"சரி, போகலாமோ அல்லது நீ வரேல்லையோ?"

"ஒரு நிமிஷம் இருங்கோ, வாறன்" என்று சொல்லிக்கொண்டு வீட்டுக்குள் நுழைந்தேன். அம்பிகாவின் கண்கள் என்னையே பார்த்துக்கொண்டிருந்தன. அக்கா எதையோ கத்தரிக்கோலால் வெட்டிக்கொண்டிருந்தாள். எங்கள் இருவரின் கண்களும் மொழிக்கு முன் தோன்றிய சொற்களைக் கதைக்கத் தொடங்கியிருந்தன. வேப்பங்கன்றென வளர்ந்திருந்த அந்த நொடிக்குள் இருவரின் துளிர்ப்பும் ராகமும் பெருகி நின்றன.

"ஆதீரா, உள்ளுக்குள்ள என்ன அடையே கிடக்கிறாய். கெதியாய் வா."

"வந்திட்டேன்" என்றபடிக்கு வெளியேறினேன். நாகப்பர் என்னுடைய கையைப் பிடித்துக் கொண்டு உப்புக்காட்டுக்குள் நடந்து போனார். வேட்டை நாய்கள்

எங்களோடு வந்தன. லேசாக மழை பெய்யத் தொடங்கியது. நாய்களைத் தடவிக்கொடுத்தேன். உடும்புகளின் சுவடுகளைத் தேடுங்கள் எனச் சைகை செய்தேன். மழை ஓங்கி வந்தது. நாகப்பர் "மழையில் நனைந்து வேட்டைக்குப் போய் நாள்கள் ஆகிவிட்டன" என்றார். நான் அந்த மழையை ரசித்தேன். அப்போதுதான் அவிழ்ந்த ரகசியம்போல மழை தித்திப்பாக என் குருதிக்குள் களிப்பை உண்டாக்கியது. எனது வேர்கள் அங்குமிங்கும் ஓடி வளர்ந்து தொன்மை நிலத்துக்குள் என்னை பொக்கிஷமாகப் பதுக்கியது போலுணர்ந்தேன்.

அன்றைக்கு இரண்டு சிறிய உடும்புகள் அம்பிட்டன. பன்னிச்சை மரத்தடிக்கு வந்து, அவற்றின் ரத்தத்தைத் தெளித்து வீட்டுக்குள் வந்தோம். தொப்பலாக நனைந்த உடம்பும் கொஞ்சம காய்ந்து போயிருந்தது. உடும்பை நாகப்பர் உரித்துத் துண்டுகளாக ஆக்கினார். கொஞ்சம் பெரிய தாச்சியில் அம்மா இறைச்சியை அவியவைத்தாள். சம்பா அரிசிச் சோறும் உடும்புக் குழம்பும் இரவுக்குச் சுதி சேர்த்தது. கள்ளு மட்டும் இருந்திருந்தால் இந்த நாள் அவருக்கு அமிழ்தம்.

அம்பிகாவை ஏற இறங்கப் பார்த்தேன். திடீரென சாப்பாட்டின் மீது பிடிப்பற்றுப் போனது. நாகப்பர், ''சாப்பிடு'' என்று இரண்டு தடவை சொல்லிவிட்டார். அம்பிகா எனக்குள் கூழாங்கல் போலாகிவிட்டாள். அவளைச் சுமந்து நதியாக ஓடும் என்னில் எத்தனை எததனை ஓசைகள், வளைவுகள், நொடிகள், நிமிடங்கள் என எண்ணிக்கொண்டேன். அம்பிகா இரவில் அணிந்திருக்கும் ஆடையில் வடிவு கூடியிருந்தாள். முழுகிவிட்டு, கூந்தலை விரித்துவிட்டு வந்திருக்கிறாள். அம்பிகாவின் கூந்தலிலிருந்து சொட்டிய நீர்த்துளிகள் பூமியைத் தொட்டதும், உலகுக்கு சௌந்தர்யம் கூடியதைக் கண்டேன்.

அவளது மகத்துவமான வடிவுக்குச் சாட்சியாக இருக்கிறேன். அம்பிகா குளிர்ந்த இரவில் லாம்புச் சிமிலி தருகிற மஞ்சள் சூட்டைப்போல எனக்குள் ஒளி பரவி ஆடி நிற்கிறாள்.

எழும்பிப் போய்க் கையைக் கழுவினேன். வீட்டுக்குள் போகும் காரணத்துக்காகக் காத்திருந்தேன். அக்காவிடமே வோக்மேனைக் கேட்டுப் பார்க்கலாம், உள்ளே நுழைந்தேன். அக்காவும் அம்பிகாவும் கதைத்துக்கொண்டிருந்தனர். என்னைக் கண்டதும் முகத்தை ஊதுவத்தியாக்கிக்கொண்டு மூக்கில் தணல் தெரிய கொதித்தபடி கேட்டாள்.

“என்ன வேணும் உனக்கு, நாங்களெல்லாம் கதைச்சுக் கொண்டிருக்கிறம்.”

“ஓம் உங்கட வோக்மேனை கொஞ்ச நேரம் தாங்கோவன்.”

அக்கா எந்த மறுப்பும் சொல்லாமல் எடுத்துத் தந்தாள். வாங்கிக்கொண்டு அம்பிகாவைப் பார்த்தேன். பிறகு வெளியே அமர்ந்திருந்து பாடலைக் கேட்கத் தொடங்கினேன். யேசுதாஸ் உயிரைக் கடையும் தனது குரலால் ஒரு காதல் தோல்வியை இன்னுமின்னும் ஆறாத வடுவாக்கினார். எனக்கு அந்தப் பாடல் பிடிக்கவில்லை. என்னுடைய மனம் இப்போது தந்தி அறுந்த வாத்தியத்திலும் அட்சர சுத்தமாக ராகம் இசைக்கும் வல்லபத்தோடு இருந்தது. நான் வாசிக்கும் ராகங்கள் எத்தனையாக இருந்தாலும், அனைத்துக்கும் ஒரே பெயர் அம்பிகா என்று நினைத்துக்கொண்டேன். வோக்மேனை நிறுத்தினேன். அக்கா வெளியே எழுந்து வந்தாள். நான் உள்ளே போனேன். அம்பிகா அப்போது தனது கூந்தலை விரல்களால் நீவிவிட்டு ஒரு சுழற்று சுழற்றினாள். எனது ஞானத்தின் பசுந்தரையில் அப்போதொரு விதை வெடித்து, செடி எழுந்தது.

லாம்பின் வெளிச்சம் திரி குறைந்து திடுமென அணைந்தது. அம்பிகாவும் நானும் கட்டியணைத்து முத்தமிட்டுக்கொண்டோம். இருட்டில் நின்றபடி அக்கா “ஆதீரா” என்று கூப்பிட்டாள். எல்லாமும் உறைந்துவிட்டது!

29

இருட்டில் தட்டுத்தடுமாறி வேறோர் இடத்துக்குப் பாய்ந்து, அங்கிருந்து அக்காவின் அழைப்புக்குக் குரல் கொடுத்தேன். அக்கா வீட்டின் பின்பக்கத்தில் நின்றபடி "இஞ்ச வா" என்றாள். நாம் முத்தமிட்டுக்கொண்டிருந்த நேரத்தில் மிகச் சமீபத்தில் நின்று அழைப்பதுபோலிருந்ததே! அக்காவிடம் ஓடினேன். கையில் கிடந்த டோர்ச் வெளிச்சத்தினால் நிலத்தில் எதையோ தேடிக்கொண்டிருந்தாள். ''ஏதோ காலில் முட்டிக்கொண்டு போனது மாதிரி இருந்தது, அதுதான் உன்னைக் கூப்பிட்டனான்'' என்றாள். டோர்ச்சை வாங்கினேன். சுற்றிவர தேடிப் பார்த்தேன். எதையும் காணவில்லை. அக்கா மூத்திரத்துக்குப் போய்விட்டு வரும்வரை நான் சற்றுத் தள்ளி நின்றுகொண்டேன். அம்மா லாம்ப்பில் வெளிச்சம் ஏற்றியிருந்தாள். அம்பிகா பாடப்புத்தகம் ஒன்றை எடுத்துப் படித்துக்கொண்டிருந்தாள். அடிக்கடி தனது முகத்தையும், கூந்தலையும் சரிசெய்துகொண்டிருந்த அம்பிகா, முத்தத்தின் பின் வடிவு கூடியிருந்தாள். அவளது கண்களில் சரசம் அசைந்துகொண்டேயிருந்தது. அவளது

மடியே கதியெனக் கிடந்தாலென்ன! அவளது வார்த்தைகளே வேதமென இருந்தாலென்ன! எத்தனை வண்ணங்கள் நிறைந்த கேள்விகளும் தவிப்புகளும். மழைநீர் தத்தளித்து ஓடுவதைப்போல நான் அவளுக்குப் பின்னால் ஓடும் திரவமாகயிருந்தேன்.

பின்னிரவு வேளையில் யாரோ கதைத்ததுக் கேட்கும் சத்தம் கேட்டது. அம்மாவின் படுக்கையில் அவளில்லை. அக்காவும் இல்லை. நுளம்பு வலைக்குள் நான் மட்டுமே தனித்திருந்தேன். யாரோ கதைத்துக்கொண்டிருந்தார்கள். அந்தக் குரல்கள் எனக்குப் பரிச்சயமானவை அல்ல. கலகலப்பாக ஓடிக்கொண்டிருந்த அரட்டையை விழித்திருந்தபடி கொஞ்ச நேரம் கேட்டுக்கொண்டிருந்தேன். ஐக்கியம் ஆகிவிடலாமென்று தோன்றியது. வெளியே போனேன். நால்வர் அமர்ந்திருந்தனர். எல்லோரும் வயதிலும் உருவத்திலும் பெரியவர்கள். மிடுக்கு மெழுகாய் படிந்த தோற்றம். ஒருவரை நான் யாழ்ப்பாணத்தில் பார்த்திருக்கிறேன் போலும்! அவரேதான். அவருடைய பெயர் தணிகைமாறன். 'மாஸ்டர்' என்றழைக்கப்படுபவர்களில் ஒருவர். கொஞ்சம் கடுமையானவர். யாழ்ப்பாணத்தில் இவர் தலைமையில் தீர்க்கப்பட்ட மக்கள் பிரச்னைகள் குறித்துக் கேள்விப்பட்டிருக்கிறேன். கொடூரமான சாதியக் குற்றங்களுக்கும், வேற்றுமைகளுக்கு எதிராகவும் இவரின் செயற்பாடுகளைப் பார்த்துமிருக்கிறேன்.

அப்போது 'மேல் மாடி ஆர்மி காம்ப்' இருக்கும் இடத்துக்குப் பின்புறமாகவிருக்கும் வைரவர் கோயிலில், வருடாந்தரத் திருவிழா தொடங்கியிருந்தது. அந்தக் கோயிலுக்குள் இன்னோர் பிரிவினரை வழிபாடு செய்ய மறுத்தது கோயில் நிர்வாகம். கோயிலின் தர்மகர்த்தாவான கணபதிப்பிள்ளை "எளிய சாதிக்கு இந்தக் கோயிலில் இடமில்லை'' எனக் குரூரமாக ஒலி பெருக்கியில் அறிவித்தார். இந்தத் தகவலை எப்படியோ அங்கிருந்த போராளிகளுக்குத் தெரிவித்திருக்கின்றனர். கொஞ்ச நேரத்தில் அங்கே வந்த தணிகைமாறன் மாஸ்டர், கோயில் தர்மகர்த்தாவை அழைத்து பேச்சுவார்த்தையில் ஈடுபடுகிறார். ஆனால், கணபதிப்பிள்ளை கொஞ்சம் எள்ளலாகவும் தீர்க்கமாகவும் "தம்பி நீங்கள் அரசாங்கத்தோட வெளிநாடுகளில நடத்துற பேச்சுவார்த்தை மாதிரி, என்னட்ட கதைச்சு வெல்ல முடியாது. போய்ட்டு வாங்கோ" என்றார். தணிகை மாறன் மாஸ்டர் 'பளார்' என தர்மகர்த்தாவின் கன்னத்தில் அறைந்தார். அவரைச் சூழ்ந்திருந்த கோயில் நிர்வாகிகள் மாஸ்டரோடு வாக்குவாதத்தில் ஈடுபட்டனர்.

"நாங்கள் போராடுகிற இந்த மண், எல்லா விடுதலைக்கும் சொந்தமானது. ஆக்கிரமிப்பாளனும் நீங்களும் ஒரே மாதிரியானவர்கள்தான். நீங்களும் அவங்களைப்போல அநீதிதான் செய்யிறியள். உங்களை மாதிரியான ஆக்களைச் சுடவும்தான் எங்களிட்ட துவக்கு இருக்கு. இனவெறியும் சாதி வெறியும் ஒண்டுதான். விளங்குதா?" என்று கோயில் தூண்கள் இடிந்துபோகுமாற்போல உரத்துச் சொன்னார் மாஸ்டர்.

கோயிலுக்குள் நுழைய அனுமதி மறுக்கப்பட்ட சனங்களை உள்ளே போகுமாறு போராளிகள் கையசைத்தனர்.

அவர்களின் பாதங்கள் அநீதிச் சுவர்களையும், வாசற்படிகளையும், கோபுரங்களையும் இடித்துக்கொண்டு உள்ளே நுழையும் வேகத்தோடு இயங்கின. தர்மகர்த்தா கணபதிப்பிள்ளை, கன்னத்தில் தழும்புகளோடு உறைந்துபோய் நின்றார். மாஸ்டர் தணிகைமாறன் கோயிலை விட்டு வெளியேறும்போது மீண்டும் சொன்னார்.

"ஆராவது சாதியைத் தூக்கிக் கொண்டு திரிஞ்சியள், இனி நான் கதைக்க மாட்டேன். துவக்குதான் கதைக்கும்."

நித்திரையிலிருந்து எழும்பிச் சென்ற என்னைப் பார்த்து தணிகைமாறன் "என்னடா உன்ர நித்திரையைக் குழப்பிட்டம்போல" என்றார். "இல்லை" என்றேன். அக்காவும் அம்மாவும் அவர்களுக்காகச் சமைத்துக்கொண்டிருந்தனர். அவர்கள் கதைத்துக்கொண்டிருக்கும்

இடத்துக்கே வந்தேன். தணிகைமாறன் எல்லோருக்கும் என்னை அறிமுகம் செய்துவைத்தார். நான் அவர்களோடு இருந்து கதைக்க ஆசைப்பட்டேன். தணிகைமாறன் என்னைத் தனக்கு அருகிலிருக்கும் கதிரையில் அமரச்சொன்னார். அவர்கள் எல்லாவற்றையும் கிண்டல் செய்துகொண்டிருந்தனர். இயக்கத்திலுள்ள சில பொறுப்பாளர்கள் எப்படியெல்லாம் கதைப்பார்கள் என ஒருவர் இடையிடையே குரல் மாற்றி கதைத்துக் காண்பித்தார். தளபதிகள் சிலரைப் பற்றிய பகிடிக் கதைகளும் அங்கே ஓடிக்கொண்டிருந்தன. நான் தணிகைமாறனிடம் கொஞ்சம் மெதுவாகச் சொன்னேன், "உங்களோடு தனியாகக் கதைக்க வேண்டும்." அவர் என்னை வியப்புடன் பார்த்தார். 'கொஞ்சம் பொறு' என்பதைப்போலச் சைகை செய்தார்.

சாப்பாடு ஆயத்தமாகியிருந்தது. எல்லோரும் கைகழுவும் இடத்துக்குப் போயினர். நான் அவர்களுக்கான உணவுகளைக் கொண்டுவந்து மரமேசையில் பரப்பிவைத்தேன். சாப்பிட்டுக்கொண்டும் கதைத்தனர். தாங்கள் ஒன்றாக நின்று போர் செய்த, கள முனைகளில் நிகழ்ந்த சுவாரஸ்யமான சம்பவங்களை மீட்டிக்கொண்டிருந்தனர். சாப்பாடு எடுப்பதற்காகச் சென்று களத்தில் விழுப்புண் அடைந்த ஒரு போராளியை நினைவுபடுத்திக் கதைத்துக்கொண்டிருந்தனர். களத்தில் கடுமையான மோதல் நடந்து ஓய்ந்திருந்த சமயம், பசி தாங்கவியலாது தவித்த கானகன் எனும் போராளி, இளநீர் பிடுங்க தென்னையில் ஏறிய சமயம் சினைப்பர் தாக்குதலுக்கு உள்ளாகி, காயமடைந்து கீழே விழுந்தாராம். காயமும், சாவும், பசியும், குருதியிழப்பும் பகிடிக் கதைகளாக ஆகி நிற்கும் இந்த வாழ்வில் இரவு படிந்திருந்தது. சாப்பிட்டு முடித்ததும் தணிகைமாறன் என்னுடைய கைகளைப் பிடித்துக்கொண்டு "வா, சும்மா நடந்து போய்ட்டு திரும்பி வரலாம்" என்றார். ஆர்வம் பொங்க நடையைத் தொடங்கினேன். தணிகைமாறன் மாஸ்டர் என்னுடைய தோளில் கையைப் போட்டு "சொல்லு" என்றார்.

"எனக்கு இப்பதான் பதின்மூன்று வயசு முடியப்போகுது, நான் கதைக்கிறது உங்களுக்குக் கொஞ்சம் அதிகப்பிரசங்கித்தனமாகத் தெரியலாம். அதுக்கு இப்பவே மன்னிப்புக் கேக்கிறன்."

"வயசுக்கும் அறிவுக்கும் தொடர்பில்லை ஆதீரா. நான் அப்பிடி நினைக்கிற ஆள் இல்லை."

"ஓம். எனக்கு உங்களைத் தெரியும். அதுதான் உங்களிட்ட கதைக்க வேணுமெண்டு ஆசைப்படுகிறன்."

"தம்பியா சொல்லு."

"நான் போராட வேணும், என்னை நீங்கள் இயக்கத்தில சேர்க்க முடியாது எண்டு சொல்லுவியள். எனக்கு வயசு காணாது எண்டு தெரியும். ஆனால் எனக்குள்ள நாளுக்கு நாள் ஒரு பக்கம் அச்சமும் இன்னொரு பக்கம் ஆத்திரமும் கூடிக்கொண்டே போகுது. ஆக்கிரமிப்பு, சோதனை, சுற்றிவளைப்பு, ஊரடங்கு, சுட்டுக்கொலை, இந்த வார்த்தைகள்தான் வாழ்க்கையா?"

"ஆதீரா, நீ இப்ப சின்னப்பெடியன். சொல்லப்போனால் நீ பிறக்கும்போது இயக்கத்துக்கு வந்தவன் நான். உன்ர

கோபமும் ஆத்திரமும் சரியானது தான்."

"ஆனால், உன்ர வயசு இயக்கத்துக்குச் சேர்க்க ஏலாது எண்டுதானே சொல்லப்போறியள்" தணிகை மாறனை இடைமறித்துக் கேட்டேன்.

"அப்பிடியெல்லாம் இல்லை. ஒரு கூட்டமே உன்னை ஆக்கிரமிச்சு, அவமானப்படுத்தித் தாக்கும்போது 'எனக்கு இன்னும் வயசு வரவில்லை, வரும் மட்டும் நான் அடி வாங்குவேன்' என்றெல்லாம் தன்மானம் கொண்டவர்களால சொல்ல முடியாதல்லே..."

தணிகைமாறன் சொன்ன வார்த்தைகள் ஒவ்வொன்றும் சத்தியமானவை. ஒருவனின் கண்களை நோக்கி எப்போதும் நீட்டப்பட்டிருக்கும் ஆயுதங்களுக்கு முன்னால், அவன் ஒரு மலரின் அழகைப் பற்றிய வர்ணனைகளை எண்ணப்போவதில்லை. அவனைக் கொன்றொழிக்கக் காத்திருக்கும் அந்த ஆயுதத்தை அவன் விறகுச் சுள்ளியாக முறித்தெறியும் வல்லபத்தைத் திரட்டுவான். என்னிடமிருக்கும் சிறு கல்லால் ராணுவத்தின் கவசத் தொப்பியைக் குறிவைப்பேன். தணிகைமாறனைப் பார்த்துச் சொன்னேன்.

"ஏதாவது செய்ய வேண்டும். என்னுடைய பள்ளிக்கூடத்துக்கு முன்பாக இருக்கும் சோதனைச் சாவடியை, ராணுவ முகாமை ஏதாவது செய்தாக வேண்டும் அண்ணா."

"உன்னுடைய மனோதிடமும் வல்லமையும் பெறுமதியானவை. ஆனால் உன்னுடைய இறக்கையில் எவ்வளவு பாரத்தைச் சுமக்க முடியுமோ அதைப்பற்றி யோசி."

"நான் நன்றாக யோசித்துவிட்டேன். என்னால் சுமந்து பறக்க முடியுமென்ற பாரங்களை நான் தீர்மானித்து விட்டேன்."

"இவ்வளவு கவித்துவமாய் கதையாதே... புதுவையற்ற கவிதை மாதிரி கிடக்கு. நீ என்ன செய்யப்போகிறாய், நான் என்ன செய்ய வேண்டும்?"

"நீங்கள் எனக்குப் பயிற்சி தர மாட்டியளே."

தணிகைமாறன் கைதட்டிச் சிரித்தார். "நீ பயிற்சியெண்டால் என்ன நினைச்சாய், பள்ளிக்கூடத்தில உடற்கல்வி பாடம் மாதிரி இருக்கு மென்று நினைச்சியோ?"

"இல்லை... எனக்குத் தெரியும். கஷ்டம்தான். ஆனால் நான் அதுக்குத் தயார்."

"நீ நினைக்கிற மாதிரியெல்லாம் ஒழுங்கு செய்ய ஏலாது. ஆனால் உனக்கு நானொரு உதவி செய்கிறன். ஒருத்தரிட்ட கொண்டுபோய் உன்னைக் அறிமுகப்படுத்திவிடுறன். அவர் உனக்குச் சில விடயங்களைச் சொல்லுவார்."

"எப்ப வரட்டும்?"

"இப்பவே எங்களோட வா, நான் கூட்டிக்கொண்டு போறன். நாளைக்கு இரவு திரும்பி வரலாம்" என்றார். வீட்டுக்குப் போனதும் அம்மாவிடம் சொல்லிவிட்டு ஒரு நாளுக்கான உடுப்புகளை மட்டும் எடுத்துக்கொண்டு வாகனத்தில் வெளிக்கிட்டேன்.

30

டிசம்பர் மாதம் இருபத்து நான்காம் திகதி, வெள்ளிக்கிழமை காலை ஏழு மணியிருக்கும். தணிகை மாறனின் முகாமுக்குள் நுழைந்தோம். அங்கு நிறைய போராளிகள் இருந்தனர். என்னை உள்ளே கூட்டிச் சென்று அமரவைத்தார். கண்ணுக்கெட்டிய தூரம் வரையும் தென்னை மரங்கள் நிரம்பியிருந்தன. கொஞ்ச தூரத்தில் கடலின் சத்தம் கேட்கத் தொடங்கியது. தணிகை மாறன் தன்னுடைய பையில் கிடந்த புத்தகமொன்றை எடுத்துத் தந்தார். பிரமிள் என்பவர் மொழிபெயர்த்த ஆங்கிலக் கவிதைகளைத் தொகுத்துவைத்திருந்தார். அதிலுள்ள சில கவிதைகளை வாசித்தேன், விளங்கவில்லை. “புதுவை இரத்தின துரையின் கவிதைகளோ, காசி ஆனந்தனின் கவிதைகளோ எளிதில் வசமாகிவிடும்’ என்றேன். போராளிகளுள் ஒருவர் என்னைப் பார்த்துச் சிரித்து ‘உங்களுக்கு என்ன பெயர்?’ என்று கேட்டார். என்னுடைய பெயரைச் சொன்னதும், தன்னை, ‘குமணன்’ என்று அறிமுகப்படுத்திக்கொண்டார். கையொன்று இல்லாமல் இருந்தது. முகத்தின் ஒரு பகுதியில் பெரிய போர்க்காயத்தின் அடையாளம் இருந்தது.

இப்படியான போராளிகளைப் பார்க்கும்போது மனம் தத்தளித்து கரையேற முடியாமல் துயரச்சுழலில் சிக்கிவிடுகிறது. மீதியிருக்கும் அவரின் கையைப் பிடித்து முத்தமிட்டேன். ஈரப்பஞ்சு போலிருந்த அவரின் அந்தக் கையைக் கொஞ்ச நேரம் பிடித்துக்கொண்டிருந்தேன். குமணன் என்னை விசித்திரமாகப் பார்த்துக்கொண்டிருந்தார்.

தணிகைமாறன் என்னை குமணனோடு சேர்த்து எங்கேயோ கூட்டிச் சென்றார். அந்த முகாமிலிருந்து கிளை பிரியும் இரண்டு தென்னந்தோப்புக்குள்ளால் மாறி மாறி அழைத்துச் சென்று சிறிய காட்டுக்குள் நுழைந்தோம். அங்கே மிகச் சொற்பமான போராளிகள் மட்டுமே இருந்தனர். ஒருவர் நல்ல கழுத்துவெட்டிச் சேவலைப் போட்டு உரித்துக்கொண்டிருந்தார். உள்ளே போனதும் பத்திரிகை படித்துக்கொண்டிருந்தவர் என்னைப் பார்த்ததும், "இவனா யாழ்ப்பாணத்தில தாக்குதல் நடத்தப்போறதெண்டு ஒற்றைக்காலில நிக்கிற ஆள்?" என்று கேட்டார்.

தணிகைமாறன் ஒரு புன்னகையை மட்டும் உதிர்த்து எதுவும் கதையாமல் நின்றுகொண்டிருந்தார். அவர் என்னை அமருமாறு சொன்னார். நான் கதிரையை இழுத்துப்போட்டு அமர்ந்தேன்.

"நீசொன்ன எல்லாத்தையும்தணிகை எனக்குத் தெரியப்படுத்தியிருக்கிறான். உன்ர கோபத்தையும், போராட்ட குணத்தையும் பாதுகாப்பாய் வெச்சிரு. தேவைப்படும்போது அதை நாட்டுக்கு குடுக்க வேணும். விளங்குதா?"

அவரின் கண்களின்வழியே தீர்க்கமான சித்திரம் வனையப்பட்டிருப்பது தெரிந்தது. உரையாடுவதற்கு அவர் தயாராகவே இருந்தார். அவரின் உடல்மொழியில் ராணுவத்தன்மை இயல்பாயிருந்தது. நான் மூச்சை இழுத்து மெல்லவிட்டு, "என்னை நீங்கள் சின்னப்பெடியன் எண்டு நினைகிறியள், ஆனால் என்னால அவங்களைத் தாக்க முடியும்" என்றேன்.

"உன்னால தாக்க முடியும், ஆனால் அதுக்கு நாங்கள் பயிற்சி அளிக்க முடியாது. நீ நல்லாய்ப் படி. புத்தகங்களை வாசி. அதுவும் போராட்டம்தான். அதில வெல்லு. நாங்கள் இதைப் பார்க்கிறம். விளங்குதா?"

அவரின் இந்த பதில் எனக்குப் பிடிக்கவில்லை. ஏன் எல்லோரும் என்னை ஆயுதமேந்த வேண்டாம் என்கிறார்கள். தனக்கு நிகழும் அநீதிக்கு எதிராக ஒருவன் போராடுவதற்கு வயது தடைக்கல்லாகிறதே என்று மனதுக்குள் நொந்துகொண்டேன். அன்றைக்குக் காலையில் அங்கேயே சாப்பிட்டேன். கழுத்துவெட்டிச் சேவல் குழம்பு ருசியாக இருந்தது. வெறும் பச்சை மிளகாயும் நல்லெண்ணெயும் ஊற்றி வேட்டைக் கறி சமைத்திருந்தார்கள். என்னை விட கொஞ்சம் பெரியவராக இருந்தவரே சமைத்தவர். சாப்பிட்டு முடிந்ததும் அவரிடம் சென்று "உங்களுக்கு எத்தின வயசு" என்று கேட்டேன். அவர் இருபது என்றார். பெரிய ஆள்தான். கொஞ்சம் குள்ளமாக இருந்ததால் அவ்வாறு எண்ணிக் கொண்டேன். அன்றைக்குப் பகல் முழுக்க முகாமிலேயே இருந்தேன்.

இரவு அக்காவின் பிறந்த நாள் விழா. பன்னிச்சையடி கிராமத்திலுள்ளவர்கள் அனைவரும் குழுமிவிடுவார்கள்.

போராளிகள் வருவார்கள். வீடே கொண்டாட்டமாக மாறிவிடும். அண்ணா சில வேளைகளில் வரக்கூடுமென நினைக்கிறேன். நான் அங்கிருந்த புத்தகங்களைப் பார்த்துக்கொண்டிருந்தேன். சிங்கள நாளிதழ்கள்கூட இருந்தன.

குமணனிடம் "ஆருக்கு இஞ்ச சிங்களம் வாசிக்கத் தெரியும்?" என்று கேட்டேன்.

"பாண்டியன் அண்ணைக்கு வாசிக்கத் தெரியும்."

"அவர் இரவு வேறொரு சந்திப்புக்காய்ப் போய்ட்டார். இப்ப வருவார்."

"குமணன் அண்ணா, நீங்கள் உங்கட வீட்டுக்கு எப்ப போனியள்?"

"நான் மட்டக்களப்புத் தம்பி. போறதுக்கு எங்க நேரம்... இப்ப போய்வர சூழலும் சரியில்லை."

"இண்டைக்கு இரவு நீங்கள் எங்கட வீட்ட வாங்கோ. என்ர அக்காவுக்குப் பிறந்த நாள்."

"அப்பிடியே, முயற்சிக்கிறன். வர முடியுமோ தெரியேல்ல. பாண்டியன் அண்ணை இண்டைக்கு இரவு எங்கையோ போகவேண்டுமென்று சொன்னவர்."

"எங்க போனாலும் ஒருக்கால் வந்து சாப்பிட்டு போங்கோ. நான் வேணுமெண்டால் தணிகைமாறன் அண்ணாவிட்ட சொல்லுறன்."

"சரி பார்க்கலாம்."

உள்ளே ஒரு வாகனம் வந்து நிற்கிறது. "பாண்டியன் அண்ணா வந்திட்டார்" என்று சொல்லுகிறார் குமணன். நான் பாண்டியனைப் பார்ப்பதற்கு ஆவலாக இருக்கிறேன். வாகனத்தை விட்டுக் கீழிறங்கி பவி மாமா வேகமாக உள்ளே நடந்து வருகிறார். குமணனிடம் கேட்கிறேன்.

"இவரா பாண்டியன்?"

"ஓம் இவர்தான்" என்றார் குமணன்.

நான் மாமாவை நோக்கி நடந்து போனேன். என்னைக் கண்டு விட்டார். என்னுடைய கன்னத்தைக் கிள்ளி "என்னடா இஞ்ச வந்து நிக்கிறாய், என்ன விசேஷம்?" என்றார். "தணிகைமாறன் அண்ணாவோட வந்தனான். சும்மா ஏத்திக்கொண்டு வந்தவர்."

"அப்ப நீ என்னைப் பார்க்க வரேல்லையோ?"

"நீங்கள் எங்க இருப்பியள் என்று ஆருக்குத்தான் தெரியும் மாமா, அம்மா சொல்லுறது மாதிரி உங்களைக் கண்டால்தான் நீங்கள் உயிரோட இருக்கிறதே தெரியுது" என்றேன்.

குமணன் என்னைப் பார்த்துக் கொண்டிருந்தார். அவருக்கு அதிர்ச்சியாக இருந்திருக்க வேண்டும். நான் பாண்டியனைத் தெரியாது என்று பொய் சொல்லிவிட்டேன் என அவர் கருதக்கூடும். பவி மாமா என்னைத் தூக்கி மடியில் இருத்தி "சாப்பிட்டியோ?" என்று கேட்டார்.

"ஓம் நல்ல சைவச் சாப்பாடு."

"நீங்கள் சாப்பிட்டியளோ, இண்டைக்கு வீட்ட வருவியள்தானே..."

"ஓமடா இரவுக்கு அங்கதான். கொம்மாவிட்ட சொல்லி மாமாவுக்கு மட்டும் இன்னும் ருசியாய் சமைக்கச் சொல்லு."

"சொல்லுறன்... வரேக்க குமணன் அண்ணாவையும் கூட்டிக்கொண்டு வாங்கோ மாமா."

"அவனும் என்னோட வாறான்."

தணிகைமாறன் உள்ளே வந்தார். அவரின் கையில் நிறைய கோப்புகள் இருந்தன. அவர் என்னைப் பார்த்ததும் "என்னவாம் உங்கட பவி மாமா" என்று கேட்கிறார். நான் எதுவும் சொல்லாமல் அமைதியாக இருந்தேன்.

"தணிகை, உன்னைக் கூட்டிக் கொண்டு வரப்போகிறன் எண்டு எனக்குச் சொன்னவன். நான் இஞ்சதான் இருக்கிறனெண்டு உனக்குச் சொல்லேல்லையா?"

"இல்லை."

"நீதான் ஏதோ போராடப்போகிறன், பயிற்சி தாங்கோ எண்டு கேட்ட னியாமே?"

"ஓம்... மாமா. கோபம் கோபமாய் வருகுது."

"நீ ஒண்டும் செய்ய வேண்டாம். அமைதியாய் இருந்து படி. அதெல்லாம் வளர்ந்த ஆக்கள் செய்து முடிப்பினம். சரியா?"

என்னுடைய தலையை அசைக்காமல் அப்படியே இருந்தேன். பவி மாமா உள்ளே எழுந்து சென்றார். தணிகை மாறன் என்னை அழைத்துப் போகலாமென்று சொன்னார். நான் மாமாவிடம் சொல்லிவிட்டு இந்த முகாமிலிருந்து இன்னொரு முகாமுக்கு நடந்து சென்று அங்குள்ள வாகனத்தில் ஏறினேன். நானும் இன்னொரு போராளியும் வாகனத்தில்

பயணமானோம். மீண்டும் அதே தென்னந்தோப்புகளைக் கடந்து வாகனம் போய்க்கொண்டிருந்தது. அந்தப் போராளி கேட்டார்.

“நீ போராட ஆசைப்படுகிறியோ தம்பி?”

“ஓம் அம்மணை.”

“சரி உனக்கு நானொரு உதவி செய்யிறன். என்ர துவக்கைத் தந்து ஒருக்கால் சுட்டுக்காட்டுவன். நீ ஒரேயொரு தடவை சுட்டுப் பார்.”

துவக்கை ஏந்தப் போகிறேனா, இந்தக் கணத்தின் மீது நான் சந்தேகம் கொண்டேன். நடப்பது உண்மையா... எனது கனவா? மீண்டும் மீண்டும் அந்தப் போராளியைப் பார்த்தேன். அவர் வாகனத்தை நிறுத்திவிட்டு தன்னுடைய துவக்கை எடுத்து தென்னை மரத்தின் உச்சியைக் குறிவைத்தார். சத்தம் கேட்டது, இளநீர் குலை மண்ணில் விழுந்தது. அவர் எனக்குத் துவக்கைப் பிடிக்கும் முறையையும் சுடுவதையும் சொல்லித்தருகிறார். என்னுடைய விரல் அழுத்தப்படுகிறது. பேரிகையின் முதல் ஒலியென வெளியில் கலக்கிறது வேட்டோசை.

நான் வீட்டுக்கு வந்திருந்தபோது சொந்தக்காரர்கள் வந்திருந்தனர். அவர்களில் சிலரை அறவே பிடிப்பதில்லை. மணியனின் தந்தை கதிரைகளை அடுக்கிக் கொண்டிருந்தார். பெண்கள் சிலர் பலகாரங்களைப் பையில் போட்டுக்கொண்டிருந்தனர். அக்கா பெரிய தாச்சியில் போட்டு ஆட்டிறைச்சியைக் கழுவிக் கொண்டிருந்தாள். சில இறைச்சித் துண்டுகளில் ரத்தம் காய்ந்து கி ந்தது. நாகப்பர் சமைப்பதற்காக அடுப்பை ஏற்பாடு செய்திருந்தார். மிளாசி எரியும் விறகுகளை அடுக்கி கொஞ்சமாய் மண்ணெண்ணெய் ஊற்றி அடுப்பைப் பற்றவைத்தார். இறைச்சியை அக்கா நன்றாகக் கழுவி முடித்ததும், எழுந்து குளிக்கச் சென்றாள். சொந்தக்காரர்கள் அங்கங்கு இருந்தபடி கதைத்துக் கொண்டிருந்தனர். பீடி புகைப்பவர்கள், வெற்றிலையை அதக்கியபடி புகையை வெளியே விட்டார்கள். அதிலிருந்து வருகிற வாசம் எனக்குப் பிடித்தமானது. நான் அம்பிகாவைத் தேடினேன், அவள் வெள்ளனவே வந்திருக்க வேண்டும். வேலையாகச் சென்றிருக்க வேண்டுமென எண்ணினேன். மெல்ல மெல்ல அந்தி விழுந்து இருட்டத்

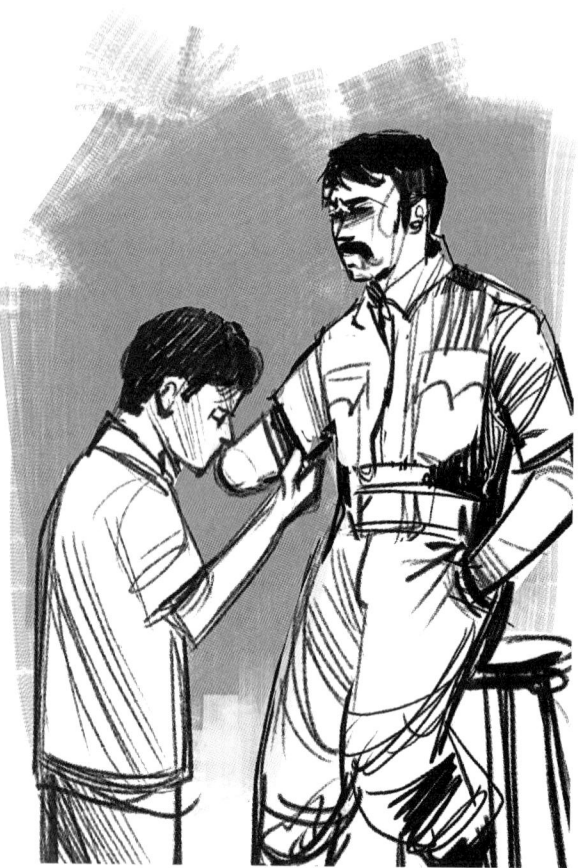

தொடங்கியிருந்தது. அக்கா புதிய சட்டையைப் போட்டுக்கொண்டு ஆயத்தமானாள். அவளுக்கு உதவியாக அம்பிகா நின்று கொண்டிருந்தாள். அவளை நான் பார்க்கிறேன் என்று தெரிந்த பின்னர், என்னுடைய கண்களைச் சந்திக்க விரும்பும் அவளது தவிப்பை உடலின் அசைவுகள் சொல்லிக்கொள்கின்றன. ஆனால் அவள் திரும்பிப் பார்க்காமல் நின்றுகொண்டிருந்தாள். நான் குளித்து முடித்துவிட்டு புதிய ஆடைகளை மாற்றினேன். அம்பிகாவுக்கும் அம்மா புதிய ஆடைகளை வாங்கிக் கொடுத்திருந்தாள். அவள் அணிந்திருந்த ஆடை இன்னும் கொஞ்சம் வடிவாக இருந்திருக்கலாம் என்று தோன்றியது.

மஞ்சள் நிறத்தில் வெள்ளைக் கோடுகள் அங்குமிங்கும் வரையப்பட்டிருந்தன. புகைப்படக் கலைஞர் வந்திருந்தார். அம்மா சமைத்து முடித்து உடம்பில் இரண்டு வாளி நீரள்ளி ஊற்றிக்கொண்டு ஆயத்தமானாள். இன்னும் கொஞ்ச நேரத்தில் கேக் வெட்டலாம் என எல்லோரும் சொல்லினர். "அண்ணா வந்ததும் தொடங்கலாம்" என்று அம்மா சொன்னாள். அவன் வருவான் என்று அம்மாவுக்கு ஒரு நம்பிக்கை. போராளிகள் வந்துகொண்டிருந்தனர். வலம்புரியக்கா வந்திருந்தார். அக்காவை அழைத்து ஒரு பரிசைக் கொடுத்து, "இந்தச் சட்டையையும் போட்டு படம் எடு" என்றார். பவி மாமா வந்திறங்கினார். உள்ளே நுழைந்ததும் அக்காவுக்கு வாழ்த்து சொன்னார். வீடே கொண்டாட்டக் களை பூத்திருந்தது.

31

அண்ணாவின் வருகைக்காகக் காத்திருந்து அம்மா ஏமாற்றமடைந்தாள். பிறந்தநாள் விழாவுக்கு வந்திருந்தவர்களை இனியும் காத்திருக்க வைக்கமுடியாதென அம்மா முடிவெடுத்தாள். அக்கா கேக்கை வெட்டி அம்மாவுக்குத் தீத்தி விட்டாள். அம்மாவைக் கட்டியணைத்து அக்கா முத்தமிட்டபடி புகைப்படக்காரரின் சைகைக்காகக் காத்திருந்தாள். சொந்தக்காரர்களும் போராளிகளும் குழுமியிருந்தனர். கள் குடித்து மயக்கத்திலிருந்த சிலர், வீட்டின் மாமரத்தடியிலிருந்து கதைத்துக்கொண்டிருந்தனர். பவி மாமாவை அழைத்து அம்மா புகைப்படம் எடுத்துக்கொண்டாள். அக்காவின் தலையைத் தடவி மாமா முத்தமிட்டார். வலம்புரியக்கா வாங்கி வந்த சட்டையை அணிந்துகொண்டு வந்த அக்காவோடு ஒரு தொகையினர் புகைப்படங்களை எடுத்தனர்.

சொந்தக்காரர்களில் சிலர், சாப்பிடுவதற்கு ஆயத்தமாயினர். நாகப்பர் அன்றைக்குச் சாப்பாட்டை கவனித்துக்கொண்டார். மணியனின் அப்பா அவருக்குத் துணையாக இருந்தார். பெரிய பாத்திரத்தில் நூடுல்ஸ் இருந்தது. இன்னொரு பாத்திரத்தில் குழல் புட்டு அடுக்கப்பட்டிருந்து. சாப்பாடு பரிமாறப்பட்டது. நாகப்பர் தன்னுடைய

கண்காணிப்பின் கீழே சபையை நடத்தினார். 'அளவறிந்து குழம்பு பரிமாறு' எனக் குரல் கொடுத்தார். அங்குமிங்கும் நடந்து கொண்டிருந்தேன். இசைத்தென்றல் தேவாவின் பாடல்கள் ஒலித்த வண்ணமிருந்தன. 'குலுக்கி வெச்ச கோக கோலாபோல...' என்ற பாடல் தொடங்கும்போதே சின்னஞ் சிறுவர்கள் ஆடத் தொடங்கினர். புழுதி மண் இரவைப் போர்த்தியது. மின்குமிழ்களின் வெளிச்சத்தில் ஆட்டமும் பாட்டமும் உச்சம் பெற்றன. இரண்டு மின்விளக்குகளை வீட்டின் முன்னால் கட்டியிருந்தனர். மண்ணெண்ணெயும் பெட்ரோலும் கலந்து ஓடிக்கொண்டிருந்த சிறிய இயந்திரம், முக்கி முனகி வெளிச்சத்தைத் தந்துகொண்டிருந்தது. அம்பிகா, போராளி அக்காக்களோடு அமர்ந்திருந்தாள். சிலர் சாப்பிட்டு முடித்து, அம்மாவிடம் சொல்லி விட்டுச் சென்றனர். பவி மாமாவோடு வந்திருந்த குமணன் அண்ணாவோடு கொஞ்ச நேரம் இருந்து கதைத்தேன். "நீங்கள் விடுமுறை எடுத்துக்கொண்டு எங்கட வீட்டில வந்து தங்குங்கோ" என்றேன். குமணன் ஓமென்று தலையசைத்தார்.

வீதியில் போராளிகளின் நிறைய வாகனங்கள் நின்றன. சர்வதேசத் தொண்டு நிறுவனமொன்றில் மொழிபெயர்ப்பாளராக வேலை செய்யும் ஒருவர் வந்திருந்தார். அண்ணாவின் நெருங்கிய நண்பர் அவர். அம்மா அவரை இன்முகம் கொண்டு வரவேற்று அமரச்சொன்னாள். "அண்ணா வரவில்லையா?" என்று என்னிடம் கேட்டார். 'இல்லை' யென்று சொன்னதும், "வருவானென்று நினைத்தேன்" என்றார்.

"நாங்களும் அப்படித்தான் நினைச்சனாங்கள். ஆனால் வரேல்ல" சொல்லிக்கொண்டே அம்பிகாவைப் பார்த்தேன். அவளின் முகத்தில் அமைதி குழம்பிக்கிடந்தது. ஆனால் இப்போது போய் கதைத்தால், எதுவும் சொல்ல மாட்டாள். பிடிவாதக்காரி. போராளிகள் பலர் அக்காவை மீண்டும் வாழ்த்திவிட்டுச் சென்றனர். வலம்புரியக்கா நீண்ட நேரம் அமர்ந்திருந்தாள். ஒவ்வொருவரையும் பார்த்துக்கொண்டிருந்தாள். காந்தியண்ணா இரவு ஒன்பது மணியிருக்கும்போது வந்தார். முல்லைத்தீவிலிருந்து வருவதற்குத் தாமதம் ஆகிவிட்டதென அக்காவிடம் சொன்னார். நாகப்பர் காந்தியண்ணாவுக்குச் சாப்பாடு போட்டுக் கொண்டுவந்து கொடுத்தார். அம்பிகா என்னை அருகில் அழைத்தாள்.

"ஒருக்கால் வீட்ட போய்ட்டு வர வேணும். என்னோட துணையா வாறியளா?"

"ஓம், நீங்கள் வெளிக்கிடும்போது சொல்லுங்கோ, வாறன்."

"நான் ரெடி, போகலாம்."

வீதியில் வாகனங்கள் நிறைந்திருந்தன. சில போராளிகள் வெளியே நின்றனர். அம்பிகா என்னுடைய கைகளைப் பிடித்துக் கொள்ள எத்தனித்தாள். ஒரு இளங்கன்றின் துள்ளலோடு அவளுடைய விரல்களைப் பற்றினேன்.

"இன்னும் கொஞ்சம் கெதியாய் நடக்கலாம் அம்பிகா, போய்ட்டு திரும்பி வரவேணும்."

"ஓம், அக்காவுக்கு ஒரு சட்டை வாங்கினான், அதை எடுக்கத்தான் போறன்."

“உனக்கு ஏன் இந்தத் தேவையில்லாத வேலை, அக்கா உன்னை ஏசுவாள்”

“ஏன், நான் உடுப்புக் குடுத்தால் அக்கா போடமாட்டாவே?”

அம்பிகாவின் வீடிருக்கும் ஒழுங்கைக்குள்ளால் நடந்து போகிறோம். அவள் என்னுடைய கையைப் பிடித்து முத்தமிட்டாள். இந்த இரவின் சருமமெங்கும் அவளது வாசனையைப் பூசிக்கொண்டது. நான் அவளை இறுக அணைத்து முத்தமிட்டேன். அம்பிகாவின் வீடு பூட்டிக்கிடந்தது. மறைத்துவைத்திருந்த இடத்தில் திறப்பை எடுத்துக் கதவைத் திறந்தாள். நான் வெளியே நின்றுகொண்டிருந்தேன். வீட்டுக்குள் நுழைந்தவள், லாம்ப்பைத் திரி தீண்டினாள். உள்ளே வருமாறு என்னை அழைத்தாள். நான் வெளியே நின்றுகொண்டு, “உடுப்பை எடுத்துக்கொண்டு வாங்கோ” என்றேன்.

நானும் அம்பிகாவும் வீட்டுக்குத் திரும்பியபோது அண்ணா வந்திருந்தான். அம்மா அவனுக்கென எடுத்த புதிய உடுப்புகளை போடச் சொல்லியிருக்கிறாள். அண்ணா ஆயத்தமாகியதன் பின்னர் புகைப்படம் எடுப்பதற்காக என்னைத் தேடியிருக்கிறார்கள். நான் வந்ததும் “எங்கையடா போனீ” என அக்கா உறுத்துக் கேட்டாள்.

“அம்பிகாவோட போயிற்று வந்தனான், உங்களுக்கு அவா சட்டை வாங்கியிருக்கிறா.”

அக்கா எதுவும் சொல்லாமல் என்னை முறைத்துப் பார்த்தாள். புதிய ஆடைகளை அணிந்துகொண்டிருந்த அண்ணனோடு சேர்ந்து நாங்கள் குடும்பமாக நின்று புகைப்படம் எடுத்துக்கொண்டோம். பவி மாமா

அம்மாவுக்கு அருகில் நின்று கொண்டார். வலம்புரியாக்கா மாமாவைப் பார்த்துப் பகிடியாகச் சொன்னாள்.

"மாஸ்டர்... உங்கட அக்கா தம்பி பாசத்த நினைச்சால், எங்களுக்குக் கண்ணீர் வருதெல்லே."

பவி மாமா கொடுப்புக்குள் சிரித்தார். அண்ணா வந்ததற்குப் பிறகு, அம்மாவின் மனத்தில் விழாக்கோலம் குடிபுகுந்தது. இரவு பதினொரு மணியளவில் தொப்பி குயிலன் வந்திருந்தார். அண்ணாவோடு கதைத்துக்கொண்டிருந்தார். நான், பாலன் பிறப்புக்குப் போக வேண்டுமென ஆயத்தமானேன்.

பன்னிச்சையடியிலிருந்து இருபது நிமிடங்கள் சைக்கிளில் போனால் தேவாலயம் வந்துவிடும். அங்குதான் போகவேண்டுமென தீர்மானித்திருந்தேன்.

தொப்பி குயிலன் தானும் தேவாலயம் வருவதாகக் கூறினார். எனக்கு மகிழ்ச்சியாக இருந்தது. திரும்பி சாமத்தில் பயமில்லாமல் வீட்டுக்கு வந்துவிடலாம். தொப்பி குயிலன் என்னைத் தனது வாகனத்தில் ஏற்றிக்கொண்டு தேவாலயம் நோக்கிப் புறப்பட்டார்.

தேவாலயத்தின் முகப்பில் வண்ண விளக்குகள் எரிந்துகொண்டிருந்தன. உள்ளே சனங்கள் நின்று கொண்டிருந்தனர். பாதிரியார் உள்ளே பைபிள் வாசகங்களைக் கூறி உரையாற்றிக்கொண்டிருந்தார். பாலன் பிறப்புத் தொட்டில் வெளியே அலங்காரம் செய்யப்பட்டிருந்தது. பாலன் வானத்தைப் பார்த்தபடி படுத்திருக்க, தொங்கும் நட்சத்திரங்கள் அசைகின்றன. தொப்பி குயிலன் என்னைக் கூட்டிக்கொண்டு உள்ளே போனார். தேவாலயத்துக்குள் இடமில்லை. சனங்கள் நிறைந்திருந்தனர். வெளியேயுள்ள கல்லிருக்கையில் அமர்ந்துகொண்டோம்.

"இண்டைக்குக் காலமை தணிகை மாறன் அண்ணாவின்ர இடத்துக்குப் போனான்."

"கடலில குளிக்கக் கூட்டிக்கொண்டு போனவனே?"

"இல்லை, எனக்கு நீச்சலும் தெரியாது" என்றேன்.

"தணிகையோட இருந்தால் கடலில நீச்சல் தெரியாமலே நீந்திப் போகலாம்."

"எனக்குப் பயிற்சி தருவார் எண்டு நினைச்சன், ஆனால் நல்லாய் படி என்று சொல்லிவிட்டு அனுப்பி வைத்துவிட்டனர்."

"உனக்கு இப்ப என்ன பயிற்சி வேணும்?"

"வேற என்ன? ஆயுதப் பயிற்சிதான். நேற்றைக்கு ஒருக்கால் துவக்கால சுட வாய்ப்பு கிடைச்சது."

"துவக்கோ, உன்ர கையில ஆர் தந்தது?"

"சொல்ல மாட்டன்."

"நீ இப்பிடி நடந்துகொள்ளக் கூடாது ஆதீரன். உனக்கு இந்தச் சின்ன வயசில ஆயுதத்தின் மேல இருக்கிற கவர்ச்சி இன்னும் கொஞ்சம் வளந்தால் இல்லாமல்கூடப் போகும். ஒரு துவக்கை ஏந்தி நீ சுடும்போது, அதில உனக்கொரு கிளர்ச்சி இருக்கும். அது இந்த வயசின்ர கோளாறு."

"நான் அப்பிடி நினைக்கேல்ல அண்ணா. கோலியாத்தைச் சிறு கல்லால் வீழ்த்திய தாவீது சிறுவனாகவே இருந்தான். அவனுக்கு நீங்கள் சொல்வதைப்போல போரிலோ ஆயுதத்திலோ, கவர்ச்சியோ கிளர்ச்சியோ இருக்கவில்லை. 'நீ பட்டயத்தோடும், ஈட்டியோடும், கேடயத்தோடும் என்னிடத்தில் வருகிறாய்; நானோ நீ நிந்தித்த இஸ்ரவேலுடைய ராணுவங்களின் தேவனாகிய சேனைகளுடைய கர்த்தரின் நாமத்திலே உன்னிடத்தில் வருகிறேன்' என்று கூறி, ஒரு கல்லை எடுத்து, கவணிலே வைத்துச் சுழற்றி, கோலியாத்தின் நெற்றியிலே பட எறிந்தான். அந்தக் கல் அவன் நெற்றியில் பதிந்துபோனதினால், அவன் தரையிலே முகங்குப்புற விழுந்தான் என்று படிக்கும்போதே தாவீதுவின் கவணும் கல்லும் என்னிடமில்லையே என்று தோன்றுவது வயசுக் கோளாறா? என்னை நீங்கள் மிகக் குறைவாக எடை போடுகிறீர்கள். எனக்குத் தேவை ராணுவத் தந்திரமே தவிர உங்கள் ஆயுதமில்லை" என்றேன்.

தொப்பி குயிலன் என்னை அள்ளி அணைத்து முத்தமிட்டுச் சொன்னார்.

"ஆதீரா, உன்னைப்போல இவ்வளவு தெளிவாய் கதைக்கிற ஒரு சின்னப் பெடியனை நான் சந்தித்ததே கிடையாது. உன்னுடைய தேவை என்னவோ அதை நான் தீர்த்துவைக்கிறன். நீ கவலைப்படாதே. ஆனால், கொஞ்ச நாள் என்னோடையே இருக்கவேணும்."

"எத்தின நாள்?"

"ஒரு மாசம்."

"ஓம் நான் வாறன்."

தேவாலயத்தில் மணி ஒலித்தது. 'பாலன் பிறந்தார்' என்று நற்செய்தி பூமிக்குச் சொல்லப்பட்டது.

32

ஞாயிற்றுக்கிழமை காலையில் கொஞ்சம் தாமதமாகவே எழும்பினேன். பிறந்தநாள் கொண்டாடிய களைப்பில் எல்லோரும் இருந்து கதைத்துக்கொண்டிருந்தனர். ஒரேயடியாக மதியம் சாப்பிட்டுவிட்டு இன்றைக்குப் பின்நேரமே தொப்பிக் குயிலன் அண்ணாவிட்ட போகப்போறதை அம்மாவிடம் சொல்லலாமென்று நினைத்தேன். சைக்கிளில் வந்திறங்கிய மணியனின் தந்தையார், “ஊருக்குள்ள கடல் வருகுதாம்” என்று பதற்றத்துடன் சொன்னார். “அதெப்பிடி கடல் வரும், உங்களுக்கு என்ன விசரே” என்று யாரோ பதில் சொல்லினர். “ஒரு பனையளவுக்கு கடல் எழும்பி வந்ததாமென்று கதை பரவுது, நான் என்ன பொய்யா சொல்லுவன்” என்று மீண்டும் சொன்னார். பிரதான சாலையிலிருந்து வருகிறவர்கள் ஒருவிதப் பதற்றத்தோடு ஊருக்குள் நுழைந்தனர். நான் வீதியில் நின்றுகொண்டு வருவோர் போவோரிடம் கேட்டேன். யாருக்கும் தெளிவாக எதுவும் சொல்லத் தெரியவில்லை என்றே தோன்றியது. சைக்கிளை எடுத்துக்கொண்டு பிரதான வீதிக்கு விரைந்தேன். அம்மா, ‘கவனம்!’ என்று மட்டும் சொல்லியனுப்பினாள். பன்னிச்சையடியிலிருந்து ஏ-9 பிரதான வீதிக்கு வந்தபோது, ஆம்புலன்ஸ் வாகனத்தின் ஒலி தூரத்தே கேட்கத் தொடங்கிற்று. போராளிகளின் பச்சை நிறத்திலான விரைவூர்திகள் அதிவேகமாகக் கடந்தன.

"தாளையடி, மருதங்கேணி பக்கமெல்லாம் சனங்களை கடல் கொண்டுபோயிற்றுதாம்" என்று ஒருவர் சொல்லிக்கொண்டே தனது வீடிருக்கும் திசை நோக்கி விரைந்தார். நான் சைக்கிளை விடாமல் உழக்கிக்கொண்டு சந்தையடிக்கு வந்தேன். அங்கே சைக்கிளை தரித்துவிட்டு வீதியில் நின்றேன். அத்திசை நோக்கிப் போகும் போராளிகளின் வாகனத்தில் ஏறிப்போகலாமென்று கைகாட்டி மறித்தேன். இதோ காயப்பட்ட சனங்களின் அழுகுரலோடு வாகனம் என்னைக் கடந்துபோகிறது. அவர்கள் மருத்துவமனைக்குக் கொண்டு செல்லப்படலாம். நான் சைக்கிளை எடுத்துக்கொண்டு பக்கத்திலிருக்கும் மருத்துவமனைக்குச் சென்றேன். உடலில் காயப்பட்டவர்கள், அதிர்ச்சியிலிருந்து மீள முடியாது கண்களை வெறித்துப் பார்ப்பவர்கள், அப்போதே இறந்துபோனவர்கள் எனச் சிறிய மருத்துவமனை விழி பிதுங்கி மூச்சுத் திணறியது. காயப்பட்டவர்களுக்கு முதலுதவி வழங்குவதற்காக மருத்துவப் போராளிகளும் இணைந்தனர். சனங்களை ஏற்றிக்கொண்டு வாகனங்கள் வந்துகொண்டிருந்தன. மருத்துவமனை வளாகத்தில் நிழல் பரப்பி நிற்கும் மாமரங்களின் ஒவ்வொரு இலையிலும் ஓலத்தின் எதிரொலி திகைப்போடு மோதியது.

காயப்பட்ட சனங்களின் அழுகுரல்கள் யேசுவை நோக்கி எழுந்தன. கறுப்பு நிறத்திலான கடல் அலைகளால் கொண்டு செல்லப்பட்டவர்களை நினைத்து அழுதுகொண்டே இருந்தனர்.

நீலக்கடலின் அலைகள் கறு நிறத்தில் திரண்டெழுந்து தங்களை பலி கேட்டுவிட்டதென ஒப்பாரி பாடினார்கள். அலைகளின் மீதேறி கரையெங்கும் மீன் குவித்த தங்கள் வாழ்வின்மீது யார் கண்பட்டதோ எனக் கதறிக்கொண்டிருந்தனர். காயப்பட்டவர்களை ஏற்றிக் கொண்டுவந்த போராளிகளின் வாகனமொன்றில் கடற்கரை கிராமத்துக்குச் சென்றேன். பனைகள் முறிந்து கிடந்தன. வீடுகள் இருந்தமைக்கான தடயங்களாக சனங்களின் ஆடைகள் அங்கொன்றும் இங்கொன்றுமாகச் சுருண்டுகிடந்தன. பிணக்காடு. எந்தக் காயமுமற்ற குழந்தையின் சடலமொன்றைக் குப்புறக் கிடந்த மீன்பிடிப் படகின் இடுக்கிலிருந்து தூக்கினேன். இது அனர்த்தமா? இல்லை. ஊழி. ஆழியின் ஊழி. எத்தனை யுத்தங்களையும் இடப்பெயர்வுகளையும் தாண்டி வாழ்ந்துகொண்டிருந்த உயிர்களை இந்தக் கடல் கொன்று போட்டிருக்கிறது! வலைகளில் சிக்குண்ட மீன்களைப்போல, கண்ணுக்குத் தெரியாத நீரின் கண்ணிகளில் ஆயிரக்கணக்கான உயிர்களைப் பறிகொடுத்திருந்தோம். பல பிரிவுகளைச் சேர்ந்த போராளிகளும் காவல்துறையினரும் மீட்புப்பணியில் ஈடுபட்டனர். அன்றைக்கு முழுக்கவே இறந்து போன பிணங்களை அடுக்கிக் கொண்டேயிருந்தோம். கண்டெடுக்கப்பட்ட சனங்களின் நகைகளைக் காவல்துறையினரிடம் ஒப்படைத்தனர். போராளிகள் பசி, தாகம் எதுவுமின்றி வேலை செய்துகொண்டே இருந்தனர். “தலைவற்ற கட்டளை, சனங்களின்ர துயரக் களத்தில போராளிகள்தான் துயர் களையவேணும். அது இன ஒடுக்குமுறையாய் இருக்கலாம், இயற்கை அனர்த்தமாய் இருக்கலாம்” என்றார் ஒரு போராளி.

அன்றிரவு நான் வீட்டுக்குப் போகவில்லை. பாதிக்கப்பட்ட சனங்களுக்கான நிவாரண முகாமாக இருந்த பள்ளிக்கூடத்திலேயே தங்கினேன். இரவிரவாகப் போராளிகளோடு இணைந்திருந்தேன். அவர்களோடு பணிகளில் ஈடுபட்டேன். பாதிக்கப்பட்ட சனங்களுக்கான உடனடித் தேவைகளைத் தீர்த்துவைக்கும் குழுவில் நியமிக்கப்பட்டேன். ஒரு பெண், அவளுடைய தலையில் பலமாக அடிபட்டிருந்தது. நத்தார் பெருவிழாவைக் கொண்டாடிவிட்டு அப்படியே உறங்கியிருக்கிறாள். அவளுடைய தமையனை அலைகள் சுருட்டிச் செல்வதைப் பார்த்து பயந்திருந்தாள். திடீரென குரல் எழுப்பி “ஐயோ அண்ணா, உன்னைக் கடல் கொண்டுபோக, நான் கரையில தனிச்சனே” என்று அழத் தொடங்கினாள். அவளுடைய தலையில் கட்டுப்போடப்பட்டிருந்தது. உயிர்தப்பிய ஒவ்வொரு குழந்தையும் நேற்றைக்குப் பிறந்த இயேசு பாலனைப்போலவே எனக்குத் தோன்றினர். சனங்களுக்கு என்ன வேண்டுமானாலும் கொடுத்துதவ போராளிகள் விழித்திருந்தனர். பெண் போராளிகளின் தலைமைப் பொறுப்பாளர் ஒருவர் அங்கேயே தங்கியிருந்தார். இந்த நாளின் துயரம் பல அடுக்குகளில் எங்களை பாதிக்கப்போகிறதே என்று மனதுக்குள் அச்சம் தோன்றியது. கடலை ஒட்டியிருந்த போராளிகளையும் கடல் கொண்டுபோய்விட்டதென சனங்களுக்குள் ஒரு கதை உருவாகி

யிருந்தது. 'அது உண்மையா, பொய்யா' என்று அறிய வழிகள் இல்லை. வீட்டிலிருந்து கொண்டுவரப்பட்ட ஐம்பதுக்கும் மேற்பட்ட உணவுப் பொட்டலங்களை அம்மா சனங்களுக்குக் கொடுத்தாள். "நான் இங்கேயே தங்கி நிற்கிறேன் அம்மா" என்று சொன்னதும், "ஓம் நிண்டு சனங்களுக்கு உதவி செய்" என்றாள். விடிய விடிய அழுகுரல்களோடு இருந்தேன். ஆறுதல் சொல்ல வார்த்தைகளற்ற அந்த இரவில், வானில் நிலவு மறைந்திருந்தது.

அடுத்த நாள் அதிகாலையில் அங்கிருந்து கொண்டுவரப்பட்ட பிணங்களை வேறொரு இடத்தில அடுக்கிவைத்தோம். ஒவ்வொரு பிணத்தையும் பொலித்தீன் பைகளால் பொதி செய்தோம். அவற்றை அடுக்கி இறுதி அஞ்சலிக்காக ஒழுங்குபடுத்தினோம். பிணங்கள் அனைத்தும் கறுத்து வீங்கிப்போயிருந்தன. இன்றும் புதைக்காவிட்டால் சீழ்வடியத் தொடங்கும். ஒவ்வொருவரும் பிணங்களை அடையாளம் கண்டனர். இன்னும் பலரோ தங்களது உறவினரின் சடலம்கூடக் கிடைக்கவில்லையென தாளாத துயரோடு கதறியழுதனர். மதிய நேரம் நிகழ்ந்த இறுதி அஞ்சலி நிகழ்வோடு சடலங்களை ஓர் உழவூர்தியில் அடுக்கினோம். ஊரின் புறத்தே இருக்கும் முந்திரிக்காட்டைத் தாண்டியிருக்கும் ஒரு குளத்தருகே புதைப்பதற்கு ஏற்பாடாகியிருந்தது. நீளமும் அகலமும் சரியாக அளவிடப்பட்டு ஜே.சி.பி இயந்திரத்தால் உருவாக்கப்பட்ட குழியில் பிணங்களை அடுக்கினோம். பொலித்தீன் பையை நீக்கி ஒவ்வொன்றாக அடுக்குவதற்கே நேரம் போய்க்கொண்டிருந்தது. கடல் நிகழ்த்திய மாபெரும் கொலைவெறி ஆட்டத்தில் உயிரிழந்த அந்த உயிர்களுக்கு அஞ்சலி செலுத்தினேன். குளத்திலிருந்து ஒரு தாமரை மலரைப் பிடுங்கிவந்து அகலமான புதை குழிமேல் நட்டுவைத்தேன்.

அப்படியே வீட்டுக்குப் போனேன். நன்றாக அள்ளி முழுகினேன். ஒவ்வொரு தடவையும் நீரையள்ளி தலையில் ஊற்றுகிறபோது கடல் என்னைச் சுழற்றுவதைப்போல பயம் பிறந்தது. இறந்த மனிதர்களின் உடலத்தைத் தொடுகிறபோது ஏற்படுகிற கலக்கமும் வெதும்பலும் எதனால் வருகிறது. கடல் மணலில் மூச்சற்றுக் கிடக்கும் ஒவ்வொருவரின் கண்களும் ஏன் திறந்திருக்கின்றன. அவர்களின் கண்கள் நீச்சலிடும் மீனைப்போல எனக்கு மட்டுமா தெரிகின்றன? சாப்பிட்டுவிட்டு நன்றாக நித்திரை கொள்ள வேண்டும். மனதுக்குள் கடல் புரள்கிறது. பிணங்கள் நாறுகின்றன. 'ஆழிப்பேரலை' எனும் இந்தச் சொல்லைப் புலிகளின் குரல் வானொலி சொல்லிக்கொண்டே இருந்தது. 'சனங்களைக் கொன்ற ஆழிப்பேரலை' என்று சொன்னால் என்ன? நவாலி தேவாலயத்தின்மீது போர் விமானங்கள் நிகழ்த்திய தாக்குதலில் கொல்லப்பட்ட சனங்களின் புகைப்படங்கள் நினைவுக்கு வருகின்றன. ஒரு பக்கம் மிலேச்சர்கள் கொல்கிறார்கள். இன்னொரு பக்கம் இயற்கை கொல்கிறது. இன்னும் நம்மைக் கொல்ல காத்திருப்போர் யாரோ அறியேன்!

குளித்து முடித்துவிட்டுச் சாப்பிட்டேன். கண்களை மூடினால் கடல்வருகிறது. கைகளில்குழந்தையைத்

தூக்கிவைத்திருக்கும் மாதாவின் சுருவம் கண்களுக்குள் உயர்கிறது. கடவுளோ பிசாசோ காக்க முடியாத நிலமா இந்நிலம்? அம்மாவைக் கட்டியணைத்துக்கொண்டு படுத்தேன். அம்மா கேட்டாள் “என்னடா பயமாய் இருக்கோ?”

“பயமில்லை, ஆனால் நித்திரை கொள்ள முடியவில்லை.”

“திருநீறப் பூசிக்கொண்டு ஒண்டையும் யோசியாமல் படு.”

“ஒருநாளும் கடல் தங்களை இப்பிடிக் கொன்றுபோடுமெண்டு அவையள் நினைச்சிருக்க மாட்டினமெல்லே.”

“ஓம், இப்பிடி அழிவு காலம் எங்கட தலையில வந்து விழுமென்று ஆர்தான் நினைச்சது?”

“இயக்கத்துக்கும் பெரிய இழப்பு வந்திருக்கெண்டு கதைக்கினம், அப்படியே அம்மா?”

“இனிமேல் இவங்கள் சொன்னால்தானே அது தெரியும்.”

“தலைவருக்கும் ஏதோ பிரச்னை எண்டு சந்தையடியில ஒரு கதை ஓடிக்கொண்டிருக்கு.”

“என்னவாம்?”

“அவர் இருந்ததும் கடலை ஒட்டித்தானாம்.”

“கதைக்கிறவன் போய் பார்த்தவனாமே, இவங்களுக்கு வாயில புழுத்தான் வைக்கப்போகுது” அம்மா கோபங்கொண்டு திட்டினாள். தலைவருக்கு ஏதாவது நடந்துவிட்டதென கதைத்தாலே காளியாகிவிடுவாள். நான் கொஞ்ச நேரம் கதையாமல் அப்படியே இருந்தேன். அப்போதுதான் எனக்கு தணிகைமாறன் அண்ணாவின்ர முகாம் ஞாபகத்துக்கு வந்தது. அந்தக் கடலின் சத்தம் எனது காதில் ஒலிக்கத் தொடங்கியது. நான் அம்மாவிடம் கேட்டேன்,

“தணிகைமாறன் அண்ணாக்களுக்கு பிரச்னையில்லையா?'' அம்மா எதுவும் சொல்லாமல் அமைதியாக இருந்தாள்.

33

காலையில் எழுந்ததும் சனங்கள் இருக்கும் பள்ளிக்கூடத்துக்குப் போனேன். சர்வதேசத் தன்னார்வத் தொண்டு நிறுவனங்களும், உள்ளூர் சமூக அமைப்புகளும் பாதிக்கப்பட்டவர்களுக்கு உதவிகளைச் செய்துகொண்டிருந்தன. அதிர்ச்சிமிக்க உயிரிழப்புகளை ஏற்க முடியாத பலர், மனம் பேதலித்து அழுதுகொண்டிருந்தனர். போராளிகள் அவர்களை ஆற்றுப்படுத்தும் முகமாகக் கதைத்துக் கொண்டேயிருந்தனர். அழுது புரளும் நிலமாகப் போராளிகளின் தோள்களும் கரங்களும் சனங்களை நோக்கி நீண்டன. யாழ்ப்பாணத்திலிருந்து வாகனங்களிலிருந்து கொண்டுவரப்பட்ட உலர் உணவுப்பொதிகளை வெகுஜன அமைப்புகள் வழங்கிக்கொண்டிருந்தன. அடிப்படைத் தேவைகளைப் பூர்த்தி செய்யும் முகமாகவும் சிலர் உதவிகளைச் செய்தனர்.

போராளிகள் அமைத்திருந்த கூடாரத்துக்குள் நுழைந்தேன். வலம்புரியக்கா அப்போதுதான் வந்திருந்தார். “சனங்களுக்குச் சுகாதார அறிவுறுத்தல்களை மீண்டும் மீண்டும் நினைவு

படுத்துங்கள். இவ்வளவு நெருக்கத்தில் தொற்றுநோய் வந்துவிடுமென எச்சரியுங்கள். கிடங்கை வெட்டி மலங்கழிக்கச் சொல்லுங்கள். குழந்தைகளின் ஆரோக்கியத்தை உறுதிப்படுத்துங்கள்" என்று நீலன் என்கிற சுகாதாரப் பிரிவு போராளியொருவர் ஆலோசனை சொல்லிக்கொண்டிருந்தார். எல்லோருக்கும் ஒரு பொறுப்பு வழங்கப்பட்டது. நான் வலம்புரி யக்காவின் சொற்களைச் செயலாக்கிக் கொண்டிருந்தேன்.

"அள்ளித் தந்த கடலே, எங்களை அள்ளிச் சென்றுவிட்டது" என்று ஒரு வயோதிகப் பெண் அழுதுகொண்டிருந்தாள். நான் அவளுக்கருகில் போயிருந்தேன். அவளுடைய கைகளைப் பற்றிக் கொண்டு "அழாதேங்கோ ஆச்சி, கடல் மட்டும்தான் எங்களைக் கைவிடாமல் இருந்தது. இண்டைக்கு அதுவும் விட்டிட்டுது" என்றேன்.

"கடல் தந்த வாழ்க்கை

கருகிப் போச்சு

வாற

காலமெல்லாம்

சாம்பலாச்சு.

என் செல்ல மகனே..."

என்று குரலெடுத்துப் பாடத் தொடங்கினாள். அவளது சொற்கள் தடுமாறி விழுந்து எழும்பின. ஆற்ற முடியாத பெருவலியின் முன்னே மன்றாடக்கூட கடவுளற்ற காலம். கடலின் மீதிருந்த நேசமும் வியப்பும் கலைந்துபோயின.

அலைகளை மறித்து விளையாடிய என் சிறு பிராயத்தின் நீர்மை ததும்பிய நினைவுகளைத் தூக்கியெறிந்தேன். ஆழிப்பேரலையின் குரூரமான பற்களுக்கிடையில் மனித மாமிசங்கள் அரைபட்டுப்போயின. எனக்கருகே கண்ணீரோடு பாடிக்கொண்டிருக்கும் இந்த வயோதிகப் பெண்ணின் உள்ளே கொந்தளிக்கும் கடலை நான் தரிசிக்கிறேன். அந்தக் கடலில் அலைகள் இல்லை. உப்புக்காற்று இல்லை. அங்கு வெறுமனே கண்ணீரே மிதக்கிறது.

தணிகைமாறன் உட்பட நான்கு போராளிகளையும் ஆழிப்பேரலை காவு வாங்கியிருக்கிறது. அந்தச் செய்தியைக் கேட்டதும் மனம் ஒடிந்து போனேன். 'ஐயோ'வென அழுது துடித்தேன். குமணன் அண்ணாவின் உடல் கடலுக்குள் போய்விட்டதெனக் கதைத்தனர். தணிகை மாறனின் வீரச்சாவு செய்தியைக் கேட்டதும் வலம்புரியக்காவிடம் ஓடிப்போய்ச் சொன்னேன். சில நிமிடங்கள் அமைதி. காற்றின் ஒலியில் இழப்பின் கனம் கூடியிருந்தது. நான் அம்மாவிடம் சொல்வதற்காக வீட்டுக்குப் போனேன். அவளுக்கு ஏற்கெனவே தகவல் தெரிந்திருந்தது. கடலை ஒட்டியிருந்த போராளிகளின் முகாம்கள் அனைத்தும் ஆழிப் பேரலையால் தாக்குதலுக்கு உள்ளாகி யிருக்கின்றன என்ற உண்மை துலங்கத் தொடங்கியது. நான் பவி மாமாவைத் தொடர்புகொள்ள பல வழிகளில் முயன்றேன். வலம்புரியக்கா தனது வோக்கியிலிருந்து பவி மாமாவை அழைத்துப் பார்த்தாள். தொடர்பு கிடைக்கவில்லை. ராணுவக் கட்டுப்பாட்டுப் பிரதேசத்துக்குள்ளிருந்து வருகை தருகிற நிவாரண அமைப்புகளில், அரச புலனாய்வுச் சக்திகள் ஊடுருவி வருவதாகவும், அவர்களை இனங்கண்டு வெளியேற்ற வேண்டுமெனவும் போராளிகளுக்கு

எச்சரிக்கை விடப்பட்டிருந்தது. நான் தணிகைமாறனின் வித்துடலைப் பார்க்க வேண்டுமென விரும்பினேன். ‘எனதருமை தணிகைமாறனே...’ என்று புலம்பிக்கொண்டிருந்தேன்.

தாள முடியாத துயரத்தோடு பன்னிச்சைத் தாயிடம் போய் அழுதேன். மரத்தைக் கட்டியணைத்துத் தலையால் மோதினேன். ‘நான் யாழ்ப்பாணம் போகப்போகிறேன்’ என்று பயணம் சொன்னேன். அடுத்த நாள் காலையிலேயே நானும் அக்காவும் பேருந்தில் யாழ்ப்பாணத்தை வந்தடைந்தோம். பூட்டம்மா எங்களைக் கண்டதும் தேத்தண்ணி போட்டுத் தந்தாள். அம்மா சுட்டுத்தந்த பனங்காய்ப் பணியாரத்தை பூட்டம்மாவிடம் கொடுத்தோம்.

“கடல் அடிச்சுக்கொண்டு போனதில, கொம்பனிக்கும் பெரிய இழப்பாமே... அப்பிடியோ?” பூட்டம்மா கேட்டாள்.

“ஓம், நிறையச் சனங்கள் செத்துப் போய்ட்டினம். இயக்கத்துக்கு இழப்பு பெரிசாய் இல்லையெண்டுதான் நினைக்கிறன். ஆனால் உண்மை என்னெண்டு தெரியேல்ல.”

“ஆனால், இஞ்ச அப்படித்தான் கதைக்கிறாங்கள்.”

அக்காவும் நானும் அமைதியாக இருந்தோம். பூட்டம்மாவிடமிருந்து விடைபெற்றோம். எங்களுடைய வீட்டுக்கு நடந்து போய்க் கொண்டிருந்தோம். நாளைக்குப் பள்ளிக்கூடம் போகவேண்டுமென நினைத்துக்கொண்டேன். வீடு ஏற்கெனவே திறந்திருந்தது. உள்ளே மருதன் இருந்தார். எந்தத் தகவலும் சொல்லாமல் இவர் வந்திருக்கிறாரே என்று நினைத்துக்கொண்டேன். எங்களைக் கண்டதும் “இப்பதான் உங்களுக்கு யாழ்ப்பாணம் ஞாபகத்துக்கு வந்ததோ” என்று கேட்டார். அக்கா எதுவும் கதைக்கவில்லை. அவள் பிறந்த நாளுக்கு அழைத்திருக்கக்கூடும். ஆனால், மருதன் வரவில்லை. ஆழிப்பேரலையால் வன்னி எவ்வளவு பாதிப்புக்குள்ளாகியிருக் கிறதெனக் கேட்டார்.

“முல்லைத்தீவு கடுமையான சேதமாம். ஆனால் நான் வடமாரட்சி கிழக்குக்குப் போனான். சனங்கள் பாவம். கொலைகாரக் கடல்” என்றேன்.

மருதன் அண்ணாவுக்கு வன்னிப் புதினங்களைச் சொல்லிக் கொண்டிருந்தேன். அவர் அப்படியே அக்காவின் பிறந்த நாள் விழாவைப் பற்றிக் கேட்டார். யார் யார் வந்தார்கள், எப்படி நடந்ததெனக் கேட்க ஆவலாக இருந்தார். தன்னால் வரமுடியாமல் போயிற்று எனக் கவலையோடு சொன்னார்.

“எல்லாரும் வந்தவே, நீங்கள்தான் வரவில்லை. மனமிருந்தால் வந்திருந்திருக்கலாம்.”

“மனமெல்லாம் இருந்தது. அதுக்குள்ள வேலைத் திட்டமொன்று வந்திட்டுது.”

“எப்ப பார்த்தாலும் வேலைத் திட்டம்.”

மருதன் அண்ணா எதுவும் கதைக்கவில்லை. எனக்கு அப்போது தான் ஓவியன் புதைத்த ராணுவச் சீருடை ஞாபகத்துக்கு வந்தது. அவர்கள் புதைத்த இடத்துக்கு ஓடினேன். அந்த இடம் மீண்டும் தோண்டப்பட்டிருப்பது தெரிந்தது. மருதனிடம் கேட்டேன்.

“காந்தியண்ணா புதைச்சிட்டு போன ராணுவச் சீருடையை யாரோ வந்து எடுத்திருக்கிறார்கள்.”

“ஓம், நான் நிக்கேக்கதான் வந்து எடுத்துக்கொண்டு போனவே.”

“ஆர் வந்தது?”

“ஓவியன் எண்டு ஒருத்தர் வந்தவர்.”

“ஒருத்தரோ, ஏனெண்டால் உங்களுக்கு அவரைத் தெரியாது பாருங்கோ, ஏன்தான் இப்பிடிப் பொய் சொல்லுறியளோ...”

மருதன் சிரித்தபடி “ஆதீரா நாங்கள் சொல்லுற பொய்யும், காண்பிக்கிற அப்பாவித்தன்மையும் தான் எங்களுக்குக் கவசம்” என்றார்.

அக்காவுக்கு வீட்டைத் துப்புரவு செய்ய வேண்டிய தேவை இருக்க வில்லை. மருதன் வீட்டைச் சுத்தப்படுத்தியே வைத்திருந்தார். ‘‘நான் மாலையில் கிரிக்கெட் விளையாடப் போகவேண்டும், நீங்கள் வருகிறீர்களா?’’ என்று மருதனிடம் கேட்டேன். “இல்லை எனக்கு கிரிக்கெட் பிடிக்காது” என மறுத்துவிட்டார்.

தணிகைமாறன் போல எத்தனையோ பேரை ஆழிப்பேரலை காவு வாங்கியிருக்கும். ஆனால், இயக்கம் அதை வெளிப்படையாக அறிவிக்கவில்லை. அது அவர்களுடைய படைத்துறை சார்ந்த நிலைப்பாடாக இருக்கலாம். மனம் தவித்தது. யார் யாருக்கெல்லாம் இப்படி நேர்ந்ததோ என்று அச்சப்பட்டேன். வீட்டில் கிடந்தபடி யோசித்துக்கொண்டிருந்தேன். மாலையாகியும் விளையாடப் போக மனம் உந்தவில்லை. கோயில் வாசலில் அமர்ந்திருந்து தேவாரம் பாடினால் சுகப்படுமென்று எண்ணினேன். ‘மந்திரமாவது நீறு, வானவர் மேலது நீறு’ என்று பாடிக்கொண்டே கோயில் வாசலில் அமர்ந்தேன். நாளை காலையில் பள்ளிக்கூடம் போகவேண்டும். அதுவொரு வதை. சோதனைச்சாவடியைக் கடந்துபோவது அவமானம். ஆனாலும், போகவேண்டுமென்று உறுதி பூண்டேன். மருதன் வந்தார்.

“என்ன கடுமையான யோசனையா இருக்கு?”

“ஒண்டுமில்லை. சும்மா இருக்கிறன்.”

“கிரிக்கெட் விளையாடப் போகேல்லையா?”

“இல்லை, டக்கெண்டு மனம்

மாறிட்டுது."

"ஓ... அப்பிடி என்ன சோகம்?"

"ஒண்டுமில்லை, தணிகைமாறன் அண்ணாவின்ர இழப்பிலருந்து என்னால மீள முடியேல்ல. உங்களுக்கு அவரைத் தெரியுமா?"

"இல்லை."

"உங்களுக்குத் தெரிஞ்சாலும் தெரியாதெண்டுதான் சொல்லுவியள்."

"இல்லை... ஆதீரா எனக்கு உண்மையிலும் தெரியாது."

"நம்பிட்டன்."

"நீங்கள் நம்பேல்ல, ஆனால் எனக்கும் உண்மையிலும் தணிகை மாறனைத் தெரியாது."

"சரி விடுங்கோ."

மருதனுக்கும் எனக்குமிடையே நிலவிய அமைதி அந்தியாய்ச் சிவந்திருந்தது. மெல்ல மெல்ல இருள் சூழ்ந்தது.

அடுத்த நாள் காலையில் பள்ளிக்கூடத்துக்குப் பேருந்தில் போய்க்கொண்டிருந்தேன். எதிரே துப்பாக்கிகளின் வெடியோசை. பேருந்தை நிறுத்திவிட்டு எல்லோரையும் தலையைக் குனிந்து இருக்குமாறு ஓட்டுநர் சத்தம் போட்டார். எங்களுடைய பேருந்து

நின்றுகொண்டிருந்த இடத்திலிருந்து சரியாக எண்பது மீட்டரில் இரண்டு பேரைச் சுட்டு வீழ்த்திய உந்துருளி யொன்று மிக வேகமாகப் புகையைக் கக்கியபடி பறந்தது. வீதியின் நடுவே இரண்டு பிணங்கள் கிடந்தன. பேருந்துகளை விட்டு மாணவர்கள் இறங்கி ஓடினர். கொன்றவர்கள் யார்... கொல்லப்பட்டவர்கள் யார்? வீதியே மர்மமான இடத்தைப்போலிருந்தது. இந்தச் சம்பவம் நடந்து சில நிமிடங்களில், வீதி மீண்டும் இயல்புக்குத் திரும்பியது. எஞ்சியிருந்த மாணவர்களை ஏற்றிக்கொண்டு பேருந்து பயணத்தைத் தொடங்கியது. சோதனைச் சாவடியை அடைந்த போது அங்கு ஏதோ கைகலப்பு நடப்பதைப்போல இருந்தது. நாங்கள் பேருந்தை விட்டு கீழே இறங்கி நடந்துபோனோம். குழுமியிருந்த மாணவர்களுக்கும் படையினர் ஒருவருக்கும் வாக்குவாதம் முற்றியிருந்தது. வார்த்தைகள் தடிமனாக விழத்தொடங்கின. ஏதோ நடந்துவிடும்போலத் தோன்றியது. நான் கூட்டத்தை விலக்கிக்கொண்டு எட்டிப்பார்த்தேன். ரத்தம் வடிய அமர்ந்திருந்தார் தவா அண்ணா.

34

பள்ளிக்கூடத்தின் மாணவ முதல்வரான தவா அண்ணாவை ராணுவத்தினர் தாக்கிய விவகாரம், யாழ்ப்பாணத்தின் கொதிநிலையை இன்னும் அதிகரித்தது. ஆனால் பள்ளிக்கூட அதிபர் ராணுவத்திடமோ, அரச அதிகாரிகளிடமோ சென்று முறையிட விரும்பவேயில்லை. நடக்கும் அநியாயங்களைக் கைகட்டி, வாய் பொத்திப் பார்த்து நிற்கும் நேர்மையான அரச உத்தியோகத்தராகத் தன்னை நிலைப்படுத்திக்கொண்டார். மாணவர்கள் மத்தியில் கசப்பும் கோபமும் மேலெழுந்தன. அடுத்தடுத்த நாள்களில் உயர்தர மாணவர்கள் பத்துக்கும் மேற்பட்டவர்கள் கிளிநொச்சி சென்று தமிழீழ விடுதலைப் புலிகள் இயக்கத்தில் இணைந்துகொண்ட செய்தியை அறிய முடிந்தது. பள்ளிக்கூடம் எப்போதும் தணியாத பதற்றத்தோடு இயங்கிக்கொண்டிருந்தது. அக்கா சிலவேளைகளில் பள்ளிக்கூடம் போகவேண்டாமெனத் தடுத்தாள். எனக்கும் அதுவே சரியெனப்பட்டது. பகல் முழுக்க மருதனோடு கதைத்துக்கொண்டிருப்பேன். பின்நேரத்தில் கிரிக்கெட் விளையாடப்போவதும் வழக்கமான கருமங்களாக ஆகியிருந்தன. நடுவீதியில் சுட்டுக்கொல்லப்பட்ட இருவரும் அரசோடு சேர்ந்து இயங்கிய ஆயுதக்குழுவைச் சேர்ந்தவர்களெனத் தெரியவந்தது. ‘எல்லாளன் படை’ என்ற பெயரில் வெளியான துண்டுப்பிரசுரத்தில் கொல்லப்பட்டவர்கள் ‘தேசத்துரோகிகள்’ என அடையாளமிடப்பட்டிருந்தது.

கிரிக்கெட் விளையாடிவிட்டு காந்தியண்ணாவின் வீடிருக்கும் வீதியால் நடந்து வந்தேன். அல்லியக்கா உயிரோடிருக்கும் வரை மலர்ந்து கிடந்த வீடு, இன்றைக்கு இருள் அறைந்து கிடந்தது. யாருமற்ற வீட்டின் நிலைத்த மௌனத்தின் முன்னால் உறைந்துகிடக்கும் வெறுமையைச் சந்திக்க முடியாதிருந்தது. வீட்டினுள்ளே ஒலித்துக்கொண்டிருக்கும் ஓலம் என் செவிகளை அடைத்தன. நிரந்தரமாக அடைக்கப்பட்ட வீட்டுக் கதவில், ஒரு வரலாற்றுக் காலத்தின் துயரம் தூசிப்படலமாக ஏறியிருந்தது. 'அல்லியக்கா...' என்று மட்டும் ஒரு குரல் கொடுத்தால், அவள் வந்து திறப்பதை நினைத்துப் பார்த்தேன். மண்ணின் விடுதலைக்காக எத்தனையெத்தனை உயிர்களை பலியிடுகிறோமே, நம் வாழ்வின்மீது படர்ந்திருக்கும் இந்தக் கொடியில் பூத்திருப்பவையெல்லாம் சாவின் பூக்களோவென எனக்கு நானே கேட்டுக்கொண்டேன். நடந்துவந்த திசையில் மூன்று பேர் நின்று கதைத்துக்கொண்டிருந்தனர். அவர்களை அடையாளம் கண்டதும் நடையில் வேகத்தைக் கூட்டினேன். ஆனாலும், சிறியவனான என்னைப் பெயர் சொல்லி அழைத்தார்கள். நான் கேட்காததைப்போல நடந்து முன்னேறிக்கொண்டிருந்தேன். அவர்கள் யாரென்று எனக்குத் தெரியும். அவர்களிடம் கதைப்பதற்கோ பரிமாறுவதற்கோ என்னிடம் ஒரு வார்த்தையுமில்லை. கடைந்தெடுத்த காவாலிகள். குடியும் குழப்பமும் அவர்கள் பணி. நான் விறுவிறுவென அவர்களின் பார்வையிலிருந்து விலக எத்தனித்தேன். ஒருவர் என்னை "டேய் வேசை மோனே, நில்லடா" என்றார். நிற்காமல் நடந்தேன். பிறகொருவர் என்னைக் கல்கொண்டு தாக்கினார். நான் எதையும் பொருட்படுத்தாமல் சென்றுவிட வேண்டுமெனக் கருதினேன். ஆனால் அவர்கள் அதற்கு வாய்ப்பளிக்கவில்லை. நான் அவர்களை நோக்கித் திரும்பி நடந்தேன். என்னையொருவர் "வாடா வம்பில பிறந்த நாயே" என்றார். அவர்களைத் தாக்குவதென முடிவெடுத்தேன். நிலத்தில் கிடந்த கற்களைப் பொறுக்கிக்கொண்டு அவர்களுக்குப் பக்கத்தில் போனேன். உந்துருளிகளின் கண்ணாடியைக் கற்களால் எறிந்து நொறுக்கினேன். என்னை 'வேசை மோனே' என்றழைத்த பத்தினியின் மகனை முகத்தில் அறைந்தேன். அவர்களுக்கு என்னுடைய அதிரடித் தாக்குதல் திகைப்பிலிருந்து மீள சற்று நேரம் தேவைப்பட்டது.

"உங்கள மாதிரி குடிச்சுப்போட்டு ஆர்மிக்கும் ரௌடிகளுக்கும் கூட்டிக்கொடுத்துக்கொண்டு திரியிற சுரணை கெட்ட ஆக்களெண்டு நினைச்சியளோ, என்னெட்ட உங்கட சேட்டையைக் காட்டாதேங்கோ. சொல்லிப்போட்டன்."

நான் விறுவிறுவென நடக்கத் தொடங்கினேன். இப்படி அவர்களை அடித்தும் பேசியும்விட்டு வருவதை என்னாலும் நம்ப முடியாதிருந்தது. ஆனால் அந்த மூவர் மீதும் எனக்கு நிறைய நாள்களாகவே கோபமிருந்தது. எப்போதும் போராட்டத்துக்கு எதிராகவே இயங்குகிறவர்கள். அரச வேலை கிடைக்க வேண்டுமென அரச ஆதரவு இயக்கங்களோடு நட்பைப் பேணுகிறவர்கள். அக்கா ஒருமுறை கோயிலுக்குச் சென்று விட்டுத் திரும்புகையில், வீதி முடக்கில் நின்று "வன்னிக்குள்ளயும் வெள்ளையாய் பிள்ளையள்

பிறந்திருக்குதுகள் மச்சான்" என்று நக்கலடித்தார்களாம். நான் வீட்டுக்குப் போனதும் நடந்தவற்றை ஒன்றுவிடாமல் சொன்னேன். அக்கா கேட்டாள்.

"ஏனடா அவங்களோட போய் முண்டினி. அவங்கள் சோலி பிடிச்ச ஆக்கள்."

"இந்தப் பிசாசுகளுக்கெல்லாம் பயப்பிடக்கூடாதக்கா."

"தம்பி, அவங்கள் நல்லவங்கள் கிடையாது. ஆனால், உன்ன அவங்கள் ஏதாவது செய்துபோடுவாங்கள். நீ இனி கொஞ்ச நாளைக்கு வெளியால போகாத."

மருதன் சிரித்துக்கொண்டே "இது நல்ல கதையாயெல்லா இருக்கு. அவங்களுக்கு பயந்து வெளியால போகாமல் இருக்கிறதா... தம்பி நீ போடா... என்ன நடக்குதெண்டு பாப்பம்" என்றார்.

அக்கா தலையில் அடித்துக் கொண்டாள். இரவு நீண்ட நேரமாக மூவரும் கதைத்துக் கொண்டிருந்தோம்.

"நாளைக்கு நீங்கள் என்னோட ஓரிடத்துக்கு வரவேணும், உங்களால ஏலுமே ஆதீரா?"

"ஓம் நான் வாறன்."

"எங்க கூட்டிக்கொண்டு போகப் போறியள்? அவனை உங்கட வேலைக்கொண்டும் பயன்படுத்த வேண்டாம்." அக்கா மிக வேகமாகச் சொன்னாள்.

"எங்கட வேலைக்கு ஏன் அவனைப் பயன்படுத்தப் போறம், அப்பிடி ஆரையாவது பயன்படுத்தி இருக்கிறமா?" மருதன் திருப்பிக் கேட்டதும், அக்காவிடம் பதில் இல்லாமல் போயிற்று. அவள் எதுவும் கதையாமல் இருந்தாள்.

"நாளைக்கு நானும் தம்பியும் நெல்லியடி வரைக்கும் போய்ட்டு வாறம்."

"நெல்லியடியோ, அது சரியான தூரம் வேற."

அக்கா மீண்டும் முட்டுக்கட்டை போட்டாள். ஆனால், மருதன் என்னை அழைத்துச் செல்வதில் உறுதியாக இருந்தார். எனக்கும் ஒரு

புதிய அனுபவமாக இருக்கும் என மனதுக்குள் ஆசை பொங்கியது.

"உங்கட தம்பிக்கு நான் பொறுப்பு, நீங்கள் கவலைப்படாதேங்கோ." மருதன் சொன்னதும் அக்கா ஓமென்று தலையசைத்தாள்.

"அனுமதி கிடைச்சிட்டுது. நாளைக்குப் போகேக்க அம்மனுக்கு நன்றி சொல்லி ஒரு கற்பூரம் கொளுத்த வேணும்" என்றேன்.

மருதனும் அக்காவும் சேர்ந்து சிரித்தனர். "உனக்கு இவையளோட சுத்தித் திரிஞ்சு நக்கல் கதை கூடிட்டுது" என்று அக்கா செல்லமாகச் சொன்னாள்.

நானும் மருதன் அண்ணாவும் அதிகாலையிலேயே வந்திருந்த ஓட்டோவில் பயணத்தைத் தொடங்கினோம். அவரிடமிருந்த சின்னக் கைப்பேசிக்கு அழைப்புகள் வந்தவண்ணமிருந்தன. அவர் அடுக்கடுக்காக பதில்களைச் சொல்லிக்கொண்டிருந்தார். எல்லாம் அவர்களின் சங்கேத மொழிகளிலேயே நிகழ்ந்தன.

"ஓமோம்... எங்கட சதாம் ஹுசைனோட கிணத்தடியில மரம் நிக்குது" என்று பதில் சொன்னார். கேட்டதுதான் தாமதம் திகைப்பும் சிரிப்பும் வந்தன. இந்த உரையாடல்களை எவராலும் கண்டுபிடிக்க முடியாது. எல்லாவற்றுக்கும் பேசுபவர்களிடமே அகராதி இருந்தது. நாங்கள் வந்திறங்க வேண்டிய இடத்தை அடைவதற்குச் சரியாக இரண்டு மணித்தியாலங்கள் பிடித்தன. அங்கேயுள்ள சிறிய வீட்டுக்குள் மருதன் என்னை அழைத்துச் சென்றார். உள்ளே புகை பிடித்துக்கொண்டிருந்த வயோதிகரொருவர் என்னைப் பார்த்ததும் புன்னகை மலர்த்தினார். மருதன் சொன்னார் "இவருக்குப் பேர் பழம். முல்லைத்தீவுக்காரர். இப்ப இஞ்சதான் இருக்கிறார்."

"இஞ்ச இருந்து என்ன செய்யிறார்?"

"நானோ ஐஸ்பழம் விக்கிறன். அங்க பார் ஐஸ் பெட்டி தெரியுதா?" என்று கையைக் காட்டினார். வீட்டின் மூலையில் அந்தப் பெட்டி துணியால் மூடிக்கிடந்தது. எதிர்மூலையில் சைக்கிள் ஒன்று நின்றது.

"ஏன் இண்டைக்கு வேலைக்குப் போகேல்லையே?"

"இல்லை, நீங்கள் வருகிறதாகச் சொல்லியிருந்தியள். அதுதான்..."

"வன்னிக்குப் போறதோ அல்லது இஞ்சையே தஞ்சமோ?"

"எங்கையப்பு, நேரம் கிடைக்குதில்லை. ஓடி ஓடி உழைக்கணும்... ஊருக்கெல்லாம் குடுக்கணும் எண்டு பாட்டுப் பாடியே வளந்த

ஆக்கள் நாங்கள், ஓடிக்கொண்டே இருக்கிறம்."

மருதன் என்னைச் சாப்பிட அழைத்தார். நான் குசினிக்குள் நுழைந்ததும் நெத்திலிக் கருவாடும், கத்திரிக்காயும் போட்டுச் செய்த தீயல் வாசனை மூக்கை நிரப்பியது.

"பழம் அய்யா உங்கட சமையல் வாசம் ஆளையெல்லே தூக்குது..."

"என்னையும் ஆர்மிக்காரன் தூக்கிக்கொண்டு போய் கொஞ்ச நாளைக்கு முதல்தான் விட்டவன்" என்று சொன்ன பழத்தைத் திரும்பிப் பார்த்தேன். இயல்பு குலையாமல் அடுத்த பீடியைப் புகைக்கத் தொடங்கியிருந்தார்.

"ஆர்மி தூக்கிக்கொண்டு போனவனோ?"

எனது அதிர்ச்சியை அவர் பொருட்படுத்தவில்லை.

மருதன் சாப்பிட்டு முடித்ததும் என்னைக் கூட்டிக்கொண்டு தபால் நிலைய வீதியால் நடந்து போனார். அங்குள்ள வீட்டுக்குள் நுழைந்து யாரையோ பெயர் சொல்லி அழைத்தார். கிருபன் என்பவர் கதவைத் திறந்து என்னையும் மருதனையும் பார்த்து "உள்ளே வாங்கோ" என்றார். வெறுமையான வீடு. தைல வாசனை நிரம்பியிருந்தது. கிருபன் தன்னுடைய அறைக்குச் சென்று அமர்ந்துகொண்டார். மருதன் இன்னோர் அறையைத் திறந்து என்னை அமரச்செய்தார். அலமாரியைத் திறந்து தன்னுடைய உடுப்புகளைப் பையில் எடுத்து வைத்தார்.

"இஞ்சதான் நீங்கள் இருக்கிறியளா?"

"இஞ்சையும்தான்."

"பின்ன என்னத்துக்கு இந்த உடுப்புகளை எடுக்கிறியள்?"

"இனி வேற இடத்தில தங்கச் சொல்லியிருக்கினம்."

"எங்கே?"

"தெரியேல்ல."

"எங்கட வீடோ?"

"ஏன் தொடர்ச்சியாய் இருக்க விடமாட்டியளே..."

"இல்லை... நீங்கள்தான் அப்பிடி ஒரே இடத்திலேயே தொடர்ச்சியாய் இருக்க மாட்டியள்" என்றேன்.

"சரியாய் சொன்னாய்" என்ற மருதன், தன்னுடைய கைத்துப்பாக்கியை இன்னொரு பையின் அடியில் வைத்தார். அதற்கு மேல் மிச்சமிருந்த உடுப்புகளை அடைந்தார்.

"இப்படியே கொண்டுபோகப் போறமா?" கேட்டேன்.

மருதன் தலையாட்டிக்கொண்டு சொன்னார். "எல்லாம் பழம் கொண்டுவந்து தருவார். நாங்கள் உடுப்பை மட்டும் எடுத்துக்கொண்டு போவம்" என்றார்.

"பழம் எப்பிடிக் கொண்டாந்து தருவார்?"

"அது பழத்தோட வேலை, அதைச் சரியாய் செய்வார். நாளைக்கு பாரும் எங்கட வீட்டில வந்து நிப்பார்."

எனக்கு பழம் புகைத்துக் கொண்டிருப்பது ஞாபகத்துக்கு வந்தது.

"அவர் இயக்கமே?" என்று கேட்டேன்.

"இருக்கக்கூடும்" என்றார் மருதன். பழம் இந்தக் கைத்துப்பாக்கியை நாளை எப்படி எடுத்துவருவார் என்பதே எனக்கு யோசனையாக இருந்தது..

35

நாங்கள் மாலையில் வீட்டுக்குத் திரும்புவதற்காகப் பேருந்தில் ஏறினோம். மருதன் தன்னுடைய உடுப்புப் பையை மட்டும் எடுத்து வந்தார். நெல்லியடியிலிருந்து யாழ்ப்பாணம் பேருந்து நிலையம் வரை ஒரு பேருந்து. மீண்டும் அங்கிருந்து இன்னொன்றில் ஏறவேண்டும். இரண்டாவது பேருந்து இணுவிலைத் தாண்டியதும் ராணுவத்தினரால் இடைமறிக்கப்பட்டது. சோதனை செய்தனர். சந்தேகத்துக்கு இடமானவர்களிடம் விசாரணை செய்தனர். மருதன் மிக மிக இயல்பாக இருந்தார். அவரது உடுப்புப் பையைக் கிண்டிக்கிளறி சோதனை செய்த ராணுவ சிப்பாய், "உன்னுடைய அடையாள அட்டையைக் காட்டு" என்றார். மருதன் எடுத்துக் கொடுத்தார். அவன் அதைப் பார்த்துவிட்டு "இப்ப எங்க போறது?" என்று கொச்சைத் தமிழில் கேட்டான். மருதன் சொன்னார், "சொந்தக்காரர் வீட்ட போறன்." சிப்பாய் சரியென்று தலையாட்டினான். பேருந்து, பயணத்தைத் தொடங்கியது. மருதனைப் பார்த்துக்கொண்டேயிருந்தேன். அவர் எதுவும் நடக்காததைப்போல மிகவும் சாதாரணமாக இருந்தார். அவரிடம் மெதுவாகக் கேட்டேன்.

“உங்களுக்கு பயமே இல்லையா?”

“எங்கட மண்ணை வன்கவர்வு செய்துகொண்டு நிக்கிற அவங்களுக்கு, நான் எதுக்கு பயப்பிட வேணும்? அவங்கள் எங்களைக் கண்டு பயப்பிடுறாங்கள் என்பதற்கு இந்தச் சோதனைகள்தான் சாட்சி.”

“நாளைக்கு ‘பழம்’ அதை எடுத்துக்கொண்டு வரும்போது இந்த இடத்தில கவனமாய் வரச் சொல்லுங்கோ.”

“நாளைக்கு இஞ்ச நிண்டு சோதனை செய்யமாட்டாங்கள்.”

“அப்ப, வேற எங்க?”

“அது தெரியாது. ஆனால் நாளைக்கு இங்க நடக்காது.”

நாங்கள் வீட்டுக்கு வந்தடைந்தோம். அக்கா எங்களுக்காகக் காத்திருந்தாள். வந்ததுமே மருதன் குளித்தார். நான் கொஞ்சம் களைப்பாறிக் கொண்டேன். ரெண்டு பேருக்கும் தேநீரை எடுத்து வந்த அக்கா, பயணம் எப்பிடி இருந்ததென என்னைப் பார்த்துக் கேட்டாள்.

“நான் என்ன சுற்றுலாவுக்கா போய்ட்டு வந்தனான்.”

“அதுதானே, அப்பிடிக் கேளுங்கோ” என்றார் மருதன்.

அக்கா மருதனைப் பார்த்துச் சொன்னாள். “நீங்கள் எங்க போய்ட்டு வந்தாலும் பரவாயில்லை, நான் கேட்க மாட்டன். ஆதீரன் வந்ததால கேட்டன்.”

“எனக்கு விளங்குது” என்றார் மருதன்.

நாளைக்கு ‘பழம்’ எப்பிடி கைத்துப்பாக்கியை எடுத்து வரப்போகிறார்... அவருக்கு எதுவும் நேர்ந்துவிடக்கூடாதென கடவுளைப் பிரார்த்தித்தபடி குளிக்கச் சென்றேன்.

அதிகாலையில் எழுந்து கோயிலுக்குப் போனேன். பழத்துக்கு எதுவுமே நடந்துவிடக்கூடாதென நேர்த்தியும் பிரார்த்தனையும் செய்தேன். போராளிகளுக்காக ஆயுதங்களை இடம்விட்டு இடம்

மாற்றுவது என்பது எத்தனை ஆபத்துகள் நிறைந்த பணி! வயோதிகமான தன்னுடலாலும், குலையாத மனோபலத்தாலும் 'பழம்' இந்தக் காரியங்களைச் செய்துகொண்டிருக்கிறார்போலும். நிலத்தின் துயரம் போக்க மனிதர்கள் தாங்கிக்கொள்ளும் துயரத்தின் எடை, யுகம் யுகமாகக் கூடியிருந்தது. மருதனைப்போல எத்தனை மருதன்கள். பழத்தைப்போல எத்தனை பழங்கள். இங்கே நிகழ்வது விடுதலைக்கான வடமிழுப்பு. உயிர் கொடுத்து, உயிர்களைக் காப்பாற்றும் தியாகம். உரிமையைப் பெற வன்முறையைத் தேர்ந்தெடுத்த ஒரு யுகத்தின் புதல்வர்கள் இவர்கள். திணிக்கப்படும் ஒடுக்கு முறையைப்போலவே இந்த வன்முறைப் போராட்டமும் ஆக்கிரமிப்பாளர்களால் திணிக்கப்பட்டுவிட்டது. நான் கோயிலை விட்டு வெளியேறினேன். கையில் வெண்பொங்கல் இருந்தது. சாப்பிட்டுக்கொண்டே நடக்கத் தொடங்கினேன். எனது சிந்தையில் 'பழம்' நிரம்பியிருந்தார். அவரின் வருகைக்காகக் காத்திருந்தேன். வீட்டுக்கு அவர் கைத்துப்பாக்கிகளை எடுத்து வந்ததும், அவரைக் கட்டியணைத்து முத்தமிட வேண்டும். எனது முத்தம் அவருடைய செயலுக்கானது.

நேரம் காலை பத்து மணியாகி யிருந்தது. பழம், சைக்கிளை வீட்டுக்கு வெளியே எடுத்துவந்தார். ஐஸ் பெட்டியைத் திறந்து அதற்குள் பொலித்தீன் பையை விரித்து, இரண்டு கைத்துப்பாக்கிகளையும் விரித்த பொலித்தீன் பையின் மீது வைத்தார். பிறகு அதை இன்னொரு தடிமனான மட்டை கொண்டு மூடினார். பெட்டியின் அடியில் ஒரு சிறிய கதவைப்போல இருந்த இரண்டு தகடுகளைக்கொண்டு அதை மூடினார். ஐஸ்பெட்டியை சைக்கிளில் தூக்கிவைத்துக் கட்டினார். இனி பெரிய ஐஸ்க்ரீம் தொழிற்சாலைக்குச் சென்று ஐஸ் பழங்களை வாங்கி அடுக்கிக்கொண்டு தொழிலைத் தொடங்க வேண்டும். 'பழம்' ஒரு பீடியைப் பற்றவைத்துக்கொண்டு வீட்டின் முன்படியில் அமர்ந்திருந்தார். செம்பில் கிடந்த நீரைப் பருகினார். ஏதோ ஓர் அழைப்புக்காகக் காத்திருக்கும் துறவியைப்போல வானத்தைப் பார்த்துக்கொண்டிருந்தார். கொஞ்ச நிமிடங்களில் எழுந்து சைக்கிளை எடுத்து உழக்கத் தொடங்கினார். நேராக ஐஸ்க்ரீம் தொழிற்சாலைக்குச் சென்று அவற்றைப் பெட்டிக்குள் வாங்கி அடுக்கினார். எந்தக் குழப்பமும் இல்லாமல் அங்கிருந்து தனது பயணத்தைத் தொடங்கினார்.

வீதியில் ஆட்கள் நடமாட்டம் நன்றாகவே இருந்தது, பழத்துக்கு நல்ல சகுனமாகவே தெரிந்தது. இன்னும் அறுபது கிலோ மீட்டர்களில் இருக்கும் ஊருக்கு அவர் பயணிக்க வேண்டும். யாழ்ப்பாணத்தின் சின்னஞ்சிறிய கிராமங்களின் வழியாக சைக்கிளில் பயணிப்பதை 'பழம்' ஒரு கொடுப்பினையாகக் கருதுவாராம். பழத்தின் நிதானமும் துணிச்சலும் நிறைய அனுபவங்களைக் கொண்டவை. அவர் பயணிக்கும் ஊர்களுக்குள்ளால் ஐஸ் பழங்களை விற்கத் தொடங்குகிறார். சிறுவர்கள் விளையாடிக் கொண்டிருக்கும் மைதானங்களில் நின்று வியாபாரம் செய்வதும், ஓய்வெடுப்பதுமாக இருக்கிறார். இரண்டு அடுக்குகள் உள்ளவரை ஐஸ் பழங்களை

விற்றுவிட வேண்டுமெனத் தீர்மானம் செய்கிறார். ராணுவ முகாமிருக்கும் வீதிகளைத் தவிர்த்து, தனது பயணத்தின் வரைபடத்தை மூளைக்குள் விரிக்கிறார். சைக்கிளை உழக்கியபடி விரைகிறார். மருதனார் மடத்தைத் தாண்டி வந்துகொண்டிருக்கையில் ராணுவத்தின் வாகனம் வீதியில் நிற்பதைக் காண்கிறார். எல்லோரும் சோதனை செய்யப்படுகிறார்கள் என்பதை 'பழம்' உணர்கிறார். சைக்கிளை எந்தத் தயக்கமும் இல்லாமல் உழக்கிக்கொண்டு சோதனை செய்யப்படும் இடத்துக்கு விரைகிறார். தனக்கு முன்னால் சோதனைக்காகக் காத்திருக்கும் வாகனங்களுக்குப் பின்னால் நின்று கொண்டிருந்தார்.

"எதிரியின் கண்கள் சோதனை செய்வது, எங்களுடைய பொருள்களை அல்ல. பயப்படும் கண்களைத்தான்" என்பது பழத்துக்கு நன்றாகவே தெரியும். அவர் தன்னைச் சோதனை செய்ய வந்த சிப்பாயைப் பார்த்து "ஆயுபோவான் மாத்யா" என்று சிங்களத்தில் வணக்கம் வைத்தார். அந்தச் சிப்பாய், "ஐஸ் பெட்டியைத் திறந்து காட்டு" என்றார். ஒரு வித்தைக்காரன் தனது தொப்பியைத் திறந்து காட்டும் அத்தனை பரவசத்தோடும் 'பழம்' அந்தப் பெட்டியைத் திறந்தார். சிப்பாய் உற்றுப் பார்த்தான். பிறகு போகலாமென்று சிங்களத்தில் சொன்னதும் பழம், 'உத்தரவு மகாராஜா' என்ற பாவனையோடு தனது சைக்கிளில் ஏறி அமர்ந்தார். ஒரு பீடியைப் புகைத்தால் ரத்தவோட்டம் இன்னும் உற்சாகம் அடையுமென அவருக்குத் தோன்றியது. அதோடு ஒரு தேநீர் அருந்தினால் இன்னும் பிரமாதமாக இருக்குமெனத் தோன்றியது.

கொஞ்ச தூரத்தில் வந்த ஓர் உணவகத்தில் சைக்கிளை நிப்பாட்டி "ஒரு ப்ளேன் ரீ" என்றார். பீடியைப் பற்றவைத்து இழுப்பு இழுத்தபடி வீதியைப் பார்த்துக் கொண்டிருந்தார். அவருக்குள் எழுந்த எண்ணங்களெல்லாம் ஒன்றாகக் குவிய மறுத்தன. பழம், தன்னுடைய சைக்கிளைப் பார்த்தார். எவ்வளவு தூரம் பயணப்பட்டுவிட்டது என்று நினைத்துக்கொண்டார். அந்த உணவகத்தில் நிறைய பேர் உள்ளேயிருந்து சாப்பிட்டுக் கொண்டிருந்தனர். எப்போதும் நிறைய ஆட்கள் வந்துபோகும் உணவகம் அது. ஒரு "ப்ளேன் ரீ" சொல்லி பத்து நிமிடங்களுக்கு மேலாகியும் இன்னும் வரவில்லை என்பது பழத்துக்குக் கொஞ்சம் கோபத்தை உண்டு பண்ணியது. இரண்டு போலீஸார் கடைக்குள் நுழைந்தனர். அவர்கள் போனதும் கடையில் கொஞ்சம் அமைதி நிலவியது. திரும்பிப் பார்த்தார். உள்ளே சாப்பிட்டுக்கொண்டிருந்தவர்களைப் பார்த்து ஒரு போலீஸ்காரர் கேட்டார் "இங்க உதயன் யார். அவன் மட்டும் கை உயத்து" நன்றாகத் தமிழ் தெரிந்திருக்கிறதே என்று பழம் நினைத்துக்கொண்டார். ஒவ்வொருவரும் தங்களது அடையாள அட்டையை எடுத்துக் காட்டுகிறார்கள். ஒரு போலீஸ் துப்பாக்கியை நீட்டியபடி இருக்க, இன்னொருவர் அடையாள அட்டையைப் பார்க்கிறார். உதயன் என்ற பெயரில் யாருமே இங்கில்லை என்று தெரியவந்ததும், உணவக உரிமையாளர் கொஞ்சம் ஆறுதலடைகிறார்.

சாப்பிட்டுக்கொண்டிருந்த சிலர், கைகழுவும் இடத்துக்கு எழுந்து செல்கின்றனர். ஆனால், இரண்டு போலீஸாரும் அங்கிருந்து செல்லாமல் அப்படியே நிற்கின்றனர். பழத்துக்கு ‘ப்ளேன் ரீ’ வேண்டாமெனத் தோன்றும் வேளையில் கொடுக்கப்படுகிறது. கைகழுவும் இடத்தில் பெருத்த தொந்தியோடு நின்றுகொண்டிருக்கும் ஒருவர் பெரிதாக ஏவறை விடுகிறார். கொஞ்சம் நெஞ்செரிச்சல் இருந்திருக்க வேண்டுமென பழத்துக்குத் தெரிந்தது. போலீஸ்காரன் தன்னுடைய கைப்பேசியை எடுத்து யாரிடமோ சிங்களத்தில் கதைத்துக்கொண்டிருக்கிறான்.

“நீ சொன்ன தகவல் பொய்யானது. உதயன் இங்கில்லை” எதிர்ப்புறத்தில் இருப்பவனை அந்தப் போலீஸ்காரன் திட்டுவது பழத்துக்கு விளங்கியது. ஆனால், இல்லை அங்குதான் உதயன் இருப்பதாக எதிர்ப்புறத்தில் இருப்பவன் வாதாடுவதும் நடந்து கொண்டிருந்தது. ஒருகட்டத்தில் கைப்பேசியைத் துண்டித்த போலீஸ்காரன் மூர்க்கமாக எல்லோரையும் பார்த்து “பொய் சொல்ல வேண்டாம், உதயன் மட்டும் என்கிட்ட வா” என்று கத்துகிறான். சாப்பிட்டு முடித்த ஓர் இளைஞன், காசு கொடுக்கும் மேசையை நோக்கி நடந்துவருகிறான். அவனைப் பின்தொடர்ந்து இன்னும் சிலர் வருகிறார்கள். துப்பாக்கி ஏந்தி நிற்கும் போலீஸ், தன்னுடைய சகாவிடம் ‘இங்கே உதயன் இல்லை’ எனச் சொல்கிறான். பெரிய தொந்தி கொண்டு ஏவறை விட்ட நபர், காசு கொடுக்கும் மேசையை நோக்கி வரும்போது, போலிஸ்காரன் மறித்து அடையாள அட்டையைக் கேட்கிறான். அவர் எடுத்துக் காண்பிக்கிறார். ‘அரியரத்தினம் கோபிதன்’ என்று இருந்தது. அடையாள அட்டையைத் திருப்பிக் கொடுக்காமல் அவனைப் போகலாமென்று சொல்லினர். அவன் அடையாள அட்டையைக் கேட்டுக்கொண்டிருந்தான். பழம், குடித்த ப்ளேன் ரீக்கு காசைக் கொடுத்துவிட்டு அந்தத் தொந்தி பெருத்த நபரைப் பார்க்கிறார். மிகவேகமாக தனது சைக்கிளை எடுத்து உழக்கத் தொடங்கினார். சில நிமிடங்களில் அந்த உணவகத்தில் துப்பாக்கிச் சத்தங்கள் எழுந்தன.

36

உணவகத்தில் தனது அடையாள அட்டையை போலீஸாரிடம் கெஞ்சிக் கேட்டுக்கொண்டிருந்த அரிய ரத்தினம் கோபிதன் மீண்டுமொரு முறை ஏவறை விட்டுக்கொண்டார். துப்பாக்கி ஏந்தி நிற்கும் போலீஸை ஓங்கி உதைத்தார். எல்லோருக்குள்ளும் பதற்றமும் உயிர்ப்பயமும் பெருகின. கீழே விழுந்த போலீஸிடமிருந்து துப்பாக்கியைப் பறித்தெடுத்த அரியரத்தினம் கோபிதன், மற்ற போலீஸ்காரனை இலக்கு வைத்தார். “நான்தானடா நீங்கள் தேடிவந்த உதயன்” என்று சொல்லிக்கொண்டதும், முதல் தோட்டா வெளியேறியது. கடைக்காரர் தலையிலடித்துக்கொண்டு வெளியே ஓடினார். அடுத்த நொடியில் கீழே கிடந்தவனையும் தோட்டா துளைத்தெடுத்தது. இரண்டு போலீஸ்காரர்களைச் சுட்டுவிட்டு தனது அடையாள அட்டையை எடுத்துக்கொண்டு உந்துருளியில் தப்பிச் சென்ற உதயன் எனப்படும் அரியரத்தினம் கோபிதனை ராணுவம் தேடத் தொடங்கியிருந்தது.

‘பழம்’ எங்களுடைய வீட்டுக்கு வருவதற்கிடையில் ஏதேனும் நிகழ்ந்துவிடக்கூடாதென பிரார்த்தித்துக் கொண்டேயிருந்தேன். மருதன் எந்தத் தயக்கமு மில்லாமல் வீட்டிலேயே அமர்ந்திருந்தார். ‘பழம்’ எங்களுடைய வீட்டுக்கு வந்து சேர மாலைப் பொழுதாகியிருந்தது. மருதனைக் கண்டதும் ‘பழம்’ வெற்றிப் புன்னகையோடு “எங்கட உதயனுக்கு

வலைபோட்டுட்டாங்கள். ஆனால், அவன் என்ன குஞ்சு மீனா, கடல். முழங்கிட்டு தப்பியிருப்பான்" என்றார். மருதன் பெரிதாக எந்த எதிர்வினையும் ஆற்றாமல் இருந்தார். 'பழம்' தன்னுடைய ஐஸ் பெட்டியைத் திறந்து பொலித்தீனால் சுற்றப்பட்ட கைத்துப்பாக்கியை எடுத்து மருதனின் கையில் கொடுத்தார். அக்கா தேத்தண்ணி கொடுத்தாள். மருதன் கைத்துப்பாக்கியைத் தனக்குரிய இடத்தில் கொண்டுபோய் மறைத்து வைத்தார். 'பழம்' அக்காவைப் பார்த்து "உனக்கு என்ன பெயர் பிள்ளை?" என்று கேட்டார். அக்கா தன்னுடைய பெயரைச் சொல்லிக்கொண்டே வீட்டுக்குள் நுழைந்தாள். மருதனின் கைப்பேசி ஒலித்தது.

"ஹலோ... சொல்லுங்கோ..."

எதிர்ப்புறத்தில் ஒரு வயதான பெண்ணின் குரல். அவளது கதையில் ஒருவித நடுக்கமும் தடுமாற்றமும் இருந்தன. "இண்டைக்கு, நாளைக்கு இஞ்சால மழை பெய்யும்போலக் கிடக்கு. நீங்கள் வேணுமெண்டால் மாடுகளைப் பிடிச்சு உள்ள கட்டி விடுங்கோ" என்றாள். மருதன் ''சரியம்மா'' என்று சொல்லி கைப்பேசியைத் துண்டித்தார். 'பழம்' வீட்டிலிருந்து வெளிக்கிடும்போது மருதனிடம் சிரித்துக்கொண்டு சொன்னார்... "பழம் ஒரு வேலையைக் குடுத்தால் திறமாகச் செய்து முடிப்பான் எண்டு அங்காலையும் சொல்லிவிடு."

''ஏன் அவையளுக்கு நான் சொல்லியா தெரியவேணும்... நீங்கள் எந்தப் பெரிய ஆளெண்டு எல்லாருக்கும் தெரியும்" மருதன் சொன்னதைக் கேட்டுக்கொண்டு சைக்கிளை உழக்கினார். அவருக்கு ஓர் உற்சாகம் வந்திருக்க வேண்டும். பாதையில் வளைத்து வளைத்து சைக்கிளைச் செலுத்தினார். இந்தப் 'பழம்' நான் பார்த்தவர்களுள் வித்தியாசமானவர். எல்லாவிதமான லௌகீகங்களுக்கும் பழக்கப்பட்டவர். ஆனால், வேலையில் நேர்த்தியும் விழிப்பும் கொண்டவர். இந்த வயதில் யாழ்ப்பாணத்தின் வீதிகளை சைக்கிளில் அளந்து திரியும் இவருக்கு எத்தனை வேலைகள் இருக்கும்... எத்தனை சவால்களும் மனப்பயமும் இருக்குமென்று எண்ணினேன். ஆனால், அவர் அப்படி பயந்துபோகும் ஆளில்லை. இயக்கத்துக்கும் அவருக்குமான உறவைப் பற்றி மருதன் சொன்னபோது வியப்பாகவிருந்தது. 'பழம்போல் எத்தனையெத்தனையோ மனிதர்களின் தீரமான செயல்களாலேயே இந்தப் போராட்டத்தை நிகழ்த்த முடிகிறது' என மருதன் சொன்ன வார்த்தைகள் மீண்டும் எதிரொலித்தன.

அன்றிரவு சரியாக எட்டு மணியிருக்கும். மருதனின் கைப்பேசிக்கு அழைப்பு வந்தது. மருதன் எதிர்ப்புறத்தில் கதைத்தவரை "சொல்லுங்கோ" என்று மட்டும் விளித்தார். "நூலகத்துக்குப் புத்தகங்கள் வந்திட்டுது" என்று சொல்லிவிட்டு எதிர்ப்புறத்தில் இருந்தவர் தொடர்பைத் துண்டித்தார். மருதன் எந்தச் சிக்கல்களையும் முகத்தில் காட்டமாட்டார். எல்லா உணர்ச்சிகளுக்கும் அவரது முகபாவனை ஒன்றே. ஆனால், இந்த அழைப்பு வந்ததும் கொஞ்சம் பரபரப்பாகியிருந்தார். சில நிமிடங்கள் கழித்து யாரையோ கைப்பேசியில் அழைத்து, ''ஒரு பத்து மணிக்கு...'' என்று மட்டும்

சொன்னார். அக்கா மிக விரைவாகச் சமைத்து முடித்து அவருக்குச் சாப்பாடு கொடுக்க வேண்டுமென வேலை பார்த்துக்கொண்டிருந்தாள்.

"நான் பத்து மணிபோல வேறொரு இடத்துக்கு போகவேண்டியிருக்கு, சாப்பாடு வேண்டாம்" என்றார்.

"சமைச்சு முடியப்போகுது. சாப்பிட்டிட்டு போங்கோ" என்றாள்.

"இல்லை. வேண்டாம். மதியம் சாப்பிட்டதே இன்னும் செமிக்கேல்ல."

"உங்களுக்கும் சேர்த்துச் சமைச்சிட்டன். சாப்பிட்டிட்டுத்தான் போகவேணும்" என்றாள்.

மருதன் அதற்குப் பிறகு எதுவும் கதைக்கவில்லை. பத்து மணிக்கு எங்களுடைய வீட்டு முற்றத்தில் ஒரு ஓட்டோ வந்து நின்றது. காந்தியண்ணாவும் ஓவியனும் வந்திருந்தபோது அவர்களை ஏற்றிச்செல்ல வந்த ஓட்டோதான். மருதன் சாப்பிட்டதுமே எங்களிடமிருந்து விடை பெற்றுக்கொண்டார். கைத்துப்பாக்கியை ஓட்டோவின் இருக்கைக்குள் இருந்த ரகசிய அறையில் வைத்துப் பூட்டினார். அக்கா மருதனையே பார்த்துக்கொண்டிருந்தாள். அனிச்சையாகவே "எப்ப வருவியள்?" எனக் கேட்டேன். "இதென்ன புதுப்பழக்கம்" என்று மருதன் கேட்டதும், கொஞ்சம் சங்கடமாகப் போய்விட்டது. ஆனால், அக்கா அந்தக் கேள்வியையும் அதற்கான பதிலையும் வேண்டி நின்றாள். என்னைத் தனக்கருகில் அழைத்து வைத்துக்கொண்டு நின்றாள். ஓட்டோ எங்களுடைய வீட்டைக் கடந்து போய்விட்டது. இரவு நீளத் தொடங்கியது. நான் பாடப்புத்தகத்தை எடுத்து வாசிக்கத் தொடங்கினேன். அக்கா சாப்பிடாமலேயே நித்திரை கொள்ள ஆயத்தமானாள். இரவின் சப்தம் வெறுப்பூட்டியது. மனசுக்குள் நிழல் விழாத உருவங்களின் பேயாட்டம்போல நிறைய குழப்பங்கள் கேள்விகளாக உருப்பெருத்தன. மருதன் இப்போது வெளிக்கிட்டுப் போகிறாரே, ஏதாவது நடந்துவிடுமோ என்றெல்லாம் தோன்றியது. மனதை ஒருமுகப்படுத்தி 'கடவுளே' என்று வேண்டிக்கொண்டேன்.

மருதன் இருண்டிருக்கும் வீதியின் இரு மருங்கையும் பார்த்துக்கொண்டு போகிறார். தூரத்தில் யாரேனும் வருகிறார்களா, ஓட்டோவை யாரேனும் பின்தொடர்கிறார்களா

என்கிற கண்காணிப்போடு மருதன் அமர்ந்திருக்கிறார். ஓட்டோ ஒரே வேகத்தில் விரைகிறது. வீதியில் எப்போதும், எங்கும் ராணுவத்தினர் நின்று சோதனை செய்வார்கள். மருதன் எதையும் சந்திக்கத் தயார். ஓட்டோ போய்க்கொண்டிருக்கிறது. திடீரென வீதி முனையில் நிற்கும் ராணுவத்தினர், ஓட்டோவை மறித்துச் சோதனை செய்கிறார்கள். மருதனை அடையாள அட்டையைக் காண்பிக்குமாறு ஒரு சிப்பாய் கேட்க, தனது அடையாள அட்டையை எடுத்துக் கொடுக்கிறார். ஓட்டோக்காரர் தனது அடையாள அட்டையைக் காட்டுகிறார். ராணுவச் சிப்பாய் "எங்க போறது?" என்று கேட்க, மருதன் பதில் சொல்லுகிறார்.

"பெரியம்மா வீட்டுக்கு..."

"நீங் என்ன வேலை பார்க்கிறது?"

"நான் டியூசன் நடத்திறன்."

"எங்க?"

"நெல்லியடி."

"நெல்லியடி! அங்க இருந்து இங்க யாரப் பார்க்க வந்தது?"

"இங்க இன்னொரு சொந்தக்காரர் இருக்கினம். அவையளப் பார்த்திட்டு பெரியம்மா வீட்டுக்குப் போறன்."

"பெரியம்மா எங்க இருக்கு?"

"புன்னாலைக்கட்டுவனில இருக்கிறா."

ஓட்டோக்காரர் அமர்ந்திருந்தார். மருதனை ராணுவச் சிப்பாய் விசாரிப்பதையே பார்த்துக் கொண்டிருந்தார். ஓட்டோவுக்குள் ஒரு சிப்பாய் சோதனை செய்து முடித்திருந்தார். எப்போதோ குடித்து முடித்து வைத்திருந்த தண்ணீர் போத்தலை மட்டும் கண்டெடுத்து வெளியே எறிந்தார். ஓட்டோக்காரர் எந்தப் பதற்றமும் இல்லாமல் மருதனையும், அவனிடம் நடைபெறும் விசாரணையையும் பார்த்துக்கொண்டிருந்தார். மருதனின் அடையாள அட்டையை வாங்கிய சிப்பாய், அதைப் பார்த்துக்கொண்டு கேட்டான்,

"பிறந்த திகதி சொல்லு."

"ஆயிரத்து தொள்ளாயிரத்து எழுபத்தெட்டு, மே மாசம், ரெண்டாம் திகதி."

"இப்ப எங்க போறது?"

மருதன் எந்தக் குழப்பமுமில்லாமல் "அதுதான் சேர் சொன்னேனே, பெரியம்மா வீட்டுக்கு" சிப்பாயின் கண்கள் தன்னை நம்பத் தொடங்குவதை மருதன் உணர்கிறார். வீதியில் வந்த இன்னும் சிலரை ராணுவத்தினர் மறித்துச் சோதனையும் விசாரணையும் செய்கின்றனர். மருதனை விசாரித்த சிப்பாய், மருதனின் கையில் அடையாள அட்டையைக் கொடுத்து "சரி போ" என்கிறார். ஓட்டோக்காரர் ஆயத்தமாகிறார். மருதன் வந்து ஏறியமர்ந்ததும், ஓட்டோ விரைந்தது.

கொஞ்ச நேரத்தில் ஓட்டோ ஒரு பெரிய வீட்டின் முன்னே போய் நிற்கிறது. ஓட்டோவின் இருக்கைக்குக் கீழே ரகசிய அறையில் இருந்த கைத்துப்பாக்கியை எடுத்துக்கொண்டு வீட்டின் பெரிய சுவரை ஏறிப் பாய்கிறார் மருதன். அடர்ந்த இருளில் குரோட்டன் செடிகளை விலக்கிக்கொண்டு, வீட்டின் முகப்புக் கதவைத் தட்டுகிறார். சில நிமிடங்கள் ஆகியும் கதவு திறக்கவேயில்லை. அழைப்பு மணியை ஒலிக்கச் செய்கிறார். வீட்டினுள்ளே மின்விளக்குகள்

ஒளிரத் தொடங்குகின்றன. கைத்துப்பாக்கியைச் சுடத் தயாராக்கிக்கொண்டு மீண்டும் கதவைத் தட்டுகிறார். சில நொடிகளில் கதவு திறக்கும் அதே வேளையில் மருதனுக்குப் பின்னால் இருவர் வந்து நிற்கின்றனர். அவரின் பின்னந்தலையில் துப்பாக்கிகளால் மூர்க்கமாய் அடிக்கின்றனர். மருதன் அவர்களின் தாக்குதலைச் சமாளிக்க முடியாமல் தன்னுடைய கைத்துப்பாக்கியால் அவர்களைச் சுடத் துடிக்கிறார். இரண்டு குண்டுகள் அவர்களை நோக்கிப் பாய்கின்றன. தன்னை இனிக் காப்பாற்ற முடியாதென அறிந்த மருதன், தன்னைத்தானே சுட்டுக் கொள்ள, வானில் வெள்ளி பூக்கத் தொடங்கிற்று. ஓட்டோக்காரர் அங்கிருந்து மிக வேகமாகத் தப்பியோடினார்.

37

அலறிக்கொண்டு கண்களைத் திறந்தேன். இந்தக் கனவினுள்ளே படர்ந்திருந்த இருட்டு, விழித்த பின்னும் என்னை பயங்கரமாக அச்சுறுத்தியது. அக்கா நித்திரையிலிருந்தாள். நான் கனவை மீண்டும் மீண்டும் நினைத்துப் பார்த்தேன். ஒவ்வொரு காட்சியும் பல அடுக்குகளாக என்னை நடுங்கச் செய்தது. மருதன் தன்னுடைய இடத்துக்குப் பத்திரமாகப் போய்ச் சேர்ந்திருப்பாரா என்கிற தவிப்பும் கவலையும் என் நித்திரையைத் தகர்த்தன. மருதனுக்கு எதுவும் நடந்துவிடக் கூடாது. அவரைச் சூழும் அனைத்து ஆபத்துகளும் கரையவேண்டுமென வேண்டிக்கொண்டேன். நித்திரை வருவதாயில்லை. புரண்டு படுத்தால் ஒரு நினைவு, நிமிர்ந்து படுத்தால் இன்னொரு நினைவெனப் படுக்கையே ஒவ்வாமையாக இருந்தது.

அதிகாலையானதும் குளித்து முடித்துவிட்டு கோயிலுக்குச் செல்ல ஆயத்தமானேன். அக்கா அப்போதுதான் படுக்கையைவிட்டு எழும்பினாள். “சரியான குளிராகக் கிடக்கு, அந்தத் தொப்பியைப் போட்டுக்கொண்டு போ” என்றாள். கண்ணாடித் தட்டில் கிடந்த பனித்தொப்பியைப் போட்டுக்கொண்டு கோயிலுக்கு விரைந்தேன். வீதியில் எப்போதும்போல ராணுவத்தினர் ரோந்து சென்றுகொண்டிருந்தனர். என்னுடைய நடையில் வேகத்தைக் கூட்டி விரைந்தேன்.

கோயிலுக்கு முன்னால் நிற்கும் ஆலமரத்தின் விழுதொன்றில் மனிதனொருவன் தொங்கிக்கொண்டிருப்பதைப்போல தெரிந்தது. விடிந்தும் விடியாத பூமியின் கண்கள், விழுதாக அசையும் ஒருவனின் உடலைக் கண்டு காற்றை வீசியது. கோயிலுக்கு வந்த நான்கைந்து பேராக அருகில் சென்று பார்த்தோம். நான்தான் அடையாளம் கண்டு முதலில் சொன்னேன்.

“இது கபிலன் அண்ணா.”

“எந்தக் கபிலன்?”

“இவர் பூதவராயர் கோயிலடியாள்.”

“இவன் கொம்பனியோட ஆளே.”

இன்னொருவர் “நாங்கள் இதில நிக்க வேண்டாம் போகலாம், கோயிலில பூசை நடத்தவும் வேண்டாம். ஐயரிட்ட ஓடிப்போய்ச் சொல்லுங்கோ” என்றார்.

“முதலில இப்பிடியொரு பிரச்னை நடந்திருக்கெண்டு கிராம சேவையாளரிட்ட போய்ச் சொல்ல வேணும்.”

“எத்தனை நூற்றாண்டு மரமிது. இந்த விழுதுகளைப் பிடிச்சு என்ர தாத்தனே ஆடியிருக்கிறான். இண்டைக்கு ஒருத்தனை அதில கட்டித் தொங்கவிட்டிருக்கிறாங்கள். நாங்கள் என்ன பாவம் செய்தமோ... ஆர்தான் எங்களை இப்பிடிச் சாபமிட்டதோ...”

ஆலமரத்தின் விழுதில் தொங்கிய படியிருக்கும் கபிலனின் சடலம், நிறைய அடி காயங்களோடு இருந்தது. அவரின் நடுத்தொண்டையில் பெரிய உளி ஒன்று செருகப்பட்டிருந்தது. அந்தரத்தில் நின்ற அவரின் கால்விரல்கள் வானை நோக்கியிருந்தன. குருதி, மண்ணின் மீது காய்ந்திருந்தது. இலையான்கள் மாம்பழத்தை மொய்ப்பதைப்போலச் சத்தமிட்டபடி கபிலனைச் சூழ்ந்திருந்தன. கபிலன் அண்ணாவின் அம்மாவினால் இந்தத் துயரத்தை தாங்க முடியாது. ஒரேயொரு புத்திரனை இழந்துவிட்டாள். அவனைச் சுமந்த கருவறையில் இனி ஓலத்தின் பெருநெருப்பு சுழன்று தாக்கும். அவள் திரும்பிப்பெற முடியாதவாறு தன்னுடைய பிள்ளையை இழந்த செய்தி ஊரெங்கும் பரவியது. சாவின் கும்மிருட்டில் எங்கள் மன்றாட்டங்கள், ஒரு மின்மினியளவுக்குக்கூட வெளிச்சத்தைத் தரவில்லை. அழுவதற்கும் அச்சப்படுவதற்குமென திணிக்கப்பட்ட இந்த வாழ்க்கையை நான் எங்கே புதைப்பேன் இறைவா!

பல நூற்றாண்டு வயதுகொண்ட ஆல மரத்தின் விழுதொன்றிலிருந்து கபிலனின் பிரேதத்தைக் கீழே இறக்கிய போலீஸார், நீதிவான் முன்னிலையில் சில குறிப்புகளை எடுத்துக்கொண்டனர். நீதிவான் எந்தப் பெறுமதியுமற்ற தனது பார்வையால் சட்டச் சடங்குகளைச் செய்து முடித்து, பிரேத பரிசோதனைக்கு உத்தரவிட்டார். கபிலனின் கழுத்தில் கிடந்த உளியை விடவும் அவனது உடலில் கிடந்த காயங்கள் பார்த்தவர்களை கதிகலங்கச் செய்தன.

வீட்டுக்குச் சென்றேன். வேட்டியை அவிழ்த்தெறிந்து உடுப்பை மாற்றினேன். அக்காவிடம் சொன்னேன். “கபிலன் அண்ணாவைச் சாக்கொண்டு போட்டாங்கள்.” அக்காவுக்கு என்ன சொல்வதென்று தெரியவில்லை. அவளுக்கு அவர் மீதெல்லாம் நல்ல அபிப்பிராயம் கிடையாது. எப்போது பார்த்தாலும்

பெம்பிளைப் பிள்ளைகளை நக்கல் செய்யக்கூடியவர். “கபிலன் ஒரு ஊத்தவாளி ஆள், அவனோட பழகாத” என அடிக்கடி சொல்லும் என்னையே பார்த்துக்கொண்டிருந்தாள். பின்னர் கேட்டாள்.

“ஆர் செய்தது?”

“ஆருக்குத் தெரியும்... கோயில் ஆலமரத்தில தூக்கில போட்டிருந்தது. தொண்டையில ஒரு பெரிய உளியை ஏத்தியிருக்கிறாங்கள்.”

“நீ இப்ப ஏன் கபிலன் வீட்டுக்குப் போறாய்? அங்க பிரேதத்தைக் கொண்டு வந்ததுக்குப் பிறகு போ.”

“இல்லையக்கா. நான் போகவேணும். அவற்ற அம்மாவ நினைக்க தலை சுத்துது. ஒரேயொரு பிள்ளை. கடைசியாய் இப்பிடி ஆயிற்றுதே.”

“நானும் வாறன். இரு.”

அக்காவும் நானும் கபிலனின் வீட்டுக்குச் சென்றோம். சனங்கள் குழுமியிருந்தனர். கபிலனின் அம்மா மயங்கிக்கிடந்தாள்.

கபிலனின் பிரேதம் குடும்பத்தாரிடம் ஒப்படைக்கப்பட மதியமாகியிருந்தது. மயக்கத்திலிருந்து மீண்ட கபிலனின் அம்மா, அவனைத் தழுவித் தழுவி மாரில் அடித்து அழுதுகொண்டிருந்தாள். மரண வீட்டின் அழுகுரல் வானைப் பிளந்தது. தாய்மார்களின் அழுகுரல் கண்ணீரின் தொப்பூழ்க்கொடியாக நிலத்தைச் சூழ்ந்தது. மார்பிலும் தலையிலும் அடிவயிற்றிலுமாக அடித்தழும் பெண்களின் ஒப்பாரி எழப்போகும் அனல்காற்றின் அறிவிப்பாகத் தோன்றியது. மருதன் அங்கே ஒரு ஓட்டோவில் வந்திறங்கினார். கொஞ்ச நேரத்தில் என்னைத் தனக்கு அருகில் அழைத்து சும்மா கதைத்துக்கொண்டிருந்தார். வெற்றிலைத் தட்டிலிருந்து சீவலை எடுத்து வாயில் போட்டுக்கொண்டு, பீடியை எடுத்துப் பற்றவைத்தார்.

“நீங்கள் பீடி குடிப்பியளா?”

“ஓமடா... இப்ப இதைப் பார்த்து அதிர்ச்சி அடையாத... நீ எனக்கொரு உதவி செய்யவேணும்” என்றார்.

அவர் சொன்னதும் நான் வீட்டினுள்ளே போகத் தயாரானேன். என்னைக் கண்டதும் கபிலனின் அம்மா, “ஐயோ ஆதீரா, உன்ர கொண்ணனைக் கொண்டுட்டாங்களே, கபிலா எழும்படா உன்ர ஆதீரன் வந்திருக்கிறான்... உனக்கு விருப்பமான வன்னி வந்திருக்கிறான்” என்று அலறினாள். கபிலனின் அறைக்குள் சென்றேன். அவருடைய அறையில் இந்திய கிரிக்கெட் வீரர் ‘சௌரவ் கங்குலி’ புகைப்படம் ஒட்டப்பட்டிருந்து. மேசையில் ஒரு வானொலி இருந்தது. அவர் விளையாடும்போது போட்டுக்கொண்டு வரும் சப்பாத்து, மூலையில் இருந்தது. பழைய அலமாரியைத் திறந்து பார்த்தேன். அதற்குள் ஒரு புதிய பெட்டியில் சில ஒலிநாடாக்கள் இருந்தன. இளையராஜா பாடல்கள், தேவா பாடல்கள் என்று வகைப்படுத்தி அடுக்கப்பட்டிருந்தன.

அந்த அலமாரிக்குள் இருந்த பழைய பெட்டியைத் திறந்தேன். அதற்குள் சில உடுப்புகளும் கைத்துப்பாக்கியும் இருந்தன. நான் அந்தக் கைத்துப்பாக்கியை எடுத்து என்னுடைய உடலுக்கும் உடுப்புக்கும் இடையே செருகிக்கொண்டு வெளியே நடந்துவந்தேன். சனங்களைக் கடந்து, ராணுவ உளவாளிகளைக் கடந்து மரண வீட்டிலிருந்து ஒரு

கைத்துப்பாக்கியை நான் எங்களுடைய வீட்டுக்கு எடுத்துப்போகிறேன் என்பதை நினைத்துப் பார்க்கவே தலையில் ரத்தத்தின் சூடு எரியத் தொடங்கியிருந்தது. என்னை நானே எச்சரிக்கிறேன். ஆனால் நான் அஞ்சவில்லை. முதன்முறையாக ஒரு கைத்துப்பாக்கியை எடுத்துக்கொண்டு நடந்துபோகிறேன் என்பதே பெருமிதமாய் இருந்தது.

ஏற்கெனவே மருதன் எங்களுடைய வீட்டுக்குப் போய் விட்டார். நான் அக்காவுக்கும் சொல்லாமல் அங்கிருந்து நடக்கத் தொடங்கியிருந்தேன். மரண வீட்டுக்கு ஆட்கள் வந்துகொண்டேயிருந்தனர். கபிலனின் நண்பர்கள் தளும்பத் தளும்ப மது அருந்திவிட்டு வீண் பேச்சுகளில் இருந்தனர். நான் பூதவராயர்கோயிலடி பிரதான சாலைக்கு வந்தேன். எந்தத் தயக்கமுமில்லாமல் மிக இயல்பாக நடக்க வேண்டுமென்ற சிந்தனையே ஓடிக்கொண்டிருந்தது. மேல் மாடி ராணுவ முகாமைக் கடந்துவிட்டால் பெரிய ஆபத்துகள் இல்லை. அந்த இடத்தை நெருங்குகிறபோது சனங்கள் சோதனை செய்யப்படுவது தெரிந்தது. வேறு வழிகள் இல்லை. ஆனால், இனித் திரும்பியும் செல்லக் கூடாது. வந்த திசையை மறுத்துத் திரும்பிச் சென்றால் அவர்கள் என்னை முழுக்க முழுக்கச் சந்தேகப்பட்டுவிடுவார்கள் என்று எனக்குத் தெரியும். நான் நடந்து வந்து சோதனை செய்யப்படும் இடத்தை நெருங்குகையில் நின்றுகொண்டிருந்த சிப்பாய் என்னைப் பார்த்துச் சிரித்து "எங்க போறது?" என்று கேட்டான்.

"நான் வீட்ட போறன் சேர்."

‘சரி, போ’ என்று கையசைத்தார்.

கும்பிட்ட கடவுள் கைவிடவில்லை. என்னைக் காப்பாற்றிவிட்டார். திரும்பிப் பார்க்காமல் நடந்து அவர்களின் பார்வையிலிருந்து விலகியதும், பிரதான சாலையை விட்டு வீடுகளுக்குள்ளால் போனேன். சிலரின் வீட்டு நாய்கள் என்னை இரையாக்கத் துடித்தன. ஆனால், நான் கற்களைக்கொண்டு அவற்றை எதிர்கொண்டேன். இன்னும் ஐந்து நிமிடங்களில் வீட்டை அடைந்து விடலாம். கொஞ்ச தூரத்தில் வருகிற வைரவர் கோயிலைக் கடந்துவிட்டால் பின்னர் ஓடிப்போய்விடலாமென்று நினைத்துக்கொண்டேன். என்னுடைய அடிவயிற்றை முட்டிக் கொண்டிருக்கும் கைத்துப்பாக்கியை மெல்லத் தொட்டுப் பார்த்தேன். என்னுடைய உடலின் சூடும் அதில் பரவியிருந்ததுபோலும். கையை விசுக்கென எடுத்துக்கொண்டேன். வைரவர் கோயிலை அடைந்தபோது அங்கே இரண்டு ராணுவத்தினர் கிணற்றில் நீரள்ளிக்கொண்டிருந்தனர். நான் வியர்த்து விறுவிறுத்து வருவதைப் பார்த்ததும், என்னைத் தங்களை நோக்கி வருமாறு அழைத்தனர். நான் அவர்களை நோக்கிப் போக விரும்பவில்லை. ஆனால், அவர்களிடமிருந்து தப்பவும் எண்ணவில்லை. ஆனால், ராணுவத்தினரில் ஒருவன் என்னை நோக்கி வரத் தொடங்கினான்.

“ஐயோ... மருதன் அண்ணா நான் பிழை செய்திட்டன்” என்று மட்டும் மனசுக்குள் சொல்லிக்கொண்டேன். என்னிலிருந்து இருபதடிகள் தூரத்தில் நிற்கும் ராணுவச் சிப்பாயின் கண்களையே நானும் பார்த்துக்கொண்டு நின்றேன்!

38

தத்தளிப்பும் அச்சமும் எனக்குள் சுழன்று கொண்டிருந்தன. அந்த ராணுவச் சிப்பாய் என்னை நோக்கி வருகிறார். "நில்... நில்..." என்று கிணற்றடியில் நிற்கும் இன்னொரு சிப்பாய் கட்டளையிடுகிறார். மூச்சுத்திணறுகிறது. நொடியின் அளவு பெருகுகிறது. ஒவ்வொரு நொடியும் என்ன செய்து தப்புவதென்ற யோசனையே அலையாக எழுந்தது. என்னுடைய உடலோடு ஒட்டிக்கிடக்கும் கைத்துப்பாக்கியை எடுத்து இவர்கள் இருவரையும் சுட்டுக்கொல்வதைவிட தப்புவதற்கு வேறென்ன வழி? அவர்கள் என்னைச் சோதனை செய்தால் அவ்வளவுதான். எல்லாமும் முடிந்துவிடும். ஒரு நொடியில் இந்த முடிவுக்கு நானே வந்தடைந்தேன். என்னை நோக்கி வருகிற ராணுவச் சிப்பாயை முதலில் கைத்துப்பாக்கியால் சுட்டுக்கொல்வது, அதன் பிறகு கிணற்றடியில் நிற்பவரைச் சுடுவது. என்னை நோக்கி வந்த சிப்பாய், 'பயப்படாதே' என்று சொல்கிறார். அவரின் வார்த்தைகளைச் செவிமடுக்காமல் நின்றேன். கோயில் வளவில் யாருமில்லை. எது நடந்தாலும் யாருக்கும் எதுவும் தெரியாது. ஆனால், நான் நினைத்தவற்றுக்கு எதிராகவே எல்லாமும் நடந்தன. என்னை நோக்கி வந்த சிப்பாய், தன்னுடைய சீருடைப் பையிலிருந்து இரண்டு சொக்லேட்டுகளைக் கொடுத்து 'சாப்பிடு' என்றார். நான் வாங்கிக்கொண்டு சிட்டுக்குருவிபோல அங்கிருந்து பறந்து மறைந்தேன். வீட்டுக்குள் ஓடினேன். மருதன் எனக்காகக் காத்திருந்தார்.

நடந்தவற்றைச் சொல்லிக்கொண்டே கைத்துப்பாக்கியை எடுத்துக் கொடுத்தேன். மருதன் அதை வாங்கிப் பார்த்துவிட்டு தன்னுடைய பையில் போட்டுக்கொண்டார். "கெட்டிக்காரன். நீ செய்தது பெரிய வேலை. நீ இதை வெற்றிகரமாகச் செய்து முடிப்பாய் என்று எனக்குத் தெரியும்" என்றார். நான் வைரவர் கோயிலில் நடந்ததைச் சொன்னேன். அவர் தலையில் கைவைத்தபடி "நல்ல காலம், உன்னை பலியெடுத்திருப்பாங்கள்" என்றார்.

"நீ பயந்திருந்தால் உன்னில சந்தேகம் வந்திருக்கும்."

"ஆனால், நான் பயந்தனான். உடம்பே நடுங்கிற்று. அவங்கள் என்னட்ட ஒரு பிஸ்டல் இருக்கு மெண்டு நினைக்கிற மாதிரி நான் நடந்துகொள்ளேல்ல."

"பிறகு என்ன நடந்தது?"

"என்னை நோக்கி வந்த சிப்பாய் இந்தச் சொக்லேட்டை தந்து, கொண்டுபோய் சாப்பிடு என்றார்."

"நீ ஆர்மியிட்ட சொக்லேட் வாங்கிக்கொண்டு வந்திருக்கிறாய்" சொல்லிக்கொண்டே மருதன் சிரித்தார்.

"நான் என்ன எனக்கு வேணு மெண்டு அடம்பிடிச்சு அழுதா வாங்கினான். தந்ததை வாங்கி வந்தன். அதைச் சாப்பிட வேணுமெண்டு இல்லை. எறிவம்."

"உனக்கென்ன விசரே தம்பி. பக்கெற்றை உடை, ரெண்டு பேருமாய்ச் சேர்ந்து சாப்பிடுவம்."

"இது அவங்கள் தந்தது."

"தம்பி சண்டையில அவங்கட இடங்களை அடிச்சுப்போட்டு அங்க இருக்கிற சாப்பாட்டைச் சாப்பிட்டுத்தான் கொஞ்ச காலம் வாழ்ந்தனாங்கள்... இதெல்லாம் தேசத்துரோகமில்லை உடை... சாப்பிடுவம்" என்ற மருதனின் இந்தப் பேச்சு சுபாவம் புதிதாக இருந்தது. அவர் தன்னை யாரென என்னிடத்தில் தோலுரித்துக் காட்டினார். ஆனால், எனக்கிருக்கும் இந்தச் சந்தேகங்களை அவரிடம் கேட்க வேண்டுமென நினைத்தேன். கபிலனுக்கும் மருதனுக்கும் என்ன தொடர்பு... கபிலன் யார்... அவர் என்ன செய்துகொண்டிருந்தார்... கபிலனை ராணுவம் இப்படியாகக் கொன்றுபோட வேண்டிய தேவைக்கு என்ன காரணம்? "கபிலன் எங்களுக்கு வேலை செய்தவன். அது எப்பிடியோ ஆர்மிக்கு தெரிஞ்சுபோச்சு. அது இவனோட அசட்டையால வந்த வினை. எங்களுக்கு இது பெரிய இழப்புத்தான். கபிலனைப்போல ஆருமில்லை" என்று மருதன் சொன்னார்.

"கபிலன் அண்ணாவுக்கு ஊருக்குள்ள நல்ல பெயர் கிடையாது. 'ஊத்தவாளி' என்றுதான் நிறைய பேர் சொல்லுவினம். அக்காவுக்கு அவரைக் கண்ணிலேயே காட்டக் கூடாது. இப்பிடியொரு ஆள எப்பிடி இயக்கம் தங்கட வேலைக்கு வெச்சிருந்தது?"

"நீ சொல்லுறது சரிதான். கபிலன் தன்னைத்தான் காப்பாற்றிக்கொள்ள அப்பிடியொரு வேஷத்த போட்டவன். அவனுக்கும் இயக்கத்துக்கும் தொடர்பில்லை என்று நம்புறதுக்குத்தான் இந்த வேஷம்."

"அவர் இயக்கமா?"

"அவன் உறுப்பினர் கிடையாது. ஆனால் பயிற்சி எடுத்திருக்கிறான்."

"என்ன பயிற்சி?"

"அவனுக்கு நாங்கள் என்ன வேலை கொடுக்கிறமோ, அதுக்கேற்ற பயிற்சி."

"கபிலன் அண்ணாவில எனக்குச் சரியான விருப்பம். அவர் ஒரு நல்ல சீவன். என்னை 'வன்னி'யென்று அடிக்கடி கூப்பிடுவார். உங்களுக்கும் அவருக்கும் பழக்கம் இருக்கிறத அவர் சொல்லவேயில்லை."

"உங்களுக்கும் எனக்கும் பழக்கம் இருக்கிறதையும் கபிலனுக்கு நான் சொல்லேல்ல." மருதன் சிரித்துக் கொண்டு சொன்னார்.

"உண்மையிலும் அவருக்குத் தெரியாதா?"

"இல்லை... உண்மையாய்த்தான் சொல்லுறன்."

"சரி. நான் கபிலன் அண்ணா வீட்டுக்குப் போறன். சுடலைக்குப் போகிற நேரம் வந்திட்டுது."

மருதன் தலையாட்டினார்.

கபிலன் மீது எனக்கு இன்னு மின்னும் மரியாதையும் அன்பும் கூடின. எப்போதும் சச்சரவுகளிலும் சேட்டைகளிலும் ஈடுபடும் சாதாரணமான ஓர் இளைஞனில்லை.

மண்ணுக்காகவும் சனங்களுக்காகவும் போராடும் இயக்கத்தின் பின்னால் நின்று செயற்பட்ட அபிமானி. யார் யார் என்னவாக இருக்கிறார்கள் என அறியாத முடியாத மர்ம நாடகம்போல இருக்கிறது வாழ்க்கை. கபிலன் தன்னை இயக்கத்தின் ஆதரவாளனாகக்கூட சொல்லிக்கொண்டதில்லை. ஆனால் அவரிடம் ஒரு கைத்துப்பாக்கி கொடுக்கப்பட்டிருக்கிறது. எல்லாமும் வியப்பாக இருக்கிறது. கோயில் ஆலமரத்தில் கபிலனின் உடல் தொங்கிக்கொண்டிருப்பதைப் பார்த்த நொடிகள் புகைப்பட மின்னல்போல எனக்குள் படபடக்கின்றன. நான் கபிலனின் வீட்டுக்குள் நுழைந்தபோது நிறைய பேர் வந்திருந்தனர். ஏற்கெனவே வந்த சிலர் புறப்பட்டனர். எப்போதும் பதற்றம் காத்திருக்கும் மரண வீடுகள் வீதிக்கு வீதி தோன்றத் தொடங்கியிருந்தன. அகால மரணம் என்கிற இந்த வார்த்தையில் சுடலையில் அணையாமல் நெருப்பு எழுந்தாடிக்கொண்டேயிருந்தது. ‘கபிலனைக் கொன்றது யார்?’ என்கிற பேச்சுகள் ஓடிக்கொண்டிருந்தன. கபிலனின் அம்மா தன்னுடைய பிள்ளையின் தலைமாட்டில் அமர்ந்திருந்தாள். சொல்லறுந்த ஒரு மொழியைப்போல அவளிடம் ஜீவன் துடித்துக்கொண்டிருந்தது. கபிலனின் நண்பர்கள் சிலர் கடுமையாகச் சாராயம் அருந்தியிருந்தார்கள். இடையில் ஒருவர் தீனக்குரலில் “கபிலா... உன்னைக் கொலை செய்தவங்கள நான் கொல்லாமல் விடமாட்டேன்” என்று சபதம் போட்டு க்கொண்டிருந்தார்.

“அவனுக்கு இன்னொரு கால் போத்தல் சாராயம் வாங்கிக் குடுங்கோடா, கனக்க கோபப்படு கிறான்” என்றார் இன்னொருவர்.

மரணம் எந்தக் கலக்கத்தையும் தராத ஒரு பழம்பொருள்போல ஆகியிருந்தது. செத்த வீட்டில் கதைப்பதற்கென்றே சிலர் தங்களுடைய வாயைக் கொண்டு வருவார்கள். பீடியைப் பற்றிக்கொண்டு ஓர் இழுப்பு இழுத்தபடி “உந்தச் சமாதானம் விரைவில குழம்பும், இருந்து பாருங்கோ” என்பார். அதற்கு பதிலாக இன்னொருவர் சொல்லுவார் “இவங்களுக்கும் அதில பெரிய விருப்பம் கிடையாது. சண்டையெண்டால் பெடியள் வலுகெதியாய் வெண்டு போடுவாங்கள்.” மறுபடி பீடியை இழுப்பு இழுத்து “உன்ர ரெண்டு பெடியளையும் கொழும்பில படிக்க விட்டிட்டு, சண்டையெண்டால் பெடியள் வெண்டிடுவாங்கள் எண்டுறியே, உனக்கு வெக்கமாய் இல்லையோ.”

“நான் என்ன மயிருக்கு வெக்கப்பட வேணும்?”

“நீ எல்லாம் சுமை தூக்காமலே கூலி வாங்கப் பார்க்கிற ஆள்.”

“நீ வாயை மூடிக்கொண்டு இரடா.”

“நீ ஒரு ஆளெண்டு என்னட்ட வந்து நிக்கிறாய் கதைக்க.”

இப்படியாக வாக்குவாதம் முற்றி, வெற்றிலைத் தட்டங்கள் மண்டையில் அதிரும். ஒருவரின் வேட்டியை இன்னொருவர் பிடித்திழுத்துக் கடுமையான தூஷணச் சொற்களால் தாக்குவார்கள். செத்த வீட்டில் உள்ளவர்கள் எல்லோரும் அவர்களைச் சமாதானப்படுத்த முனைவார்கள். சடலம் இலையான்களோடும் உருத்துக்காரர்களோடும் தனித்துக் கிடக்கும்.

கபிலனின் சடலத்தைச் சுடலைக்குக் கொண்டு செல்லும் வேலைகள் ஆயத்தமாகின. வண்ணத்தாள்களால் அலங்கரிக்கப்பட்ட பெரிய பாடை, வீட்டின் முன்னே கொண்டுவரப்பட்டது. அக்கா என்னையும் அழைத்துச் செல்லக் காத்திருந்தாள். “நான் சுடலைக்குப் போய்ட்டு வருகிறேன்” என்றேன். அவள் மறுத்துவிட்டாள். ‘‘நான் போய்ட்டு வருகிறேன்’’ என அக்காவும் இளகிப் போகுமளவுக்குக் கெஞ்சினேன். சுடுகாட்டுக்குப் பயணம் ஆரம்பமானது. வீதிக்கும் வீட்டுக்குமாகக் கட்டப்பட்டிருந்த தோரணங்கள் அறுக்கப்பட்டன. கபிலன் இனிமேல் திரும்பி வர முடியாத வீட்டின் முகப்புக் கதவை தாண்டிச் சென்றுகொண்டிருந்தார். தாயின் அழுகுரல் நிலத்தின் சாயலில் இருந்தது.

சுடலைக்குச் செல்லும் வழியில் தான் நாங்கள் கிரிக்கெட் விளையாடும் மைதானமும் இருந்தது. கபிலன் அண்ணாவின் நிழல்போல விரிந்துகிடந்த அந்த மைதானத்தின் முன்னால் கொஞ்ச நேரம் கபிலனின் சடலத்தை வைத்து அஞ்சலி செலுத்தினார்கள். இனிமேல் நான் இந்த மைதானத்துக்கு வரப்போவதில்லை. எனக்கு இங்கு இடமில்லை. அங்கிருந்து பயணத்தைத் தொடங்கினோம். சுடலையை வந்தடைந்ததும் விறகுகள் அடுக்கப்பட்டிருந்த மேடையில் சவப்பெட்டியைத் திறந்துவைத்தனர். பெட்டியின் மேல் மூடியை அடித்து உடைத்தனர். கபிலன் அண்ணாவை இறுதியாகப் பார்த்துக்கொண்டேன். அவருடைய முகம் கறுத்து, ஊதிப்போயிருந்தது. பூமியைப் பார்க்க விருப்பமற்று கண்களை மூடிக்கொண்டவனைப்போல இருந்தார். கொள்ளி போடுபவர் தனது கையில் கிடந்த கொள்ளிக் கட்டையால் நெருப்பை மூட்டினார். மெல்ல மெல்ல எரியத் தொடங்கும் நெருப்பின் படர்ச்சி உடலைத் தொடுகையில், அங்கிருந்து வெளிக்கிட்டோம். ‘கபிலன் அண்ணா...’ என்று ஒரு தடவைக் கூப்பிட்டால், ‘சொல்லடா வன்னி’ என்று சொல்லும் அந்தக் குரலும் கனிவும் நேசமும் நெருப்பில் வேகுதே...!

நான் வீட்டுக்கு வந்து அக்காவை அழைத்தேன். மருதன் அண்ணா சொன்னார்.

“இன்னும் அவா வரேல்ல.”

39

அக்கா எப்போதோ வீட்டுக்குப் போகிறேன் என்று சொல்லிவிட்டு வந்தவள், எங்கே போனாள் என்று தெரியாமல் குழம்பிப்போய் நின்றேன். "அவா வருவா, நீங்கள் முழுகுங்கோ" என்றார் மருதன். நான் அக்காவைத் தேடிக்கொண்டு வீதிக்கு ஓடினேன். கபிலனின் வீடுவரை சென்றேன். வீதியிலும் சரி, கபிலனின் வீட்டிலும் சரி அக்காவைக் காணவில்லை. பூட்டம்மா வீட்டுக்குப் போக வாய்ப்பில்லை. செத்த வீட்டுக்குப் போனால் யாருடைய வீட்டுக்கும் போகாமல், வீட்டுக்கு வந்துவிடுவாள். மீண்டும் வீட்டுக்கு நடந்தேன். நான் போகும்போது அவள் வீட்டுக்கு வந்திருக்க வேண்டுமென வேண்டிக்கொண்டேன். ஆனால், அக்கா அப்போதும் வந்திருக்கவில்லை. அவசர அவசரமாக முழுகிவிட்டு பூட்டம்மா வீட்டுக்குப் போகலாமென்று ஆயத்தமானேன். அப்போதுதான் அக்காவின் குரல் கேட்டது. மருதன் சிரித்துக்கொண்டு "தம்பி, உங்களைத் தேடிப் பார்த்து களைச்சு, உதயன் பேப்பருக்கு செய்தி குடுக்கவெல்லாம் ஆயத்தமாகிட்டான்" என்றார். "வர்ற வழியில, பாலு பெரியப்பாவை பார்த்திட்டன், அவர் கதைக்கத் தொடங்கினால் தெரியும்தானே, நிப்பாட்ட மாட்டார். அதுதான் பிந்திப் போச்சு" என்றாள் அக்கா. அக்காவைக் காணவில்லையென்றதும் மனதுக்குள் எழுந்த பயம் எதனால் என்றெல்லாம் தெரியாது... ஆனால்

கடுமையாக பயந்துவிட்டேன். நான் பூட்டம்மாவைப் பார்க்கப் போனேன்.

பின்நேரம் முகம் கழுவி, திருநீற்றைப் பூசிக்கொண்டு அமர்ந்திருந்தாள். அவளின் முகத்தில் நிரந்தரப் பிரகாசம் சுடர்விட்டுக்கொண்டே இருந்தது. என்னைக் கண்டதும் அருகில் அழைத்து "கபிலன் கொம்பனியோ" என்று மெதுவாகக் கேட்டாள். "எங்கட காந்தியண்ணா மாதிரி ஆதரவாளர்போல" என்றேன்.

"எத்தினை பிள்ளையளத்தான் இந்தப் பாழ்படுவாருக்குச் சாகக் குடுப்பமோ" என்று சலித்துக் கொண்டாள். பூட்டம்மாவுக்கு பன்னிச்சையடி கிராமத்துக்குச் செல்ல வேண்டுமென ஆசையாக இருக்கிறதென்றாள். "என்ன திடீர் சொந்தவூர் பாசம்?" என்று பகிடியாகக் கேட்டேன். அவள் எதுவும் கதையாமல் அப்படியே அமர்ந்திருந்தாள். கொஞ்சம் கலங்கிப்போயிருக்க வேண்டும்.

"என்ன, கடுமையாய் யோசிக்கிறியள்?" கேட்டேன்.

அவள் எதுவுமில்லையெனத் தலையை மட்டும் ஆட்டினாள். கண்களிலிருந்து கண்ணீர் பிரிந்தது. பூட்டம்மா இப்படி உறைந்துபோய் அழுவதில்லை. அவளிடம் நிறைய ஏக்கமும் துயரமும் பொங்கிக் கொண்டிருந்தன. நான் வீட்டுக்குத் திரும்பினேன்.

அடுத்த நாள் உதயகாலப்பூசை முடிந்ததும் கோயிலிலிருந்து வெளிக்கிட்ட நான் பள்ளிக்கூட முடக்கைத் தாண்டி நடந்து போய்க் கொண்டிருந்தேன். ஏகாம்பரம் வாத்தியாரின் வீட்டுக்கு முன்னால்

சனங்கள் கூடி நின்றனர். அவர்களுக்கு நடுநாயகமாக கிராம சேவையாளர் பாஸ்கரதாஸ் நின்றுகொண்டிருந்தார். நான் அந்தக் கூட்டத்துக்குள் நுழைந்து என்ன பிரச்னையென அறிய முற்பட்டேன். ஏகாம்பரம் வாத்தியாரைப் பார்த்தேன். பழங்கால வேலைப்பாடுகள் கொண்ட கதிரையொன்றில் சோர்ந்துபோய் அமர்ந்திருந்தார். அவருடைய மனைவியின் முகத்தில் எந்த அசைவுமில்லாமல் எதிரே நின்ற எல்லோரையும் வெறித்துப் பார்த்துக்கொண்டிருந்தார். தேமா மரத்தின் கீழே இறந்து கிடக்கும் நாயின் உடலை யாரோ உரப்பை கொண்டு மூடியிருந்தனர். “அறுபது பவுன் நகையும், ரெண்டு லட்சம் காசுமெல்லே... சும்மா விடேலுமே தாஸ், நீங்கள் உங்கட பக்கத்தால எனக்குக் கொஞ்சம் உதவி செய்யவேணும்” என்ற ஏகாம்பரம் வாத்தியாரின் கோரிக்கைக்கு பாஸ்கரதாஸ் ஓமென்று தலையசைத்தார். பொலீஸ் வந்து வீட்டைச் சுற்றிப் பார்த்து, திருடர்களின் தடயங்களைச் சேகரித்தனர். இறந்துகிடந்த நாய் அடித்துக்கொல்லப்பட்டிருப்பதாகக் காவல்துறை கூறியது. காவல் துறையையே அபயமென நம்பிக்கொண்டு வீட்டுக்கு வெளியே வந்த தன் மனைவியை “நீர் உள்ள போயிரும் லதா” என்றார் ஏகாம்பரம் வாத்தி. கூடியிருந்த சிலர் அங்கிருந்து வெளிக்கிடவும் “ஊருக்குள்ள களவுகள் கூடிப்போச்சு, கவனமாய் இருக்கவேணும்” என்ற சமாதான நீதிவான் மகாலிங்கத்தின் உந்துருளியில் தொற்றிக்கொண்டு வீடு நோக்கி வந்தேன்.

யாழ்ப்பாணத்திலுள்ள கிராமங்கள் சிலவற்றில் களவுகளில் ஈடுபடுகிறவர்களை, லேசில் யாராலும் கண்டுபிடித்துவிட முடியாது. அவர்களின் தடயங்கள் எதுவும் மிஞ்சாது. நேர்த்தியும் ஒழுங்கும் கொண்டவர்கள் இந்தக் கள்வர்கள். ஏகாம்பரம் வாத்தியாரின் வீட்டுக்குள் புகுந்தவர்களின் தடயங்கள் சில விடுபட்டுப் போயிருந்தன. அவற்றில் முக்கியமானவை கைக்கடிகாரமும், அறுந்துபோன செருப்பும். ஆனால், இந்தக் களவைக் கண்டுபிடிக்குமளவுக்கு அந்தத் தடயங்கள் உதவுமா என்பது சந்தேகம்தான். ஊருக்குள் ஒரு களவு நடந்தால் அது ஒரு தொடர்கதையாக நிகழும். மருதன் அண்ணாவுக்கும் அக்காவுக்கும் நடந்திருப்பதைச் சொன்னேன்.

“ஏகாம்பர வாத்தியாரோட நப்பிக் குணம் தெரிஞ்சவன் ஆரோதான் வீட்டுக்குள்ள இறங்கி களவெடுத்து இருக்கவேணும்” என்றாள் அக்கா.

“அந்தாள் பாவம். உடைஞ்சுபோய் இருந்ததைப் பார்த்தால் சாப்பிடக்கூட மனம் வரேல்ல” என்றேன்.

“சரி இண்டைக்கு சாப்பிடாத தம்பி, ஏகாம்பரத்துக்காக விரதமிரு” என்றார் மருதன்.

அக்கா பால்புட்டு செய்திருந்தாள். நான் உள்ளே போய் சட்டியோடு சாப்பிடத் தொடங்கினேன். காகம் ஒன்று வீட்டு வாசலில் நின்று கரையத் தொடங்கியது. மருதன் காகத்தை துரத்திவிட்டு “ஏற்கெனவே விருந்தினராய் நான் இருக்கிறேன்... ஓராளே காணும் போ” என்றார்.

“நீங்கள் என்ன விருந்தினரோ?” நான் சாப்பிட்டபடி கேட்டேன்.

“ஓம், அப்பிடித்தானே!”

அக்கா தலையை உதறிக்கொண்டு

நின்றாள். நேற்றைக்கு கபிலனின் வீட்டிலிருந்து கைத்துப்பாக்கியை எடுத்து வந்தது குறித்து அக்காவிடம் சொல்லவேண்டாமென மருதன் சொன்னார். நான் ஓமென்று தலையாட்டிவிட்டு சொன்னேன்.

"அது இயக்க ரகசியம், நான் எப்பிடிச் சொல்லுவன்?"

"அது இயக்க ரகசியம்தான். ஆனால், தம்பி நீங்கள் இயக்கமில்லை."

"நான் என்னை இயக்கமெண்டு இப்ப சொன்னனா?"

"இல்லை."

"பின்ன ஏன் அப்பிடிச் சொன்னியள்?"

"நீ அப்பிடி நினைச்சிடக் கூடாதெண்டுதான்."

நான் சாப்பிட்டு முடித்து கையைக் கழுவிக்கொண்டு கபிலன் அண்ணாவின் வீட்டுக்குச் சென்றேன். "துடக்கு வீட்டில சாப்பிடாதே, மத்தியானம்போல வந்திடு" என்றாள் அக்கா. கபிலனின் வீட்டுக்குப் போகிற வழியில் இருக்கிற பூதவராயர் கோயில் பூட்டிக் கிடந்தது. அவரின் மறைவையொட்டி மூன்று நாள்களுக்குக் கோயிலில் பூசை இல்லையென அறிவிக்கப்பட்டது. வீட்டின் முன்னாலுள்ள பந்தலில் கபிலனின் நண்பர்கள் அமர்ந்திருந்தனர். இரண்டு ராணுவத்தினர் உந்துருளியில் வந்து கபிலனின் வீட்டுக்குள் நுழைகின்றனர். அப்போதுதான் நானும் நுழைகிறேன். நண்பர்கள் என்னவென்று ராணுவத்தினரிடம் கேட்க, ''கபிலனின் அம்மாவை வரச்சொல்லுங்கள்'' எனக் கூப்பிடுகிறார்கள். கபிலனின் அம்மா வெளியே வந்ததும், அவளுக்கு ஆறுதல் சொல்கின்றனர். அவள் அடிவயிற்றில்

எரியும் நெருப்பால் இவர்களைப் பொசுககிவிட்டால் என்னவென்று தோன்றுகிறது. அவர்கள் அங்கிருந்து உடனடியாக வெளிக்கிட்டனர். கூடியிருந்த சொந்தக்காரர்கள் சிலர் ராணுவத்தினரைத் திட்டித் தீர்த்தனர். கபிலனின் அம்மா நாங்கள் அமர்ந்திருந்த இடத்துக்கு வந்து, ''பிள்ளையள் நிறைய சாப்பாடு கிடக்குது, சாப்பிடுங்கோ" என்றாள். நாங்கள் ஓமென்று தலையாட்டினோம்.

அக்கா சொன்னதைப்போல மதியம் அங்கிருந்து வெளிக்கிட்டு வீட்டுக்கு வந்தேன். அம்மாவின் குரல் கேட்டது. 'எத்தனையோ மாதங்களுக்குப் பிறகு அடைக்கல மாதா யாழ்ப்பாணத்துக்கு வந்திருக்கிறா' என்று உள்ளுக்குள் சிரித்துக்கொண்டேன். மருதனிடம் சொன்னேன்.

"பார்த்தியளா, காலையில காகம் கரைஞ்சது. இந்த விருந்தின ருக்குத்தான்."

"அதுசரி, இவா யாழ்ப்பாணத்துக்கு விருந்தினர்தான்" மருதன் பதிலுக்குச் சொன்னார்.

அம்மாவைக் கட்டியணைத்துக் கொண்டு சொன்னேன். "இஞ்ச இருந்து படிக்க எனக்கு பிடிக்கேல்ல அம்மா. நான் வன்னிக்கு வரப்போறன். பூட்டம்மாவும் அங்க வந்து இருக்க ஆசைப்படுகிறா."

அம்மா எனது தலையைத் தடவியபடி "சரி யோசிக்கலாம்" என்றாள். அக்கா என்னை எரிக்கும் கண்களால் பார்த்துக் கொண்டிருந்தாள். "நீங்கள் இஞ்ச வந்தால் அவனுக்குச் செல்லம் கூடிப்போகுது" அக்கா அம்மாவிடம் முறையிட்டாள். ஆனால், நான் சொல்ல வேண்டியதைச் சொல்லிவிட்டேன். யாழ்ப்பாணத்தின் பதற்றச் சூழல் எனக்குப் பிடிக்கவில்லை. நாளும் பொழுதும் அஞ்சி வாழும் வாழ்க்கையை வாழ்ந்துதான் ஆக வேண்டுமென்று அவசியமில்லை.

நானும் அம்மாவும் பூட்டம்மாவின் வீட்டுக்குப் போனோம். அக்கா இரவுணவு சமைத்துக்கொண்டிருந்தாள். மருதன் தன்னுடைய வேலைகளைச் செய்துகொண்டிருந்தார். அவருக்கு என்ன வேலையென்று நினைப்பேன். பிறகு அவர் எதையாவது எழுதிக்கொண்டோ, வாசித்துக்கொண்டோ இருப்பார். பூட்டம்மா, அம்மாவைப் பார்த்ததும் "எப்பையடி வந்தனி?" என்று வியப்புடன் கேட்டாள். அம்மா "மதியம்போல வந்திட்டேன்" என்றாள். அவள் பன்னிச்சையடியிலிருந்து கொண்டுவந்த திருநீற்றை, பூட்டம்மாவின் கையில் கொடுத்தாள். சின்னச் சரையில் சுற்றிக்கிடந்த திருநீற்றை எழும்பி நின்று நெற்றியில் பூசிக்கொண்டாள்.

"நானும் அங்க வந்து இருக்கலாமெண்டு யோசிக்கிறன். நீ என்ன நினைக்கிறாய்?" என்று அம்மாவிடம் கேட்டாள்.

"வாங்கோ, இதென்ன கேள்வி... நீங்கள் எங்களுக்குப் பக்கத்தில இருந்தால் எவ்வளவு துணையாய், துணிவாய் இருக்கும்..." அம்மா சொன்னதும், ''ஓம் நான் வரப்போகிறேன்'' என்றாள் பூட்டம்மா.

மருதன் வந்து என்னை அழைத்தார். "ஒரு சின்ன வேலையாக நீயும் நானும் போக வேண்டியிருக்கு தம்பி, வாறியா?" என்றார்.

"எங்க?"

''நாங்கள் இப்ப வெளிக்கிட்டு போகேக்க, எந்த இடமெண்டு தெரியும்" என்றார்.

அம்மாவிடம் சொல்லிவிட்டு மருதனோடு நடந்து சென்றேன்.

40

இருட்டுப்படத் தொடங்கியிருந்தது. எல்லோரும் வீடுகள் நோக்கிப் போய்க்கொண்டிருந்தனர். மருதனும் நானும் பேருந்து நிறுத்தத்தில் காத்திருந்தோம். சில நிமிடங்களிலேயே ஒரு ஓட்டோ வந்து நின்றது. ஓட்டோக்காரரைப் பார்த்தேன். அன்று வந்தவரில்லை. புதியவர். நடு உச்சிப் பிரித்துத் தலைமுடியைச் சீவியிருந்தார். ஓட்டோவில் ஏறியமர்ந்ததும் ஜவ்வாது வாசம் நாசியில் ஏறியது. மருதன் அவரை அறிமுகப்படுத்திவைத்தார். 'அச்சா' அவருடைய பெயரெனத் தெரிந்துகொண்டேன். ஏற்கெனவே அவரை எங்கேயோ நன்றாகப் பார்த்திருக்கிறேன். ஆனால் எங்கேயென மட்டும் நினைவு வரவில்லை. மருதனும் அவரும் நன்றாகக் கதைத்துக்கொண்டுவந்தனர். ஏற்கெனவே அவர்களிருவருக்கும் எங்கே போகிறோம் என்று தெரிந்திருந்தது. எனக்கு இந்தப் பயணத்தில் எங்கே போகிறோம் என்ற கேள்வியே பெரிய சுமையாக இருந்தது. அச்சா, ஓட்டோவை மிக வேகமாக இயக்கினார். அவர் என்னிலும் பார்க்கப் பெரியவர். ஆனால், அவரிடம் பொறுமை இல்லை.

இதோ... இதோ... என்று பரபரத்துக் கொண்டிருந்தார். ஜவ்வாதும் திருநீறும் எனக்கு நாகசுரத்தை ஞாபகப்படுத்தியது. கோயில் திருவிழாவுக்கு மேளக் கச்சேரி செய்யவரும் வித்துவான்களிடமிருந்து வரும் வாசனை.

'ஜவ்வாது யார் பூசினாலும் வாசம் வரும்' என்பார்கள்.

வரும்தான். ஆனால் தவில் வித்துவானோ, நாகசுர வித்துவானோ பூசுகிற ஜவ்வாதில அவையளின்ர வேர்வை இருக்கு, நாதம் இருக்கும். அது எப்பவுமே விசேஷ வாசம்" என்பேன்.

அச்சா என்கிற பெயரை இப்போதுதான் பொருள்பட பொருத்திப் பார்த்தேன். ஓட்டோ ஓடிக்கொண்டிருக்கும் துடியானவரைக் கூர்ந்து பார்த்தேன். ஞாபகம் தீயெனப் பற்றிக்கொண்டது. போன வருஷம் நடந்த வைரவர் கோயில் திருவிழாவில நாகசுரக் கச்சேரி செய்தவர், எவ்வளவு கெட்டிக்காரர்.

"அடேயப்பா... தர்மகர்த்தா தன்னோட சொந்தக்காசில மாலை செய்து போடுகிறார் எண்டால், இவன்ர பீப்பியில வாற நாதம், சும்மா இல்ல கேட்டியளோ. இது பாவக்காரர்களையும் மன்னித்து மனுஷனாக்கும்" அன்றைக்கு யாரோ கதைத்துக்கொண்டிருந்தது இப்போது என் காதில் ஒலிக்கிறது.

"அச்சா! உங்களை எனக்கு ஞாபகம் வந்திட்டுது."

"என்னை எங்க பார்த்தனியள்?"

"நீங்கள் எங்கட கோயிலுக்கு வந்திருக்கிறியள்."

"எது, துர்க்கை அம்மன் கோயிலா?"

"இல்லையில்லை, வைரவர் கோயில்."

"ஓமோம் வந்திருக்கிறன். அண்டைக்குச் சரியான கச்சேரி யெல்லே."

ஓட்டோ பெரிய வீட்டின் முன்னே போய் நின்றது. வீட்டினுள்ளே மருதன் போய்விட்டு என்னையும் அச்சாவையும் கூப்பிட்டார். நாங்கள் உள்ளே போனதும் ஒருவர் எங்களை அமரவைத்துப் புன்னகைத்தார். நான் அச்சாவிடம் கேட்டேன்.

"நீங்கள் இயக்கமே?"

"உறுப்பினர் இல்லை. ஆனால் இவையளுக்கு வேலை செய்யிறன்."

"உங்களுக்கு எப்பிடி நேரம் கிடைக்குது, கச்சேரிக்கும் போக வேணுமெல்லே?"

"ஓம், ஆனால் கோயிலா, இயக்கமா எண்டால், நான் இயக்கத்துக்குத்தான் முன்னுரிமை கொடுப்பன்."

மருதன் உள்ளேயிருந்த அறையில் கதைத்துக்கொண்டிருந்தார். அச்சாவை உள்ளே அழைத்தார்கள். இரவாகியிருந்தது. வெளியே எழுந்து சென்றேன். குரோட்டன் செடிகள் அடர்ந்து வளர்ந்து நின்ற முற்றத்தில் இருள் மட்டும் திரண்டிருந்தது. என்னையேன் மருதன் இங்கே அழைத்து வந்திருக்கிறார் என்று யோசனை தோன்றிற்று. இந்த வீட்டில் ஒளிரும் மஞ்சள் நிற மின்குமிழ்கள் இரவை வேறொரு வண்ணத்தில் உலர்த்தின. நான் கோழிச்சூடன் மலர்களை அளைந்துகொண்டு நின்றேன். அச்சா வேக வேகமாக வெளியே வந்து என்னை அழைத்தார். நான் 'ஓமென்று' சொல்லிக்கொண்டு வீட்டுக்குள் ஓடினேன்.

"ஏனடா வெளியால போய் நிக்கிறாய்?" மருதன் கேட்டார்.

"சும்மாதான்."

"சரி. நாங்கள் வெளிக்கிட வேணும். அச்சா எங்களோட வரமாட்டான். நானும் நீயும்தான் ஓட்டோவில போகவேணும்" என்றார்.

அச்சா வீட்டுக்கு வெளியே நின்ற ஓட்டோவை உள்ளே கொண்டு வந்தார். அதற்குள் சில ஆயுதங்களை வைத்து மூடினார்கள். எனக்குத் தெரிய மூன்று துவக்குகளும், பத்துக்கும் மேற்பட்ட கையெறி குண்டுகளும் ஓட்டோவில் வைக்கப்பட்டன. இந்த ஓட்டோவிலா செல்லப்போகிறேன் என்கிற பயம் எனக்குள் மெல்ல ஏறி வந்தது. மருதன் ஓட்டோவில் ஏறி அமர்ந்தார். நான் பின்னால் ஏறி அமர்ந்துகொண்டேன். தன்னந் தனியனாக ஆயுதங்களுக்கு மேல் அமர்ந்திருக்கும் எனக்கு மூத்திரம் பெய்தால் சுகமாக இருக்குமெனத் தோன்றியது. மருதன் வீதியின் மருங்கில் நிறுத்தினார். மூத்திரத்துக்குப் போனேன். உடல் நடுங்கி மூத்திரம் கழன்றது. கும்பிடாத கடவுளில்லை. எதுவும் தீயது நேராமல் வீட்டுக்குப் போய்ச் சேரவேண்டுமென வேண்டினேன். மருதன் சிரித்துக்கொண்டு கேட்டார்.

"என்ன ஆதீரன் சரியாய் பயந்து போய் இருக்கிறாயோ?"

"இல்லை, இவ்வளவத்தையும் ஒரே ஓட்டோவில ஏத்தினால், பயப்பிடாமல் என்ன செய்யிறது..."

"பின்ன இதைக்கொண்டு போறதுக்கு மட்டும், இலங்கை போக்குவரத்து சபையிட்ட ஒரு பஸ் கேப்பமா?"

எனக்கு ஒரு மாதிரியாக இருந்தது. மருதனிடம் இருக்கும் துணிச்சல் எனக்கில்லை. நான்

புரட்சிக்கு ஆயத்தமாகவில்லை என்று தோன்றியது. பிறர் வாழத் தன்னை ஆகுதியாக்கும் விடுதலை மாண்பு என்னிடம் சேரவில்லை என்று கலங்கினேன். ஒவ்வொரு போராளியும் சாவின் நிழலில் நடக்கிறார்கள். அவர்களை அச்சுறுத்தாத ஆயுதம் போலவே, சாவும் அவர்களோடே பயணிக்கிறது. போராளிகள் ஆயுதங்களை மட்டுமே சுமக்கிறார்கள். சாவையோ, சாவின் பயங்கரத்தையோ அவர்கள் எண்ணிக்கூடப் பார்ப்பதில்லை.

"இப்ப நாங்கள் எங்கட வீட்டத் தானே போறம்?"

"இல்ல தம்பி. இன்னொரு இடத்துக்குப் போய், உன்ர குண்டிக்கு

அடியில கிடக்கிறதுகளைக் குடுத்திட்டு போகோணும்."

"எங்க போகவேணும்?"

"போற வழிதான், கொக்குவில்."

"இப்பவே நேரம் எட்டு மணியாயிற்று. நாங்கள் அங்கு போய்விட்டு வீட்டுக்குச் செல்ல இன்னும் பிந்திப்போடும். நாளைக்கு குடுக்கேலாதா?"

"இண்டைக்கே குடுக்கவேணும். அதுதான் உத்தரவு" என்றார் மருதன்.

ஓட்டோ விரைகிறது. காங்கேசன் துறை செல்லும் பிரதான வீதியில் வாகனங்கள் வேகமெடுத்துப் போய்க்கொண்டிருந்தன. மருதன் உள்வீதியால் போகலாமென மனதுக்குள் நினைத்திருக்க வேண்டும். பிரதான சாலையைப் பெரிய அளவில் பயன்படுத்தாமல் ஊருக்குள் இருக்கும் வீதியில் பயணித்தார். நாங்கள் எதிர்பார்க்காத ஒரு திசையிலிருந்து இரண்டு ராணுவத்தினர் ஓர் இளைஞனைத் துரத்திக்கொண்டு வந்தனர். அவனோ பதற்றமும் உயிர் பயமும் மேலோங்க மூச்சுவாங்க ஓடிவந்தான். அவனைப் பார்த்ததும் மருதன் சொன்னார்.

"ஆதீரா நீ ஒண்டுக்கும் பயப்பிடாமல் இரு."

ராணுவத்தினர் ஓடிவரும் பாதையில் ஓட்டோவைச் செலுத்து கிறார் மருதன்.

"வேற பாதையில போகலா மெல்லே?"

"இதுதான்ரா இருக்கிற ஒரே பாதை. இப்ப நாங்கள் ஓட்டோவைத் திருப்பினால், எல்லாருக்கும் சந்தேகம் வரும். நீ ஒண்டுக்கும் யோசியாத. நான் பார்த்துக்கொள்ளுறன்."

ஓட்டோவுக்கு எதிரே ஓடிவரும்

ராணுவத்தினரில் ஒருவர் வெறுங்காலோடு ஓடிவந்தார். இன்னொருவர் முழுச்சீருடை அணிந்திருந்தார். எங்களுடைய ஓட்டோவை மறித்து, உள்ளே அவன் இருக்கிறானா என்று பார்த்தனர். நான் அவர்களை நேருக்கு நேராக எதிர்கொண்டேன். மருதனிடமும் என்னிடமும் யாராவது ஓடிப்போனதைப் பார்த்தீர்களா என்று கேட்டார்கள்.

இருவரும் 'இல்லை' என்றோம். அதற்கிடையில், மருதனைக் கீழே இறங்கச் சொன்னார்கள். மருதன் மறுத்துவிட்டார்.

"இது இன்னொருவருடைய ஓட்டோ, இரவல் கொடுக்க ஏலாது" என்றார்.

எங்களிருவரையும் அங்கேயே காத்து நிற்க வைத்துவிட்டு, ஓட்டோவில் சென்று தேடி அவனைப் பிடிப்பது ராணுவத்தினரின் திட்டமாக இருந்தது. மருதன் மறுத்தது அவர்களுக்குக் கோபத்தை ஏற்படுத்தியது. யாருமற்ற இருளில் நான்கு பேர் மட்டும் எஞ்சியிருந்தோம். யாருக்கு எது நேர்ந்தாலும் சாட்சியற்ற பொழுது. மருதன் ஓட்டோவை விட்டு கீழே இறங்கும் முன்னரே நான் இறங்கிக்கொண்டேன். மருதன் இறங்குவதற்கிடையில் ராணுவத்தினன் மருதனை கன்னத்தில்

அறைந்தான். இந்தப் பொழுதின்மீது படியப்போகும் நிணத்தின் இரைச்சல் எனக்குள் இறங்கிற்று. மருதன் ஓர் அப்பாவியைப்போல கன்னத்தைப் பிடித்துக்கொண்டு கீழே இறங்கி நின்றார். ஓட்டோவை இயக்கும் முடிவோடு சிப்பாய் முன்னே ஏறி அமர்ந்தான். பின்னே இன்னொருவர். மருதன் தன்னிடமிருந்த கைத்துப்பாக்கியை எடுப்பதற்கு முன், "ஆதீரா நீ முன்னால ஓடு. நான் வாறன்" என்று மட்டும் குரல் கொடுத்தார். எல்லாம் ஒரு கணம். இரண்டு வேட்டொலிகள் இருளின் சலனத்தைக் குழப்பின. வீதியின் மருங்கில் இழுத்துக் கிடத்திவிட்டு, மருதன் ஓட்டோவை இயக்கிக் கொண்டு முன்னே வந்தார். நான் வீதியின் முடக்கில் நின்றிருந்து, ஏறிக்கொண்டேன்.

"கவனம், பார்த்திரு... ரத்தமாய்க் கிடக்கு."

"ரத்த வெடில் அடிக்குது. குமட்டுது."

"இவங்களுக்கு நாங்கள் கதைச்சால் விளங்காது. அடிச்சால்தான் விளங்கும்."

"நீங்கள் வேற ஏதாவது ரூவ் எடுத்திருக்கலாம், நான் அப்பவே சொன்னான், வேற பாதையால போகலாமெண்டு..."

"பாதை இதுதான். ஆபத்து வருமெண்டு பாதையை விட்டுப் போக முடியாது."

"ஓம் விளங்குது" என்றேன்.

நாங்கள் போகவேண்டிய இடத்துக்குப் போய்ச்சேரவே பத்து மணியாகியிருந்தது. ஒரு குடும்பம் வசித்து வந்த அந்த வீட்டில் யார் இயக்கம், யார் பொதுசனம் என்றெல்லாம் கண்டுபிடிக்க முடியவில்லை. அவர்களுக்குள் உரையாடல் நிகழ்வது அரிதிலும் அரிதாக இருந்தது. அங்கிருந்த ஓர் அக்கா, தன்னுடைய பெயரை மேனகா என்று சொல்லி அறிமுகப்படுத்திக்கொண்டார். நாங்கள் ஓட்டோவை அவர்களிடம் கொடுத்துவிட்டு வேறோர் ஓட்டோவுக்காகக் காத்திருந்தோம். அப்போதுதான் மருதன் கேட்டார்.

"நீ பயந்திட்டியே?"

"இல்லை."

"பயப்பிடவேணும், பயந்தால்தான் உன்னை நீ பாதுகாத்துக் கொள்ளுவாய்."

"என்ன சொல்லுறியள்?"

"நான் பயந்ததாலதான் அவங்களச் சுட்டனான்."

மருதன் சொன்னது குழப்பமாக இருந்தது. வேறொரு ஓட்டோ வந்தது. அதில் ஏறிக்கொண்டோம்.

41

ஓட்டோவில் வந்தது வேறு யாருமில்லை மணியன். அவனைப் பார்த்ததும் "நீ எப்பிடியடா இஞ்ச வந்தனீ?" என்று கேட்டேன். சீர்திருத்தப் பள்ளியிலிருந்து விடுதலை செய்யப்பட்டதும், சில நாள்களிலேயே தான் யாழ்ப்பாணத்துக்கு வந்துவிட்டதாகக் கூறினான். யாழ்ப்பாணத்துக்கு வந்தவன், ஏன் எங்கள் வீட்டுக்கு வரவில்லை என்று கேட்கத் தோன்றிற்று. ஆனால், இந்தப் பொழுதில் கேட்பது சரியில்லை. அவன் இப்போது எங்களுடைய வீட்டுக்குத்தானே வருகிறான்... அவன் எப்படி இந்த வேலைக்கு வந்திருக்கிறான் என்று கேட்க ஆவலாயிருந்தது. வீடு போய்ச் சேர்ந்ததும் கண்டிப்பாகக் கேட்பேன். ஆனால் மணியன் தோற்றத்திலிருந்து உடல்மொழி வரை மாறியிருந்தான். அவனிடம் கேட்டேன்.

"நீ என்ன இயக்கத்தில சேர்ந்திட்டியே?"

"இனிமேல்தான் சேரப்போறன்."

"எப்ப?"

"கொஞ்ச நாள் கழிச்சு."

"நீ இயக்கத்தில சேர்ந்தால், பிறகு உன்ர அப்பாவை ஆர் பார்க்கிறது?"

"இயக்கம் பார்க்கும்."

மணியன் இப்படி பதில் சொல்லுமளவுக்கு முன்னேறிவிட்டான் என்பது சந்தோஷமாகவிருந்தது. உரையாடலைத் தொடர்ந்தேன்.

"நீ இப்ப எங்க இருக்கிறாய்?"

"நான் ஒரு பேஸ்ல நிக்கிறன்."

"அதுதான் எங்க?"

"கோவிக்காத ஆதீரா, அதைச் சொல்ல முடியாது."

ஓட்டோ இரவின் நிழலை உடைத்துச் செல்லும் வேகத்தோடு வீதியில் போகிறது. மருதன் எங்களிருவருக்கும் இடையில் நடக்கும் உரையாடலைக் கவனித்துக் கொண்டிருந்தார். நாங்கள் வீடு வந்து சேர பன்னிரண்டு மணியாகிவிட்டது. அம்மாவும் அக்காவும் நித்திரையிலிருந்தனர். அம்மாவின் முகத்தில் கலக்கம் இல்லை. ஆனால், அக்கா பயந்துபோயிருந்தாள். ஓட்டோவில் வந்த மணியன் எங்களை இறக்கி விட்டுவிட்டுப் போய்விட்டான். நான் அவனை வீட்டுக்கு அழைத்தேன். மருதன் அவனுக்கு வேலையிருப்பதாகக் கூறிப் போகச்சொன்னார்.

"நீங்கள்தான் மணியனுக்குப் பொறுப்பாளரா?"

"இல்லை. அவன் வேறொருத்தருக்குக் கீழ நிக்கிறான்."

அம்மாவிடம் மணியன் வந்து போனதைச் சொன்னேன். அம்மாவுக்கு பதில் அக்கா ஆச்சர்யப்பட்டு "எங்கட மணியனோ?" என்று மீண்டும் மீண்டும் கேட்டாள். நான் சாப்பிட்டுக்கொண்டே 'ஓமெ'ன்று தலையசைத்தேன். மருதன் அக்காவின் ஆச்சர்யத்தைப் பார்த்துச் சிரித்தார். 'சாப்பிட்டு முடித்தால், நித்திரை கொள்ளுங்கள்' என்று அம்மா சொன்னாள். இரவு மகிழ்ச்சியற்ற பிறவியின் சரிதத்தைப்போல எந்தப் பிடிப்புமற்று இருந்தது.

அடுத்த நாள் காலையில் வெளிவந்த ஒருசில நாளிதழ்களில், படையினர் சுட்டுக் கொலை என்ற செய்தி வெளியாகியிருந்தது. அரசாங்கத்தின் பிரதிநிதியொருவர், 'இந்தக் கொலையைச் செய்தது புலிகளே' என அறிக்கை வெளியிட்டிருந்தார். நான் நாளிதழைப் பார்த்துத் தகவலைத் தெரிந்துகொள்வதைப்போல

அந்தச் செய்தியின் ஒவ்வொரு சொல்லையும் ஆறுதலாக வாசித்துக்கொண்டிருந்தேன். யாழ்ப்பாணத்தின் பிரதேசமொன்றில் நிகழ்ந்திருக்கும் இந்தக் கொலை நடவடிக்கையின் விளைவாக, ராணுவம் எங்கு வேண்டுமானாலும் வன்முறையை நிகழ்த்தக்கூடுமென சனங்கள் விழிப்புடன் இருந்தனர். மருதனுக்காகக் கடையில் ஒரு நாளிதழை வாங்கிக்கொண்டு வீட்டுக்கு விரைந்தேன். என்னைப் பார்த்ததுமே "என்ன ஆதீரா சாட்சிக்காரன் நடந்து வாறது மாதிரி பயத்தோட வாறாய்" என்றார்.

"ஆனால் நீங்கள் சாட்சிக்காரனைப் பார்த்து பயப்பிடுகிற ஆள் இல்லையே..."

"நீ நீதிக்காய் போரிடும் தரப்பின் சாட்சி, அதுதான் எங்களோட

சாட்சிக்காரன். உன்னைக் கண்டு நான் ஏன் பயப்பிட வேணும்?"

"அதுசரி, இப்படிச் சொல்லிச் சொல்லியே ஆக்களை தக்க வெச்சிடுவியள். இதுதான் இயக்கத்தோட குணம்."

மருதன் ஆமோதித்து, தலையசைத்து நாளிதழை வாங்கிக்கொண்டார். வீதியின் மருங்கில் கிடந்த ராணுவச் சடலங்களின் புகைப்படத்தைப் பார்த்தார். 'இவர்கள் ஏன் எங்களோடு மல்லுக்கு நின்றார்கள், இவர்களை நாம் ஏன் சந்தித்தோம்...' இப்படி மருதனிடம் நிறைய கேள்விகள் எழுந்துகொண்டேயிருந்தன. மருதன் தலையை ஆட்டிக்கொண்டு நாளிதழை மடக்கிவைத்தார்.

"நேற்றைக்கு நடந்த சம்பவத்தை உங்கட அக்காவிட்ட மட்டும் சொல்லிப்போடாத தம்பி."

"நீங்கள் சொல்லாமல் இருந்தால் சரி."

"நான் ஏன் சொல்லப்போறேன். என்னட்ட அந்த மாதிரி எந்தப் பழக்கமும் இல்லை."

ஏற்கெனவே கபிலனின் மரணத்தினால் பொலிவிழந்து காணப்பட்ட ஊர், மெல்லத் துயர் உதறி இயங்கத் தொடங்கியிருந்தது. அம்மாவும் அக்காவும் துர்க்கை அம்மன் கோயிலுக்குச் செல்ல ஆயத்தமானார்கள். மருதன் அப்படியே வீட்டுக்குள் அமர்ந்திருந்தார். நான் "சும்மா வெளியால் போய்விட்டு வருகிறேன்" எனச் சொல்லிவிட்டு வீதிக்கு வந்தேன். வீதியில் மாடுகள் போய்க் கொண்டிருந்தன. அவற்றின் பின்னே நாய்கள் குரைத்தபடி பாய்ந்தன. கற்களைக்கொண்டு நாய்களை

விரட்டினேன். எங்கே போவதெனத் தெரியாமல் வீதியில் நின்றபடி யோசிக்கலானேன். அப்பா எனது நினைவுகளுக்குள் சுழன்று தலை நீட்டினார். அப்பாவின் நினைவு எப்போதாவது என்னில் மலர்கிறது. அப்பாவையும் ஒரு தோட்டாவே பறித்தது.

எனது சின்னஞ்சிறு பிராயத்தில் அப்பாவை ராணுவம் சுட்டுக் கொன்றது. முருகன் கோயில் வடக்கு வீதியில் தூக்கியெறியப்பட்ட அப்பாவின் சடலம் வெயிலில் கிடந்து தோலுரிந்தது. காகங்கள் கரைந்தழுதன. சனங்கள் வீட்டை விட்டு வெளியேறாமல், குப்புறக்கிடக்கும் சடலத்தைச் சுற்றி வந்த நாய்களைக் கற்கள்கொண்டு விரட்டினர். நேரங்கழித்து அப்பாவின் சடலத்தைச் தூக்கிச் சுமக்க முடியாமல் உழவூர்தியொன்றில் ஏற்றினார்கள். அம்மா கதறியடித்துக்கொண்டு ஊதிப்போயிருந்த அப்பாவைக் கட்டியணைத்தாள். அப்பாவின் கண்கள் வெளிறித் திறந்திருந்தன. குருதி காய்ந்த வாடை. சடலத்திலிருந்து கசியும் புலனுக்குத் தெரியாத மணம் வயிற்றைப் புரட்டியது. அப்பாவை உழவூர்தியிலிருந்து இறக்கி வாங்கில் வளர்த்திவிட்டார்கள்.

அவருடைய உடலை எங்களுடைய சொந்த வளவில் இட்டோம். குடியிருக்கிற இடத்தில சவத்தைப் புதைக்கக்கூடாதென சிலர் சொல்லியும் அம்மாவும் நாங்களும் மறுத்துவிட்டோம். அப்பாவை இட்ட இடத்தில் ஒவ்வொரு நாளும் உணவைப் படைத்தோம். நாய்களும் பறவைகளும் உணவைப் பரிமாறி உண்டன. அப்பாவைப் பிரிந்த எனது பிராயத்தின் துயருக்குச் சுகம் தரும் எந்தக் களிம்புமில்லை. அப்பாவின் உடல் கிடக்கும் மேட்டுப்பகுதிக்கு அடிக்கடி சென்று ‘அப்பா... அப்பா...’வென்று கூப்பிட்டுப் பார்ப்பேன். நிலத்துக்குள் கிடந்த அவரிடமிருந்து எந்த வார்த்தையும் வருவதாயில்லை. ஒருநாள் அதிகாலையில் நித்திரையிலிருந்து எழுந்து சென்று, அப்பாவின் காலடிக்கு அருகில் நின்று கூப்பிட்டேன். அங்கு வளர்ந்திருந்த புற்களை குந்தியிருந்து புடுங்கியபடி இடைவிடாது கூப்பிட்டுக் கொண்டேயிருந்தேன். வேலியில் நின்று கூவிய சேவலைக் கல்லால் எறிந்து விரட்டினேன். எத்தனை தடவை கூப்பிட்டும் சத்தமெழுப்பாதிருந்தார். நான் வெறிகொண்டு கத்தினேன்.

‘‘அப்போய்... அப்போய்.... அப்போய்.... அப்போய்...

அப்போய்... அப்போய்... அப்போய்... அப்போய்...

அப்போய்... அப்போய்... அப்போய்... அப்போய்...

அப்போய்... அப்போய்... அப்போய்...

அப்போய்... அப்போய்....

அப்போய்...”

அதிகாலையில் நான் அப்படி நடந்துகொண்டேன் என்பதை என்னால் நம்பமுடியாதிருந்தது.

மயக்கம் தெளிந்து பார்த்தபோது சொந்தக்காரர்கள் கூடியிருந்தனர். ‘இப்படியெல்லாம் நடக்குமெண்டு தான் வளவுக்குள்ள புதைக்க வேண்டாமெனச் சொன்னாங்கள்’ என அம்மாவை ஏசிக்கொண்டிருந்தனர். மேசையில் வைக்கப்பட்டிருக்கும் அப்பாவின் புகைப்படத்தின் முன்னால் வைக்கப்பட்டிருந்த வெள்ளை நிறச் செம்பரத்தம் பூ காற்றில் அசைந்தது.

அம்மா என்னைக் கட்டிப் பிடித்துக்கொண்டு வார்த்தைகளற்ற கண்ணீரைச் சொரிந்தாள். அப்பாவின் ஆவி அவர்களைப் பிடித்துவிடுமென எண்ணி எங்களுடைய வீட்டுக்கு வருவதற்குச் சிலர் பயந்தனர். குழந்தைகளை கூட்டி வருவதை அறவே தவிர்த்தனர். ராணுவத்தின் ஊர்திகள் வீதியால் போகையில் கற்களால் எறிந்தாவது வீழ்த்த வேண்டுமென எண்ணினேன். அப்பாவைக் கொன்ற இவர்களின் ரத்தம் பார்க்க நான் இன்னும் எவ்வளவு வளரவேண்டுமென நாள்களை எண்ணினேன். ஒருநாள் இரவு, அப்பாவின் இடத்துக்குச் சென்றேன். அந்த மேடு, நிலத்தோடு இறங்கியிருந்தது. அப்பாவின் மீது கிடந்த பாரம் மறைந்துபோனதென நினைத்துக்கொண்டே “அப்போய்...” என அழைத்தேன். கர்ப்பிணியின் வயிற்றில் புரளும் சிசுவின் அசைவைப் போல அப்பா கிடத்தப்பட்டிருந்த அந்தப் பகுதியில் மட்டும் ஒரு புரள்வு தெரிந்தது. குந்தியிருந்தபடி “அப்போய்” என்று மீண்டும் கூப்பிட்டேன். பதிலுக்கு “சொல்லு ஆதீரா” என்ற அப்பாவின் குரல் நிலத்திலிருந்து வானத்துக்குக் கேட்கும்படியாய் நீடித்து நின்றது.

எத்தனையோ ஆண்டுகளுக்குப் பின்னர் இந்த நினைவு இப்போது எதற்காக வருகிறது... அப்பாவின் நினைவுகள் எனக்கு அந்தரங்கமானவை. நான் வீதியிலிருந்து ஒரு திசை நோக்கி நடக்கலானேன்.

பஞ்சம்படை வந்தாலும்
பாரெல்லாம் வெந்தாலும்
அஞ்சுவமோ நாங்களடி - கிளியே!
ஆறுமுகன் தஞ்சமடி
பஞ்சம்படை வந்தாலும்
பாரெல்லாம் வெந்தாலும்
அஞ்சுவமோ நாங்களடி - கிளியே!

ஆறுமுகன் தஞ்சமடி... என்ற யோகர் சுவாமியின் பாடலைப் பாடிக்கொண்டு மனம்போன போக்கில் நடந்தேன். மீண்டும் அப்பாவின் நினைவுகள் என்னைச் சுற்றுகின்றன. அப்பாவின் குரல் ‘ஆதீரா...’ என்றழைப்பதை யாழ்ப்பாணமே கேட்பதைப்போல உணர்கிறேன். ஏன் இப்படியான எண்ணங்கள் உள்ளே திரள்கின்றன. விஷமேறுவதைப்போல பயம் ஊர்கிறது. எந்த விரல்கொண்டு எப்படித் தட்டுவதெனத் தெரியாமல் விழி பிதுங்கினேன். மிக வேகமாக வீடு நோக்கி நடந்தேன். வீதியில் ஓடி வந்தேன். அப்பாவின் குரலும், அவரின் அழைப்பும் எனக்குள் கேட்டுக்கொண்டே இருந்தன. நான் வீதியிலிருந்து வீட்டின பாதைக்குள் நுழைகையில் ராணுவத்தினர் சிலர் நடந்துவருவது தெரிந்தது. நான் அவர்களைப் பொருட்படுத்தாமல் எதிரே நடந்துபோனேன். அவர்கள் எதுவும் கேட்கவில்லை. நான் அவர்களைக் கடந்து வீட்டுக்குள் போனதும், அம்மாவும் அக்காவும் நின்றுகொண்டு சொல்லினர். “வெளிக்கிடு. நாங்கள் இனி இஞ்ச இருக்கிறது ஆபத்து!”

42

மருதன் அண்ணாவை வீட்டுக்குள் காணவில்லை. அக்கா கடுமையாக பயந்துபோயிருந்தாள். “என்ன நடந்தது, ஏன் ஆர்மிக்காரங்கள் வந்து போறாங்கள்?” என்று கேட்டேன்.

“வீட்ட செக் பண்ணினவங்கள், அவங்களுக்கு ஏதோ தகவல் போயிருக்கு.”

“மருதன் எங்க?” என்றேன்.

“பின்னுக்குப் போய்ட்டார்” என்றாள் அக்கா.

“அவரை அவங்கள் பார்க்கேல்லையோ?” எனக் கேட்டேன்.

“பார்த்திருந்தால் அவ்வளவுதான், இண்டைக்கு எல்லாரையும் கூட்டிக்கொண்டு போயிருப்பாங்கள்.”

“ஆரோ, ஏதோ தகவல் சொல்லித்தான் அவங்கள் வந்து போறாங்கள்” அம்மா மீண்டும் சொன்னாள்.

“வந்து என்ன கேட்டவே?”

“வேற என்னத்த... அடையாள அட்டையைத்தான்.”

“அம்மாவைத்தான் ரெண்டு மூண்டு தடவை, விசாரிச்சவங்கள்.”

"நான் வன்னியிலருந்து வந்த தெண்டதும், அவங்களுக்கு ஒரு சந்தேகம் இருக்குமெல்லே..."

அப்போதுதான் மருதன் வீட்டுக்குள் நுழைந்தார். நடந்தவற்றைக் கேட்டுத் தெரிந்துகொண்டார். அவருக்குக் குழப்பம் தோன்றியது. ராணுவத்தினரின் வருகைக்குக் காரணம் எதுவாக இருக்குமென எண்ணினார். அவருடைய உடைமைகளை மறைத்துவைத்திருந்த இடத்துக்கு ஓடிப்போனார். அவற்றை எடுத்து வந்ததும் மருதன் எங்கள் எல்லோரிடமும் சொன்னார்.

"நான் இனிமேல் இஞ்ச இருக்கேலாது. வெளிக்கிடுறன்."

"நாங்களும்தான் மருதன்." அம்மா சொன்னாள்.

"ஓம் அம்மா, துல்லியத்துக்குள்ள வந்திட்டம். வேகமாய் செயற்பட வேணும்."

அன்றிரவு மருதன் எங்களுடைய வீட்டிலிருந்து வெளியேறினார். அம்மா அவருக்குத் திருநீற்றைப் பூசி வழியனுப்பிவைத்தாள். அக்காவின் முகம் மங்கிப்போயிருந்தது. ஆனால், பாவனையாக முகத்தை மலர்த்தி வைத்துக்கொண்டாள். மருதன் நாளைக்கே எங்களை இங்கிருந்து வெளிக்கிடுமாறு கூறினார். நாங்கள் மூவரும் பூட்டம்மாவின் வீட்டிலேயே இரவு தங்கினோம். வன்னிக்கு எடுத்துச் செல்லவேண்டிய பொருள்களையும் உடுப்புகளையும், பாடப் புத்தகங்களையும் எடுத்து மூன்று பைகளில் இட்டு நிரப்பினோம். காலையில் ஒன்பது மணிக்கே யாழ்ப்பாணம் பேருந்து நிலையத்துக்குப் பயணப்பட்டோம். பூட்டம்மா எங்களோடே தானும் வந்துவிடுவதாகக் கூறினாள். அவளுடைய கண்ணகி அம்மன் கோவிலை மட்டும் இன்னொரு சொந்தக்காரரை பார்த்துக்கொள்ளச் சொன்னாள். யாழ்ப்பாண பேருந்து நிலையத்திலிருந்து கிளிநொச்சி செல்லும் பேருந்தில் ஏறினோம். அம்மாவும் பூட்டம்மாவும் சேர்ந்து இருந்தார்கள். நானும் அக்காவும் இன்னோர் இருக்கையில் அமர்ந்திருந்தோம். யாழ்ப்பாணத்தை விட்டுச் செல்லும் நாளின் துயரம் எம்மைச் சூழ்ந்திருந்தது. நான் மெல்லக் கலங்கி விசும்பினேன். அக்கா என்னை ஆற்றினாள். அவள் உயிர்த்தெழத்துடிக்கும் ஒரு பட்சியைப்போல உள்ளே துடித்துக் கொண்டிருந்தாள்.

"இப்ப ஏனடா அழுகிறாய், யாழ்ப்பாணத்துக்கு இன்னும் கொஞ்ச நாளில திரும்பி வந்திடலாம். கவலைப்படாத."

"இல்லை. இவங்கள் இஞ்ச இருக்கிற வரைக்கும் எங்களால இனி வரேலாது. எனக்குத் தெரியும்."

பேருந்து வெளிக்கிட்டது. பூட்டம்மா, 'காளித்தாயே...' என்று கும்பிட்டாள். அம்மா கைகளைக் கும்பிட்டபடி கண்களை மூடித் திறந்தாள். நாம் முகமாலையின் ராணுவ சோதனைச் சாவடியைக் கடக்கும் வரை இந்தப் பதற்றம் இருக்கும். அதைத் தாண்டிவிட்டால் போராளிகள். அவர்களைப் பார்த்து விட்டால் நிம்மதியாகிவிடும். மருதன் இவ்வளவு கலவரப்பட்டு எங்களுடைய வீட்டிலிருந்து ஏன் புறப்பட்டார்... வீட்டுக்கு வந்த ராணுவத்தினர் அம்மாவையும் அக்காவையும் விசாரித்துவிட்டு மேலதிகமாக எதுவும் கேட்காமல் ஏன் சென்றனர்... இடையில் என்னைக் கண்டும் எதுவும் சீண்டவில்லையே...

எல்லாமும் புதிராகவே இருந்தன. என்ன நடக்கிறது, ஏன் இப்படி பயந்தோடுகிறோம் என்றெல்லாம் யோசிக்கத் தோன்றியது.

"நாங்கள் தப்பியோடுகிறோமா?" அக்கா கேட்டாள்.

நான் அவளது கண்களைப் பார்த்துச் சொன்னேன், "தப்பித்திருக்க வேண்டியவர்கள் நாங்களென்று காலம் விரும்பியிருக்கிறது போலும்."

பேருந்து சாவகச்சேரியைத் தாண்டிப் போய்க்கொண்டிருந்தது. இன்னும் கொஞ்ச நேரத்தில் ராணுவ சோதனைச்சாவடி வந்துவிடும். அம்மாவுக்கு யோசனைகள் ஏராளம். ராணுவத்தினரிடம் சொல்லிக்கொடுத்தவர்கள் யாராக இருக்கலாமென்று அம்மாவுக்குச் சில ஊகங்கள் இருந்தன. அவள் தன்னுள்ளேயே அவற்றைப் பிரதிவாதம் செய்து கொண்டிருந்தாள். நாங்கள் முகமாலை ராணுவ சோதனைச் சாவடியில் பயந்ததுபோல் எதுவும் நடக்கவில்லை. பூட்டம்மாவும், அம்மாவும், அக்காவும் வருவதற்காக நான் காத்திருந்தேன். மூவரும் வந்தனர். மீண்டும் பேருந்தில் ஏறி அமர்ந்து எப்போது புறப்படுமெனக் காத்திருந்தோம். பேருந்து மெல்ல மெல்ல முன்னேறத் தொடங்கியது. அழிவு வெளியின் தீக்கங்குகளை, காயமற்றுக் கடந்த சாகசவுணர்வு தோன்றியது.

ராணுவத்தின் சோதனைச் சாவடிக்கும் போராளிகளின் இடத்துக்குமிடையே நீண்டிருந்த சூன்யப் பிரதேசத்தில் பேருந்து விரைந்தது. சர்வதேசச் செஞ்சிலுவைச் சங்கத்தின் பிரதிநிதியொருவர் கண்காணிப்புக் குடிசைக்குள் அமர்ந்திருந்தார். நாங்கள் மீண்டும் பேருந்தை விட்டு இறங்கி, போராளிகளின் சோதனைக்கு உள்ளானோம். பன்னிச்சையடிக்குப் போனதும் முதலில் கிணற்றில் அள்ளிக் குளிக்க வேண்டுமென நினைத்துக்கொண்டேன். சொந்தவூர் தண்ணீருக்கு எத்துயரையும் போக்கும் வல்லமை இருக்கிறது. நாங்கள் பிரதான சாலையிலிருந்து வீட்டுக்கு நடந்து வந்தோம். வீட்டினுள்ளே யாரோ கதைப்பது கேட்டது. வெளியே நின்ற வாகனத்தைப் பார்த்ததும் அம்மா சொன்னாள். "கொண்ணா வந்து நிக்கிறான்போலக் கிடக்கு.'' பூட்டம்மாவின் குரல் கேட்டதும், அண்ணா வெளியே ஓடிவந்தான்.

"என்னடா அதிசியம், கிழவி திடீர் விசிட் அடிச்சிருக்கிறா."

"விசிட் எல்லாம் கிடையாது. இனிமேல் இஞ்சதான்."

"ஏன் என்ன நடந்தது?"

"வீட்ட ஆர்மிக்காரங்கள் வந்திட்டாங்கள். அவங்களுக்கு ஆரோ எதையோ சொல்லியிருக்கிறாங்கள்."

"என்ன சொன்னவங்கள்?"

"எதுவும் சொல்லேல்ல, அதுதான் சந்தேகமாகயிருந்தது. வந்திட்டம்."

"நல்ல விஷயம்."

பூட்டம்மா அண்ணாவிடம் கேட்டாள். "எதடா நல்ல விஷயம், கோயிலையும் வீட்டையும் கை விட்டிட்டு இஞ்ச வந்து நிக்கிறமே அதுவா?"

அண்ணா அடுத்த நொடியே சிரித்துக்கொண்டு ஒரு பதில் சொன்னான். "கொஞ்ச நாளைக்குப் பொறுத்துக்கொள்ளுங்கோ, எல்லாருமாய்ச் சேர்ந்து யாழ்ப்பாணம் போவம்."

“எல்லாருமெண்டால்?”

“எல்லாருந்தான்.”

“என்ன... யாழ்ப்பாணத்த பிடிக்கப் போறியளோ?” பூட்டம்மா கேட்டாள்.

“ஏன் பிடிக்க வேண்டாமோ?”

“ஆனால் அது உங்களால ஏலுற காரியமே, அவன் எல்லா இடத்திலையும் பரவி நிக்கிறான்.”

“ஏலுமெண்டு இயக்கம் நினைச்சால், அது ஒரு சின்ன விஷயம்.”

பூட்டம்மா கண்களை விரித்து அண்ணாவையே பார்த்துக் கொண்டிருந்தாள். அண்ணா நிறைய விஷயங்களைச் சொன்னான். ஆனால், அவள் சில இடங்களில் மறுத்துக் கதைத்தாள்.

“முதலிலேயே இயக்கம் யாழ்ப்பாணத்த விட்டிருக்கக்கூடாது மோனே. அது பெரிய பிழை.”

அண்ணா ஆமோதித்து, தலையசைத்தான். பூட்டம்மா தொடர்ந்து கதைத்தாள்.

“நீங்கள் திரும்ப யாழ்ப்பாணத்தப் பிடிக்க ஒரு சண்டை தொடங்குவியளாய் இருந்தால், அது உங்களுக்குப் பெரிய இழப்பாய்தான் எஞ்சும்.”

“ஏன் அப்பிடிச் சொல்லுறியள்?”

“எனக்குத் தெரியும் மோனே, ஆனால் எப்பிடியெண்டு மட்டும் என்னெட்ட கேக்காத.”

“இப்பிடி அடிச்சு சொல்லுறியளே அதுக்காகக் கேக்கிறன். யாழ்ப்பாணத்த இனி இயக்கம் ஆளாதா?”

“இல்லையெண்டுதானே சொல்லுறன்.”

“என்ன காரணம்?”

பூட்டம்மா அதன் பிறகு எதுவும் கதைக்கவில்லை. அவள் உடைமைகளோடு கொண்டுவந்த மாவீரராகிப்போன தனது மகனின் புகைப்படத்தை எடுத்து மேசையில் வைத்தாள். அண்ணா அவளையே பார்த்துக்கொண்டு நின்றான். அண்ணாவிடம் சொன்னேன்.

“அவாவிட்ட பிறகொருக்கால் இதைப் பற்றிக் கேப்பம்.”

அவன் சிரித்துக்கொண்டு தன்னுடைய வேலைகளைப் பார்க்கத் தொடங்கினான். இரவும் அவன் விழித்தே இருந்தான்.

முகில்கள் மழையைப் பொழிந்தன. ஆடுகளைப் பட்டிக்குச் சாய்த்துக்கொண்டு போகும் சிறுவன் நனைந்து தோய்ந்துபோயிருந்தான்.

பழைய தேர்முட்டி மண்டபத்துக்குள் ஆடுகள் சில சிதறி ஏறின. அவன் ஒதுங்கி நிற்க விருப்பமற்று கோபங்கொண்டு முறையிடும் நீரின் கூக்குரலாய் இருண்டு நீடித்த மழையில் மந்தையோடு நடக்கலானான். சிவன் கோயில் வடக்கு வீதியில் நிற்கும் வில்வ மரத்தின் கீழே அமர்ந்திருந்த 'விசரன்' அப்பையா மழையில் நனைந்தபடி வானத்தைப் பார்த்துச் சிரித்துக்கொண்டிருந்தார். அவர் சிரிக்கும் திசையிலிருந்து மின்னல்கள் தோன்றுவதைக் கண்ட சிறுவன், மழையிருட்டில் உறைந்துபோய் நின்றான். மந்தைகள் தமது வழித்தடத்தில் நடந்து பட்டியில் சென்று அடைந்தன. அதிகாலை வடக்கு வீதியில் கண்விழித்த சிறுவன், விசரன் அப்பையாவிடம் சென்று 'சுவாமி' என்றழைத்தான்.

நான்கைந்து போராளிகள் அந்த வழியாக நடந்துபோயினர். சிறுவன் 'ஆர்?' என்று கேட்டான்.

"அது நாங்கள்தான், நீங்கள் பயப்பிடாமல் இருங்கோ" என்றார் ஒரு போராளி.

ஒரு படையணியே நகர்ந்து முன்னோக்கிப் போய்க்கொண்டிருந்தது. நடந்து செல்லும் போராளிகளின் வரிசையைப் பார்த்தான். அது இருளில் தொடங்கி விடியல் வரை நீண்டிருந்தது. "விசரன்" அப்பையா கண்களைத் திறந்து படையணி நகர்வதைப் பார்த்ததும், கையெடுத்து வானத்தை வணங்கினார்.

அந்த இரவில் நித்திரையில் கிடந்த தன்னுடைய இரண்டு குழந்தைகளையும் போர்த்திவிட்டு, கையில் டோர்ச் லையிற்றை எடுத்தாள் மதி. வீட்டின் கதவுக்கு முன்னால் கிடந்த நாய் அவளைக் கண்டதும் எழுந்து குழைந்தது. அவள் நாயைத் தடவிவிட்டு படலையைத் திறந்து மெதுவாகத் தென்னந்தோப்பை நோக்கி நடந்துபோனாள். கடந்த சில மாதங்களாகவே வாடிக்கையான கருமமாய் இது நிகழ்கிறது. தென்னந்தோப்பில் முருகு காத்திருந்தான். மதி டோர்ச் லையிற்றை அணைத்துவிட்டு, மிக வேகமாக நடந்து தென்னந்தோப்பிலிருக்கும் சந்திப்பு மையத்தை அடைந்தாள். முருகு அவளைக் கட்டியணைத்து மூர்க்கம் கொண்டு புணர்ந்து களித்தான். மதி உணர்ச்சிகளின் நாவுகளால் தீண்டப்பட்டு துளிர்த்தாள். கலவி திறந்து விரியும் உடல்களின் வாசனையோடு தீர்ந்திருந்தது. இருவரும் மண்மேட்டில் படுத்திருந்து கதைத்தபடியிருந்தனர். அதிகாலை ஐந்தரையிருக்கும், மதி அங்கிருந்து வெளிக்கிடத் தயாரானாள். முருகு அவளைக் கட்டியணைத்து முத்தமிட்டு அனுப்பி வைத்தான். வாளி நீரில் கால்களைக் கழுவிக்கொண்டு மதி தனது வீட்டுக்குள் நுழைந்தாள். குழந்தைகள் இருவரும் நித்திரையிலிருந்தனர். முருகு தென்னந்தோப்பு மணல் மேட்டில் படுத்திருந்து பீடியைப் புகைத்துக்கொண்டிருந்தான்.

43

ஏற்பாடுகளையெல்லாம் பார்த்தால், இயக்கம் சண்டையைத் தொடங்கப்போகுதுபோல." சனங்கள் சாடைமாடையாகக் கதைக்கத் தொடங்கினார்கள். ஆனால், பூட்டம்மா சொன்னது எனக்கு இப்போது ஞாபகத்தில் இருக்கிறது. சண்டையைத் தொடங்கினால், இயக்கத்துக்குப் பெரிய இழப்பு வருமென்று அவரால் எப்படி உறுதியாகச் சொல்ல முடிகிறது என்று குழப்பமாகவே இருந்தது. அண்ணா நான்கு நாள்களுக்கு மேலாக விடுப்பில் இருந்தான். அவனைச் சந்திக்கச் சொந்தக்காரர்கள் வந்து போயினர். போராளிக்கு அவ்வளவு மரியாதையும் அன்பும் சூழ்ந்து நிற்கின்றன. யாழ்ப்பாணத்திலிருந்து ஆனையிறவைக் கைப்பற்ற அரசாங்கம் படை நடவடிக்கையை முன்னெடுக்கலாமென்று, இயக்கம் தயாராகவிருப்பதாக அண்ணா கதையோடு கதையாகச் சொன்னார்.

பூட்டம்மா அப்போது எதுவும் சொல்லவில்லை. மதிய நேரத்தில் உப்புக்காட்டுக்கு நடக்கலானேன். சாணை பிடிக்கப்பட்ட சின்னஞ் சிறியதான வேட்டைக்கத்தியை இடுப்பில் சொருகிக்கொண்டேன். பன்னிச்சை மரத்தின் முன்னே விழுந்து வணங்கினேன். எந்த அசைவுமற்று இருந்த மரத்தின் கிளைகளை நோக்கி எம்பினேன். என்னைப் பொருட்படுத்தத் தயாரில்லை என்பதைப் போலிருந்தன. நான் 'பன்னிச்சைத்தாயே!' என்று மூர்க்கம்கொண்டு சத்தமிட்டேன். காட்டின் மீது அனல்மழை பொழிவதைப்போல வெக்கை எழும்பியாடியாது. பன்னிச்சைத்தாய் எனக்கு

முன்னால் தோன்றினாள். அவளது கண்களில் கோபம் தகித்தது. தாள முடியாத துயரை அள்ளித்தின்ற சோக பாவத்தில் அவளைக் காண முடியாதிருந்தது. அவளின் கால்களைத் தொட்டு வணங்கினேன். மெல்ல தணிந்த வெக்கையின் மீது நிழலாக நின்றுகொண்டிருந்த பன்னிச்சைத்தாய், என்னைத் தூக்கி நிறுத்தினாள். "நீ ஏழு நடுகற்களையும் கண்டுபிடிப்பாயாக!" என்று என்னை ஆசீர்வதித்தாள். 'ஆதீரன்' என்றொரு குரல் உப்புக்காடெங்கும் ஒலிக்க, நான் ஏழு நடுகற்களையும் தேடி நடக்கத் தொடங்கினேன். நாகப்பர், வேங்கை மரத்தின் கீழே அமர்ந்திருந்தார். அவரது காலடியில் இரண்டு உடும்புகள் தலையோடு வாலாக கட்டப்பட்டுக் கிடந்தன. என்னைக் கண்டதும் எழுந்து நின்று "வா ஆதீரா, என்ன இவ்வளவு பிந்தி வாறாய்?" என்று கேட்டார்.

"இதென்ன புதுக்கதையா கிடக்கு, நான் உங்களைப் பார்க்க வரேல்ல" என்றேன்.

"ஆனால் நான் உன்னைக் காணத்தான் இதில இருக்கிறன்."

"என்னைக் காணவோ, நான் இஞ்ச வருவனெண்டு உங்களுக்கு எப்பிடித் தெரியும்?"

"இண்டைக்கு மட்டுமில்ல, நாளைக்கு நீ எங்க போவாயெண்டும் எனக்குத் தெரியும்."

"நான் எங்க போவன் சொல்லுங்கோ."

"அதெல்லாம் சொல்ல முடியாது. இப்ப நீ எங்க போறாய்?"

"இவ்வளவு தெரிஞ்ச உங்களுக்கு, நான் எங்க போறனெண்டு தெரியாதோ?"

நாகப்பர் என்னைத் தீர்க்கத்துடன் பார்த்துச் சொன்னார்.

"ஆதீரா, உன்ர ஒவ்வொரு காலடியும் எந்தத் திசையை நோக்கிப் போகுதெண்டு எனக்குத் தெரியும்."

நான் சிரித்துக்கொண்டு அவரை விட்டு நடக்கத் தொடங்கினேன். தனித்துக்கிடக்கும் காட்டில் நிகழ்வது எல்லாம் மேன்மை. 'இயற்கை எனது நண்பன்' என்கிற தலைவரின் வார்த்தைகள் அலர்ந்து ஞாபகத்தை நறுமணமாக்கின. சத்தத்துக்கும் காலத்துக்குமிடையே காடு தன்னையொரு வாத்தியமாக்கி வைத்திருந்தது. நாகப்பர் எனக்குப் பின்னே 'காத்தவராயன் கூத்து' பாடலைப் பாடிக்கொண்டு வந்தார். அவரின் வலது தோளில் உடும்புகள் கைப்பையைப்போலத் தொங்கிக்கொண்டிருந்தன. மெல்ல மெல்ல வெயில் இறங்கிக் கொண்டிருந்தது. குளிர்மைச் சுனையாய் நிழல் பரவிக்கிடக்கும் மரத்தொகுதிக்குள் நுழைந்தேன். நாகப்பர் என்னை அதற்குள் போக வேண்டாமென எச்சரித்தார். அவர் சொல்வதைக் கேட்பதற்குத் தயாரில்லை. ஆனால் அவருடைய எச்சரிப்பு நீண்டுகொண்டே போனது. நான் திரும்பிப் பார்த்துக் கேட்டேன்.

"ஏன் இதுக்குள்ள என்ன பேயே நிக்குது?"

"பேயில்ல, முனி நிக்கும். உள்ள போனால் ஒரு சின்னப்பனை நிக்கும். அதில முனியிருக்கு."

"முனிதானே, இருக்கட்டும். நான் போறன். எனக்குப் பன்னிச்சைத்தாய் துணையிருப்பா."

"எல்லாருக்கும் அவா துணையிருப்பா. ஆனால் அதுக்குள்ள நீ போகாத."

நாகப்பர் கண்டிப்புடன் உத்தரவாகச் சொன்னார். நான் நுழையாமல் வெளியே வந்தேன். நாகப்பர் இன்னொரு பாதையால் என்னைக் கூட்டிச் சென்றார். "ஏழு நடுகற்களை உன்னால் கண்டுபிடித்து விட முடியுமா?" என்று கேட்டார். "கண்டுபிடிப்பன்" என்றேன். காடு மெல்ல மெல்ல நெகிழ்ந்து என்னை அரவணைத்தது.

"நெடுவல்ராசன் ஏழு நடுகற்களையும் எனக்குக் காட்டி யிருக்கலாம். ஏன் இப்படி என்னை விட்டுப் போனாரோ" என்று புலம்பத் தொடங்கினேன். நாகப்பர் சொன்னார்.

"நீ பெரிசுகள் மாதிரி புலம்பாத, உனக்கு பன்னிச்சைத்தாயோட துணையிருக்கும்."

"எனக்கு இது தெரியாதே."

"தெரிஞ்சும் ஏன் புலம்புறாய்?"

"நான் புலம்பேல்ல."

திடீரென குண்டுகள் வீழத் தொடங்கின. உப்புக்காட்டின் கடைசி எல்லையில் கூவி வெடித்த குண்டுகள் நாகப்பருக்கு நிறைய செய்திகளைச் சொல்லின.

"உது யாழ்ப்பாணத்தில நிக்கிற ஆர்மிதான், அவங்கள் வன்னியை நோக்கி முன்னேறப் போறாங்கள் போல." நானும் நாகப்பரும் உப்புக் காட்டை விட்டு அவசர அவசரமாக வெளியேறி ஊருக்குள் நுழைந்தோம்.

பூட்டம்மா வீட்டில் அமர்ந்திருந்து பனங்கட்டி கடித்துக்கொண்டு சாயத் தண்ணியை அருந்தினாள்.

"காட்டுக்குள்ள மூன்று ஷெல் விழுந்தது. நான் பயந்திட்டன்."

"இஞ்ச முனுசோட தென்னந் தோப்பிலையும் ரெண்டு விழுந்தது."

"என்ன ஷெல்லோ?"

"இல்லை தேங்காய். வாற கோபத்துக்கு ஏதவாது சொல்லிப் போடுவன். ஷெல்தான் விழுந்திருக்கு."

புலிகள் இயக்கத்தின் கட்டுப்பாட்டுப் பகுதிக்குள் நிலை கொண்டிருக்கும் சர்வதேசத் தொண்டு நிறுவனங்களின் வாகனங்கள் வீதியில் பரபரத்து ஓடின. சண்டை தொடங்கிவிட்டதாவென சனங்களுக்குள் கிலி தோன்றியது.

"எல்லா வெளிநாட்டுக் காரங்களையும் வெளியேறச் சொல்லிப் போட்டு, தொகை தொகையாய்க் குண்டடிச்சுக் கொல்லப்போறாங்கள்."

"நீங்கள் வேணுமெண்டால் இருந்து பாருங்கோ. சிங்களவன் எங்களை அணுகுண்டு போட்டுக் கொல்லப் போறான்."

"வெள்ளைக்காரன நம்பினால் நடுத்தெருதான். பார்த்தியோ... சும்மா சமாதானம், மத்தியஸ்தம் எண்டு சொல்லிப்போட்டு இவ்வளவு நாளும் சண்டைக்குத்தான் ரெடியாகிட்டு இருந்திருக்கிறாங்கள்."

பன்னிச்சையடி கிராமத்தில் சனங்கள் இடம்பெயரத் தயாரானார்கள். ஆனால், போராளிகள் சண்டையெல்லாம் ஒன்றுமில்லை என்று சனங்களுக்கு விளங்கவைத்தனர்.

"அப்ப ஏன் தம்பி அவன் ஷெல் அடிக்கிறான்?"

"அதொண்டுமில்லை, அவன் எங்களைச் சும்மா சீண்டிப் பார்க்கிறான். நாங்கள் அவங்களைத் திருப்பி அடிச்சால்தான் சண்டை."

"நீங்கள் எங்களுக்குச் சொல்லாமல் அவங்களை அடிக்கத்

தொடங்குவியள், பிறகு நாங்கள் ஓடவும் ஏலாது."

இதன்மூலம் அரசாங்கம் தாக்குதலுக்குத் தயார் என்பதை அறிவித்திருக்கிறது. ஆகவே, சனங்களை விழிப்போடு இருக்கச் சொல்ல வேண்டும். இயங்கிவரும் பள்ளிக்கூடங்களில் பதுங்குக் குழிகள் அவசியம். போரில் காயங்களுக்கு முதலுதவி வழங்குவது எப்படியென மருத்துவப் போராளிகளால் பள்ளிக்கூடங்களில் வகுப்புகள் எடுக்கப்பட்டன. போரைப் பற்றி யோசித்தபடியே மரங்களின் உச்சிக் கிளைகளிலிருந்து கீழே இறங்கின எறும்புகள்.

சர்வதேசத் தொண்டு நிறுவன அலுவலகத்துக்கு முன்னால் சனங்கள் கூடினர். அலுவலகத்தில் பரபரப்பு கூடி நின்றது. பிரதேசத்தின் அரசியல்துறை பொறுப்பாளர், அலுவலகத்தில் இருந்த வெளிநாட்டுப் பிரதிநிதிகளிடம் ஏதோ பேச்சுவார்த்தை செய்தார். அரசாங்கத்தின் போர் நிறுத்த மீறலைக் கண்டிக்க வேண்டுமென சனங்கள் குரல் கொடுத்தனர். லூயிஸ் என்கிற சர்வதேசப் பணியாளர் சனங்களைப் பார்த்து "வணகொம்" என்றாள். அவளுக்கும் வணக்கம் சொல்லி நாகரிகம் பாராட்டும் அளவுக்கு சனங்களுக்கு மனமில்லை. வன்னிக்கும் அப்படித்தான். காவு கொடுக்கப்பட்ட காலத்தைப்போல லூயிஸ் சனங்களைப் பார்த்துக்கொண்டு நின்றாள். காலாட்படையின் கால்களுக்குக் கீழே நசிபடும் குழந்தைகளின் சவத்துயரம் எனக்குள் கடல்போல் ஓங்கி எழுந்தது. ஓலம் என் மூளைக்குள் முன்னேறிக்கொண்டிருந்தது. லூயிஸ் கண்களில் ஒழுகத் தொடங்கிய கண்ணீரின் சுவடுகளில், எந்த பதிலும் சனங்களுக்கில்லை. கண்ணீர். பிறர் எங்களுக்காய் உகுக்கும் கண்ணீர் சலித்துப்போன இன்னொரு கடவுள். கோபமும் கேவலும் விரிந்து நின்றன. ஏனைய அதிகாரிகளும் அங்கு வேலை பார்க்கும் தமிழ் ஊழியர்களும்

பதிலற்று நின்றனர். 'யுத்தத்தில் கண்ணீருக்கும் கடவுளுக்கும் காக்கும் வல்லமையில்லை லூயிஸ்' என்றோம்.

லூயிஸ் லிட்டில் ஒரு கறுப்பினப் பெண். அருந்தவ அழகென குள்ளம் வேறு. சுருட்டை முடி. அவள் வன்னிக்குள் வந்த புதிதில், எங்களுடைய கிராமத்துக்குத்தான் முதன்முறையாக வந்திருந்தாள். போரினால் பாதிக்கப்பட்டிருக்கும் சிறுவர்களுக்கு விளையாட்டு உபகரணங்களை வழங்கினாள். சிறிய இசை வாத்தியங்கள் தேவைப்பட்ட சிறார்களுக்கு அவற்றையும் வாங்கிக்கொடுத்தாள். எனக்கு அவளைப் பார்த்ததும் பிடித்துப்போனது. அப்போது அவளுக்கு முப்பது வயது இருந்திருக்கலாம். ஒரு டொலக் வாத்தியமும், உதைப்பந்தும் எனக்குக் கிடைத்தன. லூயிஸ் என்னை அருகில் அழைத்து, 'உங்கள் கிராமத்தில் இருக்கும் சிறார்களுக்கு வேறு என்னவெல்லாம் தேவைப்படுகின்றன?' என்று மொழி பெயர்ப்பாளர் மூலம் கேட்டாள். ஆனால், நானே அவளுக்கு ஆங்கிலத்தில் பதில் சொன்னேன். மொழிபெயர்ப்பாளருக்குக் கொஞ்சம் விதிர்விதித்துவிட்டது.

''இப்பிடி என்னெண்டு இங்கிலீஷ் கதைக்கிறாய்?'' என்று மொழிபெயர்ப்பாளர் கேட்டதும், "எப்பிடி நீங்கள் கதைக்கிறியளோ அப்பிடித்தான்" என்றேன்.

"நான் யாழ்ப்பாணமடா தம்பி, நீ வன்னிக்க இருந்து கதைக்கிறதுதான் ஆச்சர்யமாய் இருக்கு" என்றார். இந்தக் கற்பிதத்தைக் காறி உமிழ வேண்டும். யாழ்ப்பாணத்துக்காரருக்குத்தான் இங்கிலீஷ் வரும், வன்னி ஆக்களுக்கு வராது என்ற தடிப்புக்கு ஓர் அடி அடித்தால் என்னவென்று இருந்தது.

லூயிஸ் இன்றைக்கு சனங்களின் கண்ணீருக்கு முன்னால் பதிலற்று நின்றாள். போர் நிறுத்தக் கண்காணிப்புக்குழுவைச் சேர்ந்த வாகனங்கள், வீதியில் தாறுமாறாகப் போய்க்கொண்டிருந்தன.

பூட்டம்மா சொன்னாள். "இன்னும் கொஞ்ச நாளைக்கு நாங்கள் இஞ்ச இருக்கலாம்."

"மிச்ச நாள்கள் எங்க இருக்கிறது?" என்றேன்

"தெரியேல்ல, ஆனால் இஞ்ச இருக்க முடியாது."

"ஏன்?"

"எல்லாம் அழியப்போகுது மோனே" என்றாள். அவளது கண்களில் துளிர்த்திருந்த கண்ணீர், யுகத்தின் பேரலையில் ஒரு துளியாய்த் துடித்தது.

44

செவ்வாய்க்கிழமை காலையிலேயே அம்மாவும் நானும் கோயிலுக்குச் சென்றோம். பூட்டம்மா வீட்டிலேயே பூசித்துக் கொண்டாள். வெளியே நடமாடுவதை அவள் விரும்பவில்லை. அக்காவும் அப்படித்தான் இருந்தாள். மருதனின் பிரிவுழல்வும், நினைவின் விழுதும் அவளில் கிளைத்திருந்தன. வோக்மெனில் இடைவிடாது யேசுதாஸ் பாடிக்கொண்டிருந்தார். காதலின் நரம்புகளில் யேசுதாஸின் குரலும் தவிப்பும் ரத்தமென ஓடிக்கொண்டிருந்தன. கோயிலடியில் நின்றவர்கள், “பாதையை மூடிப்போடுவாங்கள் போலக் கிடக்கு” என கதைத்துக்கொண்டிருந்தனர். ஆயுதங்களைத் தாங்கியபடி வீதியில் போகும் போராளிகளுக்காகவும் வேண்டிக்கொண்டேன். அம்மா அபிஷேகம் முடிந்து, பூசைக்காகவும் சந்நிதியிலேயே அமர்ந்திருந்தாள். கோயிலுக்கு வெளியே எழுந்து சென்றேன்.

ஏ-9 வீதியில் வாகனங்கள் எதிரும் புதிருமாக விரைந்தன. சரித்திரமிக்கதும், சர்ச்சைமிகுந்ததுமான இந்த வீதியில் எத்தனை சமர்கள், எத்தனை

தோல்விகள், எத்தனை வெற்றிகள். உலகின் அரசியல்பூர்வமான வீதியாக ஏ-9 வீதியை நினைத்துக்கொண்டேன். ஒருநாள், இந்தப் பாதையை அரசாங்கம் மூடினால் எங்களுக்கு என்ன பிரச்னையென அண்ணாவிடம் கேட்டபோது "பாதையை மூடினால் அத்தியாவசியப் பொருள்கள் வரத்து இருக்காது" என்றார். இன்றைக்கு அப்படி நிகழ்ந்துவிடுமோவென சனங்கள் அச்சப்படுகின்றனர். பாதையின் நீளமும் அகலமும் படுகுழியாகத் தோன்றியது. கோயில் கிணற்றில் நீரள்ளி வயிறுமுட்டக் குடித்தேன். எதனால் உருவான தாகமென்று தெரியவில்லை. ஆனால்,

மனத்துள் பதகளிப்பின் பேரலை ஓயாமல் வலுத்தது. திசையில் தனித்திருக்கும் ஒரு செம்போத்துப் பறவையைப்போல அசைவற்று நின்றுகொண்டேன். அழுகையின் நொடியில் என்னைத் தையலிட்ட இந்தக் காலம் தகர்ந்துபோகட்டும் எம்பிரானே!

'நீரில் மூழ்கிய தந்தையைக் காண வில்லையென அழுத பாலகனுக்கு அமுதூட்டிய உன் எழுந்தருளல், குருதியில் மூழ்கிடும் இந்நிலத்தில் எழாதோ...'வென கோபமாகப் பாடினேன். 'அமுதூட்டும் உன் பாதியின் முலைகள் எம்மைத் தீண்டாது போயின. காடுடைய சுடலைப்பொடி பூசிடும் உனக்காக எங்கள் நிலமெங்கும் சுடுகாடாய் ஆகட்டுமென காத்திருக்கிறாயோ!' எனச் சிவனைச் சீண்டினேன். தூணிலும் துரும்பிலும் வியாபித்திருக்கும் சிவனை அங்கே எங்கும் காணவில்லை. மீண்டும் ஒரு வாளி நீரைப் பருகினேன். பூசை தொடங்கியிருந்தது. அம்மாவிடம் நிறைய வேண்டுதல்கள் இருந்தன. அவள் இரண்டு கைகளையும் உள்முகமாகச் சேர்த்து மீண்டும் அகல விரித்து தலைக்கு மேலே உயர்த்திக்கொண்டு வேண்டினாள். அம்மாவின் வேண்டுதல்கள் ரகசியமானவை. ஆனால், ஒன்றுமே அவளுக்கானதில்லை. எல்லாவற்றையும் தியாகிக்கும் அம்மாவின் அருகில் நின்றுகொள்வதே அத்தனை தெய்விகமாக இருந்தது. கோயிலைவிட்டு அம்மாவும் நானும் நடக்கலானோம். அம்மாவிடம் கேட்டேன்.

"நாங்கள் இஞ்ச இருந்து இடம் பெயர்ந்தால் எங்க போயிருப்பம்?"

"கிளிநொச்சி பக்கமாகப் போக வேணும்... இப்ப ஏன் அதைக் கேக்கிறாய்?"

"சண்டை தொடங்கிடும்போலக் கிடக்கு, போராளிகள் சாரை சாரையாய் நடந்துபோயினம்."

"பயிற்சி முடிச்ச பிள்ளையளாய் இருப்பினம், சண்டை இப்ப நடக்காது."

"உறுதியாய் எப்பிடிச் சொல்லுறியள்?"

"எனக்கு அப்பிடித்தான் தெரியுது."

அம்மாவிடம் இதைப்பற்றி மேலதிகமாகக் கேட்க முடியாது. கேட்டால் என்மீது கோபம் கொள்ளக்கூட வாய்ப்பிருக்கிறது. வீட்டுக்குப் போனபோது 'தொப்பி குயிலன்' வந்திருந்தார். அவரைக் கண்டு நீண்ட நாள்கள் ஆகியிருந்தன. எங்களைப் பார்த்ததும் "எங்க தாயும் மோனுமாய் விடியவே உலாத்திப் போட்டு வாறியள்?" என்று கேட்டார். நான் கோயிலுக்கென்று சொன்னதும் "கடவுள் இருக்கிறாரோ" என்று நக்கலாகக் கேட்டார்.

"ஓம், உங்களைச் சுகம் விசாரிக்கச் சொன்னவர்" என்றேன்.

கையைப் பிடித்து இழுத்து "வங்காள வாயடா உனக்கு" என்றபடி எனது தலையைத் தடவினார்.

அன்றிரவு கூதல் அதிகமாயிருந்தது. வீதிகளில் நடமாடித் திரியும் நாய்க்கூட்டம் அணிவகுத்து உலவித் திரிந்தன. இரவுக்கும் பகலுக்குமிடையே எத்தனை ஜாலங்கள்... எத்தனைக் கசடுகள்... எத்தனை நம்பிக்கைகள். இன்னும் எத்தனை எத்தனையோ? இந்தக் கூதல் இரவில் என் காதுகள் குத்தி வலிக்கின்றன. நுணல் கத்தும் சத்தம், இந்த இரவின் நிசப்தத்தைக் கொலை செய்கிறது. யுத்தம் தயாராகும் இந்நிலத்தில் நுணலுக்கும் வாழ்விருக்கிறதே; இக்கணம் நிம்மதி பெருகுகிறது. இப்பெரு நிலப்பரப்பின் நள்ளிரவு வேளையில், சின்னஞ்சிறு கண்களைத் திறந்து நிற்கும் இந்தச் சிந்தனைக்கும் குழப்பத்துக்கும் முன் நானொரு நடுக்கம் பீடித்த நோயாளியாக நசுங்கித் துடிக்கிறேன்.

அமைதி தீர்ந்துபோய்விட்டது. யுத்த பேரிகையின் முதன்மை ஒலிகள் கேட்கத் தொடங்குகின்றன. இரவிலும் பெருத்த யானை எழுந்து காட்டினுள்ளே மரங்களை அழித்து மூர்க்கமாக முன்னேறுகிறது. யானை வேஷத்தில் யுத்தம் எழுகிறது.

யுத்த தாகம் காலத்துக்குத் தீர்வதாயில்லை. அந்தரத்தில் குண்டுகள் மலர்கின்றன. பூமியில் உடல்கள் முறிகின்றன. அரிவு வெட்டின் பின்பு சிதறிக்கிடக்கும் நெற்கதிர்களைப்போல உயிர்கள் கால்களில் நசியுண்டுபோகின்றன. அசுர விசையோடு வானிலிருந்து கீழ் நோக்கிப் போர் விமானங்கள் தாக்குதல் செய்கின்றன. நானோர் நிராயுதபாணி. வாழ்வின் துடையிடுக்கில் குற்றுயிராகக் கிடக்கிறேன். நிலம் கொதிக்கிறது. எஞ்சுவதற்கு வாய்ப்பற்று மூச்சுவிடும் நிலத்தில், அலறியடித்தபடி கண்களைத் திறந்தேன். கனவு எதிரொலித்தது. அம்மாவும் பூட்டம்மாவும் கதைத்துக் கொண்டிருந்தனர். நேரம் அதிகாலை நான்கு மணியாகியிருந்தது. மெல்ல எழுந்து வெளியே வந்தேன்.

“என்னடா வெள்ளென எழும்பிட்டாய்?”

“ஓம், நித்திரை வரேல்ல.”

பூட்டம்மா சொன்னாள். “இவன் கனவேதோ கண்டிட்டான்போல.”

“நீங்கள்தான் என்னை பயப்பிடுத்தினியள். சண்டை வரப்போகுது, இடம் பெயரப்போகுதெண்டு.”

“மோனே, அதில என்ன பொய்யக் கண்டனி?”

நான் எதுவும் கதையாமல் அப்படியே நின்றேன்.

அம்மா அடுப்படிக்குள் நுழைந்தாள். வானொலியில் டி.எம்.சௌந்தர்ராஜன் பாடிக்கொண்டிருந்தார். கொஞ்ச நேரத்தில் பொதுக் கிணற்றடிக்கு நடந்துபோனேன். குடத்தில் நீர் நிரப்பிக்கொண்டிருந்த அம்பிகாவை விடிகாலையில் பார்ப்பதே நிறைவாக இருந்தது. குடத்தில் நீர் நிரம்பும் ஒலியில் கண்கள் கலங்கின. ஏன் இவ்வளவு பலவீனமானதொரு ஆளாகிவிட்டேன் என்று நொந்தேன். அம்பிகா இன்றைக்கு வெட்கமுற்ற மலரைப்போலிருந்தாள். முகம் சிவந்தாள். அவளை முத்தமிட்டால், இக்கணம் உறைந்துபோகுமென்று தெரிகிறது. தனது அகன்ற கண்களால் உறைந்து நின்று என்னைப் பார்த்துக் கொண்டிருந்தாள். அவளின் கால்கள் அசையத் தொடங்கின. மழையில் துள்ளிக் குதிக்கும் மானைப்போலக் கண்களை விழித்து, எனது கைகளைப் பற்றிக்கொள்ளத் துடிக்கிறாள் என்று எண்ணிக்கொண்டேன். அவள் என்னை நெருங்கினாள். அவளிட்ட முத்தத்தில் ஆத்மார்த்தம் மிதந்தது. பின்னர் விதையாக விழுந்து செடியாகத் துளிர்த்தது. அவளது முத்தத்தின் சுவை, மரபின் நெடுங்காலச் சுளையோடு கனிந்திருந்தது. இதுவும் கனவா... கண்களைத் திறந்திருந்து கனவு காணும் இக்காதலை நான் எப்படி நித்திரையாக்குவேன். பொதுக்கிணற்றடியிலிருந்து வீட்டுக்கு வந்தேன். நானும் அம்பிகாவும் அன்றைக்கு மாலையில் உப்புக்காட்டுக்குள் சந்தித்தோம். நிழல் பாவிக் கிடக்கும் மணல் மேட்டில் இருவரும் சாய்ந்திருந்தோம். இந்தச் சுகம் எத்தனை மேன்மையானது தெரியுமா? எந்தக் கட்டளைக்கும் உத்தரவுக்கும் அடங்கமாட்டேன் என்றபடியான அம்பிகாவின் உடலைக் கண்டேன். ரட்சிக்குமளவு அவளிடம் ஒரு சுகவுணர்வைக்

கண்டேன். கருங்குளவி மரத்தைத் துளைப்பதைப்போல உடலுள் ஒரு சத்தம். இப்படியொரு பொழுதை எதிர்பார்க்கவில்லை, “ஆசுவாசமாக இருக்கிறது” என்றேன்.

என்ன சொல்ல வேண்டுமென்று தெரியவில்லை. அவளைப் பார்த்து புன்னகை செய்தேன். ‘‘சரி போகலாமா?’’ என்று கேட்டதும் போகலாம் என்று எழுந்து கொண்டாள்.

அந்தி சாய்ந்தது. அவள் அணிந்திருந்த அதே மஞ்சள் சட்டையின் நிறத்தில் அடிவானம் தெரிந்தது. அப்போது அவளின் பிருஷ்டத்தில் எந்தவோர் ஆவர்த்தனமும் இல்லாமலிருந்தது. அவளைப் பிரதான வீதியில் கொண்டே வழியனுப்பிவைத்தேன். அவள் என்னை மீண்டும் மீண்டும் பார்த்துக்கொண்டே நடக்கத் தொடங்கினாள். அவளுக்குக் கையசைத்துவிட்டு வீட்டுக்குத் திரும்பினேன். எல்லாவற்றிலும் நினைவும் படிமமும் ஒழுகிக்கொண்டே இருந்தன. எல்லாவற்றுக்கும் மேலாக ஆழ்ந்த நித்திரை தேவைப்பட்டது. நித்திரைக்குப் போகுமுன் நானும் அம்பிகாவும் சந்தித்துக்கொண்டதை யாராவது பார்த்திருப்பார்களா என்று சந்தேகம் தோன்றியது. நாகப்பர் பார்த்திருந்தால் ஏதாவது நினைத்திருப்பார். என்னவானாலும் பரவாயில்லை என்று போர்த்திக்கொண்டு பாயில் சரிந்தேன்.

சண்டை தொடங்கிவிட்டது. அண்ணா போர்க்களத்தில் சமராடுகிறான். போராளிகள் யாழ்ப்பாணத்தை நோக்கிப் படையெடுக்கின்றனர். ராணுவத்தினர் கிளிநொச்சியைக் கைப்பற்ற போர் தொடுக்கின்றனர். எதிரும் புதிருமாக ஆயுதங்களின் மோதல். சனங்கள் இடம்பெயரும் கால்களோடு சுமைகளாகத் தங்களைச் சுமந்தனர். போரின் மிலேச்சத்தனம் ஆரம்பித்தது. போரிடம் மண்டியிடும் போர். சாவிடம் மண்டியிடும் சாவு. ‘மண்டியிடு’ எனும் ஆக்கிரமிப்பாளரின் பீரங்கிகளும், ‘மண்டியிடோம்’ எனும் புரட்சியாளர்களின் துப்பாக்கிகளும் தீப்பிழம்பாக எரிகின்றன. பூச்சிகளுக்கும் தெரியாத மெதுவான நகர்வுகள் சடைத்து வளர்ந்தன. உள்ளீடற்ற இருட்டு எரிந்தவண்ணம் அலைந்தது. ஊடுருவ முடியாத திசைகளில் போராளிகள் காலடி பதித்தனர். துயரப்பட்ட சனங்களின் தவித்துக்கொண்டிருக்கும் குரலை உற்றுக் கேட்க செவிகளைக் கடவுள் படைத்ததில்லை. யுத்தம் அமைதியைவிட நேர்மையானது. அமைதி கடவுளைவிட மோசமானது. அமைதியை வெறுக்கிறேன். யுத்தத்தைக் காண்கிறேன். மீண்டும் அலறிக்கொண்டு எழுந்தேன். நாகப்பர் எனக்கு எதிரே அமர்ந்திருந்தார்.

“என்ன ஆதீரா, கடுமையான கனவுபோல” என்றார்.

“எல்லாம் கனவாய் நீளுது” என்றேன்

நாகப்பர் மெதுவாகக் கேட்டார். “எது... அம்பிகாவும் நீயும் உப்புக் காட்டுக்குள்ள போயிருந்ததும் கனவா?”

நான் நாகப்பரையே பார்த்துக் கொண்டிருந்தேன்.

45

அடிக்கடி ஏ-9 பாதையைப் பூட்டுவதும் திறப்பதுமாக அரசாங்கம் சமாதான வேடிக்கையை நடத்தியது. இயக்கமோ மீண்டும் மீண்டும் 'அரசாங்கம் யுத்தத்துக்கு யத்தனப்படுகிறார்கள்' என்று சர்வதேசத்துக்கு முறையிட்டனர். ஆனால், யுத்தமென்பது இரு தரப்பின் முதல் தெரிவாகவும் இருந்தது. தொப்பி குயிலனிடம் கதைக்கும்போது "அரசாங்கம் சண்டையைத் தொடங்கினால் இயக்கத்தின்ர முடிவு என்னவாயிருக்கும்?" என்றதும் "பதிலடி குடுப்பம், நாங்கள் சண்டைக்கும் தயார். சமாதானத்துக்கும் தயார். ஆனால், அரசாங்கம் சண்டைக்குத்தான் மும்முரமாக நிக்குது" என்றார். பூட்டம்மா சொன்ன வார்த்தைகள் நினைவில் சுழன்றடித்தன. எங்களுக்குப் பெரிய இழப்பு நேருமென்று எச்சரித்த அந்த நிமிடங்களை என்னால் இப்போது வரை கடக்க முடியாதிருந்தது. யுத்த நிறுத்த மீறலகள் இன்னும் அதிகரிக்கத் தொடங்கியிருந்தன. குறிப்பாக, யாழ்ப்பாணத்தில் நிறைய கொலைகள், எண்ணுவதற்கு அவகாசமற்று பிணங்கள் குவிந்தன. புலிகள் இயக்கத்தின் ஆதரவாளர்கள் என்று அறியப்பட்ட பலர் அடுக்கடுக்காகக் கொன்றொழிக்கப்பட்டார்கள். வன்னி வேறொரு களத்துக்காகத் தயாராகிக்கொண்டிருந்தது. இனியொரு யுத்தமெனில், அதுவே இறுதி யுத்தமென சனங்களின் மத்தியில் இயக்கத்தினர் உரைகளை நிகழ்த்தத் தொடங்கினர்.

அண்ணா நீண்ட நாள்கள் விடுமுறையைக் கழித்திருந்தான். இனிமேல் எப்போது வருவானென்று தெரியாத கலக்கம் எனக்குள் இருந்தது. அம்மா திருநீற்றை நெற்றியில் பூசிவிட்டு “கிடைக்கிறத நல்லாய்ச் சாப்பிடு” என்று மட்டும் சொன்னாள். அக்கா அண்ணாவைக் கொஞ்சிவிட்டாள். ‘‘அடுத்த தடவை வரும்போது, எனக்கு நீ தொதல் கிண்டித் தரவேண்டும்’ என அண்ணா விரும்பிக் கேட்டான். ‘‘நேற்றைக்குச் சொல்லியிருந்தால் செய்து தந்திருப்பேனே’’ என்றாள். பூட்டம்மா அவனுக்கருகில் சென்று “நீ வலுகெதியாய் விடுமுறையில வருவாய்” என்று சொன்னதும், “நான் என்ன விழுப்புண்படப் போறனோ” என்று அண்ணா சிரித்துக்கொண்டு கேட்டான்.

“வெளிக்கிடுகிற நேரத்தில ஏன் மோனே இப்பிடிக் கதைக்கிறாய்?” என்று பூட்டம்மா நொந்தாள். அம்மா அவனைக் கட்டியணைத்துக்கொண்டிருந்தாள். அண்ணா வாகனத்தில் ஏறியதும் என்னிடம் சொன்னான்.

“ஆதீரா, நீ நல்லாய்ப் படி. போராடுறதுக்கு நாங்கள் இருக்கிறம்.”

“நீங்கள் எனக்காகப் போராடுற மாதிரி, எனக்குப் பிறகு பிறந்தவைக்காக நானும் போராடுவன். அது என்ர உரிமையெல்லே.”

“ஓம் அது உன்ர உரிமைதான்.” அண்ணா புறப்பட்டுப் போனான்.

மாலையில் அம்பிகா வீட்டுக்கு வந்து அக்காவோடு கதைத்துக்கொண்டிருந்தாள். அம்பிகா அடிக்கடி என்னையே பார்த்துக்கொண்டிருந்ததை அக்கா கண்டுகொண்டாள். என்னைச் சில வேலைகள் சொல்லி சித்தி வீட்டுக்கு அனுப்பிவைத்தாள். நான் போகிறேன் என்று சொல்லிக் கொண்டு வீட்டிலேயே சுழன்றேன். அப்போதுதான் மணியன் வீட்டின் படலையை அடித்துத் திறந்தபடி வந்து நின்றான்.

“எப்ப யாழ்ப்பாணத்தில இருந்து வந்தனீ?” என்று கேட்டேன்.

“நான் வந்து மூன்று நாள் இருக்கும். கிளிநொச்சியில நிண்டிட்டு இண்டைக்குத்தான் இஞ்ச வந்தனான்.”

நாங்கள் கதைத்துக் கொண்டிருப்பதைப் பார்த்துக் கொண்டிருந்த அக்கா, உள்ளேயிருந்து கேட்டாள். “மருதனும் வன்னிக்குள்ள வந்திட்டாரோ?” மணியன், ‘இல்லை’ என்று மட்டும் தலையசைத்தான்.

“இஞ்சால வாற திட்டத்தோட இருக்கிறாரோ?”

“இயக்கம் சொன்னால் வருவார்.

ஆனால் அவருக்கு நிறைய வேலைகள். இயக்கம் கூப்பிடாது."

அக்காவுக்குள் ஒரு விசும்பலும் தவிப்பும் உயிரை உதைந்துகொண்டு வெளியேறின. அவள் அதனை மிக ரகசியமான உணர்வைப்போல கண்ணீரால் மடைமாற்றினாள்.

அம்பிகா, அக்காவிடம் சொல்லி விட்டு வெளியே வருகிறாள். வருடங்களுக்குப் பிறகு மணியன், அம்பிகாவை நேருக்கு நேராகச் சந்தித்துக்கொள்கிறான். அவனால் அம்பிகாவை எதிர்கொள்ள முடியவில்லை. அவன் மன்னிப்புக்கோரத் தயாராகி நிற்கிறான்போலும். குற்றங்களை உணர்ந்துகொண்டவனாக அம்பிகாவை மறித்து "என்னை மன்னித்துக்கொள்ளுங்கள், நான் அப்பிடி செய்திருக்கக்கூடாது" என்றான். அம்பிகா கொஞ்சம் நிதானித்து, சில நொடிகளில் அவனது முகத்தைப் பார்த்து சிறு புன்னகையை உதிர்த்தாள். குற்றத்துக்கும் மன்னிப்புக்கும் ஒரு நொடி போதுமானதாக இருக்கிறது. ஒரு சிறு புன்னகையில் மன்னிப்பைத் தந்தருளும் கடவுளர்களாகப் பெண்கள் இருக்கிறார்கள். அம்பிகா படலையைச் சாத்திவிட்டு வெளியேறினாள். நானும் மணியனும் யாழ்ப்பாணத்து நிலவரங்களைக் கதைக்கத் தொடங்கினோம். சீர்திருத்தப் பள்ளியிலிருந்து அவன் யாழ்ப்பாணத்துக்கு எப்படி வந்தான் என்பதையெல்லாம் கேட்டு அறிய வேண்டும் என்ற ஆசை இருந்தது. ஆனால், அவன் சொன்ன யாழ்ப்பாணத்து நிலவரங்கள் பயங்கரமாக இருந்தன. எங்களுடைய வீட்டிலிருந்து மருதன் வெளியேறிய அன்று மாலையில், இவன் தங்கியிருந்த வீட்டுக்குச் சென்றிருக்கிறார். ராணுவத்தின் தேடுதல் வலையில் தானும் வந்துவிட்டதாக மருதன் சொன்னதும், மணியனுக்கு பயம் தீண்டிவிட்டது.

"எப்பிடி கண்டுபிடிச்சவங்கள்?"

"தெரியேல்ல... ஆனால், ஆதீரன் வீட்டுக்கு அவங்கள் வந்ததுமே எனக்கு கரவு வந்திட்டுது."

"எப்பிடி உறுதியாய் சொல்லுறியள்?"

"ஒருவீட்டுக்குமட்டும்சோதனைக்கு வந்து எதுவும் செய்யாமல் திரும்பிப் போறாங்கள் எண்டால், விட்டுப் பிடிக்க ஆசைப்படுகிறாங்கள் எண்டு அர்த்தம்."

"அவையளின்ர வீட்டுக்கு நிறைய பேர் வந்து போறவே, நீங்கள் எப்பிடி அது உங்களைத்தான் எண்டு சொல்லுறியள்?"

"எனக்கு அப்பிடித்தான் தெரியுது."

"அப்ப ஆதீரன் வீட்டுக்கு ஆபத்து வந்திட்டுதே..."

"ஓம், நான் அவங்களுக்கும் சொல்லிட்டு வந்திட்டன். நாளைக்கு அவங்கள் வெளிக்கிட்டிடுவாங்கள்."

நாங்கள் அங்கிருந்து வன்னிக்குள் நுழைந்து மூன்றாவது நாளில், ராணுவத்தினர் சுற்றிவளைத்து வீட்டுக்குள் நுழைந்திருக்கின்றனர். யாருமே அற்ற வீட்டில் கிடப்பவை எல்லாவற்றையும் விசிறி எறிந்து கோபத்தில் எரித்திருக்கின்றனர். கோயிலைக் கையெறி குண்டுகள் பலவற்றால் சேதப்படுத்தியிருக்கின்றனர். பூட்டம்மாவின் வீட்டை உடைத்து, அங்கிருந்த பொருள்களை எடுத்து வீதியில் எறிந்திருக்கின்றனர். புலிச்சீருடை அணிந்திருக்கும்

மாவீரப்பிள்ளையின் பெரிய ஃபிரேம் போடப்பட்ட இன்னொரு புகைப்படத்தைத் துப்பாக்கியால் வெறிகொண்டு சுட்டிருக்கின்றனர். சலூன் இனியவன், ராணுவத்தினரோடு சேர்ந்து இயங்கும் ஆயுதக்குழுவொன்றின் துப்பாக்கிச் சூட்டில் பலியானதாக மணியன் குறிப்பிட்டான்.

"மருதன் அண்ணா இப்ப எங்க இருக்கிறார், அவருக்கு ஒரு பிரச்னையும் இல்லையா?" மெதுவாகக் கேட்டேன்.

"ஒரு பாதுகாப்பான இடத்தில் இருக்கிறார். அவருக்கு நிறைய வேலைகளை இயக்கம் கொடுத்துக் கொண்டே இருக்கு. மருதன் ஒரு இரும்பன். களைக்கவே மாட்டார். வேலைக்கு மேல வேலை செய்கிற ஆள்."

"உனக்குப் பழத்த தெரியுமே?"

மணியன் ஓமென்று தலையாட்டினான்.

"அவற்ற இடம் நம்ப பாதுகாபபு. சந்தேகமே வராது. பழமும் நல்ல கெட்டிக்கார மனுஷன்" என்றேன்.

"ஓம் அது உண்மைதான். ஆனால் இப்ப பழமில்லையே..."

"ஏன், பழத்துக்கு என்ன நடந்தது?"

"அந்தாளையும் சுட்டுப் போட்டாங்கள்."

"என்னடா சொல்லுறாய்... எல்லாரையும் அவங்கள் சுடுகிறாங்கள் எண்டால், இவேன்ர தகவல் அவனுக்கு எப்பிடித் தெரியுது?"

"பழத்தை ஆர்மி சுடேல்ல."

"பின்ன ஆர்?"

"இயக்கம்தான் பழத்தைச் சுட்டது."

"எந்த இயக்கம்?"

"என்ன நக்கலா உனக்கு, இயக்கமெண்டால் புலிதான்."

"ஏன், அவர் என்ன செய்தவர்?"

"கொஞ்சம் டபுள் கேம் காட்டியிருக்கிறார்."

"தெளிவாய்ச் சொல்லு."

"ரெட்டை முகவராய் இருந்திருக்கிறார். ஆர்மியிட்டயிருந்து நிறைய காசு அவருக்குக் கிடைச்சிருக்கு."

"நம்ப முடியாமல் கிடக்கு."

"ஆராலும் நம்பேலாமல் போச்சு, இயக்கம் விசாரிச்சுப் பார்த்து கண்டுபிடிச்சிட்டுது. மருதனுக்குப் பழம் மேலதான் சந்தேகம். அவர் உங்கட வீட்டுக்கு வந்து போன பிறகுதான் இப்பிடி நடந்ததெண்டு சொன்னவர்."

"ஓம், பழம் ஒருநாள் பிஸ்டலை மறைச்சுக்கொண்டுவந்து மருதனிட்ட கொடுத்தவர். அப்ப, மருதன் அண்ணாதான் பழத்தைச் சுட்டவரா?"

"அதெனக்குத் தெரியாது. ஆனால் மருதன்தான் பழத்தின்ர கதையைச் சொன்னவர்."

நாங்கள் இருவரும் கதைத்துக் கொண்டிருந்ததைப் பார்த்துவிட்டு, பூட்டம்மா எங்களருகே வந்து "என்னடா பெரிய கதையாய்க் கதைக்கிறியள்?" என்று கேட்டாள். மணியன் சிரித்துக்கொண்டு "அதொண்டுமில்லை, சும்மா படக்கதை சொல்லிக்கொண்டிருந்தனான்."

பூட்டம்மா மணியனின் தலையைத் தடவிவிட்டபடி கேட்டாள்,

"நீ எந்தப் படத்தோட கதையைச் சொல்லுறாய் எண்டு எனக்குத் தெரியும். இத்தின வருஷத்தில

நான் எத்தின பழத்தைப் பார்த்திருப்பனெண்டு உனக்குத் தெரியுமா?”

மணியன் அதிர்ச்சியடைந்து பூட்டம்மாவைப் பார்த்தான்.

அக்காவுக்கு மருதனின் நிலையைத் தெரிந்துகொள்ள முடியாமல், நிறைய யோசனைகள். அவளுக்குள் அழுதபடியே இருந்தாள். வோக்மெனையும் யேசுதாஸின் குரலையும் மருதனாகப் பாவித்து அவற்றோடு கதைக்கத் தொடங்கினாள். வீட்டின் உச்சியில் காகமொன்று கரைந்துகொண்டேயிருந்தது. இலையினுள்ளே சுருண்டு மறையும் புழுவைப்போல வீட்டினுள் கிடந்தாள் அக்கா. அம்பிகா எப்போதாவது வந்து கதைத்துக்கொண்டிருப்பாள். ஆனால், அக்காவுக்கோ மருதன் வன்னிக்குள் வந்துவிட வேண்டுமென்ற தவிப்பே இருந்தது. அவள் வேண்டாத கடவுளில்லை. தெல்லிப்பழை துர்கையம்மனை நினைத்து நேர்த்தி வைத்துக்கொண்டாள். யாழ்ப்பாணத்துக்கு வரும்வரை உன்னுடைய விசேஷ நாள்களில் இங்கேயுள்ள அம்மன் கோயிலில் கற்பூரச்சட்டி தூக்குவதாக வேண்டிக்கொண்டாள். கரைந்து கொண்டிருக்கும் காகத்தை பூட்டம்மா துரத்த முயன்றாள். காகம் அசையாமல் கரைந்து அழுதது.

“தரித்திரத்தைத் திரத்திவிடு மோனே.”

கல்லை எடுத்து வீசினேன். காகம் எழுந்து பறந்து மீண்டும் வந்தமர்ந்து கரையத் தொடங்கியது. அக்கா வெளியே வந்து கல்லைக்கொண்டு காகத்தை நோக்கி வீசினாள். காகம் வீட்டின் உச்சியில் சரிந்து விழுந்தது. “அடி விசரி... காகத்தைக் கொண்டிட்டியே” பூட்டம்மா கேட்டாள். அக்கா எதுவும் கதையாமல் வீட்டுக்குள் நுழைந்து தனது இடத்தில் அமர்ந்து சத்தமாகக் கத்தத் தொடங்கினாள்.

46

பழம் இயக்கத்துக்கு துரோகம் செய்தார், அவரை இயக்கம் சுட்டுக்கொன்றுவிட்டதென மணியன் சொன்னதைக் கேட்டதிலிருந்து மனமெல்லாம் கருகிய வாடை பரவி நிற்கிறது. துரோகம்போலொரு தீமையிங்கில்லை. பழத்தின் உருவத்தை நினைத்துப் பார்க்கிறேன். எவ்வளவு மனவுறுதியும், போராட்ட உணர்வும் கொண்டவர். அவரின் பீடிப் புகை என் நாசியில் ஏறுவதைப்போல உணர்வு. “பழம் நீங்கள் துரோகம் செய்வீர்களா?” என்று கேட்கத் தோன்றுகிறது. பழத்தை, மருதன் நம்பினார். அவரிடம் எந்த வேலையைக் கொடுத்தாலும் செய்து முடிப்பார் என்கிற தீர்க்கம் மருதனிடமிருந்தது. மணியனும் நானும் கிளிநொச்சிக்குச் செல்வதாகத் திட்டம். அம்மாவிடம் சொல்லிவிட்டுக் காலையிலேயே வெளிக்கிட்டேன். அக்கா வீட்டுக்குள் இருந்தாள். அவளை இருள் மூடியிருந்தது. போர்வையை விலக்கி நித்திரையைத் தணிக்க அவள் விரும்பவில்லை. இணை இழந்த மறியாட்டின் கண்களைப்போல எப்போதும் கலங்கிக்கிடக்கும் அவளது கண்களால் என்னைப் பார்த்தாள். மருதன் வன்னிக்கு வந்துவிட வேண்டுமென்ற அவளின் விருப்பம் நிறைவேறிவிட்டால், அவள் ஓர் இளங்கன்றின் உற்சாகத்தோடு துள்ளி யெழும்புவாள். மணியன் வீட்டுக்கு வந்தான். ‘ஒரு தேத்தண்ணி குடிச்சிட்டுப் போகலாமா?’ என்று கேட்டான். அம்மா மணியனுக்குத் தேத்தண்ணியும் வாய்ப்பனும் கொடுத்தாள். நாங்கள் கிளிநொச்சிக்குப் போக தமிழீழப் போக்குவரத்துக் கழகத்தின் பேருந்தில் ஏறினோம். எங்களுடைய பேருந்தைக் கடந்து மிக வேகமாகப்

போராளிகளின் வாகனங்கள் சென்றன. மணியன் சொன்னான்,

“தமிழ்ச்செல்வண்ணா போகிறார் போலக் கிடக்கு.”

“அவரும் பாவம், உந்த வெளி நாட்டுக்காரரிட்ட கதைச்சுக் களைச்சுப்போயிருப்பார்” என்றேன்.

“நீ சொல்லுற மாதிரி கிடையாது. அவர் எவ்வளவு வேணுமெண்டாலும் கதைப்பார்.”

“அதுசரி. ஆனால் வெளிநாட்டுக் காரரிட்ட எங்கட பிரச்னையைக் கேக்கிறதுக்குக் காதில்லையே...”

பேருந்தில் மகளிர் படையணியைச் சேர்ந்த போராளிகள் ஏறினர். அவர்களுக்குள் சிரிப்பும் எள்ளலுமாக உரையாடல் நடந்துகொண்டிருந்தது. மூத்த போராளியொருவர், அவர்களைக் கொஞ்சம் அமைதியாக இருங்கள் என்று சிரித்துக்கொண்டே சொன்னார். அந்தக் குழுவில் இருந்த அக்கா என்னைப் பார்த்து “எப்பிடி இருக்கிறியள் தம்பி?” எனக் கேட்டார்.

“நல்ல சுகம், நீங்கள்?”

“ம். எனக்கென்ன நல்லாய் இருக்கிறன். அம்மா என்ன செய்யிறா?”

“இருக்கிறா அக்கா. உங்கட பேர் என்ன?”

“அணிநிலா, அம்மாவிட்ட சுகம் கேட்டதாய்ச் சொல்லிவிடுங்கோ, விடுப்புக் கிடைக்கேக்க வாறன்.”

தவம் அத்தைக்கு மாவீரராகிப் போனது மூன்று பிள்ளைகள். மூத்தவளின் இயக்கப் பெயரும் அணிநிலாதான். மேஜர் அணி நிலா. அப்படியே அத்தையை உரித்துப் படைத்ததைப்போல சாயல்கொண்டவள். முல்லைத்தீவு சமரில் வீரச்சாவு அடைந்திருந்தாள்.

பரந்தன் வந்ததும் போராளிகள் இறங்கினர். அணிநிலா அக்கா கையசைத்து விடைபெற்றாள். நாங்கள் கிளிநொச்சி சென்றடைந்தோம். மணியன் என்னை கனகபுரத்திலுள்ள இயக்க முகாமொன்றுக்கு அழைத்துச் சென்றான்.

அங்கு என்னை மருதனின் தம்பியென அறிமுகப்படுத்தி வைத்தான். சில நிமிடங்களில் ஒரு கைப்பேசியை எடுத்து வந்து யாருக்கோ அழைத்தான்.

“பக்கத்திலதான் இருக்கிறான், குடுக்கிறன் கதையுங்கோ” என்ற மணியன் என்னிடம் கைப்பேசியைத் தந்து “மருதன் கதைக்கிறார். கதை” என்றான்.

“ஹலோ, எப்பிடி இருக்கிறியள் மருதன்?”

“நான், நல்ல சுகம் ஆதீரா. அம்மா, அக்கா எல்லாம் எப்பிடி இருக்கினம்?”

“இஞ்ச எல்லாரும் சுகம். நீங்கள் கவனமாய் இருங்கோ. இஞ்சால வரவேண்டியதுதானே...”

“ஓம், எனக்கென்ன நான் கவனமாய்த்தான் இருக்கிறன். உங்கால உறுதியாய் வருவன். ஆனால், எப்பவெண்டுதான் தெரியேல்ல.”

“கெதியாய் வாங்கோ மருதன்.”

“அக்கா என்ன செய்யிறா?”

“யேசுதாஸின்ர பாட்டைக் கேட்டுக்கொண்டு இருக்கிறா.”

மருதன் எதுவும் கதைக்கவில்லை. சில நொடிகள் கழித்து “அவாவ, கேட்டதாய்ச் சொல்லிவிடு” என்றார்.

“ஓம், உறுதியாய் சொல்லுறன்” என்றேன்.

மருதனின் பக்கத்தில் அழைப்பு துண்டிக்கப்பட்டது. மணியன் கைப்பேசியை வாங்கிக்கொண்டு

உள்ளே சென்று கொடுத்தான். மதியம் பாண்டியன் சுவையூற்றில் சென்று சாப்பிட்டோம். இருவரும் விசேஷமாகக் குளிர்களி உண்டோம். கிளிநொச்சி, எல்லோருக்குமானதாய் இந்த வாழ்வு படைக்கப்பட்டிருக்கிறது என்பதைப் பறைசாற்றுவதைப்போல நேசத்துடன் இயங்கிக்கொண்டிருந்தது. எங்கும் போராளிகளின் நடமாட்டம். நான் மணியனிடம் கேட்டேன்.

"கிளிநொச்சியா, யாழ்ப்பாணமா... உனக்கு எது பிடிக்கும்?"

"எனக்கு கிளிநொச்சிதான், உனக்கு?"

"கிளிநொச்சியிலதான் ஒரு கம்பீரம் இருக்கு. ஆண்டாண்டு காலமாக எங்களைக் கொன்றொழித்த ஆக்கிரமிப்பாளனை விரட்டியடித்த சமர்க்களத்தின் நிமிர்வு இருக்கு."

"நீ சொல்றது சரிதான். கிளிநொச்சியெண்டாலே அது தலைநிமிரத் துடிக்கிற எல்லாருக்கும் ஒரு ஊக்கச் சொல் மாதிரி."

"நீ மருதனோட என்னைக் கதைக்கவைக்கத்தான் இஞ்ச கூட்டிக்கொண்டு வந்தனியே?"

"ஓம். மருதன்தான் சொன்னவர். உன்னோட கதைக்க வேணுமெண்டு."

"மருதன் உறுதியாய் வருவாராம்."

"என்ர வேண்டுதலும் அதுதான். வந்தால் சந்தோஷம்."

நாங்கள் கிளிநொச்சியிலிருந்து வீட்டுக்கு மீண்டும் புறப்பட்டோம். பேருந்தில் ஏறி அமர்ந்துகொண்டேன். ஆனையிறவைக் கடந்துபோனது பேருந்து. மணியன் கேட்டான்.

"ஆதீரா, நான் இயக்கத்தில சேரலாமெண்டு முடிவெடுத்திருக்கிறன், நீ என்ன நினைக்கிறாய்?"

"அதில நான் என்னத்த நினைக்கிறது, போக விரும்பினால் போய்ச் சேரேன்."

"எனக்கு எந்த யோசினையுமில்ல. உன்னட்ட சும்மா கேட்டுப் பார்த்தனான்."

"இயக்கத்துக்குப் போறதெண்டால் யோசிக்கவெல்லாம் கூடாது. போய்டவேணும்."

"கொஞ்ச நாளையில போய்டுவன். அப்பாவ கொஞ்ச நாளைக்குப் பார்க்கோணும். அவருக்கு எந்த விதத்திலயாவது உதவியாய் இருக்க வேணுமெண்டு ஆசை."

"நல்ல முடிவு" என்றேன்.

பேருந்தைவிட்டு இறங்கி, நேராக ஒரு கடையில் தேத்தண்ணி குடித்தோம். கஞ்சி மாதிரி இருந்தது. மணியன் கடைக்காரரிடம் சொன்னான்.

"கஞ்சிக் கடையெண்டு பலகையில எழுதிப்போடுங்கோ."

கடைக்காரர், சுடுதண்ணியின் ஆவியை வாயால் ஊதிக்கொண்டு சொன்னார்.

"இஞ்ச உன்ர பகிடி மயிரை ஆரிட்டையாவது கொண்டே காட்டு. உனக்கு நான் ஆளில்லை."

"இருங்கோ, இவங்கள் சுகாதாரப் பிரிவுகாரங்களிட்ட சொல்லி, உங்கட கடைக்கு சீல் வெக்கச் சொல்லுறன்." மணியன் காசைக் கொடுத்துவிட்டுச் சொன்னான்.

"ஆரெண்டாலும் வரட்டும். நான் போடுகிற தேத்தண்ணியைக் குடிச்சிட்டு ஒரு காலத்தில கிட்டுவே பாராட்டினவர். அதெல்லாம் உங்களுக்கு எங்கையடா தெரியப் போகுது... நீங்களெல்லாம் இப்ப முளைச்ச காளானுகள்."

"சரி, அவங்கள் வரவிட்டு

"இதெல்லாத்தையும் சொல்லுங்கோ, என்ன முடிவு எடுக்கிறாங்கள் என்று பாப்பம்."

மணியன் சிரித்துக்கொண்டு நடக்கத் தொடங்கினான். அந்தத் தேத்தண்ணிக் கடைக்காரர், எங்களுடைய சொந்தக்காரர். மணியனுக்கும் சொந்தம். அதுதான் இப்படி உரிமையோடும் எள்ளலோடும் கதைக்கிறான் என்று நினைக்கிறேன். நாங்கள் வீடு வந்து சேர கிட்டத்தட்ட அரை மணித்தியாலம் ஆகியிருந்தது. மாலை புலர்ந்திருந்தது. அம்மா வீட்டில் இல்லை. அக்காவும் இல்லை. பூட்டம்மா மட்டும் வீட்டில் இருந்தாள்.

"ரெண்டு பேரும் எங்க போய்ட்டினம்?"

"கொம்மா பக்கத்தில எங்கையோ போய்ட்டு வாறன் என்று சொல்லிப் போட்டுப் போனவள். இப்பதான் போய் கொஞ்ச நேரம் இருக்கும்."

"அக்கா?"

"அவளைத்தான் காலமையிலருந்து காணேல்ல. 'அம்பிகா வீட்ட போய்ட்டு வாறன்' என்று சொல்லிப்போட்டு போனவள். இன்னும் வரேல்ல. கொம்மாவும் எல்லா இடமும் தேடிப் பாத்திட்டாள்."

"பின்ன எங்க போய்ட்டா?"

"கொம்மா சொல்லுறாள். அவள் கொம்பனியில சேரத்தான் போய்ட்டாளாம்."

"அக்கா அப்பிடிப் போகமாட்டா. அவாவுக்கு இயக்கத்தின்ர சில செயற்பாடுகள் பிடிக்காது."

"எனக்கு என்ன மோனே தெரியும், கொம்மா சொன்னதைச் சொல்லுறன். அவள் வரட்டும். வந்ததும் நீயே கேளு."

"இப்ப அம்மா எங்க போய்ட்டா?"

"எங்கையெண்டு சொல்லிப்போற பழக்கம் உன்ர கொம்மாவுக்கு இல்லையெண்டு தெரியாதோ?"

அக்கா இயக்கத்தில் போய்ச்

சேர்ந்துகொண்டாளா? அவள் இயக்கத்துக்குப் போகமாட்டாள் என்று சொல்ல முடியாது. மருதனைப்போல அவளும் போராட விரும்பியிருக்கலாம். அம்மா வரும்வரை வீட்டிலேயே அமர்ந்திருந்தேன்.

ஒரு சின்னச் சாக்குப்பையில் மரக்கறியைச் சுமந்துகொண்டு அம்மா வந்தடைந்திருந்தாள். பொழுது சாயத் தொடங்கியிருந்தது. அம்மா பற்பொடியைப் போட்டு லாம்புச் சிமிலியைத் துடைத்துக் கொண்டிருந்தாள்.

“அக்கா எங்க போய்ட்டா, எதாவது தகவல் தெரிஞ்சதே?”

“அவள் இயக்கத்தில போய் சேர்ந்திருக்கிறாள். கொட்டடியில இருக்கிற அரசியல்துறை பணிமனை யிலதான் இருக்கிறாளாம்.”

“நான் போய் பார்த்திட்டு வரவா?”

“பார்க்க விடமாட்டினம்.”

“இல்லை, நான் அக்காவைப் பார்த்து ஒரு தகவல் சொல்லவேணும்.”

“நீ போய் கதைச்சிட்டு வா.”

நான் சைக்கிளை மிதிக்கத் தொடங்கினேன். மிக வேகமாகக் கொட்டடி அரசியல்துறை பணிமனைக்குள் போனேன். அங்கிருந்த பெண் போராளி ஒருவரிடம் அக்காவின் பெயரைச் சொல்லி சந்திக்க வேண்டுமென்று சொன்னேன்.

“என்ன விடயம்?” என்று கேட்டார்.

“எங்கட குடும்ப விஷயம்” என்றேன்.

‘‘உதில இருங்கள்’’ என்று கைகாட்டினார். மாமரத்தின் கீழே இருந்த பிளாஸ்டிக் கதிரையில் அமர்ந்திருந்தேன். அக்கா வெளியே வந்தாள். என்னைப் பார்த்ததும் கண்கள் கலங்கின. நானும் அவளை அணைத்துக்கொண்டு அழுதேன்.

“அழாதே ஆதீரா... அக்கா செத்துப் போகேல்ல. இயக்கத்துக்குத்தான் வந்திருக்கிறன்” என்றாள்.

நான் மருதன் சொன்னவற்றை ஒரு சொல் தவறாமல் சொன்னேன்.

அக்கா எல்லாவற்றையும் கேட்டுக்கொண்டாள். பிறகு உள்ளே சென்று வோக்மெனை எடுத்துவந்து என்னுடைய கையில்வைத்து “நீ வெச்சிரு. நான் விடுமுறையில வரேக்க வாங்கிறன்” என்றாள்.

அக்காவும் இயக்கமாகிவிட்டாள். நானும், அம்மாவும், பூட்டம்மாவும் வீட்டினில் இருந்தோம். அன்றைக்கு முழுவதும் அக்காவின் பிரிவினால் நித்திரையற்று புரண்டபடி இருந்தேன். அதிகாலையானதும் வீட்டின் வெளியே வந்து வாசலைப் பார்த்தேன். ஒரு போராளி நின்று கொண்டிருந்தார்!

47

பொறிக்குன்றன். அண்ணாவின் உற்ற நண்பர். வடபோர்முனைக் கட்டளைப் பணியகத்தின் நம்பிக்கை நட்சத்திரங்களில் ஒருவர். இப்போது ராதா வான் காப்புப் படையணியில் இருக்கிறார். படலையைத் திறந்து அவரை உள்ளே அழைத்தேன். அவரின் முகம் கலக்கத்தில் இருந்தது. "அம்மா நிக்கிறாவோ" என்று குரலை திடப்படுத்திக் கேட்டார். நான் அடுப்படியைக் காட்டினேன். பொறிக்குன்றன் செருப்பை வெளியே கழற்றிவிட்டு அடுப்படிக்குள் நுழைந்தார். அம்மாவுக்கு பொறிக்குன்றனைப் பார்த்ததும் சந்தோஷம். அவரைப் பார்த்து நிறைய நாள்கள் ஆகிவிட்டன. ஒரு கோப்பையைத் துடைத்து, இரண்டு சோடி அப்பத்தைப் போட்டு நீட்டினாள். சாப்பிட்டபடி "உங்களிட்ட ஒரு தகவலைத் தெரியப்படுத்தச் சொல்லி பவியண்ணா அனுப்பிவிட்டவர்" என்றான். அம்மா ''சொல்லுங்கோ'' என்றாள். கூட இருந்த என்னைப் பொறிக்குன்றன் பார்த்தார். விளங்கிக்கொண்ட அம்மா "பத்து, பதினைஞ்சு பூவரசமிலை, ஆய்ஞ்சு கொண்டு வா" என்றாள். நான் அடுப்படி முகப்பில் குனிந்து வெளியேறினேன். பொறிக்குன்றன் கொண்டு வந்திருக்கும் செய்தி என்ன, ஏன் பவி மாமா வராமல் இன்னொருவரிடம் தகவலைச் சொல்லி அனுப்புகிறார் என்ற யோசனைகளோடு பூவரசம் இலைகளை ஆய்ந்துகொண்டு அடுப்படிக்குள் நுழைந்தேன். பொறிக்குன்றன் எல்லாவற்றையும் சொல்லி முடித்த திருப்தியோடு அப்பத்தைச் சாப்பிட்டு முடித்திருந்தார். அம்மா எல்லோருக்குமாய்த் தேத்தண்ணி போட்டுப் பரிமாறினாள். அக்கா இயக்கத்துக்குப் போய்விட்ட செய்தியை பொறிக்குன்றனுக்குச் சொன்னேன். அவர் முகத்தைச் சுருக்கிக்கொண்டு "தங்கச்சி ஏன் அவசரப்பட்டது?"

என்று மட்டும் கேட்டார். "இதில என்ன அவசரத்தைக் கண்டனியள் பொறி?" என வினவினேன். பொறி சிரித்தாரே தவிர பதில் எதுவும் சொல்லவில்லை. சில போராளிகளின் சிரிப்புக்கு என்ன அர்த்தமென்று தெரியாமல் குழம்பிப்போன தருணங்கள் ஏராளமுண்டு. எங்களுடைய ஊரில் நிகழ்ந்த கலை விழாவில் பங்குகொண்ட வீரமிகு தளபதியொருவரை இயக்கத்தின் ஆதரவாளர் ஒருவர் கேள்வி கேட்டார்.

"நீங்கள் கடுமையாகச் சண்டை செய்யக்கூடிய தளபதி. உங்களுடைய கள முனையில் எப்போதும் எங்களுக்கு வெற்றிதான் கிடைத்தது. சரி, சொல்லுங்கள். எப்போது தமிழீழம் விடுதலை அடையும்?"

அந்தத் தளபதி சொன்னார்... "அண்ணே, உங்களுக்குத் தெரியாத தெண்டு ஒண்டுமில்லை. மிக விரைவில."

"அதுதான் தம்பி கேக்கிறன். அந்த விரைவெண்டுறது எப்ப?"

அந்தத் தளபதி சிரித்தார்.

இன்னொரு நாள் சமாதானப் பேச்சுவார்த்தைகள் நடந்து கொண்டிருந்த காலத்தில், இயக்கத்தை விட்டுப் பிரிந்து, அரசுடன் இணைந்துகொண்டவரைப் பற்றிய உரையாடல் ஒன்று நடந்தது. அந்த உரையாடலில் சமூகப் பிரதிநிதிகள் கலந்துகொண்டனர். அரசியல் துறைப் பொறுப்பாளர் தமிழ்ச்செல்வன் பரபரப்பான அரசியல் நிலவரங்களுக்கு பதில் அளித்துக்கொண்டிருந்தார். ஒரு பள்ளிக்கூடத்தின் அதிபர் எழுந்து தமிழ்ச்செல்வனை நோக்கி இப்படிக் கேட்டார்.

"இப்படியான பிளவுகளும் பிரிவுகளும் உங்களுக்கோ அல்லது சனங்களாகிய எங்களுக்கோ புதிதில்லை. ஆனால் இந்தப் பிளவு சாதாரணமானதில்லை. படையியல் ரீதியாகப் பெரிய பின்னடைவாக இருக்குமெனத் தோன்றுகிறது. இதைப்பற்றி நீங்கள் எதுவும் வெளிப்படையாகக் கதைக்க மாட்டேன் என்கிறீர்களே!"

எப்போதும் சிரித்தபடியே இருக்கும் தமிழ்ச்செல்வன் அப்போது பதிலைச் சொன்னார்.

"ஓம், நீங்கள் சொல்வதைப்போல இந்தப் பிளவு எங்களுக்கோ சனங்களுக்கோ புதியதில்லை. ஒருவரை நம்பி இயக்கமில்லை. இருக்கப்போவதுமில்லை.

களத்தில் நிற்கும் போராளிகளின் மனோபலமே எப்போதும் எங்களுக்கு படையியல்ரீதியான வெற்றியைப் பெற்றுத் தந்தது. தரும்."

"அப்படியெனில் பிரிந்து சென்றவரால் இயக்கத்துக்கு இழப்பில்லை என்கிறீர்கள். அல்லது நான் அப்படி விளங்கிக்கொள்கிறேன்" என்றார்.

தமிழ்ச்செல்வன் சிரித்துக்கொண்டு அடுத்த கேள்வியை எதிர்பார்த்துக் காத்திருந்தார்.

"கொம்பனியிட்ட நிறைய ஆயுதங்கள் இருக்கு. நிறைய நுட்பங்கள் இருக்கு. அதில ஒன்று தான் இந்தச் சிரிப்பும்" என்று சொல்லுவாள் பூட்டம்மா.

அக்கா இயக்கத்துக்குப்போன பின்பு நாள்கள் காய்ந்திருந்தன. அவள் எனக்கு முலையூட்டாத அம்மை என்று கவித்துவம் பொங்கச் சொல்லுவேன். என்னை எப்படியேனும் கல்வியில் கரை சேர்க்க வேண்டுமெனத் துடித்துக்கொண்டிருந்தவள். அதற்காகத் தனது ஆசைகள் பலவற்றைக் கருக்கியவள். சதா என்னைப் பற்றி சிந்திப்பதையே தனது நித்தியமாக ஆக்கிக்கொண்டவள். பிடிவாதமும் இரக்கமற்ற கண்டிப்பும் கொண்டிருந்தாலும், அவளிடம் இருக்கின்ற தாய்மையை எண்ணினால், விசும்பி அழுகை வந்துவிடும். அக்கா பயிற்சிகளை முடித்துக்கொண்டால், சந்திப்பு நடைபெறும். அந்தச் சந்திப்புக்குச் சென்று அக்காவைப் பார்க்க

தயாராகிக்கொண்டிருந்தேன். அம்மா அடிக்கடி அக்காவைக் கனவில் கண்டாள்.

நாகப்பர் வந்தார். "உடும்பு வேட்டைக்குச் செல்கிறேன் வருகிறாயா?" என்றழைத்தார். உப்புக்காட்டினுள்ளே சென்று மீள மனம் விரும்பாது. நானும் நாகப்பரும் நாய்களோடு நடந்து சென்றோம்.

"ஆதீரா... உனக்கு நடுகற்களைக் கண்டுபிடிக்கிறதில இப்ப விருப்பமில்லாமல் போச்சுபோல..."

"இதென்ன விசர்க்கதை. உங்களிட்ட நான் அப்பிடி ஏதவாது சொன்னனா?"

"பின்ன என்ன, இப்ப உப்புக் காட்டுக்கு வாறதே இல்லையே, அப்பிடி வந்தாலும் அம்பிகாவைக் கூட்டிக்கொண்டுதான் வாறாய்."

நான் பயந்ததைப் போலவே நாகப்பருக்குத் தெரிந்துவிட்டது. அவர் ஊர்முழுக்கப் பரப்பிவிடுவார்.

"மூன்று தடவைதானே வந்தனான்" என்றேன்.

"நாலாவது தடவை அவள் வரமாட்டேன் என்றல்லாவா சொல்லியிருக்கிறாள்" என்ற நாகப்பரை அதிர்ச்சியோடு பார்த்தேன். "என்னடா இப்பிடி முழிக்கிறாய்?" எனக் கேட்டார்.

"ஓம், நான் அவளை விரும்புறன். அண்டைக்கு அவளுக்குச் சுகமில்லை. அதால வரமாட்டேன் எண்டிட்டாள்."

"பாவடைக்குப் பின்னால சுத்தினால், உப்புக்காட்டுக்குள்ள இருக்கிற ஏழு நடுகற்களையும் நீ கண்டுபிடிக்கமாட்டாய்."

"நான் கண்டுபிடிப்பன். எனக்கு பன்னிச்சைத் தாயோட ஆதரவு இருக்கு."

நாய்கள் விரைந்தன. பட்டுப்போன பனையின் கொட்டுக்குள் உடும்பு இருக்கிறது என்பதைப்போல நாய்கள் மூச்சிரைக்க வலம்வந்தன. நாகப்பர் பனையின் அடியைத் தட்டினார். நாய்கள் மோப்பம் பிடித்துக்கொண்டன. அங்கிருந்து விலக மறுத்தன.

"பனையில ஏறடா" என்றார்.

பட்டுப்போன பனையில் ஏறுவது ஆபத்தானது. கொஞ்ச தூரம் வரைக்கும் போகலாம். அதற்குமேல் போவதென்றால் விழத் தயாராக வேண்டும். நாகப்பர் நான் தயக்கப்படுவதைப் பார்த்து "அங்கால தள்ளி நில்லு" என்று சொல்லிக்கொண்டு சாரத்தை கோவணம்போல மடித்து, காலிடைக்குள் செலுத்தி பின்னால் செருகிக்கொண்டு, பனையைத் தழுவி மேலேறத் தொடங்கினார். கொஞ்ச தூரத்தில் நின்றுகொண்டு பனையைத்

தட்டினார். கொட்டுக்குள் இருந்த உடும்பு, தலையற்ற பனையின் உச்சியில் தலைநீட்டி நின்றது.

“நல்ல விளைச்சல் சாமானாய் இருக்கு. அப்பிடியே கீழ விழுந்து ஓடவும் வாய்ப்பிருக்கு” நாகப்பர் சொன்னார்.

“அவ்வளவு உயரத்திலருந்து கீழ விழுமே, உங்கட விசர்புத்தி மாதிரியே அதுக்கும்” என்றேன்.

“பின்ன என்ன, அது பனையால இறங்கி உன்னட்ட வந்து நிக்குமோ?”

“அது அங்கயிருந்து விழுந்தால், செத்துப்போடுமல்லே.”

“சாகாது, உயிர் வந்த மாதிரி ஓடி மறையும்.”

“இப்ப என்ன செய்யப் போறியள்?”

“நான் தட்டுறன். அது கீழ விழும். விழட்டும். நீ ஒண்டுக்கும் யோசியாத, நாய்களே பார்த்துக்கொள்ளும்.”

நாய்கள் பனையைச் சுற்றி வட்டம் போட்டு நின்றன. அகன்ற வட்டம். பனையின் உச்சியில் நிற்கும் உடும்பின் கண்களை கீழே இருந்து வேட்கை வெறிக்கப் பார்த்துக்கொண்டிருந்தன. நாய்களால் ஆக்கப்பட்ட அந்த வட்டத்தைத் தாண்டிப் பாயும் பட்சத்தில், அதிர்ஷ்டவசமாகத் தப்பக்கூடும். ஆனால், அது இயலாது. நாகப்பர் கொட்டு அதிரும் வண்ணம் தட்டுகிறார். கைமாற்றித் தட்டுகிறார். உடும்பின் உடல் மெல்ல மெல்ல வெளியே தெரிகிறது. தலை குத்தென உடும்பு மண் நோக்கித் திரும்பி நிற்கிறது. “நல்ல விளைச்சல்” என்று கண்கள் வியந்து எனக்குள்ளே சொல்லிக்கொண்டேன். உடும்பின் மொத்த சரீரமும் இப்போது தெரிந்தது. நாகப்பர் சொன்னார்.

“பாயப்போகுது.”

உடும்புப்பிடி கழற்றி பாய்ந்த உடும்பு, நிலம் சேர்வதற்குள் பாய்ந்து பிடித்தேன். கணத்தில் அதன் வாலைச் சுருட்டி கழுத்தில் கட்டினேன். நாகப்பர் பனையில் இருந்துகொண்டு “அடி சபாஷ், நீ விஷயக்காரன்தான்” என்றார். நாய்கள் என்னைச் சூழ்ந்திருந்தன. அவற்றுக்கு அந்த இரையின்மீது தங்கள் எச்சிலை நனைக்க வேண்டுமென்ற உக்கிரம் இருந்தது. நாகப்பர் உடும்பைக் கையில் வாங்கி, நிலத்தில் விரித்து தனது வேட்டைக்கத்தியால் வாலின் குறுக்காக ஒரு வெட்டுப்போட்டு, மீண்டும் கழுத்தில் கட்டி வலது கையில் ஒரு கைப்பையைப்போல போட்டுக்கொண்டார்.

“நீங்கள் வீட்டுக்குப் போங்கோ, நான் நடுகற்களைத் தேடிப் பார்த்திட்டு வாறன்” என்றேன்.

“நீ தனியப் போவியே, காடு திசை மாத்திப்போடும். சும்மா விளையாடாத.”

“இல்லை, நான் தனியப் போய்ட்டு வந்திடுவன்”

“உனக்குச் சும்மா விளையாட்டாக் கிடக்கு” என்று சொன்னபடி நாகப்பர் என்னிடமிருந்து விலகி நடந்து ஊருக்குப் போனார். நான் ஒரு சுதந்திரத்தை உணர்ந்தேன். என்னோடு இயற்கை துணை இருப்பதை நினைத்து மகிழ்ந்தேன். அடர்ந்த காட்டினுள்ளே நடக்கலானேன். நாகப்பர் வேட்டையாடிய உடும்பின் கழுத்தை அறுத்து பன்னிச்சை மரத்தின்மீது ரத்தம் தெளித்தார். நாய்கள் மூக்கில் நஞ்சுப்பையை பிசுக்கினார். ‘ஏழு நடுகற்களையும் காணாது வீடு திரும்பேன்’ எனச் சொல்லிக்கொண்டு அந்தக் காட்டின் மத்தியில் நடந்துபோனேன்.

48

ஒருவன் காட்டினுள்ளே தனித்து நடக்கிறான் என்பதே கற்பனையானது. யாரும் தனித்துவிட முடியாதபடி காடு அரவணைத்து நிற்கும். உப்புக்காட்டின் நிழல் என்னைச் சிலிர்க்கச் செய்தது. மெல்ல அசையும் மரக்கிளைகளில் செம்போத்துப் பறவைகள் அமர்ந்திருந்தன. அவற்றின் சிவந்த கண்கள் காட்டின் சிறிய மச்சத்தைப்போலிருந்தன. நான முன்னேறிக்கொண்டிருந்தேன். போராளிகளின் முகாமொன்றைத் தாண்டி நடந்துபோனேன். அவர்கள் கதைக்கும் சத்தம் கேட்கிறது. ஏதோ சொல்லிச் சிரிக்கிறார்கள். இந்தக் காட்டைப்போல எத்தனையெத்தனை காடுகள் போராளிகளைச் சுமந்திருக்கின்றன. “இயக்கப் பெடியளை சனங்களின்ர வீடுகள் காப்பாற்றினதைவிடவும் காடுகள்தான் காப்பாத்தியிருக்கு” என்று அம்மா சொல்வது நினைவுக்கு வந்தது. “வேலுப் பிள்ளையோட மோனுக்குக் காடுதான் துணை, காடுதான் கூட்டாளி” என்பாள் பூட்டம்மா.

“மணலாற்றுக் காட்டுக்கு ஒரு சிறப்பு இருக்கு. அங்கதான் அமைதிப்படை காலத்தில இயக்கம் இருந்து சண்டை செய்தது. ஆனால் உப்புக்காடு அதுக்கு முதலே வரலாற்றில இடம் பிடிச்ச காடு” என்று சொல்வார் நெடுவல் ராசன்.

“அதென்ன வரலாறு?”

“ஆதீரா, அது பெரிய கதை, ஒரு நாளைக்கு ஆறுதலாய்ச் சொல்லுறன்.”

நெடுவல் ராசன் சொன்ன கதைகளைப்போல சொல்லாமல் போன கதைகளும் ஏராளமுண்டு. திரியைத் தீண்டிவிட்டு நெருப்பை அணைப்பதைப்போல, நிறைய விநோதங்களைச் செய்துவிட்டுப் போய்விட்டார். காட்டின் மீது அந்தி விழுந்துவிட்டது. காட்டின் அடர்ந்த பகுதிக்குள் நுழைந்தேன். பெரும் விளைச்சலான புடையன் பாம்பொன்று சருகுகளை அசைத்துக் கொண்டு ஊர்ந்தது. நான் அதற்கு முன்பாக நடக்க விரும்பினேன். ஆனால் காட்டினுள்ளே விரவிக் கிடக்கும் நிசப்தம் சொல்லவியலாத தவிப்பை மெல்ல மெல்ல என்னில் நட்டுவித்தது. அந்திக்குப் பின் வரப்போகும் இருட்டை எண்ணினேன். இன்றைக்கு மட்டுமல்ல, எத்தனை பகல், இரவு கடந்தாலும் ஏழு நடுகற்களையும் காணாது நான் திரும்பேன் என மீண்டும் உறுதி செய்துகொண்டேன். உயர்ந்து அடர்ந்த மரங்களின் கிளைகள் ஒவ்வொன்றிலும் ஒரு பூர்வீகக் கதையைப்போல மலர்கள் அழகுற நிரம்பியிருந்தன. எங்கிருந்ததெனத் தெரியாமல், அந்தரத்தில் பறக்கும் ஒரு மயிலைப் பார்த்தேன். உடலை இறுக்கிக்கொண்டு சத்தம் எழுப்பியபடி பறக்கும் அந்த மயிலின் மீது அந்தி முழுக்க மாய்ந்திருந்தது.

ஏழு நடுகற்கள் இருப்பதாக நெடுவல் ராசன் சொன்ன இடத்தை அடைந்தபோது இருண்டு போயிருந்தது. வெளிச்சத்துக்கு ஏதுமற்ற நிலையில், மரத்தின் கொப்பில் ஏறி அமர்ந்துகொண்டேன். காட்டின் வெற்றிடத்தில் இருள் தன்னை அழுத்திப் புகுத்தியது. பறவைகளின் சத்தம் அங்கொன்றும் இங்கொன்றுமாக தூதுப்பாடல்போல தொடர்ந்துகொண்டே இருந்தது.

எனக்குத் தோதாக அமைந்த கொப்புள்ள இந்த மரத்திலேயே இரவைக் கழித்துவிட வேண்டும். உருமறைப்புச் செய்த ஒரு போர் வீரனைப்போல பதுங்கிக் கிடக்கும் உப்புக்காட்டின் ஒவ்வோர் அசைவும் புதிதாக இருந்தது. அந்த மயில் என்னைப் பின்தொடர்கிறதா... ஏன் நானிருக்கும் இந்த மரக்கொப்பிலேயே வந்தமர வேண்டும்? மயில் வாசம் ஏதோ கிறக்கத்தைத் தருகிறது. இன்னுமின்னும் எனக்கருகில் வரவே அது முயல்கிறது. அந்த மயிலின் கழுத்தை உற்றுப் பார்க்கிறேன். அம்பிகாவின் கழுத்தைப்போலவே அது வெட்கத்தில் சுழல்கிறது. மயில் எனக்கு முன்னிருக்கும் கொப்பில் வந்தமர்கிறது. மெல்ல தன் தோகையை விரித்து, அந்தரத்தில் எழும்பி அகவுகிறது. இடியிடிக்க மின்னல் விழுகிறது. மழை விசுக்கென பெய்யத் தொடங்கியது.

அத்தகைய இருளோடும் தனிமையோடும் யாழ்ப்பாணத்தில் வேறு கோயிலில்லை. ஒரு நூற்றாண்டாக வேர்பரப்பி சடைத்தெழுந்து நிற்கும் அரச மரத்தின் கிளைகளில் எந்தப் பறவையும் வந்தமர்ந்து பார்த்தது கிடையாது. சருகுகள் உதிர்ந்து நிரம்பி வெளிர் மஞ்சளாகிப்போயிருந்த கிணற்று நீர், ஆண்டாண்டுகளாகப் பெய்த மழையின் நிழலாகத் தளும்பும். கோயிலுக்கு அருகிலிருந்த பழங்காலத்துப் பூர்வீக வீடு பாம்புகளின் புகலிடமாயிற்று. வீட்டைச் சுற்றி நாயுண்ணிப் பற்றைகளும் முசுட்டைக் கொடிகளும் வளர்ந்திருந்தன. “இந்த வீட்டில் குடிகொள்ளாது, அம்மன் இருக்கவிடாது” இப்படியாகச் சொந்தத்துக்குள் ஒரு நம்பிக்கை பரவியிருந்தது. ஆனால், நாங்கள் வன்னியிலிருந்து இடம்பெயர்ந்து போய் அந்த வீட்டில்தான் வசிக்கிறோம். அந்திக் கருக்கலிலேயே ஆழ்ந்த சுதியைப்போல ஒளிரும் பழைய லாம்பை அம்மா வெளிச்ச மூட்டி வைக்கிறாள். இரண்டு குப்பி விளக்குகளில் நிம்மதியற்ற ஆர்ப்பரிப்போடும் அலைச்சலோடும் வெளிச்சம் எரிந்துகொண்டிருக்கிறது. இரவானால் அமானுஷ்யம் திறந்து மூண்டெழும் நடுவீட்டில், அச்சம் தலையுதறி நிற்கிறது. அம்மாவுக்கும் அக்காவுக்கும் நடுவில் நித்திரையாகி எழும்புகிறேன். எப்போதும் அதிகாலையைத் தனது கூந்தலில் சூடிக்கொண்டு துயில் உதறும் அம்மா, சூரியன் உதிப்பதற்கு முன்னர் கோயில் வளவு முழுவதையும் வலு சுத்தமாகக் கூட்டி முடிக்கிறாள். கோயிலின் வலதுபுறமுள்ள தேசிக்காய் மரத்திலிருந்து கனிந்துதிர்ந்த பழங்களை ஒவ்வொன்றாகப் பொறுக்குவது அவளது நித்ய கருமங்களில் ஒன்றாகியிருக்கிறது. மாதவிலக்கு வரும் பெண்கள் கோயில் கிணற்றில் நீரள்ளக் கூடாது. அம்மாவுக்கு நிரந்தரமாக நின்று போயிருந்ததால் பிரச்னையற்று இருந்தது. அம்மாவும் நானும் கிணற்றில் நீரள்ளி இரண்டு மூன்று பரல்களில் நிரப்பிவைத்துவிடுவோம். கூட்டுக்குள் நின்றபடி அக்கா குளித்து முடிக்கிறாள். ஆனாலும், இங்கே மிகுந்திருந்த விதிமுறைகளைச் சகிக்க முடியாமல் வேறொரு வீட்டுக்குப் போய்விடலாமென அம்மாவிடம் சொல்கிறாள். “கொஞ்ச நாளுக்குப் பல்லைக் கடிச்சுக்கொண்டு இருங்கோ, இஞ்ச வேற வீடு தேடி அலைஞ்சாலும் கிடைக்காது” என்கிறாள் அம்மா.

தொலைந்துபோன ஓலைச் சுவடிகளின் ஆவிகள் குடி கொண்டிருக்கும் தனிப்பனை மரத்தின் கீழே, பூட்டம்மாவைப் புதைக்கிறோம். அவளுடைய ஆசையது. அவள் இறந்துபோவதற்கு முந்தைய நாளின் அதிகாலையில் என்னைத் தட்டியெழுப்புகிறாள். பழங்கால வடிவமைப்புகொண்ட தனது இறங்குப்பெட்டியைத் திறந்து, இரண்டு செப்பேடுகளையும் ஒரேயொரு ஓலைச்சுவடியையும் என் உள்ளங்கையில் வைக்கிறாள். என்னை அவளது மார்போடு அணைத்து, “மோனே, இந்தத் திரவியங்களை நீ எப்பவும் கைவிடக்கூடாது. ஆச்சி மோசம் போனாலும் நீ கவலைப்படக் கூடாது. இந்தத் திரவியங்களை நிலத்திடம் ஒப்படைக்க ஒருநாள் புலரும். அதுநாள் வரை இந்த உப்புக்காட்டோடு நீயும் காத்திரு” என்கிறாள். நாங்கள் அவளைப் புதைப்பதற்காகக் கிடங்கு வெட்டிக்கொண்டிருந்த அன்றைக்குத் தனிப்பனையிலிருந்த கிளியொன்று நீண்ட நேரம் ஒலியெழுப்பிக்கொண்டிருந்தது. பூட்டம்மா நிலத்துக்குள் மலர்ந்து நிமிர்ந்து படுக்க, பனம்பூவின் வெறியூட்டும் நறுமணம் விழிக்கிறது. செப்பேடுகளையும் ஓலைச்சுவடிகளையும் ஷெல் பெட்டியொனறுக்குள் வைத்து மூடி பத்திரப்படுத்துகிறேன்.

ஆக்காண்டி, ஆக்காண்டி
எங்கெங்கே முட்டை வைத்தாய்?
கல்லைக் குடைந்து
கடலோரம் முட்டை வைத்தேன்.

வைத்ததுவோ அஞ்சு முட்டை
பொரித்ததுவோ நாலு குஞ்சு
நாலு குஞ்சுக் கிரை தேடி
நாலுமலை சுற்றி வந்தேன்.
மூன்று குஞ்சுக் கிரை தேடி
மூவுலகம் சுற்றி வந்தேன்.

ஆக்காண்டி, ஆக்காண்டி
எங்கெங்கே முட்டை வைத்தாய்?
கல்லைக் குடைந்து
கடலோரம் முட்டை வைத்தேன்.

குஞ்சு பசியோடு
கூட்டில் கிடந்த தென்று
இன்னும் இரைதேடி
ஏழுலகும் சுற்றி வந்தேன்.
கடலை இறைத்துக்
கடல் மடியை முத்தமிட்டேன்.

வயலை உழுது
வயல் மடியை முத்தமிட்டேன்.
கடலிலே கண்டதெல்லாம்
கைக்கு வரவில்லை.
வயலிலே கண்டதெல்லாம்
மடிக்கு வரவில்லை.
கண்ணீர் உகுத்தேன்
கடல் உப்பாய் மாறியதே.
விம்மி அழுதேன்
மலைகள் வெடித்தனவே.

ஆக்காண்டி, ஆக்காண்டி
எங்கெங்கே முட்டை வைத்தாய்?
கல்லைக் குடைந்து
கடலோரம் முட்டை வைத்தேன்.
வண்டிகள் ஓட்டி
மனிதர்க் குழைத்து வந்தேன்.
கையால் பிடித்துக்
கரைவலையை நானிழுத்தேன்.

கொல்லன் உலையைக்
கொளுத்தி இரும்படித்தேன்.
நெய்யும் தறியிலே
நின்று சமர் செய்தேன்.
சீலை கழுவி
சிகையும் அலங்கரித்தேன்.

வீதி சமைத்தேன்.
விண்வெளியில் செல்லுதற்குப்
பாதை சமைக்கும்
பணியும் பல புரிந்தேன்.
ஆனாலும் குஞ்சுக்கு
அரை வயிறு போதவில்லை.
காதல் உருகக்
கதறி அழுது நின்றேன்.

கதறி அழுகையிலே
கடல் ரத்தம் ஆயினதே.
விம்மி அழுகையிலே
வீடெல்லாம் பற்றியதே.
கடல் ரத்தம் ஆகுமென்று
கதறி அழவில்லை.
வீடுகள் பற்றுமென்று
விம்மி யழவில்லை.

ஆக்காண்டி, ஆக்காண்டி
எங்கெங்கே முட்டை வைத்தாய்?
கல்லைக் குடைந்து
கடலோரம் முட்டை வைத்தேன்.
குஞ்சு வளர்ந்ததும்
குடல் சுருங்கி நின்றார்கள்.

பசியைத் தணிக்கப்
பல கதைகள் சொல்லி வந்தேன்.
கடலை இறைத்துக்
களைத்த கதை சொல்லி வந்தேன்.
வயலை உழுது
மடிந்த கதை சொல்லி வந்தேன்.

கொல்லன் உலையும்
கொடுந் தொழிற்சாலையதும்
எல்லா இடமும்

இளைத்த கதை சொல்லி வந்தேன்.
சொல்லி முடிவதற்குள்
துடித்தே எழுந்து விட்டார்.
பொல்லாத கோபங்கள்
பொங்கிவரப் பேசுகின்றார்.
"கடலும் நமதன்னை
கழனியும் நமதன்னை
கொல்லன் உலையும்
கொடுந் தொழிற்சாலையதும்
எல்லாம் நமது" என்றார்.

எழுந்து தடி எடுத்தார்
கத்தி எடுத்தார்
கடப்பாரையும் எடுத்தார்
யுத்தம் எனச் சென்றார்
யுகம் மாறும் என்றுரைத்தார்.

எங்கும் புயலும்
எரிமலையும் பொங்கி வரச்
சென்றவரைக் காணேன்.
செத்து மடிந்தாரோ?

வைத்ததுவோ அஞ்சு முட்டை
பொரித்ததுவோ நாலு குஞ்சு
நாலு குஞ்சும் போர் புரிய
நடந்துவிட்டார் என்ன செய்வேன்
ஆன வரைக்கும்
அந்த மலைக் கப்பாலே
போனவரைக் காணேன்.
போனவரைக் காண்கிலனே.

ஆக்காண்டி, ஆக்காண்டி
எங்கெங்கே முட்டை வைத்தாய்?
கல்லைக் குடைந்து
கடலோரம் முட்டை வைத்தேன்.

சண்முகம் சிவலிங்கத்தின் இந்தக் கவிதை வரிகளை, நான் பாடிக்கொண்டே ஒரு விசரனைப்போல வீதியெல்லாம் அலைகிறேன்.

இப்படித் துண்டு துண்டாகக் காட்சிகள் எங்கிருந்து எழுகின்றன... அச்சம் அனலாய்க் கொதிக்கிறது. பக்கத்தில் அமர்ந்திருந்த மயிலைக் காணவில்லை. காடும் நானும் இருந்தோம். இருள் என்னையே பார்த்துக்கொண்டிருந்தது. நானிருந்த மரத்தின் கீழே யாரோ நடந்து திரிவதைப் போலிருந்தது.

"ஆர்?"
"அது நான்!"
"நானெண்டால் ஆர்?"
"நீ தேடி வந்த ஆளில ஒருத்தி!"

மூர்க்கம்கொண்டு மழை பெய்யத் தொடங்கியது.

49

அதிகாலையின் தூறலோடு நாகப்பரும் காட்டுக்குள் வந்திருந்தார். “ராத்திரி மழையில் நனையாமல் எப்படி தப்பினாய்?” என்று கேட்டார். “கொஞ்சமாய் நனைஞ்சனான், ஆனால் இப்ப காய்ஞ்சிட்டுது” என்றேன். நாங்கள் இருவரும் நடக்கத் தொடங்கினோம். அம்மா என்னைத் தேடியிருக்கிறாள். நாகப்பர் தன்னுடைய வீட்டில் நான் இருப்பதாகச் சொல்லியிருக்கிறார். நெடுவல் ராசனின் நினைவுகள் இப்போது எனக்குள் எழுகிறது. அவர் நினைவுகள் என்னுடனே வருகிற காவல் பிம்பம். மழை முற்றாக ஓய்ந்திருந்தது. காட்டுக்குள் சொட்டிக்கொண்டிருந்த மழைத்துளிகளை இயற்கையின் தொனிப்பாக எண்ணிக்கொண்டேன். நிலம் இருளைப் பிரிந்து ஒளிக்குக் காத்திருக்கிறது. மழையில் நனைந்த நடுக்கம் உடலைப் பற்றியிருந்தது. காடெங்கும் நீரின் சலசலப்பு. நடுகற்களைப் பார்க்காமல் நான் வீடு திரும்புவதில்லை என்கிற சத்தியத்தை மீண்டும் நினைவுபடுத்தினேன். “மானுடர் சத்தியத்துக்கு மட்டுமே மண்டியிட விரும்புகிறார்கள்போலும், சத்தியத்திலிருந்து பிறழ்ந்தவன் பிற அடிப்படை நேர்மைகள் இருந்தும் அனைத்தையும் இழந்துவிடுகிறான். நான் சத்தியத்துக்கு அஞ்சுகிறேன். அதற்குப் பணிகிறேன். இந்தக் காடு மழைக்குத் தன்னை ஒப்புக்கொடுத்ததைப்போல, நான் சத்தியத்துக்கு உண்மையாக இருக்கிறேன்” ஒருநாள் நெடுவல் ராசன் சொன்னது மாதிரி, “உப்புக்காடு எங்களுடைய

தாய். அவளின் சேயாக நான் ஏழு நடுகற்களையும் கண்டுபிடிப்பேன். பெருஞ்சரித்திரத்தின் சில பக்கங்களை நிலத்திலிருந்து பெறுவேன் என்பது மட்டும் உறுதி" என்றேன். நாகப்பர் என்னுடைய தோளைத்தட்டி "நீதான் கண்டுபிடிப்பாய்" என்றார். மெல்லிய செருமலுக்குப் பிறகு அவரே தொடர்ந்தார்.

"ஆதீரா, உப்புக்காட்டுக்குப் பல பெருமைகளும் சிறப்பும் இருக்கு. இந்த ஏழு நடுகற்கள் மட்டுமில்ல, உப்புக்காட்டுக்குள்ள பிரபாகரன் மறைஞ்சு இருந்த சங்கதி உனக்குத் தெரியுமா?"

"இல்லை, எந்தக் காலத்தில?"

"அமைதிப்படைக் காலத்தில, இந்தக் காடு இயக்கத்துக்குப் பெரிய அளவில கைகொடுத்தது."

"எல்லாரும் மணலாற்றுக் காட்டையெல்லா சொல்லுவினம், நீங்கள் சொல்லுறது எனக்குப் புதுசாய் இருக்கு."

"அதுவும் உண்மை, இதுவும் உண்மை. ஆனால் இஞ்ச இருந்தது கொஞ்ச நாள்தான்."

"நீங்கள் தலைவரை நேரில பார்த்து இருக்கிறியளோ?"

நாகப்பர் மனக்கண்ணாலும் என்னைப் பார்த்தார். பிறகு செருமிக்கொண்டு சொன்னார். "ஓம், பார்த்திருக்கிறன். கொஞ்ச நாள் அவரோடயே இருந்துமிருக்கிறேன்."

ஆச்சர்யம் மிதக்கக் கேட்டேன் "உண்மையாவோ?"

"ஓம். ஆனால் அப்ப இருந்த இயக்கம் வேற, இப்ப இருக்கிற இயக்கம் வேற."

"விளங்கேல்ல."

சிரித்துக்கொண்டு "உனக்கு விளங்காது" என்றார்.

பூட்டம்மா நித்திரையிலிருந்து விழித்தாள். மழைக்குளிர் நடுக்கம் மெல்லிசாய் இருந்தது. விடாமல் பெய்துகொண்டிருந்த மழையின் சத்தம் நிரம்பி நின்றது. பூட்டம்மாவுக்குச் சாயத்தண்ணி குடித்தால் இதமாயிருக்குமெனத் தோன்றியது. மெள்ளவெழுந்து சலமிருக்க வெளியே போனாள். மயிர்க்காலெங்கும் வயோதிகம் வழிந்தபடியிருக்கும் தீவெளி வாழ்வில் ஊன்றிப் பிடித்தபடி முக்கிச் சலமிருந்தாள். வெளியே காற்று மோதி மழையின் பரவசம் பெருகியது. வழிந்தோடும் பெயலில் சலம் கலந்தது. சாயத்தண்ணியைக் குடித்து முடித்து கதிரையில் அமர்ந்தாள். அடுப்படிக்குள் இருந்தபடி அம்மா சொன்னாள்.

"ஆதீரன இன்னும் காணேல்ல, இவ்வளவு நேரமாய் நாகப்பர் வீட்டில அவன் இருக்க மாட்டான்."

"அவன் நாகப்பர் வீட்டில இல்லை."

"பின்ன எங்க போய்ட்டான்?"

"உப்புக்காட்டுக்குள்ள நிக்கிறான்" என்றாள் பூட்டம்மா.

"அங்க என்ன செய்யிறான்?"

"ஓம். அவன் வருவான், அவனைப் பற்றி யோசியாத." பூட்டம்மா சொன்னாள்.

"உப்புக்காட்டுக்குள்ள போய் நிண்டு என்னத்தத்தான் தேடுகிறானோ தெரியேல்ல."

"அவன் தேடுகிறது, எனக்குமில்ல, உனக்குமில்ல."

பூட்டம்மா எதுவும் பதில் சொல்லவில்லை. கால்களைக் கழுவிக் கொண்டு வீட்டிற்குள் போனாள்.

நாகப்பரும் நானும் குளத்துக்குள் இறங்கினோம். தாமரை அதிகம். நீச்சல் தெரியாதவர்கள் இறங்க பயப்படும் ஆழம். நான் நீச்சலில் வித்தைக்காரன் இல்லை. ஆனால் மூச்சைப் பிடித்து நீருக்குள்ளேயே தவமிருப்பதில் விருப்பம். நாகப்பர் கடுமையான நீச்சலடி வீரன். மேனியை மட்டுமல்ல, உள்ளத்தையும் புத்துணர்வாக்கும் நீரை நாள்தோறும் இவ்வுலகம் வணங்கியே ஆகவேண்டும். நாகப்பர் குளித்து முடித்து, கரையில் அமர்ந்திருந்து "ஏழு நடுகற்களை நீ கண்டுபிடிக்க இன்னும் சில நாள்கள் காத்திருக்க வேண்டும்" என்றார்.

"காத்திருக்க வேண்டுமா, ஏன்?"

"நீ, நடுகற்களைக் காணும் நாள் இந்த நிலத்துக்கு முக்கியமானது."

"அந்த நாள் எப்ப?"

"தெரியவில்லை, ஆனால் இன்றில்லை, நாளையில்லை."

"நீங்கள் என்னை திசைதிருப்பப் பார்க்கிறீர்கள், சோர்வடையச் செய்ய எண்ணுகிறீர்கள். நான் உங்கள் திட்டத்துக்குப் பலியாகேன்."

"என்னையே நீ சந்தேகப்படுகிறாய்?" நாகப்பர் கொஞ்சம் நொந்தபடி என்னிடம் கேட்டார்.

"ஓம், என்னை நீங்கள் பின்வாங்கச் சொல்லுகிறீர்கள். காத்திருக்கச் சொல்லுகிறீர்கள். நான் உங்களைச் சந்தேகிப்பேன்" என்றேன்.

நாகப்பர் அதற்குப் பிறகு எதுவும் கதைக்கவில்லை. நாங்கள் காட்டின் ஒரு பக்க எல்லையை அண்மித்திருந்தோம். அங்கே நின்றிருந்த காட்டுப்பன்றி ஒன்று எங்களைக் கண்டு வெருண்டு ஓடியது. நடுகற்கள் இருக்கும் இடத்துக்கும் எங்களுக்குமிடையே ஓடிக்கொண்டிருக்கும் வாய்க்காலில் நீர்ப்பெருக்கு அதிகமாக இருந்தது.

"இப்பிடித் தண்ணி பெருக்கெடுத்து ஓடுது" என்றேன்.

"நேற்றைக்குப் பெய்த மழையே ஒரு நாளுக்கு ஓடும். நல்ல மழை" நாகப்பர் சொல்லிக்கொண்டு வாய்க்காலின் அருகில் போய் நின்றபடி "இங்கையிருந்து இன்னும் கொஞ்ச தூரத்தில் முனிப்பனை வந்திடும்" என்றார்.

"அப்ப ஏழு நடுகற்களுக்கு பக்கத்தில தான் இருக்கிறம்" என்றேன்.

"உனக்கு எப்பிடித் தெரியும்?"

"முனிப்பனை தாண்டிக் கொஞ்ச தூரமெண்டு நெடுவல் ராசன் சொன்னது ஞாபகம் இருக்கு."

நாகப்பர் ஆமோதித்துத் தலையசைத்தார். நாங்கள் அந்த வாய்க்காலைக் கடந்துபோக, பல வகைகளில் முயன்றோம். இறுதியில் பெருக்கெடுத்தோடும் நீரைக் குறுக்காக நீந்திக்கடந்து மறுகரை அடையலாம் என எண்ணினோம். நாகப்பர் என்னை முதுகில் சுமந்து நீந்திப்போக முடியுமென்று நீரில் இறங்கினார்.

வீட்டுக்கு வந்திருந்த பவி மாமா அம்மாவிடம் என்னை விசாரித்திருக்கிறார். அம்மா சிரித்துக்கொண்டே "அவன் உப்புக்காட்டுக்குள்ள போயிருக்கிறான்" என்றாள்.

"அவனுக்கு என்ன பிரச்னை, ஏன் இப்பிடியெல்லாம் காடேறி மாதிரி சுத்தித் திரியிறான்?"

"அவன் செய்யிற காரியத்தை உங்களாலும் செய்ய ஏலாது" என்றாள் பூட்டம்மா.

"அப்பிடி என்ன காரியம்?" மாமாவின் நக்கல் கேள்வியை பூட்டம்மா எதிர்கொண்டாள்.

''பறங்கியப் படைகளுக்கு எதிராகப் போர் செய்த ஆறு வன்னிச்சியரின் பணிப்பெண்ணான பொன்னச்சியைக் கேள்விப் பட்டிருக்கிறாயோ?'' என்று மாமாவைப் பார்த்து பூட்டம்மா கேட்டாள்.

"இல்லை, ஆனால் பொன்னச்சி என்கிற பேர் நல்லாயிருக்கு" மாமா சொன்னார்.

"எங்கட ஏழு நாய்ச்சிமாரும் எப்பிடி போராடி மடிஞ்சதெண்டாவது தெரியுமோ?"

அம்மா எதுவும் சொல்லாமல் பூட்டம்மாவின் முகத்தையே பார்த்துக்கொண்டு நின்றாள். அந்தப் பார்வைக்கு பதில், பூட்டம்மாவின் வழியாகத் தனக்குத் தெரியாத வரலாற்றை அவள் கேட்க விரும்புகிறாள் என்பதே. பூட்டம்மா ஏழு நாய்ச்சிமாரின் கதையைச் சொல்லத் தொடங்கினாள்.

''வன்னி வளநாட்டிலே வன்னியனார் ஆறு பேர் ஆட்சி செய்து வந்தனர்...'' என்று சொல்லிக்கொண்டிருந்தபோது வீட்டின் முன்னால் வந்து நின்ற வாகனத்தின் வேகம் கிளப்பிய புழுதி எல்லோரையும் அங்கேயே பார்க்கவைத்தது. வாகனத்தை விட்டு கீழே இறங்கிவந்த நேசன், ஒரு பொறுப்பாளர். அம்மா அவருக்கு ஒரு கதிரையைக் கொடுத்து இருக்கச் சொன்னாள். பவி மாமாவையும், பூட்டம்மாவையும் புதிதாகப் பார்த்த நேசன், அம்மாவுக்கு ஒரு செய்தியைச் சொன்னார்.

"எங்கட மருதன இண்டைக்குக் காலமை யாழ்ப்பாணத்தில சுட்டுப் போட்டாங்கள்."

"ஐயோ கடவுளே! காயமே?"

"மருதன் வீரச்சாவு. ஆனால், இயக்கம் இப்ப அவரை ஒரு போராளி

எண்டு க்ளெய்ம் பண்ணாது"

அம்மாவின் வயிற்றில் நெருப் பெரிந்தது. அவள் தன்னுடைய விம்மலை உடலுக்குள் புதைத்து வார்த்தைகளுக்கு பலம் கொடுத்தாள். பவி மாமா ஒரு போராளியாகத் தன்னைக் காண்பிக்காமல் நேசனோடு கதைத்துக் கொண்டிருந்தார். பூட்டம்மாவுக்கும் மருதனைத் தெரியும். அவருக்கு அடைக்கலம் கொடுத்து சில நாள்கள் வைத்திருந்தவள். அம்மா கண்களைத் துடைத்துக்கொண்டு "அந்தப் பிள்ளையும் என்னை விட்டிட்டு ஒரேயடியாய் போய்ட்டான், உங்களுக்குத் தேத்தண்ணி போடுறன்" என்றாள். நேசன் ஓமென்று தலையசைத்துவிட்டு மருதனின் உடலை யாழ்ப்பாணத்திலிருந்து வன்னிக்குள் கொண்டுவருவதற்கான வேலைத் திட்டங்களைச் சொல்லிக் கொண்டிருந்தார். மருதனின் உடலைக் கொண்டுவந்து எங்களுடைய வீட்டில் வைத்து இறுதிக் கிரிகைகளைச் செய்ய வேண்டுமென அம்மா விரும்பினாள். நேசன் அதற்கு உதவுவதாகக் கூறினார். ஆனால், அதற்கு இரண்டு நாள்கள் ஆகிவிடுமென எல்லோருக்கும் தெரிந்திருந்தது. நேசனுக்கு அம்மா தேத்தண்ணியைக் கொண்டுவந்து கொடுத்தாள். பவி மாமா அங்கிருந்து விடைபெற ஆயத்தமானார். பூட்டம்மா கொஞ்ச நேரம் இருக்கச் சொன்னாள். மருதன் செத்துப்போய்விட்டார் என்றால், அக்காவினால் தாங்க முடியாது.

நாகப்பரும் நானும் வாய்க்காலைக் கடந்து முனிப்பனையின் கீழே நின்றிருந்தோம். அந்தோ தெரிகிறது நடுகற்கள் என்று சொல்லிக்கொண்டு முன்னே ஓடிப்போனேன்.

நாகப்பர் "நில்லடா விசரா" என்று உறுமினார். ஒருகணம் திகைத்து நின்று, அவரைத் திரும்பிப் பார்த்தேன். அவரைக் காணவில்லை.

50

மருதனுடைய உடல் வன்னிக்குள் வந்துசேர இரண்டு நாள்கள் ஆகின. கொல்லப்பட்டவர் புலிகள் இயக்கத்தைச் சேர்ந்தவர் என்பதில் ராணுவம் உறுதியாக இருந்தது. ஆனால், புலிகள் மறுத்துவிட்டனர். மருதனின் உடல் எங்களுடைய வீட்டுக்குக் கொண்டுவரப்படுவதற்கு முன்பாக, நானும் நாகப்பரும் உப்புக்காட்டைவிட்டு ஊருக்குள் நுழைந்தோம். அம்மாவும், ஊர்ச்சனங்கள் சிலரும் கொண்டுவரப்படும் சடலத்துக்காகக் காத்திருந்தனர். அம்மா என்னைக் கண்டதும், முறைத்துப் பார்த்தபடி “காடேறி இஞ்ச வா” என்றாள். நான் அம்மாவினருகே ஓடிப்போய் அவளை அணைத்துக்கொண்டேன். மருதனின் உடலைக் கொண்டுவந்து இறக்கினார்கள். உடல் கறுத்திருந்தது. எப்போதும் விழிப்புடனிருக்கும் ஒரு போராளியின் கண்கள், அவன் சாவுக்குப் பின்னரும் அந்த விழிப்பு நிலையிலிருந்து பின்வாங்குவதில்லை. கண்கள் மூடிக்கிடக்கும் மருதனின் முகத்தைப் பார்த்தேன். விழிப்பும் அமைதியும் கூடி நின்றன. கண்கள் திறந்து என்னைப் பார்த்து “என்ன

ஆதீரன், இப்பிடிப் பார்க்கிறாய்?" என்று கேட்பதைப்போல ஒரு காட்சி பிறக்காதோ என ஏங்கினேன். அண்ணாவுக்கும் அக்காவுக்கும் தகவல் தெரிவிக்கப்பட்டது. அண்ணா வருவதற்கு வாய்ப்பில்லை என்று தெரிந்தது. அக்கா வந்தாலும் வரலாம், ஆனால் உறுதியாகச் சொல்ல முடியாதிருந்தது.

மருதன் ஒரு போராளி. ஆனால், இயக்கம் அவரைப் பொறுப்பேற்கவில்லை. ஒரு மாவீரராக, மண்ணில் விதைக்கப்படவேண்டிய வித்துடலை, ஒரு சாதாரண மனிதனாக இடுகாட்டில் வைத்து எரியூட்டப்போகிறோம் என்கிற குழப்பம் என்னை நோகச் செய்தது. வீரச்சாவுக்கும் வீண்சாவுக்கும் இடையே ஒரு மனிதனின் இருப்பை நினைத்துப் பார்க்கிறேன். 'இயக்கம் ஏன் மருதனை இப்படி எந்த அடையாளமும் இல்லாமல் கைவிடுகிறது?' என்கிற கோபம் எனக்குள் கேள்வியாகப் பெருக்கெடுத்தது. வித்துடலாகப் போற்றப்பட வேண்டிய ஒருவரின் உடல் வெறும் பூதவுடலாக அழைக்கப் படுவதில் எனக்கு ஒப்பில்லை. 'மண்ணுக்காக மடிந்த ஒரு மாவீரன் நீ, உன்னை நான் போற்றுவேன் மருதன்!' என்று ஒரு கவிதையை எழுதிப் பாடினேன். பூட்டம்மா என்னை ஆறுதல்படுத்தினாள். பிரதேச அரசியல்துறைப் பொறுப்பாளர் நேசன், அம்மாவை அழைத்து 'நீங்கள் செய்ய விரும்பும் சடங்குகளைச் செய்யுங்கள்' என்று சொன்னார். அம்மா ஒரே மூச்சில் சொன்னாள்.

"சடங்கொண்டும் இல்லை, மருதனை நாங்கள் எங்கட காணிக்குள்ளதான் வெக்கப்போறம்." பூட்டம்மா வேண்டாமென்று மறுத்தாள். அப்பாவின் உடல் புதைக்கப்பட்ட இடத்தினருகே மருதனின் உடலும் புதைக்கப்படுகிறது என்பது சிலருக்குப் பிடிக்கவில்லை.

அம்மாவைச் சிலர் "விசர் வேலை பார்க்காமல், சுடலைக்குக் கொண்டு போ" என்றனர். அம்மா உறுதியாக இருந்தாள். "இது எனது முடிவு. இந்த முடிவில் இனி எந்த மாற்றமும் இல்லை. யாரும் என்னை நிர்ப்பந்திக்க வேண்டாம்" எனக் கொஞ்சம் கடுமையாகச் சொன்னாள்.

மருதன் இருந்திருந்தால் சிரித்துக் கொண்டே "அம்மா, இவ்வளவு இறுக்கமாய் கதையாதேங்கோ, என்னைக் கொண்டுபோய் எரியுங்கோ" என்று சொல்லுவார். நான் அம்மாவின் முடிவுக்குத் துணையாக இருந்தேன். இன்றில்லை, ஒருநாள் மருதனை இயக்கம் மாவீரராக அறிவிக்கும்போது, இந்த உடலை இங்கிருந்து எடுத்துச் சென்று துயிலுமில்லத்தில் விதைக்க வேண்டுமென அம்மாவிடம் சொன்னேன். "அதுதான் என்ர திட்டமும்" என்றாள். ஊர்ச் சனங்கள் சிலர் முகம் சுளித்தனர். அம்மா "அவர்களை எந்தக் கதையுமில்லாமல் வெளியேறுங்கள்" என்று சொல்லி வீட்டை விட்டு அனுப்பினாள். மருதனின் உடலுக்குப் பலர் வந்து மரியாதை செலுத்தினர்.

அக்கா வந்துவிடுவாள் என்று உறுதியாக மாலையில் தகவல் கிடைத்தது. ஆனால், உடலிலிருந்து நாற்றம் கிளம்பத் தொடங்கியது. உடல் நன்றாக வீங்கியிருந்தது. தலையில் இரண்டு துப்பாக்கிச்சூடுகள் இருந்தன. முகம் மெல்ல மெல்ல மாறி இன்னும் விகாரமாக ஆகிவிட்டது. உயிரற்ற ஒரு மனிதனின் உடல், நிமிடத்துக்கு நிமிடம் இவ்வுலகை

வெறுத்து, தன்னை அடையாளம் இழக்கச் செய்துவிடுகிறது. அப்பாவின் அருகிலேயே இன்னொரு குழி தோண்டப்பட்டது. இப்படியான வேலைகளை அழகுணர்ச்சியோடு செய்து தருகிற கூலியாளிடமே அந்தப் பொறுப்பு வழங்கப்பட்டிருந்தது. அக்கா வந்துவிட்டால் அடுத்த ஏற்பாடுகளை முடித்துவிடலாமென எல்லோரும் காத்திருந்தனர். அக்காவின் வருகைக்காகக் காத்திருக்கும் எம்மைப்போலவே மருதனும் காத்திருந்தார். மாலை மெல்ல மெல்ல நகர்ந்துகொண்டே போயிற்று. அந்தி விழுந்து இருட்டத் தொடங்கிய வேளையில், அக்காவின் வருகை குறித்த தகவல் வந்து சேர்ந்தது. அக்கா வீட்டுக்கு வருவதற்கு இரவு ஒன்பது மணியாகும் என்று நேசன் வந்து அம்மாவிடம் சொன்னார்.

அம்மா "அதொண்டும் பிரச்னை யில்லை. அவள் வந்து பார்த்ததுக்குப் பிறகு எடுப்பம்" என்றாள்.

மருதன் அண்ணாவின் உடலிலிருந்து ஊன் வழியத் தொடங்கிற்று. விளக்கு வெளிச்சத்துக்கு வருகிற இரவுப் பூச்சிகள் அவர் உடலில் ஊர்ந்துகொண்டிருந்தன. அம்மா வேப்பிலையால் தட்டிக் கொண்டிருந்தாள். முகம் கொடுக்கவும், மூச்சிழுக்கவும் முடியாதபடி உடலிலிருந்து வெளியேறிய நாற்றத்தைப் போக்க ஊதுபத்தி கொளுத்தினோம். சில வாசனைத் திரவியங்களை உடல்மீது அடித்தோம். மருதனின் குடும்பம் எங்கே என்று கேள்விகள் எழுந்தன. எல்லாவற்றுக்கும் அம்மாவே பதில் சொன்னாள்.

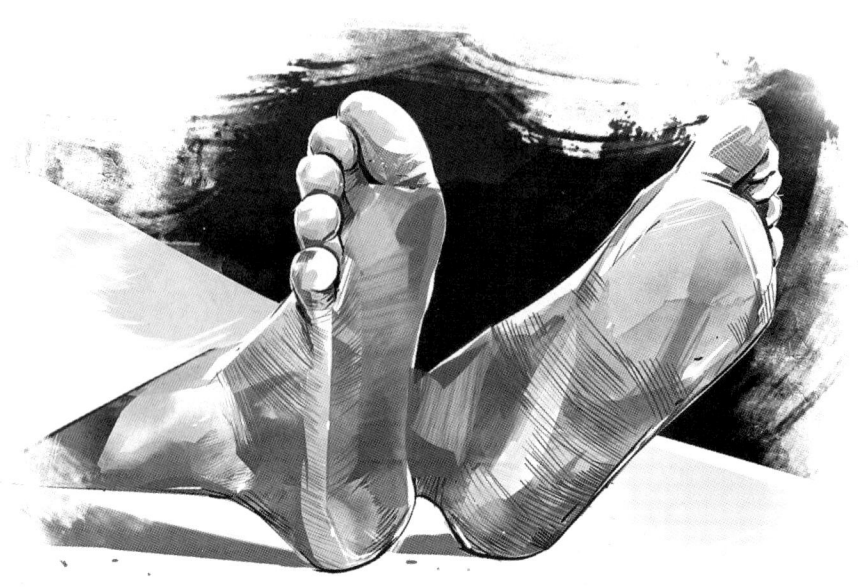

"அவர்கள் திருகோணமலை. இப்ப ஒருத்தருமில்லை. மருதன் சின்னப் பெடியனிலேயே இயக்கத்துக்கு வந்திட்டார்."

"இயக்கம் ஏன் இவரைப் பொறுப்பேற்கவில்லை?"

"அது இயக்கத்தோட முடிவு, அவர்களோட ரகசியம்."

"ஆனால், இப்பிடி ஒருத்தர இயக்கமெண்டு சொல்லாமல் விடக்கூடாதெல்லே?"

"இயக்கம் என்ன செய்யோணும் எண்டு சொல்ல நாங்கள் ஆர். அவங்களுக்கு ஒரு முடிவு இப்பிடி எடுக்கோணும் எண்டு ஏதாவது நிர்பந்தம் இருக்கும். அதில போய் நிண்டு நாங்கள் என்ன செய்யேலும்?"

நேசன் அம்மாவைப் பார்த்துக் கொண்டிருந்தார். நான் அவரின் அருகிலேயே இருந்தேன். மருதனின் நினைவுகளைச் சொல்லிக் கொண்டிருந்தேன். நேசனுக்குப் பெரிய அளவில் மருதனைத் தெரியாது. அவர் நான் சொல்வதை வாய் பிளந்து கேட்டுக்கொண்டிருந்தார். "இப்படியான ஒரு போராளியை ஏன் இயக்கம் பொறுப்பேற்கவில்லை?" என்று நேசனிடம் கேட்டேன். அவர் "எனக்கும் தெரியவில்லை தம்பி, ஆனால் தலைமைச் செயலகம்தான் இந்த முடிவை எடுத்திருக்கும்" என்றார். இரவு இன்னும் கொஞ்சம் பேர் வந்திருந்தனர். அவர்களுக்கு வெற்றிலையும், பாக்கும், பீடியும் தட்டில் வைத்தேன். மருதனுடைய உடல் நாற்றம், அவர்களை நீண்ட நேரம் அமர்ந்திருக்க இடமளிக்க வில்லை. சிலர் மூச்சைப்பிடித்து அமர்ந்திருந்துவிட்டு அவசரமாக வெளியேறினர். அம்மாவிடம் "பிள்ளை வருமட்டும் ஏன் வெச்சிருக்க வேணும், அடுத்த வேலைகளைத் தொடங்குவம்" என்றனர். அம்மா, "இல்லை அவள் வரட்டும். மருதனை அவள் இறுதியாகப் பார்க்க

வேண்டும்” என்று சொல்லி மூக்கைச் சீறி எறிந்தாள்.

நினைக்கும் கணம்தோறும் மருதனின் புன்னகை, ரகசியம், விழிப்பு, நிதானம், என எல்லாமும் வந்துபோயின. நாகப்பர் கடுமையாகக் கள்ளருந்தி நடந்து வந்துகொண்டிருந்தார். இடையிடையே காத்தவராயன் கூத்திலிருந்து சில பாடல்களைப் பாடிக்கொண்டு பீடியை மூட்டினார். மணியன் அப்போதுதான் வீட்டுக்குள் வந்தான். முல்லைத்தீவிலிருந்து செய்தி கேள்விப்பட்டு வந்ததாகச் சொன்னான். அவனது தந்தையார் சொல்லியிருக்க வேண்டும். மணியன், மருதனின் உடலையே பார்த்துக் கொண்டிருந்தான். கண்கள் கலங்கி அவரது உடலைத் தன்னுடலால் போர்த்திக்கொண்டு அழுதான். அவனுக்கு நாற்றமுமில்லை, நிணமும் இல்லை. மருதன் என்கிற ஒரு மாபெரும் போராளியின் வீழ்ந்த சரீரம் மட்டும் இருந்தது. மணியனை அழைத்துவந்து அமரச்செய்தேன். “இதெல்லாம் அந்தப் பழம் செய்த துரோகம்தான்” என்று மணியன் கத்திச் சொன்னான். அவனை நான் சமாதானப்படுத்தினேன். அவன் மூர்க்கம்கொண்டு அழுதெறிந்து கண்ணீரை உகுத்தபடியிருந்தான். மருதன் மெல்லச் சிரித்தபடி “மணியன் இப்பிடி சின்னப்பிள்ளையாள் மாதிரி அழாமல், வேலையைப் பார்” என்று சொல்லுவார் என்று எண்ணிக்கொண்டேன்.

இரவு நீளத் தொடங்கியிருந்தது. அம்மா வாசலையே பார்த்துக் கொண்டிருந்தாள். நேசன் வீட்டின் முகப்பிலேயே சனங்களோடு அமர்ந்திருந்தார். அவரின் வோக்கி இரைகிறது. நேசன், அக்கா வந்துசேர எவ்வளவு நேரமாகுமென மீண்டும் உறுதிப்படுத்திக்கொள்கிறார். இன்னும் சில நிமிடங்கள். பன்னிச்சையடிக்குள் வந்து விடுவோமெனத் தகவல் தெரிவிக்கப்படுகிறது. மருதனை அக்கா இப்படிப் பார்த்தால், துடித்துப்போய்விடுவாள். அவளின் உயிர் கொடுமையாக அந்தரிக்கும். அவளை எப்படி ஆறுதல் சொல்லி அமைதிப்படுத்துவது? மீண்டும் ஒரு பெட்டி ஊதுபத்தியைக் கொளுத்தி தலைமாட்டிலும் கால்மாட்டிலும் வைத்தோம். பூட்டம்மா விழித்திருந்தாள். நாகப்பர் கள்வெறியில் கூத்துப்பாடலை அங்கொன்றும் இங்கொன்றுமாகப் பாடிக்கொண்டிருந்தார். மருதன் எப்போதும்போல எல்லாவற்றையும் அவதானித்துக்கொண்டிருந்தார். மணியன் சொன்னான், “மருதனைப்போல ஒரு நல்ல மனுஷனை நான் சந்திக்கவேயில்லை. எல்லாற்ற கஷ்டத்தையும் தன்ர கஷ்டமாய்ப் பார்க்கிற மனுஷன்...”

நான் அவன் சொல்வதைத் தலையசைத்து ஆமோதித்தேன். போராளிகளின் இரண்டு பிக்கப் வாகனங்கள் எங்கள் வீட்டைக் கடந்துபோயின. ஆனால், அந்த வாகனத்தில்தான் அக்கா வருகிறாள் என எதிர்பார்த்தோம் அவளில்லை. சில நிமிடங்கள் கழித்து வந்த வேறொரு வாகனம் எங்களுடைய வீட்டின் முன்னால் நின்றது.

51

அக்கா வந்தாள். வாகனத்தை விட்டு இறங்கியோடி வந்து அம்மாவைக் கட்டியணைத்து அழுதாள். அம்மா தனது அணைப்பின் மூலம் அவளை ஆற்றுப்படுத்த எண்ணினாள். சவப்பெட்டிக்குள் கிடக்கும் மருதனின் முகத்தைத் தடவிக்கொடுத்தபடி அழுது புலம்பினாள். விம்மலும், கண்ணீர்ப் பெருக்கும் சொல்ல முடியாத ரணத்தின் மொழியாயிருந்தன. அக்கா இயல்புக்குத் திரும்ப நேரம் எடுத்தது. மருதனுடைய உடலைப் உள்வாங்கக் காத்திருந்தது மண். அக்காவை நினைவுகள் பேரலையாகப் புரட்டின. அவள் கலங்கித் தேயும் ஒருநாளைப்போல ஆகியிருந்தாள். உடலைப் புதைப்பதற்கான ஆயத்தங்களில் ஈடுபட்டனர். அப்பாவின் அருகிலேயே வெட்டப்பட்ட குழியில், மருதனுடைய உடலைக் கீழே இறக்கினர். எல்லோரும் உள்ளங்கையில் பூவும் மண்ணும் கொண்டு இறுதி அஞ்சலி செலுத்தினர். மணியன் மட்டும் பெருங்குரலெடுத்து "ஐயோ மருதண்ணா..." என்று கத்தினான். அப்படியே மயங்கிச் சரிந்தான். இழப்பின் பாரத்தைச் சுமந்தபடி நின்ற அக்காவின் அருகில் போயிருந்தேன். என்னை மடியில் கிடத்தி விம்மி விம்மி அழுதாள். அக்காவின் துயரைப் போக்கச்செய்யும் ஆறுதல் வார்த்தைகள் இவ்வுலகில் இல்லை. அவளின் கைவிரல்களை மட்டும் இறுக்கமாகப் பிடித்துக்கொண்டு அப்படியே படுத்திருந்தேன். மருதன் மண்ணுக்குள் மூடப்பட்டார்.

இரண்டு நாள்கள் தொடர்ச்சியாக வீட்டுக்கு ஆட்கள் வந்துபோயினர். மருதனின் பிரிவைச் சேர்ந்த போராளிகள் அதிகமாக வந்தனர். நானும் மணியனும் ஒன்றாகவே சுற்றித் திரிந்தோம். நாகப்பர் நன்றாகக் கள்ளுக் குடித்தபடி புலம்பிக்கொண்டோ, பாடல்களைப் பாடிக்கொண்டோ இருந்தார். பூட்டம்மா போராளிகளோடு வார்த்தைகளை அளந்து கதைத்தாள். அக்காவுக்கு இயக்கம் விடுமுறையை வழங்கியிருந்தது. அவளைப் பார்ப்பதற்கு அம்பிகா வந்துபோனாள். அம்மா அடுத்தடுத்த வேலைகளுக்குள் கால்பதித்தாள். மருதனை இயக்கம் ஏன் பொறுப்பேற்கவில்லை என்கிற கேள்வி என்னைப்போலவே அக்காவுக்கும் எழுந்தது. ஒருநாள் இரவு உணவு வேளையில் அம்மாவிடம் அக்கா அதைக் கேட்டாள்.

“இயக்கமெண்டு மருதனைச் சொல்லுறதில ஏதோ சிக்கல் இருக்கு போல” என்றாள் அம்மா.

“என்ன சிக்கலாம்?”

“அதொண்டும் என்னட்ட சொல்லேல்ல, ஆனால் நான் அப்பிடித்தான் நினைக்கிறன்.”

“அம்மா, என்ன விஷயமெண்டு தெளிவாய் நீங்கள் இயக்கத்திட்ட கேளுங்கோ” அக்கா சொன்னாள்.

“என்னவாய் இருந்தாலும் என்ன, அந்தப் பிள்ளையோட உயிர் போய்ட்டுது. சனங்களுக்காகப் போராடின உயிர். அவன் உயிருக்கும், அவன் சாவுக்கும் ஒரு மரியாதை இயல்பிலேயே இருக்கு” என்றாள் பூட்டம்மா.

அக்காவும் நானும் இரவிரவாக இருந்து கதைத்துக்கொண்டிருந்தோம். இயக்க வாழ்க்கையும் பயிற்சியும், இப்போது அவளுக்கு வழங்கப்பட்டிருக்கும் பணியென எல்லாவற்றையும் சொல்லிக் கொண்டிருந்தாள்.

"உங்களுக்கு இயக்கப் பேர் என்ன?"

அக்கா தனது இயக்கப் பெயரைச் சொல்லிவிட்டு "பேர் எப்பிடியிருக்கு?" என்றாள். எனக்குப் பிடித்த சில போராளிகளின் பெயர்களான அணிநிலா, கானகி, நிலமதி, அம்புலி, சந்தனா ஆகிய பெயர்களைச் சொன்னேன்.

"நீ சொல்லுற பெயரில ஒண்டை இன்னொரு பெயராய் வைக்கிறேன்" என்றாள்.

அடுத்தநாள் காலையில் கடுமையான மழை பெய்தது. பன்னிச்சையடி கிராமத்தைச் சுற்றியுள்ள குளங்கள் நிரம்பிப்போகுமளவுக்கு விடாமல் பெய்துகொண்டிருந்தது. அக்காவிடம் சொல்லிவிட்டு உப்புக்காட்டுக்குச் செல்ல ஆயத்தமானேன். 'திரும்பி வரும்போது எனக்கு ஈச்சம்பழம் கொண்டு வா' என்றாள். 'உறுதியாக' என்று சொல்லிவிட்டு வீட்டை விட்டு வெளியேறினேன். பொதுக்கிணற்றடியில் சனங்கள் நின்றனர். அம்பிகா குடத்தில் நீர் நிரப்பி, இடுப்பில் சுமந்து கொண்டு வந்தாள். அவளுடைய முகம் காய்ந்து போயிருந்தது. கொஞ்சம் வேகமாக நடந்து யாருமற்ற வீதி வளைவில் அவளுக்காகக் காத்திருந்தேன். அம்பிகா என்னருகில் வந்ததும் சொன்னாள், "உங்களுக்கு இப்ப என்ர ஞாபகமே இல்லை."

"ஞாபகம் தொலைந்தால், உங்களுக்காக இங்கே காத்திருந்திருக்க மாட்டேன்."

"நேற்று நான் உங்கட வீட்டுக்கு வந்திருக்கேக்க நீங்கள் என்னைப் பார்க்கவேயில்லை."

"அம்பிகா கோபப்படாதே" என்று அவளை ஒரு கணம் அணைத்துக் கொண்டேன். அவளது இடுப்பில் கிடந்த குடம் கீழே நழுவி விழுந்தது. அம்பிகா என்னை விட்டுவிடும் எண்ணமில்லாது இறுக்கி அணைத்தபடி முத்தமிட்டுக் கொண்டிருந்தாள். இதழ்கள் இனித்துக் கனிந்தன. உடலின் கதவைத் திறக்கும் சிறிய நுட்பங்கள் இதழ் முத்தத்துக்கே வாய்த்திருக்கிறது போலும். நிறைந்து வழிந்த கள்ளு முட்டியைப் போலிருக்கும், அவளின் தனங்களில் நான் வழிந்துருகினேன். காதல், துயரங்களை மோதி வீழ்த்துகிறது.

உப்புக்காட்டுக்குள் இறங்கினேன். இரண்டு நாள்களுக்கு மேலாக நாம் சென்றடைந்த தூரத்தைத் தனியாக நடந்து கடக்க வேண்டும். முனிப்பனையடி என்று நினைத்தாலே மூச்சு வாங்குகிறது. காட்டுக்குள் தூரம் பெருகிப்போகிறது. ஏழு நடுகற்களைப் பற்றி நாகப்பர் சொன்ன விஷயங்களை நினைத்துக் கொண்டேன். பன்னிச்சை மரத்தை வணங்கிவிட்டு மிக வேகமாக நடக்கலானேன். இந்த ஏழு நடுகற்களும் போற்ற வேண்டிய மாவீரத்தினுடையவை. நாம் அள்ளித் தின்று வளரும் இந்த மண்ணில் இவர்கள் உதிரம் இருக்கிறது. மண்ணின் வழியாக உதிரத்தையும் வீரத்தையும் சுரந்து தருகிற இந்த மூதாதைப் பெண்களின் மீது எனக்கோர் காதல் பிறந்தது. மூச்செறிய காட்டுக்குள் நடந்து முனிப்பனையை வந்தடைந்தேன். அங்கிருந்து ஏழு நடுகற்களைத் தேடத் தொடங்கினேன். அடர்ந்த காட்டினுள்ளே நடுகற்களைத் தேடும் என்னுடைய நெஞ்சில் படபடப்பும் பதற்றமும் கூடியிருந்தன. அப்போதுதான் நாகப்பர் சொன்ன இவர்களின் கதையை நினைத்துப் பார்த்தேன். போரிட்டு, நஞ்சருந்தி

மாய்ந்துபோனார்கள் என்பதைக் கேட்டதும், வியப்பாகவும் அதிர்ச்சியாகவும் இருந்தது. மண்ணுக்காகப் போரிட்டு நஞ்சருந்தி ஆகுதியாகும் மரபை நினைத்துப் பார்த்தேன். நாகப்பர் சொன்ன கதை இதுதான்.

வன்னி வளநாட்டில் தனியாட்சி செய்து வந்த ஆறு வன்னியனார்களும் கடவுள் நம்பிக்கையில் சிறந்து விளங்கினர். அவர்கள் தமிழ்நாட்டிலுள்ள தலங்களைத் தரிசிக்க எண்ணினர். தாங்கள் சென்று திரும்பிவரும் வரை ஆட்சிப் பொறுப்பை தமது மாமனார் நாகப்பரிடம் ஒப்படைப்பதென உறுதி செய்தனர். ஆனால் நாகப்பர் அதனை மறுத்தார். ஆறு பேரும் ஒரே நேரத்தில் சென்றால் நாட்டுக்கு ஆபத்து நேர்ந்துவிடுமென எச்சரித்தார். அவர்களின் மனைவிமாரும் நாகப்பரோடு சேர்ந்து, வேண்டாமெனக் கூறினார்கள். ஆனால் வன்னியனார் ஆறு பேரும், "நீங்கள் இருக்கும்போது நாட்டுக்கு எந்த ஆபத்தும் வராது மாமா" என்றனர்.

ஆறு பேரும் தனது வார்த்தைக்கு மதிப்பளிக்கவில்லை என்ற கோபத்தில் இருந்தார் நாகப்பர். ஆறு வன்னியனார்களும் தங்களுடைய தல யாத்திரையை ஆரம்பித்தனர். ஆட்சிப் பொறுப்பை ஏற்றுக்கொண்ட நாகப்பர், நாட்டைச் சிறப்பாக ஆண்டுவந்தார். ஆனால், அவர் சொன்னதைப்போலவே சிக்கல்கள் உருவாகின. அதில் பாரிய சிக்கலைத் தந்தவன் பெருமலையை ஆண்டு வந்த நம்பி என்பவன். வயதில் சிறியவனாக இருந்தாலும், நாட்டின் ஆட்சியைக் கைப்பற்றும் நோக்கோடு உள்நாட்டுக் குழப்பத்தைத் தூண்டி விட்டான். ஆனால் நாகப்பர் அசரவில்லை. அவனது திட்டங்களை நுட்பமாக முறியடித்தார். நம்பி கோபங்கொண்டான். அவனை அதிகார வெறி வழிநடத்தியது. துரோகம் அவனுக்கு ஊன்று கோலெனத் தோன்றியது. கோழையின் புகலிடம் துரோகமின்றி வேறில்லை. அவன் பறங்கிய ஆக்கிரமிப்பாளர்களின் துணையை நாடினான். பறங்கிப்படைக்கு இதுவொரு காரணமாக இருந்தது. நாகப்பர் ஆட்சி செய்துவரும் வன்னி நாட்டை பறங்கிப்படை தாக்கத் தொடங்கியது. ஒரு மழை நாளில் பறங்கிப்படை வன்னி நாட்டுக்குள் முன்னேறித் தாக்குதலைத்

தொடங்கியது. யுத்தப் புரவிகளில் நாகப்பரின் படைகள் தாக்குதலை எதிர்கொண்டன. நாகப்பர் சமராடினார். மழையும் இருளும் போர்க்களத்தில் வழிந்தோடும் குருதியைப் பார்த்து மிரண்டன. நாகப்பர் பறங்கிப்படையின் தாக்குதலை வெற்றிகரமாக முறியடித்தார். ஆனால் யாரும் எதிர்பாராத வகையில், போர் முடிந்த பின்னர் குதிரையிலிருந்து தவறி விழுந்து இறந்துபோனார் நாகப்பர். வன்னி நாடே துயரில் அமிழ்ந்தது. படையெடுப்புக்கு எதிரான போரில் வென்ற மகிழ்ச்சியைக் கொண்டாட முடியாதபடி வன்னி நாடு தவித்திருந்தது. ஆட்சிப் பொறுப்பின் தலைமையை இழந்து நின்ற வன்னி நாட்டை, இப்போது கைப்பற்றிவிடலாமென நம்பி மீண்டும் பறங்கிப்படையை உசுப்பினான். நம்பியின் ஏவலுக்கு பறங்கிப்படை பணிந்தது. துரோகிகளின் வரைபடத்தில் ஆக்கிரமிப்புக்காரர்களுக்கு நம்பிக்கையிருக்கும். ஆனால், அவர்கள் ஒருபோதும் துரோகிகளை நம்ப மாட்டார்கள். பறங்கிப்படை வன்னி நாட்டின் மீது மீண்டும் தாக்குதல் தொடுத்தது. தலைவனை இழந்த துயரம் தாளாது நின்ற வன்னி நாட்டின் படைகள் தாக்குதலை எதிர்கொண்டன. ஆனபோதிலும் இழப்புகள் பெருகின. கைக்கூலியாளன் ஒருவனை வைத்து ஊடுருவல் தாக்குதலைச் செய்து வன்னித் தளபதியைக் கொன்றொழித்தது பறங்கிப்படை. அப்போதுதான் ஆறு வன்னியனார்களின் இல்லாள்களும் ஆண் வேடமணிந்து போர்க்களம் புகுந்தனர். படையை வழிநடத்தினர்.

அவர்களுக்குத் துணையாகப் பணிப்பெண் பொன்னச்சியும் போரில் ஈடுபட்டாள். துப்பாக்கிகளோடு முன்னேறும் பறங்கிப்படையின் நடவடிக்கையை, வன்னிப்படைகளால் எதிர்கொள்ள முடியவில்லை. படைகளுக்குள் சாவு அதிகரித்தது. மெல்ல மெல்ல வன்னிப்படைகளின் தாக்குதல் அற்றுப்போனது. பனை மரத்தின் மீதிருந்து கூட்டமாகக் கிளிகள் எழுந்து பறந்தன. வன்னிப்பெரு நாடு பறங்கிப்படைகளின் கைகளில் அகப்பட்டது. ஆனால் ஆறு வன்னியனார்களின் இல்லாள்களும், பணிப்பெண்ணுமாக ஏழு பேரும் உப்புக்காட்டுக்குள் மறைந்தனர்.

"எதிரியின் கையில் அகப்படுவோமாக இருந்தால், அது எங்கள் வீரமரபுக்கே இழுக்கானது" என்று உப்புக்காட்டுக்குள் விளைந்திருந்த குன்றுமணிகளைப் பிடுங்கி வந்த பணிப்பெண் பொன்னச்சி, செங்கல்லோடு சேர்த்து அதனை இடித்துக்கொண்டிருந்தாள்.

'நாட்டுக்கு ஆபத்து வருமென்று நாகப்பரும் நாங்களும் சொன்னபோது கணவன்மார் கேட்கவில்லையே...' என்ற கோபத்தோடும், பறங்கிப்படையிடம் நாடு வீழ்ந்துவிட்டதே என்கிற குமுறலோடும் ஒருவரை ஒருவர் பார்த்துக்கொண்டிருந்தனர்.

பொன்னச்சி குன்றுமணியையும் செங்கல்லையும் சேர்த்து இடித்து மாப்போல உருட்டி, எல்லோர் கையிலும் உருண்டையாக்கிக் கொடுத்தாள். உப்புக்காடு வெறித்துப் பார்த்தபடியிருந்தது.

52

ஈச்சம் பழங்கள் கனிந்து கிடக்கும் ஒரு பகுதியில் ஏழு நடுகற்களையும் காண்கிறேன். என்னை யாரோ பின்னிருந்து தொட்டு 'ஆதீரன்...' என்றழைப்பது கேட்டது. திரும்பிப் பார்த்தேன். பொன்னாச்சி நின்றாள். வேட்கையின் தடத்தில் தம்முயிர் விதைத்தவர்களில் ஒருத்தி. மண்ணுக்காய் நஞ்சுண்டு மடியும் மரபின் முதற்சோதியின் ஏழாவது அடவாக ஆகியிருப்பவள். பொன்னச்சியின் கண்கள் சடுதியாக என்னுடைய அம்மாவை ஞாபகப்படுத்தின. "ஆதீரா, உன்னை இங்கே அழைத்துவந்த உன்னுடைய பாதங்கள், இனி சோர்விலாது நடக்கப்போகின்றன" என்றாள். பொன்னச்சி என்ன சொல்கிறாள் என்பதை விளங்கிக்கொள்ள முடியவில்லை. என்னுடைய பூட்டம்மா அருள்வாக்குச் சொல்வதைப் போன்ற மொழியில் நிறைய சொல்லிக் கொண்டிருந்தாள். "நிலம் சுருங்கி, கடல் உள்ளே போகப்போகிறது." அன்றொரு நாள் குன்றுமணிகளையும் செங்கற்களையும் அரைத்து நாமுண்ட நஞ்சின் மீதியை நிலம் முழுதும் உண்ணப்போகிறது" என்றாள். பொன்னச்சியை எதிர்த்து கதைக்க விரும்பினேன். அவள் சொல்வது சாடையாக விளங்கத் தொடங்கியது. "இனியொரு யுத்தம் நடக்குமாக இருந்தால், அது எங்களை அழித்துவிடும்" என பூட்டம்மா சொன்னதைத்தான் சொல்கிறாள். நான் பொன்னச்சியோடு கதைக்க விரும்பவில்லை. அவளை விட்டு நடந்து ஏழு நடுகற்கள் அமைந்திருந்த

இடத்துக்குள் நுழைந்தேன். இதுவோர் துயிலுமில்லம். ஆதியில் வீரச்சாவைத் தழுவிய ஏழு அம்மைகளின் துயிலுமில்லம்.

"வல்லமை தாருமென்றுங்களின் வாசலில் வந்துமே வணங்குகின்றோம்.

வல்லமை தாருமென்றுங்களின் வாசலில் வந்துமே வணங்குகின்றோம்.

உங்கள் கல்லறை மீதிலும் கைகளை வைத்தொரு சத்தியம் செய்கின்றோம்.

உங்கள் கல்லறை மீதிலும் கைகளை வைத்தொரு சத்தியம் செய்கின்றோம்.

வல்லமை தாருமென்றுங்களின் வாசலில் வந்துமே வணங்கு கின்றோம்."

என்ற மாவீரர் நாள் பாடல் வரிகள் எனக்குள் ஒலிக்கின்றன.

நினைவு தெரிந்து முதன்முறையாக நான் யாழ்ப்பாணத்திலுள்ள கோப்பாய் மாவீரர் துயிலுமில்லம் சென்றேன். பூட்டம்மாவுக்குத் துணையாக அக்கா என்னை அனுப்பிவைத்தாள். கல்லறைகளும் நடுகற்களும் நிறைந்திருந்த பெரு வளாகத்தில் சிவப்பு, மஞ்சள் கொடிகள் கட்டப்பட்டிருந்தன. பெருந்திரளான சனக் கூட்டத்தின் நடுவே நடந்து செல்வதே களைப்பாக இருந்தது. மலர் மாலைகளும் ஊதுபத்திகளும் படையல்களோடும், கல்லறைகளுக்கு முன்பாகவும், நடுகற்களுக்கு முன்பாகவும் மாவீரர்களின் பெற்றோர்களும் குடும்பத்தாரும் அமர்ந்திருந்தனர். பூட்டம்மா தன்னுடைய மகனின் நடுகல்லைக் கண்டடைந்து அதன் முன்னே அமர்ந்திருந்தாள். நாங்கள் கொண்டு சென்ற மாலையை நடுகல்லுக்கு அணிவித்தாள். வாசனையில் சிறந்த ஊதுபத்தியை எடுத்துக் கொளுத்தினேன். தனது மகனுக்குப் பிடித்த சிறிய பண்டங்களை எடுத்துப் படையலிட்டாள். தங்களுடைய

பிள்ளைகளின் கல்லறைக்கு முன்னாலும், நடுகல்லுக்கு முன்னாலும் கண்ணீர் சொரிய அமர்ந்திருக்கும் ஒவ்வொருவரும் வீரயுகத்தின் மாந்தர்கள். ஆயுதம் ஏந்திப் புறப்பட்ட விடுதலை வீரர்களைக் கருவில் சுமந்தவர்களின் கண்ணீர், அந்திப்பொழுதின் வானத்தை என்றுமில்லாதவாறு இருட்டச் செய்யும். இந்நிலத்தின் கண்ணீர், மழையை வரவழைக்கும். மின்னலும் இடியும் பெருகி மண்ணுக்குள் வாழும் பிள்ளைகள் பேசும் அசரீரியாக உருக்கொள்ளும். மழையின் துளிகள் விழும் அக்கணமெங்கும் அசையும் தீபத்தின் சுடர்கள் அணைவதில்லை. தியாகத்தை மிஞ்ச பூமியிடம் இயற்கையில்லை. தீரத்தின் கனலில் உயிர் வளர்க்கும், இவ்வாழ்வின் உணர்ச்சியான பொழுது இது. மகவுக்குப் பால் சுரந்த அம்மைகளின் ஆற்றாமையைத் தாங்காது, தேச விடுதலைக்காகக் குருதிப்பால் ஊட்டிய மாவீரர்கள் மண்ணுக்குள்ளிருந்து கதைக்கத் தொடங்குவர். கல்லறைகளுக்கும் நடுகற்களுக்கும் தலை கோதியபடி மகனையோ, மகளையோ சீராட்டு கிறவர்கள் தாயும் நிலமும் ஆகி தாய்நிலமாகக் காட்சியளிக்கின்றனர். பூட்டம்மா அழுவாள். விக்கித்து அழுகிற பூட்டம்மாவை முதன் முறையாக அங்குதான் பார்த்தேன். அவள் எச்சிலை விழுங்கி விழுங்கி அழுவதும், தனது சேலையால் கண்ணீரைத் துடைப்பதுமாக இருந்தாள். கல்லறைக்கும் நடுகல்லுக்கும் என்ன வித்தியாசம் என்று குழப்பமாகவிருந்தது. பூட்டம்மாவிடம் கேட்டேன்.

“கடைசியில பெடியளோட உடம்பு கிடைக்காமல் போனால், நடுகல்லாய் கட்டிப்போடுவினம். உடம்பு கிடைச்சால் கல்லறை” பூட்டம்மா சொன்னாள்.

“அப்ப, இவரோட வித்துடல் கிடைக்கேல்லையே?”

“இல்லை. ராணுவம் மொத்தம் பதினாறு பெடியளையும் ரோட்டில போட்டு எரிச்சவங்கள்” என்று சொல்லியபடியே பூட்டம்மா அடி வயிற்றில் அடித்துக்கொண்டு அழுதாள். தீபக்கடல் நடுவே நானொரு நடுகல்லின் முன்னே நின்று கொண்டிருந்தேன். தீப ஒளியின் மீது மழையழகு தீற்றலாக வழிந்தது. அந்த மாவீரர் நாள் உரையில் நிறைய சூளுரைகள் தொனித்தன. பூட்டம்மா உரையைக் கேட்டுவிட்டுச் சொன்னாள்.

“மோனே, பிரபாவுக்கு இப்ப இருக்கிற நெருக்கடியைவிடவும் கூடப்போகுது. ஆனால், சனத்தை மட்டுமே நம்புகிற தலைவனாக இருக்கிறது ஒரு வகையில நல்ல பலம்.”

கோப்பாய் துயிலுமில்லத்தைவிட்டு நாங்கள் வெளியே வருவதற்கிடையில், பூட்டம்மாவை இரண்டு தடவைத் தவற விட்டுவிட்டேன். சனக் கூட்டம். போராளிகளைப்போலவே ராணுவப் புலனாய்வாளர்களும் நின்றிருந்தனர். பூட்டம்மா நிலத்தைப் பார்த்து மட்டுமே நடந்தாள். நாங்கள் பேருந்தில் ஏறுகிற வரை எதுவும் கதைக்கவில்லை. அவள் வீட்டிலிருந்து கொண்டுவந்த தண்ணீரை எடுத்து இரண்டு மிடறு குடித்துவிட்டு என்னிடம் தந்தாள். தாகம்தான். ஆனால், நீரருந்திப் போகும் தாகமில்லை.

“கூண்டுப் பறவை சிறகு விரிக்கும்
குனிந்த முகங்கள் நிமிர்ந்து சிரிக்கும்

மாண்ட வீரர் கனவு பலிக்கும்

மகிழ்ச்சிக் கடலில் தமிழ்மண் குளிக்கும்"

என்ற காசி ஆனந்தனின் பாடல் வரிகளை தேனிசை செல்லப்பா எனக்குள் பாடத் தொடங்கினார்.

நடுகற்கள். உடல் கிடைக்காத வீர மறவர்களின் நினைவுப் பீடம். ஆனால் இந்தக் காட்டிலேயே நஞ்சருந்தி மாண்ட இந்த எழுவரின் உடலும் எங்கே போயின? திரும்பிப் பார்த்தேன். பொன்னச்சி சிரித்துக்கொண்டு சொன்னாள்,

"இங்குதான் இருக்கிறோம், எங்கும் போகவில்லை."

"நீங்கள் நஞ்சருந்துவதற்கு முன்னர் என்ன நடந்தது?"

''குன்றுமணியையும் செங்கல்லையும் சேர்த்து இடித்து மாப்போல உருட்டி, எல்லோர் கையிலும் உருண்டையாக்கிக் கொடுத்தேன். எங்கள் அணியிலிருந்த மூத்த நாச்சி சொன்னாள்... ''சகோதரிகளே... நாங்கள் நஞ்சருந்துவது அச்சத்தாலோ, கோழைத்தனத்தாலோ அல்ல. பகைவன் கையில் அகப்பட்டு மண்டியிடக்கூடாது என்பதற்காக. ஆம். நாங்கள் சாவை மண்டியிடச் செய்வோம்."

அதற்கு இளைய நாச்சி கேட்டாள். "சாவதற்கு எங்களுக்கு அச்சமில்லை, ஆனால் இந்தப் பகைவர்களை உயிருடன் விட்டுவிட்டு மடிவதா என்கிற சோகம் மட்டுமே என்னை வதைக்கிறது."

'நாம் அவர்களிடம் நிலத்தை இழந்து விட்டோம். எங்கள் குடிகளை அவர்கள் வன்கவர் செய்துவிட்டனர். எங்கள் படை வீரர்களை நாம் முற்றாகப் பறிகொடுத்துவிட்டோம். அவர்களின் சுடுகலனுக்கு முன்னால் எங்கள் போர்க் குதிரைகள் சருகுகளைப்போல நிலமெங்கும் இறந்து வீழ்கின்றன' சொன்னாள் மூத்த நாச்சி.

இன்னொரு நாச்சி தன்னுடைய உள்ளங்கையில் இருக்கிற நஞ்சுருண்டையை வாயில் போட்டு சாப்பிடத் தொடங்கினாள். 'இந்த மண் எங்களின் சொந்த மண் - விடுதலை அடைவதே எங்கள் சத்தியம்' என்று சொன்னபடி உயிரை மாய்த்துக்கொண்டாள். அப்போதுதான் இந்தக் காட்டில் முதல் விதை விழுந்தது. அப்போதும் மழை பொழிந்தது. நாங்கள் எழுவரும் அமர்ந்திருந்த இடத்தில் செங்காந்தள் மலர்கள் பூக்கத் தொடங்கின. முதல் விதையான எங்கள் சகோதரியை செங்காந்தள் மலர்களினால் அஞ்சலி செய்தோம்.

இளைய நாச்சி சொன்னாள், ''நான் போரிடப்போகிறேன். அதற்கான சாத்தியங்களைத் தேடப் போகிறேன். எதிரியின் கையில் அகப்பட்டால் என்னை நானே அழித்துக்கொள்வேன்."

'உன்னை நீயே அழித்துக்கொள்ள வழி கிடைக்கும்படியாக எதிரியினர் நடந்துகொள்ளமாட்டார்கள்.'

'ஏன்?'

'தன்னுடைய பகைவனை உயிருடன் பிடித்துக்கொண்டால், வன்கவர் வெறியர்கள் மிலேச்சர் களைப்போல நடந்து கொள்வார்கள். போர் செய்வதை நீ தவறாக விளங்கிக் கொண்டிருக்கிறாய். எதிரியோடு சம பலமாக இருந்தாலொழிய போரை நாம் வெல்ல முடியாது.'

இளைய நாச்சி சற்றுத் தணிந்தாள். அவளது உள்ளங்கையில் கிடந்த நஞ்சுருண்டையை விழுங்கிக்

கொண்டே 'சுதந்திரத் தாயகமே எங்கள் தாகம்' என்று சொன்னபடி மண்ணில் விழுந்தாள். பின்னர் எல்லோரும் சிறு நேர இடைவெளிகளில் நஞ்சையுண்டு, மண்ணை முத்தமிட்டோம். இறுதியிலும் இறுதியாக நான் நஞ்சுருண்டையை உண்பதற்கு முன்பாக அறுவரின் வித்துடல்களையும் அடுக்கிவைத்து அவர்களது கூந்தலில் செங்காந்தள் மலர்களைச் சூடிவிட்டேன். எனது கூந்தலிலும் ஒரு மலரைச் சூடி முடித்து நஞ்சுண்டேன்."

பொன்னச்சி சிரித்துக்கொண்டு சொன்னாள். "நாம் நஞ்சருந்திய நாளில் வானில் நிலவு பூரணமாகச் செழித்திருந்தது. மண்ணுக்காக மாண்டுபோன எழுவரின் மேனியிலும் நிலவின் ஒளி பரவி நின்றது. நாள்கள் சென்றன. மண்ணை வன்கவர்ந்த பறங்கிப் படையினர் சனங்களைக் கொடுமை செய்தனர். பெருமலையைச் சேர்ந்த நம்பியைப் பறங்கிப் படையினர் கொலை மிரட்டல் விடுத்து "உன்னுடைய எல்லையிலேயே நீ நடமாடு" என்று எச்சரித்தனர். துரோகியானவன் எதிரியின் காலடியில் மண்டியிட்டு, தனது கீழ்மைகளை அரங்கேற்றி, அதிகாரத்தின் ஒரு கவளச் சோற்றுக்காகக் காத்திருப்பான். நம்பி அப்படியே பறங்கிப் படையினரின் வாசல்களில் காத்திருந்தான். நஞ்சருந்தி மாண்ட எங்களுடைய உடலைக் காட்டுப்பன்றிகள் இழுத்துச் சென்றன. காகங்கள் கொத்தியுண்டன. புழுக்கள் நிறைந்து நெளிந்தன. அழுகிய நாற்றத்தோடு நம்முடல்கள் இந்தக் காட்டிடையே விலங்குகளுக்கு இரையாகின."

"பின்னர் இந்த நடுகற்களைக் கட்டியது யார்?" என்று கேட்டேன்.

"சொல்கிறேன்" என்றாள் பொன்னச்சி.

53

உப்புக்காட்டுக்குள் ஏழு நடுகற்கள் இருக்கின்றன என்கிற செய்தியை ஊருக்கெல்லாம் அறிவிக்க வேண்டுமென ஆசை பிறந்திற்று. இந்தக் காட்டிடையே பதுங்கித் திரிந்த போராளிகள் யாருமே இதைக் காணவில்லையா என்ற ஆச்சர்யமும் தோன்றிற்று. பன்னிச்சைத் தாயின் அருள்பாலிக்கும் இந்த ஊரில், எத்தனையோ சிறப்புகள் இருக்கின்றன. இந்த ஏழுவரின் நடுகற்களும் எங்களுடைய வீர மரபின் சாட்சி. மண்டியிடத் தெரியாத தமிழர் மறத்தை, இந்த ஏழு நடுகற்களும் எமக்குப் போதிக்கின்றன. பொன்னச்சி என்னைப் பார்த்துக்கொண்டே நின்றாள். நான் பித்தேறிய ஒருவனைப்போல நடுகற்களைத் தடவிக்கொண்டிருந்தேன். “நஞ்சருந்தி மாண்ட உங்களுடைய உடலைக் காட்டுப்பன்றிகள் இழுத்துச் சென்றன. காகங்கள் கொத்தியுண்டன. புழுக்கள் நிறைந்து நெளிந்தன. அழுகிய நாற்றத்தோடு உங்களுடல்கள் இந்தக் காட்டிடையே விலங்குகளுக்கு இரையாகின என்றீர்கள். பின்னர் இந்த நடுகற்களைக் கட்டியது யார் என்று கேட்டேன் அல்லவா?” என்றேன். பொன்னச்சி மிச்ச கதையைச் சொல்லத் தொடங்கினாள். அவள் சொல்லும் கதையின் பின்னணியில் சிறு பறவை இடையிடையே ‘க்க்க்க்... க்க்க்க்...’ என்று இசை கோர்த்தது. “இந்தக் கதையும் யாருக்கும் தெரியாதது” என்றாள் பொன்னச்சி. கண்களை

விரித்து வியப்புடன் அவளையே பார்த்துக்கொண்டிருந்தேன்.

நாங்கள் உப்புக்காட்டில் இறந்து போய் மாதங்கள் ஆயின. தல யாத்திரையை முடித்துக்கொண்டு தமிழ்நாட்டிலிருந்து வந்த வன்னியனார்கள் அறுவரும், தாய்நாடு பறங்கியர் வசமானதை அறிந்து கோபங்கொண்டு தாக்குதல் நடத்தத் துணிந்தனர். நாகப்பரும் அவரது படைகளும் அடைந்த வெற்றியும், அதன் பிறகான அவரது வீரச்சாவு செய்தியும் கவலை கொள்ளச் செய்தன. அவர்களுடைய இல்லாள்களுக்கு நடந்தது என்ன, எங்கே போயினர் என்பதை அறிய அவர்கள் நிறைய முயற்சிகளைச் செய்தனர். ஆனால், எங்களின் விசுவாசிகளுக்குக்கூட நாங்கள் என்ன முடிவை எடுத்தோம் என்பது தெரியாமல் இருந்தது.

ஆறு வன்னியனார்களும் நாட்டுக்குள் வந்துவிட்டனர் என்கிற செய்தியைப் பறங்கிப்படை மோப்பம் பிடித்தது. அவர்களை அழித்தொழிக்க மூர்க்கம்கொண்டு தேடியது. ஆனால், அவர்கள் புகலிடம் தேடி சனங்களின் வீடுகளுக்குள் அடைக்கலம் கொண்டனர். வன்னியனார்கள் ஆறு பேரும் போர்க்கலையில் சிறந்தவர்கள். அவர்களை விட்டுவைத்தால் தனக்கும் ஆபத்தென நம்பி பறங்கிப்படையை உசுப்பிக்கொண்டிருந்தான். துரோகத்தின் குகையில் அவனது கண்கள் இருள் பழகிக்கொண்டன.

வன்னி நாட்டின் ஒவ்வொரு கிராமமும் சுற்றிவளைக்கப்பட்டது. சனங்களின் குடியிருப்புகள் தேடுதல் என்ற பெயரில் சூறையாடப்பட்டன. பறங்கிப்படை எல்லோரையும் சந்தேகம் கொண்டது. துரோகி நம்பி, பறங்கிப்படைகளுக்கு வன்னிக்காட்டின் புவியியலை வரைந்தளித்தான். பறங்கிப்படை வேகங்கொண்டு காடுகளுக்குள் இறங்கியது. காட்டினுள்ளே அவர்களுக்குச் சவாலாக வேட்டை நாய்கள் இருந்தன. விரட்டி விரட்டி அவர்களைக் கடித்துக் குதறப் பாய்ந்தன. ஒவ்வொரு வெடியோசையிலும் நாய்கள் நிலத்தில் சாய்ந்தன. ஏதோவொரு காட்டுக்குள்தான் அறுவரும் மறைந்திருக்கின்றனர் என்பதில் பறங்கிப்படை தெளிவடைந்தது.

வன்னி நாட்டுக்குள் இருக்கும் காடுகளைச் சல்லடையாகத் தேடுவது, சாத்தியமற்றது. காடு தனது மகவுகளையே காப்பாற்றும். அது ஒருபோதும் தனக்குள் பதுங்கிக்கிடக்கும் பாய்ச்சலை எதிரியிடம் காட்டிக் கொடுக்காது. அறுவரும் உப்புக்காட்டுக்குள் மறைந்திருந்தனர். பறங்கிப்படை தேடிக் களைத்தது. வன்னியனார்கள் நாட்டுக்குத் திரும்பவில்லை, அவர்கள் திரும்பியதாக வந்த தகவலே பொய்யானது என முடிவு செய்தார்கள். காடு தனது பிள்ளைகளைத் தாய்மையோடு காத்துநின்றது. ஒருநாள் இரவு கடுமையாக மழை பெய்யத் தொடங்கியது. அறுவரில் மூத்த வன்னியனார் சொன்னார்.

“இதுதான் சரியான நேரம், இந்த மழையிருட்டில் நாம் பறங்கிப் படைகளைத் தாக்கி அழிக்கலாம். அவர்களை வீழ்த்தலாம்.”

“இந்த மழையிருட்டில் அவர்கள் விழிப்போடு இருக்கக்கூடும்” இளைய வன்னியனார்களில் ஒருவன் சொன்னான்.

“இல்லை, அவர்கள் வேறொரு முடிவுக்கு வந்துவிட்டனர். நாங்கள் இன்னும் நாட்டுக்குள் வரவில்லை என்பதை ஒட்டுமொத்தப் பறங்கிப் படையினரும் நம்பிவிட்டார்கள்” என்றார் மூத்த வன்னியனார்.

“அப்படியா! இதுவே நல்ல நேரம். நாம் முதலில் நம்பியைக் கொல்வோம். அவனைப் போன்ற ஒரு துரோகியை நாம் மன்னிக்கக்கூடாது. அவன் எதிரியைவிடவும் ஆபத்தானவன். நமது இனத்துக்கு வந்துசேர்ந்த கீழ்மை அவன், அவமானம்... அவனே எங்கள் முதல் இலக்காக இருக்க வேண்டும்” என்றார்கள்.

“நம்பியை நா....ன்...னே கொ... கொ...கொல்றேன்” இளைய வன்னியனார்களில் கொன்னைவாய் கொண்டவன் சொன்னான்.

“நீ அவனைக் கொல்லப்போவதாகச் சொல்லி முடிக்கும்போதே அடுத்த மாதம் வந்துவிட்டது. அதெல்லாம் சாத்தியமில்லை” என்றனர்.

அவனுக்கு இந்தப் பகிடி பிடிக்கவில்லை. தலை கவிழ்ந்து மண்ணையே பார்த்துக் கொண்டிருந்தான். மழை, மூர்க்கம் கொண்டு பெய்யுமென நம்பினர். பெருமலையை ஆண்டுவரும் துரோகி நம்பியைக் கொல்ல படை நகரத் தொடங்கியது.

“அறுவரும் போகத்தான் வேண்டுமா?” ஒருவனின் கேள்வி.

“மூன்று பேர் இங்கேயே இருந்து நாச்சிமாரைத் தேடுங்கள். மூன்று பேர் நம்பியை நோக்கிப் போவோம்” பதில் கட்டளையாக வந்தது.

மழையும் இருளும் கலந்துகிடக்கும் நிலத்தில், பதுங்கிப் பதுங்கி வன்னியனார்கள் மூவர் ஊருக்குள் இறங்கி, நடக்கத் தொடங்குகின்றனர். அரவம் எழும்பாதபடி நடப்பதற்கு அவர்கள் கால்கள் பழக்கம் கொண்டிருந்தன. மழையின் இரைச்சல் அவர்களுக்கு இன்னும் உதவியாக இருந்தது. காற்றில் குளிர் நிரம்பிக்கிடந்தது. மூத்த வன்னியனாரும், இன்னும் இருவரும் பறங்கிப்படைகளின் முகாமைத் தாண்டி பெருமலைக்குள் நுழைந்தனர். பெருமலையை ஆண்டுவந்த நம்பியின் உறைவிடத்தில், காவலுக்கு நிற்கும் வீரர்களைச் சாதுர்யமாகக் கையாள வேண்டுமென மூத்த வன்னியனார் கட்டளை இட்டார். தங்களது கைகளில் இருந்த கூர்மையான கற்களைக்கொண்டு எறிந்து திசைகளைக் குழப்பினர். தாக்குதல் எல்லாத் திசைகளிலிருந்தும் தொடுக்கப்பட்டது. திசைதிருப்பும் தாக்குதல். எதிரியின் பார்வையை ஓரிடத்தில் நிலையிருத்தவிடாத போர்த் தந்திரம். ஆனால், நம்பியின் துரோகப்படைகளின் கைகளில் இருப்பது கூரான ஆயுதங்கள் அலல. பறங்கிப்படையிடம் வாங்கிய இரும்புத் துப்பாக்கிகள் என்பதை உணர்ந்துகொண்ட வன்னியனார்கள் கொஞ்சம் வேகமாக அவர்களின் பாதுகாப்பு வளையங்களைத் தாண்டி உள்ளே நுழைந்தனர். மூத்த வன்னியனார் காவலுக்கு நிற்க, ஏனைய இருவரும் உள்ளே இருட்டோடு இருட்டாகப் போயினர். மழைக்கு நன்றி. இருளுக்கு நன்றி. இயற்கை அறத்தின் ஆயுதம். அது அறம்கொண்ட போர், மறவர்க்கு உற்ற துணை செய்கிறது. மூத்த வன்னியனார் வெளியே நின்றுகொண்டிருக்க, உள்ளே சென்ற இருவரும் விறுவிறுவென ஓடிவந்தனர்.

“வாங்கோ, வேகமாய்ப் போய்விடலாம் அண்ணா.”

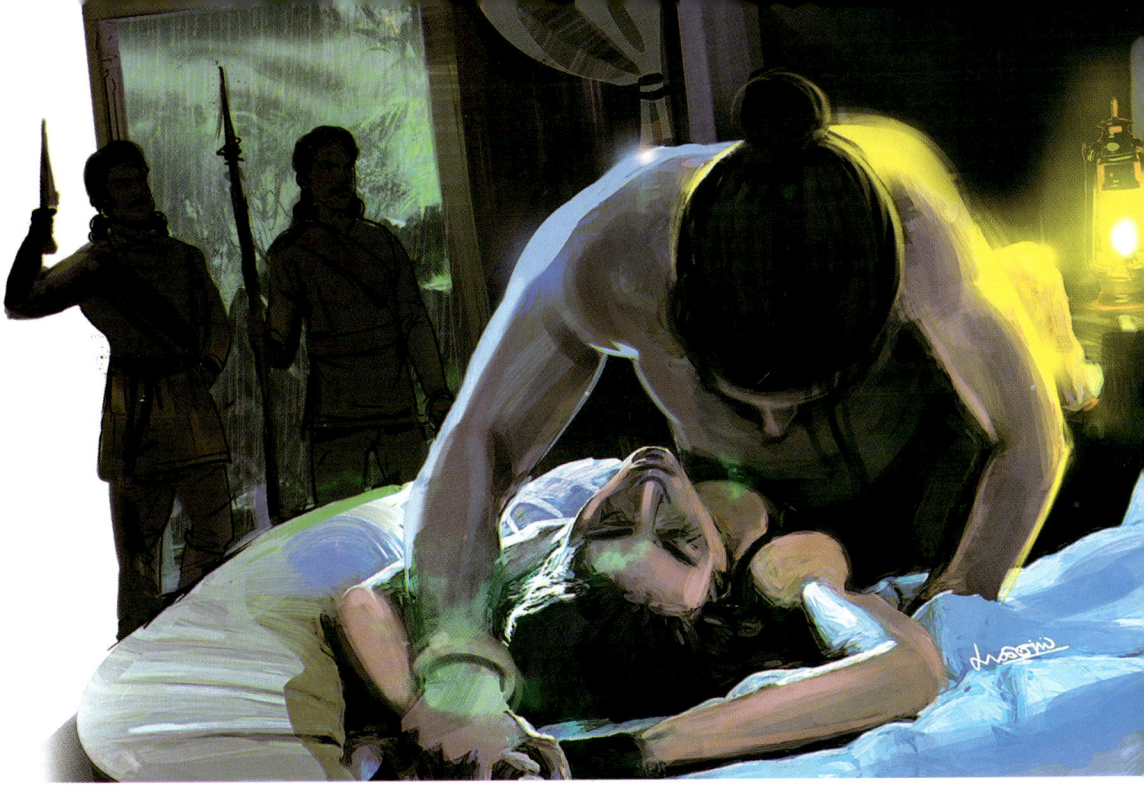

"நம்பியைக் கொன்றுவிட்டீர்களா?"

"அவன் சல்லாபத்தில் இருக்கிறான். அதுவும் ஒரு பறங்கியப் பெண்ணோடு. இப்படியான ஒரு பொழுதில் எப்படி அவனைக் கொல்ல முடியும்?"

"அவன் துரோகி, எக்கணத்திலும் அவனை நாம் கொல்ல முடியும். சொல்லுங்கள்... என்ன செய்தீர்கள். அவனை இப்படி விட்டு விட்டு என்னால் வரமுடியாது. நானே உள்ளே போகிறேன்" என்றார் மூத்த வன்னியனார்.

"அவனை என்னால் கொல்ல முடியவில்லை. ஆனால்..."

"ஆனால்?"

"இவன் கொன்றுவிட்டான்."

"நம்பியோடு படுக்கையைப் பகிர்ந்த அந்தப் பறங்கியப் பெண்ணை என்ன செய்தீர்கள்?"

"அவள் எங்களைக் கண்டதும், நம்பியின் ஆட்கள் என நினைத்திருக்க வேண்டும். எந்த அச்சமுமில்லாமல் படுக்கையில் கிடந்தபடி நம்பியை ஆண்டுகொண்டிருந்தாள். ஆனால், நாம் ஆயுதங்களைத் தூக்கியதன் பிறகே விபரீதம் புரிந்தது அவளுக்கு. கைகளைக் கூப்பி எங்களைக் கும்பிட்டு 'என்னை விட்டுவிடுங்கள்' என்று கெஞ்சினாள். அந்தப் பெண்ணுக்கு எதுவும் நேரக்கூடாது. என்பதில் நாங்கள் உறுதியாக இருந்தோம் அண்ணா."

"நல்லது. எங்களுக்கு இந்த மழையும் இரவும் துணைபுரிகின்றன. மழை நிற்பதற்கு முன்பாக எங்களுடைய இடத்துக்குச் சென்றுவிட வேண்டும். இல்லையேல் எம்மை ஆபத்து சூழ்ந்துவிடும். நம்பிக்கு நாமளித்த தண்டனை பறங்கிப்படைக்குத் தெரிந்துவிட்டால், அவர்கள் உஷாராகிவிடுவார்கள். வேகமாக நடவுங்கள்."

"நம்பியை நாங்கள்தான் கொன்றோமென பறங்கிப்படை எப்படி முடிவுக்கு வரும்?"

"தனது எதிரியைத் தன்னிலும் பார்க்க சிறந்த படை வீரனாகக் கருதும்

பழக்கம் அவர்களுக்கிருக்கிறது. நம்பி எங்களுக்குச் செய்தது துரோகம், அவர்களுக்குச் செய்தது உதவி. ஆனபோதிலும், அவன்மீது பறங்கிப்படைக்கு மரியாதை இருக்காது. அவனைக் கொல்ல எங்களைத் தவிர வேறு யாரும் இல்லை என்பதை அவர்கள் நன்கு அறிவர்."

"இன்னும் வேகமாக நடப்போம். பெருமலையைக் கடந்துவிட்டோம். இன்னும் சில மணித்துளிகளில் உப்புக்காட்டுக்குள் சென்றுவிடலாம். ஆனால், ஊர் விழித்துவிடும். அதற்கு முன்பாக நாங்கள் சிறிய காடுகளுக்குள் புகுந்துவிட்டால், காட்டின் வழியாகவே நடந்து உப்புக்காட்டை அடையலாம்."

"இதுவொரு நல்ல திட்டம். அப்படியே செய்வோம்."

நம்பியோடு படுக்கையில் இருந்த பறங்கியப்பெண் தனது வாயில் கட்டப்பட்டிருந்த துணியை அவிழ்க்க முயல்கிறாள். முதிரை மரத்தினால் செய்யப்பட்ட அந்த அறையின் கதவை ஓங்கி அறைகிறாள். வெளியே காவலர்கள் இறந்துகிடக்கின்றனர். உறைவிடத்தின் முகப்பு வாசலில் இருக்கும் ஒரு காவலாளி சத்தம் கேட்டு அறை நோக்கி ஓடி வருகிறான். இறந்துகிடக்கும் சக காவலாளிகளைப் பார்த்து அலறியடித்துச் சத்தமிடுகிறான். அறைக்கதவைத் திறக்கிறான். அங்கே நம்பி ரத்த வெள்ளத்தில் மிதக்கிறான். அந்தப் பெண்ணின் வாயையும் கையையும் கட்டுகளிலிருந்து அவிழ்த்து காவலாளிகள் வெளியே கூட்டிச்செல்கின்றனர். நம்பி கொல்லப்பட்டான் என்கிற தகவல் பறங்கிப்படைகளுக்குப் பறக்கிறது.

உப்புக்காட்டுக்குள் நுழைந்து, சிறிது தூரத்தில் அழுகி எலும்புக்கூடுகளாய்க் கிடக்கும் மனித உடல்களைக் காண்கின்றனர் மூவரும். ஆட்களை எண்ணுகின்றனர், எழுவர். மூத்த வன்னியனார் சொன்னார். "என்ன சொன்னார்?" என்று கேட்டேன்.

54

ஏலும்புகளாகக் கிடப்பவர்கள் நாச்சிமாரும் பொன்னச்சியும்தானென மூத்த வன்னியனார் சொன்னதும், ஏனைய இரண்டு வன்னியனார்களும் அதிர்ச்சியடைந்தனர். "இத்தனை உறுதியாக எப்படிச் சொல்லுகிறீர்கள், அப்படி நிகழ வாய்ப்பில்லை'' என்றனர். ஆனால், மூத்த வன்னியனார் தனது முடிவில் தீர்க்கமாக இருந்தார். இருப்பிடத்தை அடைந்ததும், இந்த இடத்துக்கு அனைவரும் ஒன்றாக வர வேண்டுமெனக் கூறிக்கொண்டு நடக்கலாயினர். மழையும் இருளும் மெல்ல மெல்ல விலகிக்கொண்டிருந்தன. பதுங்கும் இடத்தை வந்தடைந்தனர். ஏற்கெனவே இங்கேயிருந்த மூவரும் "இந்தக் காடு முழுவதும் தேடிப் பார்த்தோம். ஆட்கள் நடமாட்டமே இல்லை" என்றனர். மூத்த வன்னியனார் சொன்னார்... "நாம் எங்கு தேடியும் அவர்கள் கிடைக்கப்போவதில்லை. ஏற்கெனவே அவர்கள் வீரச்சாவைத் தழுவிவிட்டனர். நாச்சிமார்களோடு சேர்த்து அவர்களின் பணிப்பெண்ணான பொன்னச்சியும் உயிரைவிட்டிருக்கிறாள்."

"அவர்கள் எப்படி இந்தக் காட்டுக்குள் வந்திருக்க முடியும்?"

"எதிரிகளின் கையில் நாடு வீழ்ச்சியுற்றதும், அவர்களைத் தாக்கியழிக்க ஏதாவது திட்டமிட்டிருப்பார்கள். அது பொய்த்துப் போய் அவர்களது கையில் அகப்படாமல் மாண்டிருக்கலாம்."

"அதுதான் சொல்கிறேன். இந்த ஆக்கிரமிப்பாளர்களை எதிர்த்து நாங்கள் யுத்தம்

செய்ய வேண்டும். அவர்கள் சுதாரிப்பதற்கு முன்னர் நாம் தாக்க வேண்டும்."

"எதிரியைத் தவறாக அளவிடக் கூடாது. அவர்களிடமிருக்கும் ஆயுதம் தொலைவிலிருந்து தாக்கக்கூடியது. நாம் அவர்களை ஆயுதங்களால் வெல்ல முடியாது."

"எங்களது போர்த்திறமைக்கு முன்னால் அவர்கள் எதுவும் செய்ய முடியாது."

"இல்லை, கண்மூடித்தனமாகக் கோபப்படக்கூடாது. அவர்களை எதிர்கொள்ள முடியாது. ஆனால் அவர்களுக்கு இழப்பினை அளிக்கலாம். சில நாள்கள் ஆகட்டும். அதுவரை நாம் உப்புக்காட்டுக்குள்ளேயே பதுங்கி யிருப்போம்."

"நாச்சிமார்களுக்கும் பொன்னச்சிக்கும் நாம் நடுகற்களைக் கட்டியெழுப்ப வேண்டும். அதற்கான ஏற்பாடுகளைப் பாருங்கள்."

"ஊருக்குள் எங்களுக்கிருக்கும் நம்பிக்கையான சக்திகளை அழைத்துக் கதையுங்கள். தேவையான பொருள்களைச் சொல்லி வரவழையுங்கள்."

மழைவிட்டிருந்தது. அறுவரும் மாறி மாறிக் கதைத்துக்கொண்டிருந்தனர். உப்புக்காடு மெல்ல விடிந்திருந்தது. வன்னி நாடெங்கும் பெருமலையை ஆண்டுவந்த நம்பி கொல்லப்பட்ட செய்தி பரவியது. பறங்கிப்படை மூர்க்கம்கொண்டது. துரோகி நம்பி கொல்லப்பட்டது, சனங்களுக்குப் பெரிய நம்பிக்கையையும் மகிழ்ச்சியையும் தந்தது. நம்பியின் கொலைக்குக் காரணமானவர்கள் என்ற அடிப்படையில், சிலரை வீடுகளிலிருந்து அழைத்துச் சென்று

துன்புறுத்தினர், பறங்கிப்படையினர். நம்பியின் தலையறுந்த உடலைச் சேர்த்துக்கட்டி பெருமலையின் இடுகாட்டில் புதைத்தனர். இறுதியாக நம்பியோடிருந்த தங்களது பெண்ணைப் பறங்கிப் படையினர் விசாரணை செய்தனர்.

"எத்தனை பேர் வந்தனர்?"

"இரண்டு பேர் வந்தனர்."

"அவனைக் கொல்லும்போது, நீ மட்டும் எப்படித் தப்ப முடிந்தது. அவர்கள் உன்னை எதுவும் செய்யவில்லையா?"

"இல்லை. நிர்வாணமாக இருந்த என்னை ஒருகணம்கூட பெண்ணாகக்கூட உணரவைக்க வில்லை. அப்படியோர் ஒழுக்கவான்கள். நம்பியின் கழுத்தில் கத்தியை வைத்து அறுப்பதற்கு முன்னர், அவனது வாயில் கொண்டுவந்த ஒருபிடி உப்பையள்ளித் திணித்தனர்."

"உப்பா?"

"உப்புதான். அப்போதுதான் உப்பளத்திலிருந்து அள்ளி வந்திருப்பார்கள் என்று தோன்றியது. கசிந்துகொண்டேயிருந்தது."

"நம்பி, அவர்களது பெயரை உச்சரித்தானா?"

"ஆமாம், ஆனால் எனக்குச் சரியாகச் சொல்லத் தெரியவில்லை."

பறங்கிப்படை, வன்னியனார்களின் உருவங்களை ஓவியர்களைக்கொண்டு வரைந்தது. அந்தப் பெண்ணே நம்பியைக் கொன்றவர்களை அடையாளம் சொன்னாள். பறங்கிப் படை விழித்துக்கொண்டது. மீண்டும் காடுகளுக்குள் படைகள் இறங்கின.

உப்புக்காட்டுக்குள் பொன்னச்சி இந்தக் கதையைச் சொல்லிக்

கொண்டிருந்தாள். வேட்டை நாய்கள் எனக்கருகிலேயே படுத்திருந்தன. எங்களிலிருந்து சற்றுத் தொலைவில் போராளிகள் நடந்துபோவது தெரிந்தது.

"இன்னும் சில நாள்களில் இந்தப் பிள்ளையள் ஓய்வில்லாமல் சண்டை செய்யப் போகுதுகள். எங்களுடைய நிலம் மீண்டுமொரு முறை கைவிடப்படும்" என்றாள்.

"உங்களுக்கு என்ன விசரா பிடித்திருக்கிறது, ஏன் இப்படியெல்லாம் கதைக்கிறீர்கள்?" என்றேன்.

"ஆதீரா, நான் சொல்லுவதில் ஒன்றுகூட பிசகாது. எங்களைச் சூழவுள்ள இருள் பெரிது. எங்களைச் சூழ்ந்திருக்கும் இந்தக் கடலை விடவும் அந்த இருளின் இரைச்சலும் பயங்கரமும் எங்களைத் தலைமுறையாகத் துரத்தும். நாம் படையைக் கைவிடுவோம், நிலத்தைக் கைவிடுவோம். பின்னர் நம்மைக் கைவிடுவோம். இதுவே நிகழப்போகிறது."

"இல்லை, நான் அப்படிக் கருதவில்லை. ஆனால் உங்களின் ஒவ்வொரு வார்த்தையும் எனக்கு பயமூட்டுகிறது. எங்களுடைய படையைக் கைவிடோம்."

"பறங்கிப்படைகளின் இரும்புத் துப்பாக்கிகளுக்கு எதிராக எம்மால் களமாட முடியாமல் போனதைப்போல, இவ்வுலகின் நாசகாரச் சக்திகளின் அனைத்து ஆயுதங்களுக்கு எதிராகவும் நாம் போரிடுவது இயலாது. விளங்கிக் கொள்."

பொன்னச்சியிடம் பதிலுக்கு பதில் கதைத்துக்கொண்டிருப்பது கசப்பை ஊட்டியது. ஆனால், அவள் சொல்லும் உப்புக்காட்டின் ஏழு நடுகற்களையும், வன்னியனார்களின் போர்க்கதையையும் கேட்க ஆவலோடிருந்தேன். அவளது தீர்க்கதரிசனச் சொற்களை விளங்குவதற்கு முயன்றேன். நாய்கள் அப்படியே படுத்துக்கிடந்தன. எத்தனையோ தடவை இந்தக் காட்டுக்குள் நடந்தும்

தங்கியுமிருக்கிறேன். ஆனால் இன்று வேறோர் உணர்வாக இருக்கிறது. ஏழு நடுகற்களோடு, எதிரிகளோடு போரிட்டு நஞ்சருந்தி மாண்ட எனது மூதாதையின் அருகில் நின்று கதைத்துக்கொண்டிருக்கிறேன். வரலாற்றின் முலையூட்டி அவள். இந்த உப்புக்காட்டின்மீது எழுந்தருளியிருக்கும் பன்னிச்சைத் தாயையும் நினைத்தேன். இருவரினது தரிசனமும் கிட்டிய பாக்கியவான் நான். பொன்னச்சி இந்த நாட்டின் கதையைச் சொல்லுகிறாள். மண்ணுக்காக உதிரமளித்த மறவர்களின் சரித்திரத்தை ஒரு கதையாகப் பாடுகிறாள். நாகப்பர் காத்தவராயன் கூத்தைப் பாடுவதைப்போல இவள் பாடும் பாடல் அவ்வளவு உணர்ச்சியாக மிதக்கிறது. நாகப்பரோடு இந்தக் காட்டிடையே நடந்த ஓர் உரையாடல் நினைவின் பரணிலிருந்து சத்த மிடுகிறது.

“எல்லாத் தெய்வங்களும் கோயிலில் இருக்க, பன்னிச்சைத்தாய் மட்டும் ஏன் இந்த உப்புக்காட்டுக்குள்ள வந்தவா?” கேட்ட என்னை நின்று பார்த்த நாகப்பர் மெல்லச் செருமினார். அவரின் வெறும் மேலில் வியர்வையைத் துடைத்துக்கொண்டு சொன்னார்.

“ஆதீரா, எங்களைக் காப்பாத்திற தெய்வங்களுக்குக் காட்டிலதான் இருப்பு. அது இண்டைக்கு நேற்றில்லை... எண்டைக்கும் அப்பிடித்தான்.”

“அப்ப கோயிலில இருக்கிற தெய்வங்கள் என்ன சும்மாவே?”

“எனக்குச் சும்மாதான். தெய்வம் எண்டு சொன்னால், வழிபடுகிற என்னோட இருக்கவேணும். என்னை அது தொடவேணும். நான் அதைத் தொடவேணும். பரஸ்பரம் எனக்கும் தெய்வத்துக்கும் கதைப் பேச்சு இருக்க வேணும்.”

“எங்கட புதையல் வைரவரையும் அப்படியே சொல்லுவியள்?”

“புதையல் வைரவர் அப்பிடிக் கிடையாது, எங்கட தெய்வம். போர்த்துக்கீசியரை எதிர்த்து நின்று சண்டைபோட்ட பண்டார வன்னியன் காலத்திலருந்து இண்டைக்குப் பிரபாகரன் காலம் வரையும் வைரவர் காட்டின புதுமைகள் ஏராளம்.”

“புதையல் வைரவர் என்ன இயக்கமே?”

“ஓம் உனக்குத் தெரியாதே. கேணல் புதையல் வைரவர் என்று ராங் குடுத்தது.” சொல்லிவிட்டுச் சிரித்தார். பொன்னச்சி உண்மையிலும் இயக்கமென்று உள்ளே நினைத்துக் கொண்டேன்.

பொன்னச்சியின் கண்கள் இப்போதும் விழிப்புடன்தான் இருக்கின்றன.

“காடுகளுக்குள் இறங்கிய பறங்கிப்படைக்கும் வன்னியனார்களுக்கும் போர் மூண்டதா?” கேட்டேன்.

“பறங்கிப்படை காட்டுக்குள் நாள்களைக் கழித்தது. வன்னிக்காடுகள் முழுதும் பறங்கிப்

படைகளின் நடமாட்டம். உப்புக் காட்டினுள்ளே இருந்த ஆறு வன்னியனார்களும் பதுங்கியே இருந்தனர். தக்க நேரத்தில் ஒரு தாக்குதலைச் செய்யலாம் என்பது அவர்களின் திட்டமாக இருந்தது. ஆனால் அவர்களை எதிர்க்கவல்ல பலமான ஆயுதங்களை எங்கிருந்து பெறுவது என யோசித்தனர். அப்போதுதான் எதிரியைத் தாக்கி, அவனது ஆயுதங்களை எடுத்துத் தாக்குதல் செய்யலாமென முடிவுசெய்தனர். காட்டுக்குள் ஊடுருவித் தேடிக்கொண்டிருந்த பறங்கிப்படையினர் மூவரைச் சுற்றிவளைத்து பொறியில் மாட்டினர். அவர்களிடமிருந்த ஆயுதங்களைப் பறித்து, அவர்களைத் தாக்கி ஆயுதத்தைப் பயன்படுத்தும்விதத்தையும் கேட்டறிந்தனர். அடுத்த நாள் காலையில் மூன்று பறங்கிப் படையினரின் உடல்களும் காட்டின் நடுவேயுள்ள பெரிய ஆலமரத்தின் விழுதுகளில் தொங்கிக்கொண்டிருந்தன. திகிலும் ஆக்ரோஷமும் பொங்க பறங்கிப்படை உப்புக்காட்டை ஒரு சாண் விடாமலும் சல்லடை போடுவதாகத் தீர்மானித்தது. இரண்டு நாள்கள் செல்ல, போர் மூண்டது. வன்னியனார்கள் மூவர் நடுகற்கள் கட்டும் பணியில் தீவிரமாக ஈடுபட்டனர். அதேவேளை காட்டினுள்ளே கடுமையான மோதல் நீடித்தது. நடுகற்களைக் கட்டிமுடித்து பனை ஓலைகளாலும் காய்ந்த முட்செடிகளாலும் மறைத்துவைத்துவிட்டு ஆறு வன்னியனார்களும் போரில் ஈடுபட்டனர்" என்றாள் பொன்னச்சி.

"எத்தனை நாள்கள் நடந்தன போர்?"

''ஒரு நாள். அதற்குள் ஆறு வன்னியனார்களும் வீரச்சாவைத் தழுவிவிட்டனர்" என்று பொன்னச்சி சொல்லிக்கொண்டிருந்தபோது, யாழ்ப்பாணத்தில் நிலைகொண்டிருந்த இலங்கை ராணுவத்தினர் ஆனையிறவைக் கைப்பற்றும் நோக்கோடு எறிகணைகளை ஏவத் தொடங்கியிருந்தனர். உப்புக் காடெங்கும் எறிகணைகள் விழுந்து வெடித்தன. பொன்னச்சி என்னை அணைத்து வைத்துக்கொண்டு சொன்னாள்.

"ஆதீரா, நீ வீட்டுக்குப் போ."

"எறிகணைகள் விழுகிற நேரத்தில் எங்கே போவது, கொஞ்சம் ஓயட்டும்" என்றேன்.

''இனி இது ஓயாது. நான் சொன்னேன் அல்லவா. அந்த இருள் எங்களைச் சூழ்ந்துவிட்டது. நீ வீட்டுக்குச் செல்."

நான் அங்கிருந்து வெளிக்கிடத் தயாரானேன். அதற்கு முன்பாக அந்த ஏழு நடுகற்களையும் தொழுது வணங்கினேன். செங்காந்தள் மலர்களால் நடுகற்களை அலங்கரித்தேன். எறிகணைகள் கூவி வெடிக்கின்றன. பொன்னச்சி என்னை அணைத்து முத்தமிட்டு "மகனே, நாம் சந்திப்போம்" என்றாள். நான் பன்னிச்சை மரத்தடிக்கு ஓடிவந்தேன். அங்கே மரமில்லை. எறிகணை விழுந்து எரிந்து சாம்பலாகியிருந்தது ''பன்னிச்சைத் தாயே...'' என்று கதறியபடியே சுடுசாம்பலைக் கையில் அள்ளியெடுத்தபடி உப்புக்காட்டை விட்டு அலறியபடி வெளியேறினேன். எறிகணைகள் வீழ்ந்துகொண்டே இருந்தன.

55

பன்னிச்சையடி கிராமமே இடம்பெயரும் அவசரத்தில் இருந்தது. என்னைக் காணாது அம்மா தவித்துப்போயிருந்தாள். பூட்டம்மா என்னைக் கண்டதும் “வந்திட்டான் ஆதீரன்” என்றாள். கையில் கிடந்த சுடுசாம்பலைக் காட்டி “பன்னிச்சை மரத்துக்கு மேல ஷெல் விழுந்து, சாம்பலாய் கிடக்கு”என்றேன். அதைக் கேட்டதும் தலையில் அடித்துக்கொண்டு “என்ர ஐயோ” என்று கத்தினாள். ஊரிலுள்ள அனைத்துப் பெண்களும் அம்மாவின் அழுகையின் மூலமாக நடந்த விஷயத்தை அறிந்துகொண்டனர். பன்னிச்சையடி பெண்களும் மாரில் அடித்துக்கொண்டு அழுதனர். ஆண்கள் உப்புக்காட்டை நோக்கி ஓடினார்கள். எரிந்து கிடந்த பன்னிச்சை மரத்தைப் பார்க்க இயலாது அழுதனர்.

எறிகணை விழுந்து கந்தக நெடி பரவிக்கிடக்கும் அவ்விடத்தில், தோன்றிய கிடங்கில் நீர் ஊறிவந்தது. நினைக்கவியலாத வடு. ஆற்ற முடியாத பெருங்காயம். குருதியின்மீது விழுந்த வெடி. ஆண்கள் காட்டை விட்டு வீதிகளுக்கு வந்தனர். போராளிகள் ஆயுதங்களோடு களமுனை நோக்கி விரைந்துகொண்டிருந்தனர். நாகப்பர் அவர்களிடம், “என்ன பிள்ளையள், கிளிநொச்சிக்கு அவனை விட்டியல் எண்டால், எங்கட குண்டியை வைக்க ஒரு குந்துகூட இல்லாமல் போய்டும்” என்றார்.

இங்கு நிகழப்போவது வலிந்த தாக்குதல்.

எதிரியைத் தற்காப்புச் சமர் என்று நம்பவைக்கும் அதேவேளையில், ஒரு வலிந்த தாக்குதலை இன்னொரு திசையை ஊடறுத்துச் செய்யும் தந்திரம். யுத்தத்தின் தந்திரம். மழைக்கும் போராளிகளுக்கும் ஒரு பிணைப்பு இருக்கிறது. இயக்கம் நிறைய யுத்த வெற்றிகளை மழைக்காலத்தில் பெற்றதென அம்மா அடிக்கடி சொல்லுவாள். இன்றைக்கும் மழை பெய்துகொண்டிருக்கிறது. கிளிநொச்சியைக் கைப்பற்றும் முகமாகப் பாரிய நடவடிக்கையை ராணுவம் தொடங்கியிருக்கிறது. போராளிகள் அதை எதிர்த்து சமர் புரிகின்றோம். அதேவேளையில் இந்த மனநிலைக்கு எதிராக ராணுவத்தினருக்குக் கடுமையான இழப்பை ஏற்படுத்த, தாக்குதல் அணியினர் களத்திடை புகுகின்றனர்.

தாக்குதல் பிரிவில் இருக்கும் ஒவ்வொரு போராளியும் பயிற்சியும் உத்வேகமும் கொண்டவர்கள். 'எக்களத்திலும் இயலாதது இல்லை' என்பதே அவர்களின் மந்திரம். இருளின் மீது மழை பொழிகிறது. களமுனையில் வெள்ளம் பாய்கிறது. பதுங்குக் குழிகள் நீரினால் நிரம்புகின்றன. போராளிகளுக்குக் கடுமையான சோதனை. ஆனாலும் இந்த மாமழை ஒரு வெற்றிச்செய்தியை எங்களுக்குத் தருமென நம்புகிறோம். ஒவ்வொரு போராளியும் தியாகிப்பது இந்நில மீட்புக்காக அன்றி வேறொன்றுக்குமில்லை. நான் எனது காவலரணை விட்டு மெல்ல வெளியேறி வந்தேன்.

ராணுவத்தின் எறிகணை வீச்சு சற்று அடங்கியிருந்தது. அங்கொன்றும் இங்கொன்றுமாகத் துவக்குச் சத்தங்கள் மட்டுமே கேட்டுக்கொண்டிருந்தன. மழையில் நனைந்துகொண்டே நானும் இன்னும் சில போராளிகளும் கதைத்துக்கொண்டிருந்தோம்.

என்னுடைய பாசறைத் தோழியான இளவெயினி, கதைத்துக் கொண்டிருந்தபோதே அழத் தொடங்கினாள். தான் வீரச்சாவு அடைந்தால் அம்மாவையும் அப்பாவையும் பார்த்துக்கொள்ள யாருமில்லை என்பது அவளது கவலையாக இருந்தது. இளவெயினியை அணைத்துக்கொண்டேன்.

"இளவெயினி, நீ வீரச்சாவு அடையப் பயப்பிடுகிறாயா?"

"இல்லை, ஆனால் அம்மாவும் அப்பாவும் தனித்துவிடுவார்கள். அதுமட்டும்தான் எனது கவலை."

"சரி, சின்னப் பிள்ளையள் மாதிரி

அழாத, உனக்கு ஒண்டும் நடக்காது."

"இல்லை, எனக்கு ஏதோ உள்ளுக்குள்ள சொல்லுது. நான் வீரச்சாவு அடைஞ்சிடுவன்போலக் கிடக்கு."

"நீயே ஒன்றை நினைத்து குழம்பாத. தயவுசெய்து அழுகிறத நிப்பாட்டு," பூம்பாவை சொன்னாள்.

நானும் இளவெயினியும் பூம்பாவையும் ஒரே பயிற்சி முகாமைச் சேர்ந்தவர்கள். பூம்பாவை மன்னாரைச் சேர்ந்தவள். உறுதியான பெண். எல்லாவற்றையும் துல்லியமாக விளங்கிக்கொள்ளக்கூடியவள். 'பயமறியாத மகளிர்' என்று பயிற்சி முகாமில் நக்கலடிப்போம். இளவெயினி அழுகையை நிறுத்திக் கொண்டாள். கொட்டும் மழையில் ஒரு பாடல் பாடினால் என்னவென்று அவளுக்குத் தோன்றியிருக்க வேண்டும். என்னிடம் கேட்டாள்.

"நானொரு பாட்டுப் பாடவா?"

"என்ன பாட்டு?"

"சினிமாப் பாட்டுத்தான்."

"கொஞ்சம் சத்தத்தைக் குறைச்சுப் பாடு. ஆராவது போய் பகுதி கொமாண்டரிட்ட நாளைக்கு அறிக்கை எழுதிக்கொடுத்தால், பிறகு தண்டனையாகிப்போடும்." பூம்பாவை சொன்னாள்.

"அவளை ஏன் சும்மா வெருட்டு றாய், நீ பாடு" என்றேன்.

அக்கணத்துக்கு மாமழை களிம்பெனத் தோன்றியது. இளவெயினி பாடத் தொடங்கினாள்.

"எனது சொந்தம் நீ
எனது பகையும் நீ
காதல் மலரும் நீ
கருவில் முள்ளும் நீ

செல்ல மழையும் நீ
சின்ன இடியும் நீ
செல்ல மழையும் நீ
சின்ன இடியும் நீ

பிறந்த உடலும் நீ
பிரியும் உயிரும் நீ

பிறந்த உடலும் நீ
பிரியும் உயிரும் நீ
மரணம் ஈன்ற ஜனனம் நீ
ஒரு தெய்வம் தந்த பூவே...”

அவள் பாடிக்கொண்டிருந்தபோதே எறிகணைகள் வீழத்தொடங்கின. பேரிகை எழுந்தது. போராளிகள் ராணுவத்தினரைச் சூழ்ந்து தாக்கியிருக்க வேண்டும். கடுமையான மோதலின் ஒலி மழையிரவை அதிரச் செய்கிறது. நாங்கள் அமர்ந்திருந்த இடத்துக்கு மிக அண்மையில் மோட்டார் எறிகணைகள் வீழ, தண்ணீர் நிற்கும் நீளப் பதுங்குக்குழியை நோக்கி ஓடினோம். ஆயுதங்களின் பெருக்கு. இரவிலும் மழையிலும் பொழிகிறது. கட்டளைகள் பாய்கின்றன. தாக்குதல் போராளிகளின் தகவல்கள் மகிழ்ச்சியைத் தருகின்றன. நினைக்க இயலாத தாக்குதல் வெற்றி. நூற்றுக்கு மேற்பட்ட ராணுவத்தினர் கொல்லப்பட்டிருக்கலாம் என்கிற ஸ்தல அறிக்கை. ஆனால், இந்த யுத்தம் நீண்ட நாள்களை அடைகாத்திருக்கிறது. நினைக்கவியலாத ரணங்களைப் பொரிக்க எத்தனிக்கிறது. மழையும் இரவும் அல்ல, பகலும் வெயிலும், நிலவும் வெளியுமென எப்போதும் ஆயுதங்களே நிலைக்கப்போகிறதென எனக்குத் தோன்றியது.

“ஆர்மி இந்தச் சண்டையைத் தொடங்கியிருக்காட்டி, இயக்கமே தொடங்கியிருக்குமெண்டு நினைக்கிறாயோ?” பூம்பாவை கேட்டாள்.

“இயக்கம் சண்டையைத் தொடங்கும், ஆனால் இவ்வளவு அவசரமாக அந்த முடிவை எடுத்திருக்காதெண்டு நினைக்கிறன்.” இளவெயினி சொன்னாள்.

“இல்லை, இயக்கத்துக்கும் சண்டைதான் தெரிவு” என்றேன்.

“எப்பிடி இவ்வளவு உறுதியாய் சொல்லுறாய்?” இளவெயினி கேட்டாள்.

“அப்பிடித்தான் நான் விளங்கிக் கொள்ளுறன்” என்றேன்.

பூம்பாவை சொன்னாள்... “இந்தச் சண்டை எங்களுக்கு வெற்றியில முடியும். ஆனால் நாங்கள் யாழ்ப்பாணத்தைப் பிடிச்சிடுவம் எண்டதை நம்ப முடியாமல் இருக்கு.”

“யாழ்ப்பாணம் அவ்வளவு சுலபமான விஷயம் கிடையாதெண்டு இயக்கத்துக்கும் தெரியும்.” இளவெயினி சொன்னாள்.

நான் அமைதியாக இருந்தேன். பூட்டம்மா எப்போதோ சொன்ன வார்த்தைகள் என்னை அச்சுறுத்தின. நினைக்கவியலாத ஆரூடம். கூறமுடியாத தீட்சண்யம். பன்னிச்சைத்தாயை வேண்டிக்கொண்டேன். பூம்பாவை என்னையே பார்த்துக் கொண்டிருந்தாள். நான் எதுவும் சொல்லாதது அவளுக்கு ஏமாற்றமாக இருந்திருக்கலாம். எங்களைச் சுற்றியும் எறிகணைகள் விழத்தொடங்கின. கனரக ஆயுதங்களின் தாக்குதல்கள் நெருங்கியிருந்தன.

“தூரிகை, உங்களுக்கு ஏதேனும் பிரச்னையா, ஏன் ஒரு மாதிரி இருக்கிறியள்?”

‘ஒன்றுமில்லை’ என்று தலையை மட்டும் ஆட்டினேன்.

நாங்கள் இருந்த பதுங்குக் குழி தூர்ந்துபோகுமளவுக்கு மிக அருகில் விழுந்து வெடித்தது எறிகணை. பூம்பாவை எனது மடியில் விழுந்தாள்.

57

மூன்று நாள்களாக நடைபெற்றுக் கொண்டிருக்கும் உக்கிரமான மோதலில், போராளிகள் வெற்றிபெறுவதாகத் தகவல்கள் வந்தன. நாங்கள் இடம்பெயர்ந்து வாழும் வீட்டு வளவில், இன்னும் சில குடும்பங்கள் வந்து குடிசையை அமைத்தன. கிளிநொச்சி நகரம் பரபரப்பாகியிருந்தது. சர்வதேசத் தொண்டு நிறுவனங்கள் இடம்பெயர்ந்து வந்திருக்கும் மக்களைச் சந்தித்து, தேவையான பொருள்களின் விவரங்களை வாங்கிக்கொண்டன. சிறுவர்களை இணைத்து ஆற்றுப்படுத்தும் கலை நிகழ்வுகளை நடத்தின. போராளிகளின் வீரச்சாவு செய்திகளும், காயப்பட்ட தகவல்களும் வரத்தொடங்கின. அதேவேளையில், போராளிகள் தாங்கள் நிலை கொண்டிருந்த இடத்திலிருந்து சிறிய பகுதியை முன்னேறிக் கைப்பற்றியிருப்பதாக உறுதிப்படுத்தாத கள நிலவரங்களும் சனத்திடம் பேசுபொருளாகின. அம்மா எதைப்பற்றியும் கதைப்பதோ, கருத்து சொல்வதோ இல்லை. அவள் எல்லாவற்றையும் கேட்டுக்கொண்டாள். பூட்டம்மாவுக்குக் கொஞ்சம் உடம்பு ஏலாமல் கிடந்தது. காய்ச்சல் விட்டு விட்டுக் காய்ந்தது. இடையிடையே வயிற்றுப்போக்கும் அவளைச் சோர்வில் வீழ்த்தியது. அம்பிகா குடிசைக்கு வெளியே அமர்ந்திருந்து, அந்த வளவையே

பார்த்துக்கொண்டிருப்பாள். எங்கும் மக்களின் நடமாட்டம். நானும் அவளும் குளத்துக்குக் குளிக்கப் போவோம். கனகாம்பிகைக் குளத்தில் அம்பிகா நீச்சலடித்துக்கொண்டிருந்த ஒரு மதிய நாளில், காற்றைக் கிழித்துக்கொண்டு மூன்று போர் விமானங்கள் வன்னி வான்பரப்பில் பறந்துபோயின.

“முகமாலையில கடுமையான சண்டைதான் நடக்குதுபோல.” அம்பிகா சொன்னாள்.

“ஓமோம், வான்வழியாவும் தாக்குதல் தொடங்கிட்டுது. சண்டையோட பண்புகள் மாறுது” என்றேன்.

“இந்தச் சண்டையில இயக்கம் யாழ்ப்பாணத்தைப் பிடிச்சால்தான் நான் யாழ்ப்பாணம் போவேன்.” நீச்சலடித்தபடி அம்பிகா சொன்னாள்.

“சிலவேளையில உங்கட ஆசை நிறைவேறக்கூடும்” என்றேன்.

“அதென்ன சிலவேளை, ஏன் இயக்கத்தால யாழ்ப்பாணத்த பிடிக்க முடியாதே?” என்று அம்பிகா கேட்டதும், தலையை ஆட்டிவிட்டுச் சொன்னேன்.

“முடியும், முடியாதெண்டு சொல்ல நாங்கள் ஆர்... களத்தில நிண்டு எங்களுக்காகப் போராடுகிற ஒவ்வொரு போராளியும சுதந்திரத்த உறுதிப்படுத்தினம். அவையளோட தியாகமும், போர்த்திறனும், லட்சிய நோன்பும் எங்களுடைய எல்லா விலங்குகளையும் உடைக்கும்.”

அம்பிகாவுக்கு நீச்சலடிப்பதில் அதிக விருப்பம். முதலையைப்போல நீருக்குள்ளேயே மூச்சுப்பிடித்து நின்று சாகசம் காண்பிப்பாள். நான் போகலாமென்று குளத்தை விட்டு எழும்பி கரைக்கு வந்து, உடுப்பை மாற்றினேன். அம்பிகாவும் கொஞ்ச நேரத்தில் கரைக்கு வந்து உடுப்புகளை மாற்றிக்கொண்டாள். அவளது நனைந்த கூந்தலை நன்றாகத் துடைத்துவிட்டு சுற்றுமுற்றும் பார்த்தேன். யாருமில்லை, ஈரம் பூத்திருந்த அவளுடலில் எச்சிலால் முத்தமொன்றைப் பதியமிட்டேன். அம்பிகாவின் உயிர் வரை சிலிர்ப்பு மின்னலாக ஓடியது. உடல்கள் மகரந்தத்தைப்போல முத்தங்களைப் பரிமாறிக்கொண்டிருந்த வேளையில், வான்பரப்பில் நான்கு போர் விமானங்கள் இரைந்துகொண்டு போயின. அம்பிகாவும் நானும் திளைத்திருந்த முத்தமிடலிலிருந்து விலகினோம். எனக்குள் ஒரு குற்றவுணர்ச்சி அலையடித்தது. அம்பிகாவுக்குள்ளும் குற்றவுணர்ச்சியின் பேரலை தோன்றியிருக்கும். அவள் கேட்டாள்.

“ஆதீரா, நாங்கள் செய்தது பிழையா?”

“காதலர் கொஞ்சுவதற்கு இயக்கம் தடைவிதிக்கேல்ல.” நக்கலாகச் சொன்னேன்.

“கொஞ்சினது பிழை இல்லை. ஆனால், இப்பிடிச் சண்டை நடந்துகொண்டிருக்க நாங்கள் கொஞ்சி விளையாடிக் கொண்டிருக்கிறமெண்டு எனக்கு ஒரு மாதிரியாய்க் கிடக்கு.”

“நீ பயப்பிடாதே, முத்தமிடுவது தேசத் துரோகத்தில சேராது” என்றேன்.

“உங்களுக்கு எப்பப் பார்த்தாலும் நக்கலா ஆதீரன்?”

“நான் இப்ப என்ன நக்கலாய்ச் சொன்னனான், சரி வீச்சாய்

நடவுங்கோ. ஏற்கெனவே நல்லாய்ப் பிந்திப் போச்சு."

பூம்பாவை அதிர்ச்சியில் உறைந்து போயிருந்தாள். தொடர்ந்து விழுந்த எறிகணைகள் எல்லோரையும் அச்சுறுத்தின. நாங்கள் பதுங்குக் குழியை விட்டு வெளியே செல்ல வில்லை. மழை பெய்ததால் சில எறிகணைகள் விழுந்து வெடிக்காமல் மண்ணில் புதையுண்டிருந்தன. நாங்கள் இரவு முழுவதும் அப்படியே இருந்தோம். தாக்குதல் பிரிவைச் சேர்ந்த போராளிகள் பலர், வீரச்சாவு அடைந்த செய்தி எங்களுக்குத் தெரியவந்தபோது கொஞ்சம் திகிலடைந்தோம்.

ராணுவத்தின்மீது ஒரு வலிந்த தாக்குதலைச் செய்யச்சென்ற தாக்குதல் பிரிவுப் போராளிகள் பலரின் வித்துடல், களமுனையை விட்டு எடுத்துச்செல்லப்பட்டது. நாங்கள் பதுங்குக் குழியைவிட்டு வெளியே தலைநீட்ட முடியாதபடி எறிகணைத் தாக்குதலுக்குள் அகப்பட்டுக் கொண்டோம். நான் இரண்டு கைகளையும் சேர்த்துக் கும்பிட்டபடி 'பன்னிச்சைத்தாயே...' என்றேன். இளவெயினி என்னைப் பார்த்துச் சிரித்தாள். நான் எதுவும் பதிலளிக்க விரும்பவில்லை. அவளுக்காகவும் வேண்டிக்கொண்டேன். நான் போராளியாகச் சேர்ந்து வருடமானாலும் இதுவே எனக்கு முதல் களமுனை. எதிரியின் ஆயுதங்களுக்கு எதிராக நின்று சமராடும் இந்த அனுபவம் புதிதிலும் புதிது.

அடுத்த நாள் காலையில் தாக்குதல் அறவே இல்லாதிருந்தது. நாங்கள் பதுங்குக் குழியை விட்டு வெளியே வந்தோம். இயற்கை உபாதைகளைக் கழிப்பதற்காக ஒருவர் மாறி

ஒருவராகச் சென்று வந்தோம். நேற்று இரவு நடந்த தாக்குதலில், கடுமையான இழப்பினை இயக்கம் சந்தித்திருப்பதை அறிய முடிந்தது. களத்திலிருந்து கொண்டுசெல்லப்பட்ட வித்துடல்கள், காயப்பட்டவர்களின் எண்ணிக்கையென எல்லாமும் மனச்சோர்வையே தந்தன. இளவெயினி சொன்னாள்.

"நான் வீரச்சாவு அடைந்தால், விடுப்புக் கேட்டு நீங்கள் ரெண்டு பேரும் துயிலுமில்லம் வரவேணும்."

"நாங்களும் வீரச்சாவு அடைந்தால் தான் விடுமுறை கிடைக்கும்" என்றேன்.

பூம்பாவை மெல்லச் சிரித்தபடி “வீரச்சாவு அடையிறதில்ல பிரச்னை, வித்துடல் ராணுவத்திட்ட அகப்படக் கூடாது” என்றாள்.

காலையிலேயே வேறொரு பெரிய அணி முன்னரங்குக்கு நகர்த்தப்பட்டது. நேற்றைக்குச் சென்ற அணியை விடவும் பலமான, விவேகமான அணியாக இருக்கலாமென்று நினைத்துக் கொண்டேன். போராளிகள் சுமை மிகுந்த மூட்டைகளையும் சுமந்து கொண்டு போகின்றனர். பூம்பாவை அவர்களைப் பார்த்ததும் என்னிடம் சொன்னாள்.

“தூரிகை... எங்களிட்ட இருக்கிற இந்தச் சின்னத் துவக்கையே சில நேரத்திலே என்ன இவ்வளவு பாரமாய்க் கிடக்கெண்டு யோசிப்பம். ஆனால் இவையளப் பார்... எத்தினை பாரமான ஆயுதங்கள். பாவம் எவ்வளவு சுமை?”

“ஓம், ஆனால் இவையள் அதுக்கான பயிற்சி பெற்ற ஆக்கள்” எனச் சொன்னேன்.

“என்ன பயிற்சி எடுத்தாலும் சுமை சுமைதான்” இளவெயினி சொன்னாள்.

மெல்ல மெல்லத் தாக்குதல் தொடங்கியிருந்தது. காலைச் சூரியன்

சாட்சியாக இரு தரப்பும் மோதலைச் செய்தன. நாங்கள் இருந்த பகுதியில் எறிகணைகள் வீழ்ந்து வெடிக்கத் தொடங்கின. இளவெயினியும் நானும் பதுங்குக் குழிக்குள் அமர்ந்தோம். பூம்பாவையைக் காணவில்லை. அவள் எங்கேயாவது போய்ப் பதுங்கியிருப்பாள் என்று நினைத்தேன். எறிகணை விழுவது நின்றதும் அவள் வந்து சேருவாள் என்று இளவெயினி சொன்னாள். அதற்கான நிச்சயம் இல்லாதபோதும் நம்பிக்கொண்டிருந்தோம்.

இங்கு யாருக்கும் எதுவும் நிச்சயமில்லை. நாங்கள் அமர்ந்திருக்கும் பதுங்கு குழி *L* வடிவத்தில் அமைந்திருக்கிறது. மண் மூட்டைகளால் அரண் அமைக்கப்பட்டு மேலே பலகையால் மூடப்பட்டிருக்கிறது. அருகில் விழுகிற எறிகணை இந்தப் பலகையின்மீது விழுந்தால் எங்களுடல் பஞ்சென கந்தகத்தோடு காற்றில் பறக்கும்.

நான்தான் பூம்பாவை. வயது இருபத்து நான்கு. முல்லைத்தீவு மாவட்டம், ஒட்டுசுட்டான் என்னுடைய சொந்தவூர். இயக்கத்தில் இணைந்து வருடமாகப் போகிறது. கடுமையான பயிற்சிக்குப் பின்னர் நேரடியாக இந்தக் களமுனைக்குக் கொண்டுவரப்பட்டிருக்கிறேன். எறிகணைகள் வீழ்ந்து வெடித்தபடியிருக்கும் இந்தப் பொழுதில், என்னுடைய தோழிகள் இருக்கும் பதுங்குக் குழிக்குப் போக முடியாமல் இன்னொரு பதுங்குக் குழியில் அமர்ந்திருக்கிறேன். இந்தப் பதுங்குக் குழிக்குள் நான் மட்டுமே தனித்திருக்கிறேன். ஆனால் துவக்குகள் இரண்டும், ஒரு லோஞ்சரியும் இரைந்தபடி இருக்கின்றன. ஆனால் யாரையும் காணேன். இந்தப் பதுங்குக் குழியில் இருந்த போராளிகள் எங்கு போயினர்... அவர்களுக்கு ஏதேனும் நேர்ந்துவிட்டதா என்றெல்லாம் யோசிக்கத் தோன்றிற்று. ஆனால் நல்லவற்றையே எண்ணிக்கொண்டேன். அவர்கள் பதுங்குக் குழிக்குத் திரும்புவார்கள் என்று நம்பிக்கை கொண்டேன். என்னைக் காணவில்லையென தூரிகையும் இளவெயினியும் தேடக்கூடும். ஆனால் இப்போது வெளியால் செல்ல முடியாது. எறிகணைகள் இடைவிடாது வீழ்ந்து வெடிக்கின்றன. ராணுவம் தன்னுடைய போர்த்திறனை

நம்பாமல், கனரக ஆயுதங்களால் எங்களை அழித்தொழிக்க எண்ணு கிறது. இந்தச் சமர்க்களத்தில் என்னை மிகவும் அச்சுறுத்துவது ஆயுதங்கள் அல்ல. இருள். வெடிகுண்டுகள் வீழ்ந்து வெடிக்கும் பாழ்வெளியில் அடர்ந்து நிற்கும் இருளில் பதுங்குக் குழிக்குள் அமர்ந்திருக்கும் என்னை நினைத்துப் பார்க்கவே பயமாக இருக்கிறது.

நான் இயக்கத்தில் சேர்ந்து போராட வேண்டுமென விரும்பினேன். அதன்பொருட்டே இக்களம் புகுந்தேன். நான் போரிடுவதற்காகக் காத்திருக்கிறேன். என்னையும் என் நிலத்தையும் அபகரிக்க எண்ணும், கீழ்மைப்படுத்தத் துடிக்கும் கொடுங்கோலரை சங்ஹாரம் செய்யவே ஆங்காரம் கொண்டிருக்கிறேன். பூம்பாவையாக எனது பெயரை மாற்றிக்கொண்டு, கழுத்தில் நஞ்சணிந்து என்னை நானே துடிகொள்ளச் செய்தேன். இப்போது எறிகணைகள் விழுவது சற்று குறைந்திருக்கிறது. நான் மெதுவாக வெளியே தலைநீட்டிப் பார்த்தேன். களமுனை எரிந்துகொண்டிருந்தது. சில காவலரண்கள் மீதும் எறி கணைகள் வீழ்ந்திருக்கின்றன. என்னைத் தேடிக்கொண்டு தூரிகை ஓடி வருகிறாள். நான் அவளைப் போகச் சொல்லுகிறேன்.

அவள அங்கேயே நின்றுகொண்டு ‘‘ஓடி வா’’ என்கிறாள். தூரிகை எல்லோருக்கும் உதவுகிற, எல்லோருக்காகவும் வேண்டுகிற ஒரு நல்ல பிறவி. தூரிகையை அணைத்துக் கொண்டு “நான் வீரச்சாவு என்று நினைச்சியோ?” என்றேன். அவள் என்னை இறுக அணைத்தபடி “இப்படியேன் கதைக்கிறாய்?” என்று கடிந்துகொண்டாள். நாங்கள் எங்களுடைய பதுங்குக் குழிக்குச் செல்வதற்கு இடையில் மீண்டும் எறிகணைகள் பரந்து விழத் தொடங்கின. தூரிகையும் நானும் ஒரு பதுங்குக் குழிக்குள் சென்றமர்ந்தோம். ஏற்கெனவே அதற்குள் இரண்டு போராளிகள் இருந்தனர். அவர்கள் எங்களுக்கு இடத்தை ஒதுக்கிச் சமாளித்துக்கொண்டனர். இளவெயினி பதுங்குக் குழிக்குள் தனித்து இருந்தாள். அவள் எங்களைத் தேடக்கூடும். கடுமையாக பயந்தும் போய்விடுவாள்.

“இளவெயினி பயந்து அழப் போகிறாள்” என்றேன்.

தூரிகை சிரித்துக்கொண்டு சொன்னாள், “அவள் ஏற்கெனவே உன்னை நினைச்சு பயந்து கொண்டிருக்கிறாள்.”

“என்னை நினைச்சோ, ஏன்?”

“நீ வீரச்சாவு அடைந்திருப்பாய் என்றுதான்.”

வஞ்சினம் முழக்கி எழடா! மானத்தின்
வல்லமை உன் பகை உடைக்கும்!
- அட

நெஞ்சில் தமிழ்வீரம் பொங்க நில்லடா!
நிமிர்ந்த வரலாறு கிடைக்கும்!

இளவெயினி பதுங்குக் குழிக்குள் தனித்து இருந்துகொண்டு இந்தப் பாடலை முணுமுணுத்தாள்.

58

"இயக்கத்துக்குக் கடுமையான இழப்பு, ஆனால் இவங்கள் சொல்ல மாட்டாங்கள்" என்று வெற்றிலையைத் துப்பிக்கொண்டிருந்த தேங்காய் துரையனை முறைத்துப் பார்த்தார் செவிட்டு விநாயகம்.

"உன்னை மாதிரி ஒண்டுக்கு ரெண்ட கட்டிக் கொண்டு வாழுறவனுக்கு இதைக் கதைக்கவே அருகதை இல்லை." செவிட்டு விநாயகம் முகத்திலடிப்பது மாதிரி வார்த்தைகளை எறிந்தார்.

"ரெண்டு கலியாணம் செய்தவன், அரசியல் கதைக்கக்கூடாதே, இதென்ன புதுச்சட்டமாய் இருக்கு."

"நீங்கள் மஞ்சத்தில வலதுக்கு ஒண்டு, இடதுக்கு ஒண்டெண்டு அணைச்சுக்கொண்டு படுத்திருப்பியள். விடிஞ்சதும் தீப்பிழம்புக்கு நடுவில நிண்டு யுத்தம் செய்யிற போராளிப் பிள்ளையளைக் குறைசொல்லிக் கதைப்பியள். அதைக் கேட்டிட்டு சும்மா இருக்க வேணுமே நாங்கள்?"

தேங்காய் துரை மூச்சுப் பேச்சில்லாமல் நின்றார். செவிட்டு விநாயகம் வெற்றிலையை எடுத்து சுண்ணாம்பைத் தடவினார். பிறகு சீவலை அள்ளிச் சேர்த்துக்கொண்டு வாயில் போட்டு அதக்கினார். தேங்காய் துரை எதுவும் கதையாமல் நிற்பதை உணர்ந்தவர், "துரை இந்தச் சண்டையில பெடியள் வெல்லுவாங்கள். ஆனால் இறுதியில நாங்கள் தோப்பம்."

"உங்களுக்குத் தெரியுமோ தெரியாது, நீங்கள் இப்ப கதைக்கிறது துரோக நடவடிக்கையில சேர்மதி ஆகும்." தேங்காய் துரை நக்கலாகச் சொன்னார்.

"என்ர மனசு சொல்லுறதுதான் இதுவரைக்கும் நடந்திருக்கு, அது உனக்கு மட்டுமில்ல, இயக்கத்துக்கும் தெரிஞ்ச சங்கதி" செவிட்டு விநாயகம் அறுதியிட்டுக் கூற, தலையசைத்தார் துரை.

"ஆனைப்பிள்ளை ஏத்தத்தில நிறைய ஆர்மிக்காரங்கள் செத்துப்போய்ட்டாங்களாம், இயக்கம் கடுமையான அடியைக் காட்டியிருக்கு. பால்ராஜ் தன்ர அணியைக்கொண்டுபோய் சண்டை செய்யிறதாய் ஒரு கதை அடிபடுது." தம்பிமுத்து வீட்டின் முற்றத்தில் இருந்தபடி மனைவிக்குச் சொல்லிக்கொண்டிருந்தார்.

மனோன்மணி, தையல் இயந்திரத்தை உழக்கியபடி துணியை அழுத்திப் பிடித்து வார்த்தைகளைத் தொகுத்துக்கொண்டிருந்தாள். கணவர் சொன்னதற்கு என்ன பதிலைச் சொல்லலாம் என்கிற குழப்பம் அவளுக்குள் தைத்துக் கொண்டிருந்தது. மனோன்மணி நூலின் பிசிறைக் கத்தரிக்கோலால் சரி செய்துகொண்டு, "இஞ்சருங்கோ, பெடியள் உங்களை பங்கர் வெட்டக் கூப்பிட்டால்கூட போகாமல் ஒளிஞ்சு தெரியிற நீங்கள் உதைப்பற்றி கதைக்கிறத கேக்க எனக்கே பொறுக்குதில்லை. தயவுசெய்து எழும்பிப் போய் ஆட்டுக்குக் குழை வெட்டிக்கொண்டு வாங்கோ. அதையாவது செய்யுங்கோ" என்றாள்.

தம்பிமுத்துவுக்கு வந்த கோபத்துக்கு மனோன்மணியை அடித்தால் என்னவென்று தோன்றியது. ஆனால்

அவரால் இயலாத காரியங்களில் அதுவுமொன்று.

தம்பிமுத்து விநோதமான பிறவி. கொஞ்சம் விசர் ஆகிவிட்டார் என்றுகூடப் பேச்சு இருக்கிறது. நாங்கள் இடம்பெயர்ந்து இருப்பது அவரின் வீட்டு வளவில்தான். ஆனால் தம்பிமுத்து எங்களிடம் எதுவும் கதைகொடுக்க மாட்டார். அமைதிப்படை ராணுவத்தின் படுகொலைகளால் மனதளவில் பாதிக்கப்பட்ட தம்பிமுத்து, ஒரு சவப்பெட்டியை வாங்கி வீட்டுக்கு எடுத்துவந்திருக்கிறார். வீட்டிலுள்ளவர்கள் அதிர்ந்து சவப்பெட்டி எதற்கென கேட்ட போது, தம்பிமுத்து சொன்ன பதில் பிரபலமானது.

"என்னை அமைதிப்படை ராணுவம் சுட்டுக்கொல்லும்பட்சத்தில், பூதவுடலை நீங்கள் இந்தப் பெட்டியில் வைத்து வீதியில் வையுங்கள். நான் மூன்றாவது நாள் உயிர்த்தெழுவேன். நான் பூவுடலாக இப்பூமியை விட்டு வெளியேறி புனித உடலாகத் திரும்பும் நாளில் உங்கள் சுதந்திரம் உறுதியாகும்" என்றிருக்கிறார்.

மனோன்மணி ஆட்டுக்குக் குழை வெட்டச் சொன்னதும், கத்தியை எடுத்துக்கொண்டு சென்றார். வீதியில் சிறுவர்கள் தம்பிமுத்துவைப் "பெட்டி, பெட்டி" என்று அழைத்துச் சீண்டினர். ஆனால் அவர் அதனைப் பொருட்படுத்தவில்லை. தன்னைச் சீண்டும் சிறுவர்களைப் பார்த்து புன்னகைத்துவிட்டு நடக்கத் தொடங்கினார்.

நானும் பூம்பாவையும் பதுங்குக் குழியை விட்டு ஓடி, இளவெயினி அமர்ந்திருக்கும் இடத்தை சென்றடைந்தோம். இளவெயினி எங்களைப் பார்த்ததும் முகத்தைக் கோபமாக வைத்துக்கொண்டு "இவ்வளவு நேரமும் சோடி போட்டுக்கொண்டு எங்க சுத்தினியள்?" என்று கேட்டாள்.

"நாங்கள் ஒருக்கால் கொழும்பு வரைக்கும் போய்ட்டு வாறம்." பூம்பாவை சொன்னாள்.

"ஏன் அப்பிடியே அங்கேயே நிண்டு பால்சோறு சாப்பிட்டு பைலா பாடிக்கொண்டிருக்கலாமே?" இளவெயினி இன்னும் ஆக்ரோஷமாய் பதிலளித்தாள்.

"நான் இருக்கலாமெண்டுதான் சொன்னான், ஆனால் தூரிகை போகலாமெண்டு அடம் பிடிச்சிட்டாள்."

இளவெயினி என்னைப் பார்த்து "இப்ப என்ன அவசரம், அங்கேயே இருந்திட்டு வந்திருக்கலாம்தானே" என்றாள்.

அவளைப் பார்த்துச் சிரித்துக் கொண்டு மெல்ல அருகில் போனேன். அவளைக் கட்டியணைத்து, "நீ தனிய இருந்து பயந்திருப்பாய் என்று எனக்கு விளங்குது. ஆனால் நாங்கள் ரெண்டு பேரும் கடுமையான ஷெல் அடிக்குள்ள மாட்டிட்டம். உன்னைப் பார்க்க ஓடோடி வந்திருந்தால் நாங்கள் இப்ப வீரச்சாவு ஆகியிருப்பம்."

இளவெயினி என்னை அணைத்துக்கொண்டு "என்ன விசர்க்கதை கதைக்கிறியள், அப்பிடி ஒண்டும் நடக்காது. சரி இந்தக் கதையை விடுங்கோ" என்றாள். இளவெயினி இப்படித்தான் கொஞ்சம் சின்னப்பிள்ளை மாதிரி கோபித்துக்கொள்வாள். அவளது குணம் தூய்மையானது.

யாருக்கும் தீங்கு எண்ணாதவள். எல்லோரையும் செல்லமாக பாவிப்பவள். ஆனால் பூம்பாவை அப்படிக் கிடையாது. கொஞ்சம் தெளிவும், காரியத்தில் குறியாகவும் இருப்பவள். உணர்ச்சிவசப்படுவதற்கு எதிரானவள். என்னிடமே அடிக்கடி பூம்பாவை சொல்லுவாள்... "தூரி, நீங்கள் உணர்ச்சிவயப்பட்ட ஆள். அது ஒரு போராளிக்கு அவசியமற்றது."

வணக்கம். என்னுடைய பெயர் இளவெயினி. இருபத்து மூன்று வயதான எனக்கு இந்தக் களமுனை முதல் அனுபவம். நான் இயக்கத்தில் சேரத் துடித்த கடந்த காலங்களை நினைத்துப் பார்க்கிறேன். பதினாறு வயதில் ஒருமுறை இயக்கத்தில் சேர்ந்துவிடலாமென்று போனபோது அவர்கள் என்னைத் திருப்பி அனுப்பினார்கள். "பதினெட்டு வயசுக்குப் பிறகு வாங்கோ" என்றனர். ஆனால் இன்று நானொரு விடுதலைப் போராளி. எறிகணைகளும், குண்டுகளின் பொழிவுக்கும் நடுவில் நின்று போராடும் இந்த யுகத்தில் வதைபடும் மானுடத்தின் மீட்பர்களில் நானுமொருத்தி. இயக்கம் இந்தச் சண்டையை எப்படி எதிர்கொள்ளப் போகிறதென்று எனக்கு யோசனைகள் வருவதுண்டு. ஆனால் யாரிடமும் பகிர்ந்துகொள்வதில்லை.

எங்களுடைய பயிற்சி நிறைவு விழாவுக்கு வருகை தந்து எழுச்சியுரை ஆற்றிய மகளிர் படையணித் தளபதி ஒருவர் "இனி வருகிற சண்டையில் நாம் மீட்கப்போகிற ஒவ்வோர் அடி மண்ணும் எங்களுடைய பிள்ளைகளுக்கு நாங்கள் அளிக்கும் விடுதலையின் உத்தரவாதம்" என்று சொன்ன வார்த்தைகள் என்னைத் திடப்படுத்தின. சாதாரணமான ஒரு துப்பாக்கியைக்கொண்டு பாரிய படைநகர்வைத் தடுத்து நிறுத்தி எதிரிகளைக் கொன்றொழிக்கும் அளவுக்கு யுத்தம் ஒன்றும் எளிமையானதில்லை. இந்தப் போர்க்களம் உதித்து ஒரு வாரம் ஆகிவிட்டது. முப்பொழுதும் பரவலான எறிகணைத் தாக்குதலும், வான்வழியிலான தாக்குதலும், தரைவழியிலான முன்னகர்வையும் செய்ய ராணுவம் மாறி மாறி துடித்துக்கொண்டிருக்கிறது.

ஆனால், போராளிகளின் ஆன்ம பலத்துக்கு முன்னால் எதிரிகளின் வன்கவர் வெறி பொடிப்பொடியாகி மாயமாய்ப் போகிறது. ஆனால், நிறைய போராளிகளை நாம் இழந்துவிட்டோம். குறிப்பிட்டுச் சொல்லப்போனால் தாக்குதலைச் செய்வதற்காக ராணுவத்தின் எல்லைக்குள் ஊடுருவிய ஒரு தொகைப்போராளிகள் சுற்றிவளைக்கப்பட்டு, பெட்டியடிக்கப்பட்டு கொல்லப் பட்டுவிட்டனர். அவர்களின் வித்துடலைக்கூட மீட்க முடியாத படி எஞ்சிய போராளிகள் பின்வாங்கினர். யுத்தம் ரத்தத்தினால் வழிநடத்தப்படுகிறது. விழுப்புண்களும், வீரச்சாவுகளும், வித்துடல்களும் வீர யுகத்தின் நித்தியமான சொற்கள். காலம் அவற்றை உச்சாடனம் செய்கிறது. போர்க்களம் துடியாய் ஒலிக்கிறது.

ஒவ்வொரு போராளியும் விடுதலைக்காக ஊழியம் செய்பவர். இந்தப் போர்க்களத்தில் நான் மடிந்துபோனால் ஒரு விதையென துளிர்ப்பேன். இந்த மண்ணில் நானொரு செடியாகவேணும் மறுபிறவியாக இருப்பேன் என்று நினைக்கையிலே உள்ளம் ஆனந்திக்கிறது. நான் மடிகிற நாளில்,

எதிரியின் முகாம் தீயில் மிளாசி எரியும். அந்த வெக்கையில் நான் ஒளிர்வேன். எக்கணமும் சாவைச் சந்திக்கக் காத்திருக்கும் என்னைப் போன்றவர்களிடம் இருக்கிற வாழ்வு, இவ்வுலகில் எவருக்கும் வாய்க்காதது. நான் அடுத்த பிறவியிலும் இந்த மண்ணில் ஒரு சிறு செடியாகத் துளிர்விடுவேன் என்று நினைக்கும் கணங்களில், திருநாவுக்கரசரின் ஒரு தேவாரம் நினைவுக்கு வரும்.

“குனித்த புருவமுங் கொவ்வைச்செவ் வாயிற் குமிண்சிரிப்பும்

பனித்த சடையும் பவளம்போல் மேனியிற் பால்வெண்ணீறும்

இனித்த முடைய வெடுத்தபொற் பாதமும் காணப்பெற்றால்

மனித்தப் பிறவியும் வேண்டுவ தேயிந்த மாநிலத்தே”

எனும் இந்தப் பாடலில், சிவனின் அழகைக் காணும் வாய்ப்பு இருக்கும் பட்சத்தில் இவ்வுலகில் மனிதராக மீண்டும் பிறப்பதை விரும்புவேன் என்கிறார் அல்லவா!

அதுபோலவே தாய்நிலத்தில் நானொரு தளிராகவோ, ஒரு வேராகவோ எழுவேன். இந்த எண்ணம் சில நாள்களாக என்னைச் சூழ்ந்திருக்கிறது. எறிகணைகள் மீண்டும் விழுந்து வெடிக்கத் தொடங்குகின்றன. இதுவொரு கால அட்டவணைப்படி நிகழும் மோதல் உபாயம். எதிரியானவன் எம்மைத் தயாராகவிடாது நிகழ்த்தும் யுத்த அணுகுமுறை நாம் நெருப்பில் நீராடி, உக்கிரம் கொள்கையில் கனரக ஆயுதங்களும் பீரங்கிகளும் சுக்கு நூறாக உடையும்.

எங்களுடைய பதுங்குக் குழிக்கு மேல் நின்றுகொண்டு யாரோ அழைப்பது கேட்டது. தூரிகை எழுந்து பார்த்தாள்.

“உங்களை முன்னுக்கு எடுத்துக் கொண்டு போகச்சொன்னவே. அடி குறையவிட்டு வெளிக்கிட வேணும்” என்றது அந்தக் குரல். நாங்கள் எங்களுடைய உடைமைகளை எடுத்து ஆயத்த மானோம். பதுங்குகுழிக்குள் ஒரு சிறு துளிர் அசைந்துகொண்டிருந்தது.

59

பூட்டம்மாவின் உடலுக்குச் சுகம் திரும்பவில்லை. கடுமையாக மெலிந்திருந்தாள். அம்மா அவளுக்குச் சத்துள்ள உணவுகளாகச் செய்துகொடுத்தாள். அவளுக்குப் பசியின்மை நிறைந்திருந்தது. சாப்பாட்டை அருவருப்பாகத் தன்னிலிருந்து தள்ளிவைத்தாள். அம்மா கவலை கொண்டாள். பூட்டம்மாவை மருத்துவமனைக்குக் கூட்டிச்செல்லத் தயாரானோம். ஆனால், அவள் வரமாட்டேன் என்று மறுத்துவிட்டாள். அம்மா விடாப்பிடியாக நின்று பூட்டம்மாவைச் சம்மதிக்க வைத்தாள். மருத்துவமனைக்கு அழைத்துச் சென்றோம். இடம்பெயர்ந்து வந்திருந்த சனங்கள், வீதிகளின் மருங்கில் தற்காலிகக் கூடாரங்கள் அமைத்து வாழத் தொடங்கியிருந்தனர். கிளிநொச்சி மருத்துவமனையில் பூட்டம்மாவைப் பரிசோதனை செய்த மருத்துவர், சத்துக்கான குளுசைகளைக் கொடுத்துவிட்டார். பூட்டம்மா வீட்டுக்குத் திரும்பியதும் கொதித்த சுடுநீரால் குளித்து முடித்து உடுப்பை மாற்றிக்கொண்டாள். நாங்கள் தங்கியிருந்த வளவிற்குள்ளால் மூன்று போராளிகள் நுழைந்துவந்தனர். அம்மா எனன விஷயமென விசாரித்துப் பார்த்ததில், அதிலொரு போராளியின் குடும்பத்தைத் தேடி வந்திருக்கின்றனர் என அறிய முடிந்தது. பூட்டம்மா தேத்தண்ணியைக் குடித்து முடித்ததும் நலைசாய்க்க விரும்பினாள். சிறிய மாமர நிழலில் பாயை விரித்துப் பூட்டம்மாவைப் படுக்கச்சொன்னாள் அம்மா. அவள் என்றுமில்லாதவாறு பாயில் படுத்தபடி அழத் தொடங்கினாள். பூட்டம்மா அழுவது, என்னால் தாங்க முடியாதிருந்தது. அவளுக்கருகில் ஓடிப்போனேன்.

“ஏன் இப்ப அழுகிறியள்?”

பூட்டம்மாவின் கண்கள் வானத்தில் நிலைகுத்தியிருந்தன. புலன்கள் எங்கோ கட்டுண்டு கிடந்தன. அவளுக்கு நான் கேட்பது விளங்கவில்லை. ஆனால் கண்ணீர் பெருக்கெடுத்து கீழ் நோக்கி வழிகிறது. வார்த்தைகளற்ற மொழியின் ஒரே அசைவா இந்தக் கண்ணீர். மனுஷ வாழ்க்கை கண்ணீருக்குக் கடன்பட்டிருக்கிறது. சுமைகளைக் கீழிறக்கும் தேவநீராக மனுஷர் கண்ணீரைக் கண்டடைந்தனரா? பூட்டம்மாவின் கண்கள் என்னை நோக்கித் திரும்பின. என்னுடைய கைகளைப் பிடித்து விரல்களைப் பற்றினாள். அவளது உள்ளங்கை பல மடங்கு குளிர்ந்திருந்தது. எனக்கொரு சிலிர்ப்பு உள்ளேறியது. பூட்டம்மா சொன்னாள்.

“மோனே, எங்கட கூடுகள் மட்டுமில்ல, மரங்களும் விழப்போகுது.”

“என்ன சொல்லுறியள், எனக்கு ஒண்டும் விளங்கேல்ல.”

“உன்னைப்போல காலத்துக்கும் ஒண்டும் விளங்கேல்ல மோனே. ஆனால், எனக்கு எல்லாமே தெரியுது மோனே. நான் என்ன பாவம் செய்தனான். ஏன் நடக்கப்போறதெல்லாம் எனக்கு மட்டும் தெய்வத்தால அறிவிக்கப்படுது.” பூட்டம்மா கலங்கியபடி கேட்டாள்.

இளவெயினி, பூம்பாவை, நான் உட்பட ஐம்பதுக்கும் மேற்பட்ட போராளிகள் இந்த அதிகாலைப் பொழுதில் முன்னரங்குக்கு அழைத்துச் செல்லப்படுகிறோம். பலர் புதிய போராளிகள். எங்களைக் கூட்டிச் சென்று அணியணியாகப் பிரித்துக் களத்தில் நிறகச் செய்வார்கள். இளவெயினி கேட்டாள்.

‘தூரி, நாங்கள் முதலிலிருந்த இடத்துக்கும் இப்பப் போற இடத்துக்கும் என்ன வித்தியாசம், ரெண்டுமே லைன்தானே?”

“இல்லை, நாங்கள் முதல் நிண்டது, முன்னரங்குக்குக் கொஞ்சம் பின்னால. இப்பதான் முன்னரங்கை நோக்கிப் போகிறோம். முதல் லைன்.”

அதிகாலையில் சில பறவைகள் சத்தமிடுகின்றன. தென்னை மரத்திலிருந்து குரும்பைகள் விழுகின்றன. நிலம் வெக்கையை அணிந்திருக்கிறது. இருளும் ஒளியும் குழைத்த பொழுதில் காண்டீபம் தரித்த மண்ணின் புதல்வர்கள் நடந்து சென்றுகொண்டிருந்தனர்.

“இயக்கம் ஒரு சண்டையைச் செய்யப்போகுதுபோல...” இளவெயினி என்னிடம் கேட்டாள்.

‘நான் என்ன தலைவரைச் சந்திச்சிட்டா வாறன். உன்னோட தானே இருந்தனான். என்னைக் கேட்டால் எனக்கு எப்பிடித்

தெரியும்?"

"இல்லை தூரி. உனக்குத் தெரியும். நீ இயக்கத்தை ஆழமாய் விளங்கி வெச்சிருக்கிறாய்."

கொடுப்புக்குள் சிரித்துக்கொண்டு "இயக்கத்தை ஆழமாய் விளங்கிட்டன் எண்டு ஆராவது சொன்னால், அது மகாவம்சத்தை விடவும் பெரிய பொய்" என்றேன்.

அன்றைக்கு மருதன் கொஞ்சம் குழப்பமாக இருந்தார். ஆதீரன் பள்ளிக்கூடம் போயிருந்தான். நான் மதியச் சமையலை முடித்துவிட்டு அமர்ந்திருந்தேன். மருதனுக்குப் பசித்தால் சொல்லுவார். ஆனால் அவருடைய குழப்பமான முகம் எனக்கு அந்நியமாகத் தெரிந்தது.

"என்ன ஏதாவது பிரச்னையா?"

கேட்டதும் மருதன் ஒன்றுமில்லையெனத் தலையாட்டினார். ஆனால் அவர் சொல்ல மறுக்கிறார் என்று நினைத்துக்கொண்டேன். அதற்கு மேல் இயக்க ரகசியங்களைக் கேட்கக் கூடாது என்று அம்மாவிடம் கற்றுக்கொண்டிருக்கிறேன். மருதன் தன்னுடைய பையிலிருந்த குறிப்புப் புத்தகத்தில் சில தொடர்பு இலக்கங்களை எடுத்து அவர்களை அழைத்துப் பார்த்தார். எங்கிருந்தும் பதிலில்லை. இன்னும் உச்சமான குழப்பத்தை அடைந்தார். மீண்டும் பொறுக்க முடியாமல் மருதனிடம் கேட்டேன்.

"என்ன ஏதாவது பிரச்னையா?"

ஒன்றுமில்லையெனத் தலையாட்டிவிட்டு மீண்டும் ஒரு தொடர்பு இலக்கத்துக்கு அழைத்தார். எதிரே யாரோ 'ஹலோ' என்று சொல்லிக் கேட்டது. மருதன் அந்த ஹலோவைக் கேட்டதும் தொடர்பைத் துண்டித்துவிட்டு வெற்றிப் புன்னகையோடு சிரித்தார்.

"கொஞ்சம் பிரச்னை வந்துவிடுமோ என்று நினைச்சன். ஆனால் இப்ப இல்லை" என்று மருதன் என்னிடம் சொன்னார்.

"ஏன் என்ன நடந்தது?"

"எங்கட முகவர் ஒருவரை ஆமிக்காரன் பிடிச்சதாய் ஒரு தகவல். அவன் பிடிபட்டால் எனக்கும் கடுமையான சிக்கல் வரும். அதுதான்."

"அவனுக்கு எல்லாரையும் தெரியுமா?"

"எல்லாரையும் எண்டால், என்ன கேக்கிறியள்?"

"யாழ்ப்பாணத்தில உங்கள மாதிரி இருக்கிற எல்லாரையும், அந்த முகவருக்குத் தெரியுமா?"

மருதன் சிரித்தார். "அவன் ஒரு முகவர்தான். அவனுக்கு என்னைக் கூடத் தெரியாது. ஆனால் சிலரின் தொடர்பு இலக்கம் தெரியும்."

"அப்ப நீங்கள் ஏன் இவ்வளவு குழப்பமாய் இருந்தனியள்?"

"அவன் பாவம். நல்ல பெடியன். இயக்கத்தின்மீது அபிமானம் கொண்டவன். கஷ்டப்பட்ட குடும்பம்."

"உங்களுக்கு அவரைத் தெரியுமா?"

"ஓம், எனக்குத் தெரியும்."

"எப்பிடி?"

"நான்தான் அவனை நேர்முகம் செய்தனான். அவன் வன்னிக்கு வந்திருந்தபோது, அவனுக்கான வகுப்புகளை நான்தான் எடுத்தனான்."

"வகுப்பெடுத்த ஒருவரை அவர் எப்பிடி மறக்க இயலும்?"

"நான்தான் எடுத்தனான் எண்டு அவனுக்குத் தெரியாது. என்ர முகம் மூடிக்கிடக்கும்."

“அப்பிடியெண்டால், அவருக்கு உங்களைப் பற்றி எதுவும் தெரியாதெல்லே?”

“இல்லை, ஆனால் என்னோட தொடர்பில இருப்பார்.”

“உங்களுக்குள்ளேயே இவ்வளவு குழப்பம் இருக்குமா?” என்று கேட்டேன்.

“ரகசியமும் அமைதியும் எங்களுக்குக் குருதி. அதை இழந்தால் எல்லாமும் போயிடும். அதுமட்டுமில்ல, ஒரேயொரு இலக்குக்காகப் பத்துப் பேர் தயார்படுத்தப்பட்டாலும் ஏனைய ஒன்பது பேர் யாரென்று தெரியாமல் இருக்கும். இங்க ஒருங்கிணைப்புதான் முக்கியம்.”

“இயக்கத்தின்ர விஷயங்களை ஆழமாய் அறிஞ்ச ஆளெண்டால், உங்களுக்கு ஆர் ஞாபகத்தில வருவினம்?” என்று கேட்டேன்.

“அப்பிடி ஒருத்தரும் இருக்க முடியாது அப்பிடி ஒருத்தன் சொன்னால், அவன் தீர விசாரிக்கப்படவேண்டியவன். இயக்கத்தின்ர உள்கட்டமைப்புகள் ஒன்றோடொன்று தொடர்பற்றவை. இயக்கத்தைப் புரிந்துகொள்வது ஒரு பெருங்கனா” என்று மருதன் சொன்னார்.

“இயக்கம் ஆருக்கும் உண்மையாயில்லை. அது தன்னை நம்பியிருக்கிற ஆக்களுக்கும்கூட தன்னை வெளிப்படுத்த விரும்பேல்ல. அப்பிடிக் கருதலாமா?”

“இல்லை. முழுப் பிழையான புரிதல். ஆருக்கு எதை வெளிப்படுத்த வேணுமோ, எது தேவையோ அதை மட்டும் சொல்லும். ஒரு விடுதலை இயக்கம் இப்பிடியான கட்டுப்பாடுகளோட இருந்தால்தான் வலிமை கொண்டு இருக்க முடியும். அது உங்களுக்கு விளங்காது.”

“ஏன் எனக்கு விளங்காது எண்டு சொல்லுறியள்?”

“எல்லாருக்கும் அது விளங்க வேணுமெண்டு அவசியமில்லை. சில போராளிகளுக்குக்கூட நீங்கள் சொன்ன மாதிரி பிழையான புரிதல் இருக்கு.” என்றார்.

மருதனுடைய நினைவுகளால் உந்தப்பட்டு நடந்து கொண்டே வந்தேன். எங்களுடைய அணி முன்னரங்கில் நிறுத்தப்பட்டது. இளவெயினியும் நானும் ஒன்றாக அணியில் இடம்பிடித்தோம். பூம்பாவை வேறோர் அணியில் சேர்க்கப்பட்டாள். அவளுக்கு அதில் கொஞ்சம் மனத்தொய்வு. நானும் கேட்டுப் பார்த்தேன். அவளும் கேட்டாள். ஆனால் மேலதிகாரிகள் அனுமதிக்கவில்லை. விடிந்து நீண்ட நேரம் ஆகியிருந்தது. எங்களுக்குச் சற்று தூரத்தில் மண் அணை தெரிந்தது. அங்கும் போராளிகள் அரண்கள் அமைத்திருந்தனர். மண் அணைக்கு அந்தப் பக்கத்தில் ராணுவத்தினர் எனச் சொல்லப்பட்டிருந்தது. நானும் இளவெயினியும் சில நிமிடங்கள் அந்த மண் அணையைப் பார்த்துக்கொண்டிருந்தோம். சூரியன் அதற்கு மேலாக ஏறி வந்து கொண்டிருந்தான்.

பூட்டம்மா அழுது கரைந்தாள். இன்னும்உடல்மெலிந்திருந்தது.அம்மா கொஞ்சம் பயந்துபோய்விட்டாள். ஏன் இப்படி மெலிந்துபோகிறாள் என்று தெரியாமல் அவதியுற்றோம். ஒரு நாள் சாப்பாட்டை இரண்டு வேளைகள் என மாற்றிக்கொண்டாள். காலையுணவை மூர்க்கமாகத் தவிர்த்தாள். எல்லாவற்றிலும்

பிடிப்பற்றுப்போயிருந்தாள். வெற்றிலையும் சீவலும் மட்டுமே நிலைபெற்றிருந்தன. அதக்கி அதக்கித் துப்பினாள். நானும் அம்மாவும் கிளிநொச்சி செல்ல ஆயத்தமானோம். அம்மாவுக்குச் சந்தையில் மரக்கறி வாங்கினால்தான் பசியடங்கும். பூட்டம்மாவைத் தனியாக விட்டுவிட்டுச் செல்ல முடியுமாவென யோசித்த அம்மா, என்னை வீட்டிலேயே நிற்கச் சொன்னாள்.

எங்களுக்கெல்லாம் துணையாக இருந்த பூட்டம்மாவுக்கு நான் துணையாக நிற்கும் நாளில், வன்னி வான்பரப்புக்குள் நுழைந்த அரச படைகளின் போர் விமானங்கள் கொடூரமான தாக்குதலைச் செய்தன. கிளிநொச்சியை அடுத்திருக்கும் பரந்தன் பகுதியில் மக்களின் குடியிருப்புகள் மனித மாம்சங்களால் உருகி எரிந்தன. அம்மாவைத் தேடிச் சந்தைக்குப் போவதா அல்லது வீட்டிலேயே நிற்பதா என்று குழப்பமும் தவிப்பும் என்னைப் புரட்டிக்கொண்டிருந்தன. அம்மா வீட்டுக்குத் திரும்பி வந்தாள். அவளிடம் எந்த மரக்கறியும் இல்லாதிருந்தது. அவளின் முகம் வெறித்திருந்தது. குடிப்பதற்குத் தண்ணீர் கேட்டாள். எடுத்து வந்தேன்.

“பரந்தனில நிறையச் சனங்கள் செத்தும் காயப்பட்டும் போச்சுதுகளாம், ரோட்டு முழுக்க வாகனங்கள் காயக்காரர்களை ஏத்திக்கொண்டு போகுது.” அம்மா சொன்னாள்.

பூட்டம்மா கண்ணீர் வடியும் கண்களைத் துடைத்துக்கொண்டு “எடியே, நீ என்ன பயந்து போயிருக்கிறாய். அதெல்லாம் ஒண்டுமில்லை. அழாமல் எழும்பி சமை. எனக்குப் பசிக்குது” என்றாள். பூட்டம்மாவைப் பார்த்தேன். அவள் மீண்டும் தனது கண்களை வானில் நிலை குத்தி அழத் தொடங்கினாள்.

60

“சண்டை மன்னாரிலும் முகமாலையிலும்தான் நடக்குது. ஆனால், அரசாங்கம் சண்டைக்களத்தில நடத்திற தாக்குதலைவிட சனங்களின்ர இருப்பிடங்களிலதான் அதிகமாக நடத்துது.”

“எந்த அரசாங்கம் எண்டாலும் அப்பிடித்தானே, இது என்ன புதுசா?”

“முந்தி இருந்த அரசாங்கத்தைவிடவும், இப்ப இருக்கிறது பல மடங்கு ரத்தம் பருகும். இது மூர்க்கம் கொண்டேல்ல நிக்குது.”

“நேற்றைக்குப் பரந்தனில கிபிர் அடியில செத்த பத்துக்கு மேற்பட்ட சனங்களையும் பயங்கரவாதிகள் என்றெல்லே சொல்லியிருக்கினம்.”

“அவனுக்கு எல்லாரும் பயங்கரவாதிகள்தான். எனக்கு இன்னும் ரெண்டு மாசத்தில பிறக்கவிருக்கிற குழந்தையையும் அவங்கள் அப்பிடித்தான் சொல்லுவாங்கள்.”

“இந்தச் சண்டை ஒரு முடிவு காணாமல் நிக்கப்போறதில்லையெண்டு நினைக்கிறன்.”

“ஓம். இந்தச் சண்டையோட முடிவு எங்களுக்குச் சாதகமாய் முடிஞ்சால், அது எங்கட இனத்துக்கு ஒரு விடிவாய் மாறும்.”

“ஆனால், நீ அப்பிடிச் சாதகமாய் முடியுமெண்டு நினைக்கிறியோ?”

"ஏன் அதில உங்களுக்கு என்னச் சந்தேகம்?"

"சந்தேகம் எல்லாம் இல்லை. ஒரு பயமிருக்கு. இப்பிடி உலக நாடுகளெல்லாம் சேர்ந்து செய்யிற யுத்தத்தில நாங்கள் எப்பிடி நிண்டு பிடிக்கேலும் சொல்லு."

"எவ்வளவு இயலுமோ அவ்வளவு நாள்களுக்குத் தாக்குப்பிடிப்பம். நாங்கள் மண்டியிடப்போவதில்லை என்று போன மாவீரர் தின உரையில தலைவர் சொன்னது உங்களுக்கு விளங்கேல்லையா?"

"அதெல்லாம் விளங்கினது. சண்டையில வெண்டால் சந்தோசம் தானே. எவ்வளவு பிள்ளையள இந்த மண்ணில வார்த்திருக்கிறம். எல்லாம் அந்த விடுதலைக்குத்தான்."

முனியப்பர் கோயிலடியில் நின்று கதைத்துக்கொண்டிருந்த தாமோதரம்பிள்ளை வானத்தை அண்ணாந்து பார்த்தார். அவருக்கருகில் நின்றுகொண்டிருந்த மாரிமுத்து, தன்னுடைய சாறத்தை இழக்கிக் கட்டியபடி "மேல போறது என்ன சாமான் சொல்லுங்கோ பாப்பம்" என்கிறார். தாமோதரம்பிள்ளை அந்தப் போர் விமானத்தைப் பார்த்துச் சொன்னார்.

"கிபிர்தானே?"

"இல்லையில்லை. இது மிக் - 27"

"இதென்ன புதுப்பெயராய்க் கிடக்கு."

"இது தமிழ்ச்சனத்தை அழிக்க இந்தியா குடுத்த புதுப்பரிசு."

"திரும்பத் திரும்ப எங்களைக் கொன்றுபோட வேணுமெண்டு நிறைய பேர் முயற்சிக்கினம். முந்தி ஒரு காலத்தில அமைதிப்படை என்ற பேர்ல செய்த கொலை போதாமல், இப்ப இதையும் கொடுத்து விட்டிருக்கினமோ?"

"எங்களை இஸ்ரேல் கொல்லும், இந்தியா கொல்லும், அமெரிக்கா கொல்லும், நோர்வே கொல்லும். ஆனா இவ்வளவு பேரையும் எதுத்து நிக்க எங்களிட்ட இருக்கிறது இந்தப் புலிப்படைதான்" என்று சொன்னபடி மாரிமுத்து சைக்கிளை நகர்த்தத் தொடங்கினார். தாமோதரம்பிள்ளை முனியப்பர் கோயிலடியிலே அமர்ந்தார். என்றைக்குமில்லாதவாறு முனியப்பர் தலவிருட்சமான ஆல மரத்தின் மேலே நிறைய கிளிகள் வந்தமர்ந்தன.

தாமோதரம்பிள்ளை அவற்றைப் பார்த்து அகமகிழ்ந்தார். ஆயினும் கிளிகளின் சப்தத்தை அவரால் கேட்க முடியாதிருந்தது. சின்னக் கற்களைப் பொறுக்கி மரத்தை நோக்கி எறிந்தார். கிளிகள் எழுந்து பறக்காமல் சப்த மிட்டபடியே இருந்தன. அந்தச் சப்தம் வன்னி நிலமெங்கும் கேட்டு விடுமளவுக்கு வான் வரை எழுந்தது. தாமோதரம்பிள்ளை கிளிகளின் இரைச்சல் பொறுக்காது, காதைப் பொத்திக்கொண்டு முனியப்பர் கோயிலடியைவிட்டு ஓடி நகர்ந்தார்.

அம்மா இயல்புக்குத் திரும்பி யிருந்தாள். அதிகாலையிலேயே எழும்பிக் குளித்தாள். பூட்டம்மாவுககுத் தேநீர் போட்டுக் கொடுத்தாள். பூட்டம்மா நிலத்தில் இரண்டு சாக்கைப் போட்டு அதற்கு மேல் போர்த்திப் படுத்திருந்தாள். அவளுக்குப் பசியில்லை. நீரருந்தி வாழும் உயிரி போலாகியிருந்தாள். எனக்குக் காய்ச்சல் வருவதற்கான குணங்குறிகள் இருந்தன. தண்ணீர் ஒத்துவரவில்லையாய் இருக்குமென்று அம்மா சமாதானம் சொன்னாள். சொந்த வீட்டையும், சொந்தக்

கிணற்றையும் விட்டுவந்தால் மனசுக்குள் நோய்மை வந்துவிடுமென்று பூட்டம்மா சொன்னாள். தாழ்வாரத்தில் கண் துஞ்சும் கோழிக் குஞ்சைப்போலக் கண்கள் திறக்க முடியாமல் சோர்வுற்றுச் சரிந்தேன். அம்மா தொட்டுப் பார்த்தாள்.

“நல்லாய்க் கொதிக்குது. ஒரு பனடோல் குடி.”

“வேண்டாம், எனக்குச் சத்தி வாற மாதிரிக் கிடக்கு.”

“இரு, ஈரச்சீலை எடுத்துக்கொண்டு வாறன்.”

அம்மா எழுந்து சென்று சின்னத் துணியைத் தண்ணீரில் நனைத்துப் பிழிந்தாள். படுத்துக்கிடந்த என்னுடைய மேனியை ஈரத்துணியால் துடைத்தாள். சுகமாக இருந்தது. ஆனால் அவள் துடைக்கும்போதே ஈரம் காய்ந்துபோகுமளவுக்குக் காய்ச்சல் அடித்தது. பூட்டம்மா தன்னுடைய தலைமாட்டில் கிடந்த திருநீற்றுச்சரையைப் பிரித்து கொஞ்சம் அள்ளிப்பூசினாள். உடம்பு நடுங்கத் தொடங்கியிருந்தது. உடலினுள்ளே தாகத்தின் பெருக்கு. நினைக்கவியலாத வலி மெல்லத் தோன்றியது. அம்மா என்னை அணைத்துவைத்திருந்தாள். மாலையானதும் பூட்டம்மா நீறு போட்டு தண்ணீர் தெளித்து விடுவதாகக் கூறினாள். இந்தக் காய்ச்சல் ஏன் இப்படி என்னை உலுக்குகிறது?

சொல்லவியலாத வலியும் நடுக்கமும் என்னை ஏன் பீடித்திருக்கின்றன? அம்பிகா என்னை வந்து பார்க்கிறாள். அவளது அண்மை எனக்குக் கொஞ்சம் நிழலாக இருக்கிறது. அவளது கைவிரல்கள் என்னைத் தொட்டு சில்லிடச் செய்கின்றன. குளிர்ந்து உதறும் இந்தவுடலில் அவளுக்கென பூக்கும் மலரை அவளே கண்டுகொள்கிறாள். அம்பிகா என்னுடைய கழுத்தில் அவளது பிறங்கையை வைத்து அடிக்கடி தொட்டுப்பார்த்தாள். நெருப்பை அள்ளி மேனியில் போட்டது போன்ற சூடு. கையை விசுக்கென என்னிலிருந்து எடுத்தவள், “ஒரு பனடோல் குடியுங்கோ” என்றாள். எனக்கு வேண்டாமென்று மறுத்துவிட்டேன். ஆனால், அவள் பிடிவாதமாகத் தண்ணீரும் பனடோலும் எடுத்துவந்தாள். அவள் என்னிடம் இறைஞ்சி “இந்த ஒரு பனடோலைப் போடுங்கோ” என்று சொன்னதைத் தட்டிக்கழிக்க முடியவில்லை. வாங்கி மிண்டி விழுங்கினேன்.

நான் கருகிப்போயிருந்தேன். அம்பிகா கண்ணாடியை எடுத்து வந்து முகத்தைக் காண்பித்தாள். கண்கள் உள்ளிறங்கிப்போயிருந்தன. முகத்தில் அனல் வீசுவது கண்ணாடியில் தெரிந்தது. அம்பிகா என்னை அணைத்து முத்தமிட்டு “கொஞ்ச நேரம் கண்ணை மூடிக்கொண்டு படுங்கோ, காய்ச்சல் நிண்டிடும்” என்றாள்.

களமுனை அமைதியாக இருந்தது. போராளிகள் காவலரண்களில் நின்றுகொண்டிருந்தனர். ராணுவத்தினர் தாக்குதலைச் செய்தால், பதில் தாக்குதலைச் செய்வதற்காகக் காத்திருந்தோம். இளவெயினிக்குப் பூம்பாவை பற்றிக் கவலை. அவள் தனியாகப் பிரிந்துபோய்விட்டாள் என்கிற வருத்தம் எனக்குமிருந்தது. ஆனால் நான் காட்டிக்கொள்ளவில்லை. இங்கு எதுவும் நிரந்தரமற்றது. தூரிகையாகிய நான் இக்கணமே

எறிகணை வீழ்ந்தோ, வான் தாக்குதல் நடந்தோ வீரச்சாவு எய்தலாம். சாதாரணமான எந்த உணர்வுக்கும் நாம் பலியாகிவிடக்கூடாது. பூம்பாவை வேறோர் அணியில் சேர்க்கப்பட்டாலும், அவள் இக்களத்தில் நிற்கிறாள்.

"தூரி! நான் தற்செயலாக வீரச்சாவு அடைந்தால், நீ விடுப்பு கேட்டு என்ர வித்துடல் விதைக்கிற வரைக்கும் இருக்க வேணும்" இளவெயினி சொன்னாள்.

நான் சிரித்துக்கொண்டு கேட்டேன். "நீயும், நானும் ஒண்டாய் வீரச்சாவு அடைந்தால் என்ன செய்யிறது?"

அவள் கோபமாய் என்னிடம் சொன்னாள். "நான்தான் முதலில வீரச்சாவு அடைவன்."

"இதென்ன புது அறிக்கையாய் இருக்கு, அதெப்படி உனக்குத் தெரியும்?"

"எனக்குத் தெரியும். இரண்டாம் லெப். இளவெயினி என்று என்னோட வித்துடல் மேல நீ மண்தூவி நடப்பாய்" என்றாள்.

"சும்மா இப்பிடி விசர் கதை கதையாதே."

இளவெயினி என்னைக் கட்டி யணைத்து "நீ என்னை விட்டிட்டு வீரச்சாவு அடைந்தால், நான் உங்கட வித்துடல் பார்க்க வரமாட்டன்" என்றாள்.

மெல்ல மெல்ல ராணுவம் சண்டையைத் தொடங்கியது. மாலை வேளையில் அவர்களுக்கு ஏற்படும் பயத்தினால் இது போன்ற தாக்குதலைச் செய்வார்கள். போராளிகள் அதைப் பொருட்படுத்துவது கிடையாது. இரவினில் சில வேளைகளில் மூர்க்கமான முன்னகர்வுகளைச் செய்யத் துணிவார்கள்.

அப்போது போராளிகள் கொடுக்கும் பதிலடித் தாக்குதல் மின்னல் எழுவதைப்போலிருக்கும். இன்று ராணுவம் முன்னகர்வை மேற்கொள்ளுமென வேவுத் தகவல்கள் வந்திருந்தன.

போராளிகள் விழிப்புநிலைக்குத் தயார்படுத்தப்பட்டிருந்தனர். சில பகுதி தளபதிகள் நேரடியான கட்டளைகளை வழங்கியிருந்தனர். மாலை சரிந்தது. இருள் பரவும் வேளையில் மின்மினிப்பூச்சிகள் களமெங்கும் பறந்தன. "அந்தி கழிந்த பின்னர், பூமி பிரசவிக்கும் வெளிச்சப் பொட்டுகள்" என்று இளவெயினி சொன்னாள்.

மாலையில் பூட்டம்மா நீறு போட்டுவிட்டு, தண்ணீர் தெளித்து விட்டதும் கொஞ்சம் காய்ச்சல் குறைந்திருந்தது. அம்பிகா என்னை வந்து பார்த்து, 'இப்ப கொஞ்சம் சுகம்தானே?' என்று செல்ல விசாரிப்பு செய்தாள். ஆனால் இந்தக் காய்ச்சல் என்னைவிட்டுப் போகவில்லை. இப்போது விலகியிருக்கிறது. வியர்வையாய் வழிந்தோடும் என்னுடலின்மீது குளிர் பரவி நின்றது. அம்மா இடியப்பமும், மாங்காய் போட்டு சொதியும் வைத்திருந்தாள். காய்ச்சலுக்கு உகந்த சாப்பாடு. மாங்காய்ச் சொதி நல்ல உருசையாக இருக்கும். ஆனால், சாப்பிட முடியாதிருந்தது. பூட்டம்மாவைப்போல சாப்பாட்டை ஒரு வேண்டாப்பொருளாக என்னிடமிருந்து விலக்கி வைத்தேன். அம்மா கொஞ்சமாக எடுத்து தீத்திவிட்டாள். ஆனாலும் உண்ண முடியவில்லை. இரவு நாங்கள் தங்கியிருந்த வளவுக்குள் யாரோ மூன்று பேர் நடந்து வந்தனர்.

அண்ணாவைப் பார்த்ததும் பூட்டம்மா படுக்கையிலிருந்து எழும்பி, "வா மோனே" என்றழைத்தாள். அண்ணாவும் அவனது தோழர்கள் இருவரும் வந்திருந்தனர். அண்ணாவைக் கட்டியணைத்து முத்தமிட்ட அம்மா, எல்லோரையும் அமரச்சொல்லி பாய் விரித்தாள். நான் காய்ச்சலில், வாயைத் திறந்து கதைக்க பெலமில்லாமல் அப்படியே கிடந்துகொண்டு அவர்களைப் பார்த்துப் புன்னகைத்தேன். அண்ணா மெதுவாக வீட்டுக்குள் எழுந்து சென்றான். திடீரென அம்மா ஓலம் பெருக கத்தத் தொடங்கினாள்.

61

பவி மாமா வீரச்சாவு அடைந்துவிட்டார் என்கிற செய்தி காற்றெங்கும் பரவியது. அம்மாவின் ஓலம் அடங்க நிமிடங்கள் ஆகின. கொழும்பில் நடந்த மோதலில் பவி மாமா குப்பி கடித்து வீரச்சாவு அடைந்தார் என்ற விவரங்களைக் கேட்டபோது அதிர்ச்சியாக இருந்தது. எப்போது அவர் கொழும்புக்குப் போனார் என்று யாரிடம் கேட்க முடியும்? ரகசியம் இரும்பைப்போல எல்லோரையும் அழுத்தி மூடிவிட்டது. பவி மாமாவின் வித்துடல் கிடைக்காது. இலங்கை முழுவதற்கும் செய்தியாக மாற்றப்பட்ட 'பயங்கரவாதி' ஒருவனின் இறந்தவுடலாக பவி மாமாவின் புகைப்படம் சிங்களப் பத்திரிகைகளில் வெளியாகியிருக்கும். அம்மா அழுது களைத்திருந்தாள். அண்ணாவுடன் வந்தவர்கள் வெளியே நின்று கதைத்துக்கொண்டிருந்தனர். அண்ணா வீட்டை விட்டு வெளியேறினான். பூட்டம்மா அழுவதற்குப் பலனற்றுக் கண்களை வெறித்து எல்லாவற்றையும் பார்த்துக்கொண்டிருந்தாள். பவி மாமாவை இழந்தோம். எப்போதும் எனக்கு நாயகன் என்று நம்பிய ஒருவனை இழந்தோமென்கிற வேதனை என் நெஞ்சில் வலியாக எழுந்தது. அம்மா அழுவதும் புலம்புவதுமாக இருந்தாள். ஏனென்று அறிய முடியாதபடி எனக்கும் அழுகை வந்தது. வெறுமையும் தவிப்பும் உடலுக்குள் காய்ந்து எழுந்தன. அதன் வெக்கை, எச்சிலைக்கூட விழுங்க மறுத்தது. அக்காவின் நினைப்பு

எனக்குள் சர்ப்பம்போல நெளியத் தொடங்கியது. அவள் உயிருக்கும் ஏதும் நேர்ந்துவிடுமோ என்று கெட்ட நினைப்புகள் வந்தன. அவளுடைய வித்துடலை வைத்து நாம் அழுவதைப் போன்ற காட்சிகள் மனதுக்குள் சடசடவென்று ஓடுகின்றன. சொல்ல இயலாத நடுக்கம். யாரிடம் சென்று அரற்ற முடியுமென்ற தவிப்பு. 'பன்னிச்சைத்தாயே...' என்று திசை பார்த்து அழைப்பதைவிட வேறு எந்தத் தெரிவுமற்ற கையறு நிலை. அக்காவுக்கு ஏதேனும் நிகழ்ந்தால், என்னால் தாங்கவியலாது. அவளின் வாசனை என்னைக் காவல் செய்யும் ஒரு மந்திரம்போல என்னுள்ளே இருக்கிறது. அக்காவுக்கு எதுவும் நடக்கக்கூடாது. நடந்தால்? என்று ஒரு கேள்வியை என்னுளிருந்து கேட்பது எந்தப் பிசாசு என்று தெரியவில்லை. ஆனால், மீண்டும் மீண்டும் அது தீய காட்சிகளை எனக்குள் குட்டி போட்டுக்கொண்டிருக்கிறது. இந்தப் பிசாசைத் துரத்தும் கடவுள் இந்த நிலத்தில் இல்லையா? பூட்டம்மா என்னைப் பார்த்துச் சொன்னாள்...

"பயப்பிடாதே மோனே, போய் முகத்தைக் கழுவிட்டு திருநீற்றைப் பூசு."

பூட்டம்மாவுக்கு நான் பயந்து போயிருப்பது எப்படித் தெரியும்... அவள் என்னைப் பார்த்து இப்படிச் சொல்லும் முகாந்திரத்தை எங்கிருந்து பெற்றாள்... மர்மமான சக்தி அவளிடமிருக்கிறது. அவள் சொல்லுவதெல்லாம் நடக்கின்றன. இல்லையில்லை. அவள் சொல்வதெல்லாம் நடக்கின்றனவென்றால் நாம் அழிந்துபோய்விடுவோமா? அவள் கூறுவதெல்லாம் நடக்கிறது என்பதை நான் ஏற்க மறுக்கிறேன். பூட்டம்மா என்னைப் பார்த்துச் சிரித்தபடி மீண்டும் சொல்கிறாள். "எழுந்து சென்று முகத்தைக் கழுவு. திருநீற்றைப் பூசு." அழுது முடித்த அம்மா கண்களைத் துடைத்துக்கொண்டு இயல்புக்குத் திரும்பினாள். அண்ணாவோடு வந்திருப்பவர்களுக்குத் தேத்தண்ணியை ஊற்றிக் கொடுத்தாள். மரணம் நம்மை நிரந்தரமான இழைகளால் பின்னியிருந்தது. அவற்றில் நாம் இரைகளாக அகப்பட்டிருந்தோம். ஆனால் அதன்பொருட்டு நாம் துக்கத்தில் புதையவில்லை. இழைகளை அறுத்துக்கொண்டு விழுந்து எழுந்தோம். கண்ணீர் எங்களுடைய அடையாள அட்டையைப் போன்றது. துயரம் நாம் அணியும் உள்ளாடை. பரிதாபத்துக்கும் பச்சாதாபத்துக்கும் நாம் அந்நியமானவர்கள். விடுதலைக்காகச் சாகத் துணிவதைவிடவும் மேலான மானுட மேன்மை வேறில்லை என்று ஊட்டிய முலைகளில் பாலருந்திய காலமிது. அண்ணாவுக்குப் பரந்தனில் வேலையிருந்தது. முன்னரங்கில் ஒரு பொறுப்பதிகாரியாக இருக்கிறான் போலும். தன்னைக் குறித்து எதையும் பகிர்வதற்கும் விரும்பமாட்டான். இயக்கத்தின் கடுகளவு செய்தியைக்கூட கதைப்பதை விரும்பியதில்லை. எப்போது விடுமுறையில் வந்தாலும், அண்ணாவோடு கதைத்துக் கொண்டிருப்பதை வேலையாக வைத்திருக்கும் சொந்தக்காரர் ஒருவர் கேட்ட கேள்வியும் அதற்கு அண்ணா அளித்த பதிலும் எனக்கு ஞாபகத்தில் இருக்கிறது. அவர் கேட்டார்,

"இயக்கம், இந்தச் சண்டையை இறுதிப்போர் என்று சொல்லுது. இது

முடிஞ்சால் எங்களுக்குத் தமிழீழம் கிடைக்குமெண்டு நினைக்கிறியளோ தம்பி?"

அதற்கு அண்ணா இப்படிச் சொன்னான். "நான் இப்ப தமிழீழத்தைப் பற்றி யோசிக்கேல்ல, உங்களை மாதிரியான ஆக்களை வெச்சுக்கொண்டு நாங்கள் பெறப்போகிற விடுதலைக்கு எந்தப் பயனும் இல்லையெண்டுதான் யோசனையாய் இருக்கு."

அவருக்கு முகம் கறுத்துப் போய்விட்டது. "என்ன தம்பி இப்பிடிக் கதைக்கிறியள்?" என்று சொன்னபடி அவசரமாக அந்த இடத்தை விட்டே நகர்ந்தார்.

அக்காவின் இயக்கப்பெயர் திடீரென மனதுக்குள் நீந்துகிறது. 'தூரிகை.' ஏன் இந்தப் பெயரை வைத்துக்கொண்டாள் எனத் தெரியவில்லை. ஆனால், சமாதான காலத்தில் யாழ்ப்பாணப் பல்கலைக்கழகத்தில் நிகழ்ந்த ஓவியக் கண்காட்சியைப் பார்க்கச் சென்றிருந்தாள். 'வலிமிகுந்த எங்களின் வாழ்வை, தமிழ்நாட்டிலிருந்து வந்திருந்த புகழேந்தியின் ஓவியக்கோடுகள் தாங்கி நின்றன' என்று யாரோ ஆற்றிய உரையில், 'அவரின் தூரிகை - துவக்குக்கு நிகரானது' என்ற ஓரிடத்தை அவள் மீண்டும் மீண்டும் சொல்லிக்கொண்டிருந்த நாள்களில் தூரிகை என்ற சொல்லின்மீது அவளுக்குக் காதல் பிறந்திருக்கலாம். அவளுக்கு நான் சில பெயர்களைப் பரிந்துரை செய்தும், இந்தப் பெயரில் தீர்மானமான பிடிப்போடு இருக்கிறாள். அவளுக்கு எதுவும் நேரக்கூடாது. நான் இழப்பை எண்ணி அஞ்சுகிறேன். முகத்தைக் கழுவி திருநீற்றைப் பூசிக்கொண்டு பூட்டம்மாவுக்கு அருகில் இருக்கிறேன். அவள் என்னுடைய கையைப் பற்றிக்கொண்டு சொன்னாள்.

"கொக்காவுக்கு ஒண்டும் நடக்காது. நீ ஒண்டையும் போட்டு யோசியாத. மனசுக்குள்ள 'நமசிவாய' சொல்லு என்றாள். யாருக்காகச் சொல்ல வேண்டும். எனக்காகவா... அக்காவுக்காகவா? எத்தனை பேருக்காக. எத்தனை தடவை

சொல்ல வேண்டும்... கொஞ்சம் கொஞ்சமாகக் கோபமும் வெறுப்பும் ஒரு கொடியைப்போல என்னைப் பற்றி ஏறி வளர்ந்தன. நான் கிளிநொச்சி சென்று வருவதாகச் சொல்லிவிட்டு நடக்கலானேன். “திரும்பி வருகிறபோது குளத்து மீன் எதுவும் சந்தித்தால் வாங்கிவர முடியுமா?” அம்பிகா ஓடிவந்து கேட்டாள்.

“குளத்து மீன் சரியான வெடுக்கு, அதை எப்பிடி சாப்பிடுகிறியள்?” என்று கேட்டேன்.

“வாயாலதான்” என்று சொன்ன அம்பிகாவைத் திரும்பிப் பார்க்காமல் நடந்து சென்றேன். அம்பிகா எனக்குக் கேட்கும்படியாக ஓடிவந்து சொன்னாள்.

“மறக்காமல், ஜப்பான் மீன் இருந்தால் வாங்கிட்டு வாங்கோ.”

நான் ‘ஓமெ’ன்று தலையாட்டிக் கொண்டே நடந்து வந்தேன்.

கிளிநொச்சி பேருந்து நிலையத்தில் சனம் அதிகமாகவிருந்தது. நான் வேடிக்கை பார்த்துக்கொண்டு நின்றேன். சனங்களின் முகத்தில் போரின் அச்சவுணர்வு பல வகைகளில் ஏறி நின்றது. என்னருகே வந்தவொருவர் “உங்களோடு கதைக்க வேண்டும். கதைக்கலாமா?” என்று கேட்டார்.

“ஓம் கதையுங்கோ” என்றேன்.

அவருடைய தோற்றத்தைப் பார்த்தால், அரசியல் போராளியாக இருக்க முடியுமெனத் தீர்மானித்தேன். அது பொய்க்கவில்லை. தன்னுடைய பெயரைக் கூறி, என்னுடைய பெயரைக் கேட்டார். சொன்னதும், அவர் கதைக்கத் தொடங்கினார். நாட்டில் நிலவுகிற யுத்த நெருக்கடியையும், இயக்கத்துக்குத் தேவையான ஆளணிப் பற்றாக்குறையையும் ஆழமாகக் கூறி, உங்களைப் போன்ற வலுவானவர்கள் இயக்கத்தில் இணைய வேண்டுமென கோரிக்கை விடுத்தார். அவரை நான் விளங்கிக் கொண்டேன்.

“எனக்கு வயசு காணாது என்பது முதல் பிரச்னை. இரண்டு தடவை முயன்றும் முடியவில்லை” என்று சொன்னேன்.

‘உங்களுக்கு இப்ப என்ன வயசு?’ என்று அவர் கேட்கவில்லை. ஆனால், ‘‘நீங்கள் போராடக்கூடிய உடல் வலுவோடுதான் இருக்கிறீர்கள்’’ என்றார். அந்தப் போராளி, கடுமையான ஆர்வமாகப் பிரசாரம் செய்து ஆட்களைச் சேர்த்துவிட வேண்டுமென கங்கணம் கட்டியிருந்தார் என்றே தோன்றியது. நான் அவரிடம் சொன்னேன்:

"எனக்கு இயக்கத்தில சேர நிறைய பாதைகள் தெரியும். நீங்கள் இவ்வளவு நேரமும் கதைச்சதைக் கேட்டேன். உங்களுடைய பேச்சு வல்லமை எனக்குப் பிடிச்சிருக்கு."

அவர் என்னைப் பார்த்துக் கேட்டார். "நீ எங்க படிக்கிறாய்?"

"நான் இடம்பெயர்ந்து வந்திருக்கிறன். இன்னும் பள்ளிக் கூடம் போகவில்லை."

அந்தப் போராளி என்னுடைய பெயர், விவரங்களைத் தனது குறிப்புப் புத்தகத்தில் எழுதிவிட்டு, இன்னோர் ஆளைத் தேடிச் சென்றார். நான் கிளிநொச்சி பேருந்து நிலையத்தில் அமர்ந்திருந்தேன். நீண்ட நேரமாக வேடிக்கை மட்டுமே பார்த்தேன். பேருந்துகளின் இரைச்சல் கொஞ்சம் அமைதியைத் தந்தது. தமிழீழப் போக்குவரத்துக் கழகத்தின் பேருந்தில் ஏறி, சும்மா சுத்தினால் என்னவென்று தோன்றியது. மனம் நிலையற்ற கிளையைப்போல ஆடிக்கொண்டே இருந்தது. காட்சிகள், புலன்கள் எல்லாமும் சிதறுண்டு சிதறுண்டு பெருகின. பேருந்தொன்றில் ஏறினேன். அது புதுக்குடியிருப்பு போகும் பேருந்து. விசுவமடு மட்டும் பயணச்சீட்டு வாங்கினேன். ஜன்னல் இருக்கையில் அமர்ந்தபடி பார்த்துக் கொண்டிருந்தேன். நினைக்க நினைக்க சுகம்தரும் இந்த மண்ணை ஆக்கிரமிப்பாளர்கள் குருதிக்காடாக மாற்றிவிட்டார்களே... கொக்குகளும், மீன்கொத்திப் பறவைகளும் எழுந்து பறக்கும் வயல்களையும் குளங்களையும் கடந்து போய்க் கொண்டேயிருந்தேன். மனம் கொஞ்சம் கொஞ்சமாக ஆறுதலுக்குத் திரும்பியது. பேருந்து முரசுமோட்டை தாண்டிப் போய்க்கொண்டிருந்த போது, இறங்கிவிடலாமென்று தோன்றியது. அடுத்த பேருந்து தரிப்பிடத்தில் இறங்கினேன். எங்கேயாவது ஒரு மரத்தடியில் போய் அமர்ந்துகொண்டால் இன்னும் சுகமாயிருக்கும் போலிருந்தது.

நான் வீடுகளைத் தாண்டி மாமரங்கள் அடர்ந்து நிற்கும் ஓரிடத்தை அடைந்தேன். அது தகரத்தால் அடைக்கப்பட்டிருந்தது. முகப்பு வாசல் மூடப்பட்டிருந்தது. பார்த்தால் போராளிகளின் முகாமெனத் தெரிந்தது. ஆனாலும் என்ன... திறந்துகொண்டே உள்ளே போனேன். ஒருவர் வீட்டினுள் புத்தகம் படித்துக்கொண்டிருந்தார். என்னைப் பார்த்தும் "என்ன தம்பி?" என்று கேட்டார். "ஒன்றுமில்லை... இந்த மரத்தடியில கொஞ்ச நேரம் இருக்கவேணும்" என்றேன்.

"எங்கையிருந்து வாறாய், உள்ள வா" என்றழைத்தார்.

நான் உள்ளே போய் அவருக்கருகில் இருந்த கதிரையில் அமர்ந்து கொண்டேன். அவரின் கையில் கிடந்த 'ஆனந்த விகடன்' பத்திரிகையை ஆர்வமாகப் பார்த்தேன்.

"தமிழ்ச்செல்வன் அண்ணையின்ர பேட்டி வந்திருக்கு, படிக்கப் போறியா?"

"ஓம்."

புத்தகத்தை வாங்கிக்கொண்டு மரத்தடியில் வந்தமர்ந்தேன். நிழல் என்னுள்ளும் கவிந்தது.

62

மூன்று மணித் தியாலங்களுக்கு மேல் அந்த மரத்தடியிலேயே அமர்ந்திருந்தேன். அங்கிருந்த போராளி, இடையிடையே வந்து கதைத்துவிட்டுப் போனார். அவருக்கு இயக்கத்தின்மீது நிறைய விமர்சனங்கள் இருக்கின்றன என்பதை அறிய முடிந்தது. “என்னோடு கதைப்பதைப்போல உங்களுடைய பொறுப்பாளரிடம் விமர்சனங்களைச் சொல்வீர்களா?” என்று கேட்டேன். “நான் தமிழ்ச்செல்வனிடமே சொல்வேன்!” என்றார். நான் சிரித்துக்கொண்டு, ‘அப்படித்தான் இருக்க வேண்டும்’ என ஆமோதித்துத் தலையசைத்தேன். அந்த முகாமைவிட்டு நான் வெளியேறும் நேரத்துக்கு முன்பு, அவர் வேறெங்கோ புறப்பட்டார். முகாம் தனித்துக்கிடந்தது. நான் உள்ளே செல்லவில்லை. அந்த மரத்தடியிலேயே அமர்ந்திருந்தேன். மாலையானதும் நுளம்புக்கடி அதிகமாக இருந்தது. நானும் முகாமை விட்டு வீதிக்கு வந்தேன். மீண்டும் கிளிநொச்சிக்குப் பேருந்தில் ஏறிப் பயணிக்க வேண்டும். புதுக்குடியிருப்பிலிருந்து வருகிற பேருந்தில் ஏறினேன். காவல் துறையைச் சேர்ந்தவர்கள் சீருடையோடு நின்றுகொண்டிருந்தனர். ஒருவர் நன்றாகத் தெரிந்த முகம். பன்னிச்சையடி கிராமத்தைச் சேர்ந்தவர். என்னைப் பார்த்துவிட்டு, ‘இங்கே வா!’ என்று கையசைத்தார். அவர் அமர்ந்திருந்த இருக்கைக்கு அருகில் சென்றேன்.

“இப்ப எங்க இருக்கிறியள்?” என்று கேட்டார்.

நாங்கள் இடம்பெயர்ந்திருக்கும் இடத்தைச் சொன்னேன். அம்மாவின் சுகநலத்தை விசாரித்தார். எல்லோரும் சுகமென்று ஆசைக்காகச் சொன்னேன். அவர் முல்லைத்தீவிலிருந்து கிளிநொச்சிக்கு மாற்றலாகியிருப்பதைச் சொன்னார். தமிழீழ காவல்துறையின் மிக முக்கியமான ஆளுமையாக அறியப்பட்டவர் இவர். பன்னிச்சையடி கிராமத்துக்குப் பெருமை சேர்த்தவர்களில் இவருமொருவர். கிளிநொச்சி பேருந்து நிலையத்தில் இறங்கி, வீட்டுக்கு நடக்கத் தொடங்கினேன். சொந்த மண்ணில் நடந்து திரியும் சுகவுணர்வு, மனித ஆத்மாவுக்கு அளவில்லாத இன்பத்தை மீட்டுகிறது. நிகழும் வாழ்வு இறந்த காலத்தில் எச்சமென மிஞ்சுகையில், இந்த நிலம் முழுவதும் விடுதலை கண்டிருக்குமா என்று மனதுக்குள் நினைத்தேன். மண்ணுக்காகப் போரிட்டு, மண்ணுக்குள் விதைந்து, மண்ணிலிருந்து முளைவிட்டுச் செடியெனத் துளிர்க்கும் வீர யுகத்தின் சாவும் வாழ்வும் யாராலும் நம்ப முடியாதவை. நான் வீட்டை அடைந்ததும் பூட்டம்மாவைப் பார்த்தேன். அவள் நன்றாகப் போர்த்தியபடி படுத்திருந்தாள். ஆழமான கடலில் அலைகளற்ற பொழுதைப்போல கண்களை மூடியிருந்தாள். அம்மா ரொட்டிக்குப் பச்சைமிளகாய் வெட்டிக்கொண்டிருந்தாள்.

“எங்கையடா உலாத்திப்போட்டு வாறாய்?”

“எங்கையெண்டு இல்லாமல் சும்மா பஸ்ல ஏறி போய்ட்டு வந்தனான்.”

“உனக்கென்ன விசரே, மாறி மாறி கிபிர் அடிக்குது. நீ சும்மா சுத்தி திரியிறாய்.”

அம்மா கொஞ்சம் கோபமாகக் கதைத்தாள். நான் பதிலுக்கு எதுவும் கதையாமல் நின்றுகொண்டேன். பூட்டம்மா போர்வையை விலக்கிக்

கொண்டு எழும்பியிருந்தாள். என்னைப் பார்த்து “இங்கே வா” என்று அழைத்தாள். அவளுக்கருகில் ஓடிப்போனேன்.

“உனக்கு நல்ல நிழல் தேவைப் பட்டது, அப்பிடித்தானே”? என்று கேட்டாள்.

எனக்குக் கொஞ்சம் நடுக்கமாயிற்று. பூட்டம்மாவுக்கு எப்படி எல்லாம் தெரிகிறது. விரிக்கப்பட்ட சாக்கு மேல் படுத்திருந்தபடி எல்லாவற்றையும் அறியும் பூட்டம்மாவையே அதிர்ந்து பார்த்துக்கொண்டிருந்தேன்.

“ஓம், எனக்கு நிழல் தேவைப்பட்டது. தேவைப்படுகுது.”

“மோனே, இஞ்ச வாழுற எல்லாருக்கும் நிழல் தேவைப்படுகுது. ஆனால் அப்படியொரு நிழல் இனி எங்களுக்கில்லை. கொடூரமான வெந்தணல் வானத்தில் பொழியக் காத்திருக்கு. எங்களுடைய கூத்தும் பாட்டும் சொற்களற்றுப் போய்விடப்போகுது. நினைத்தாலே நிணமும் அச்சமும் சூழ்ந்துபோகும் கொடிய காலம் எங்கள் முற்றங்களில் வெடித்தெழும்பக் காத்திருக்கிறது” என்றாள்.

நான் பூட்டம்மாவைக் கட்டி யணைத்தபடி “இப்படி எதுவும் சொல்லாமல் இருங்கோ, எனக்கு பயமாய் இருக்கு” என்றேன்.

“பயப்பிடாத மோனே, இனிவரும் நாள்களில் பயமும் எங்களிடமிருந்து அகன்றுவிடும். பயப்பிடாத மோனே.”

இரவு எட்டு மணியாகியிருந்தது. அம்மா ரொட்டியும் பச்சை மிளகாய்ச் சம்பலும் செய்திருந்தாள். நல்ல உருசை. அம்மாவின் சம்பலுக்குத் தனி எலுமிச்சைச் சுவை உண்டு. மூன்று ரொட்டிகளைச் சாப்பிட்டு முடித்தேன். பூட்டம்மாவுக்கு உளூத்தம்மாவில் களி கிண்டிக்கொடுத்திருந்தாள். அம்மாவும் சாப்பிட்டு முடித்ததும், லாம்பு வெளிச்சத்தைக் குறைத்துவிட்டு உறங்க ஆயத்தமானோம்.

சண்டை தொடங்கியிருந்தது. ராணுவம் பாரிய முன்னெடுப்பைச் செய்தது. இரவினில் தொடங்கும் சண்டைக்கு மூர்க்கம் அதிகம். இரு தரப்பிலும் இழப்புகள் பெருகிவிடும். போராளிகளான நாங்கள் தற்காப்புச் சமரையே செய்தோம். வலிந்த தாக்குதலுக்கான எண்ணமும் அவசியமும் இயக்கத்திடம் இல்லை. முன்னரங்கில் நிற்கும் ஒவ்வொரு போராளியின் சுடுகுழலும் இலக்கைக் கண்டால் மட்டும் சுடக் காத்திருந்தது. பல்குழல் எறிகணைகள் வீழ்ந்து வெடித்தன. போராளிகள் காயமடைந்து அலறுகிற சத்தம் கேட்கிறது. நாங்களிருக்கும் இடத்தை நோக்கி எதிரியின் தாக்குதல் தொடங்கியது.

இளவெயினி, பூம்பாவை ஆகிய இருவரும் என்னை விட்டு வேறொரு அணியில் சேர்க்கப்பட்டு விட்டார்கள். நான் இப்போது வேறு சிலரோடு இருக்கிறேன். இவர்கள் நினைக்கவியலாத இயல்போடு இந்தப் போர்க்களத்தில் வாழ்கிறார்கள். இவர்கள் எல்லோருக்கும் போர்முனை யென்பது பழக்கமான மைதானம் போன்றிருந்தது. ஒரு போட்டிக்கான களிப்போடு அவர்கள் சண்டையை எதிர்கொள்ளும்விதம் எனக்கு வியப்பும் அதிர்ச்சியும் அளித்தது. என்னை அவர்கள் ஒரு புதிய ஆளாக பாவித்தார்கள். யுத்த முனையின் துடிப்புகளையும் இறுக்கத்தையும் அவர்கள் சொல்லித் தந்தனர். நான் யுத்த முனையின் பாலர் வகுப்பில் நின்றுகொண்டிருக்கிறேன்.

அவர்கள் எனக்கு அ, ஆ என்று உயிர் எழுத்துகளைச் சொல்லித் தருகிறார்கள். எத்தனை ஆசிரியர்கள், எத்தனை பாடங்கள், எத்தனை கண்டிப்புகள்... இந்தக் களமுனையில் இப்போது எதிர்கொள்ளும் இந்தச் சண்டையை அவர்கள் பெரிதாகப் பொருட்படுத்தவில்லை. இந்தச் சண்டை குறித்து அவர்களுள் ஒருவர்,

"இப்போது நடப்பது, சண்டையில்லை. சும்மா சொறிஞ்சு விளையாடிக்கொண்டிருக்கிறம். அவன் அடிச்சால் திரும்பி அடிக்க முடியாதபடி நாங்கள் அவங்களை மூர்க்கமாய்த் திருப்பித் தாக்க வேணும். ஆனால் நாங்கள் இப்ப அப்பிடி ஒண்டும் செய்யேல்ல."

"நீயேன் அப்பிடி நினைக்கிறாய்? பெரிய சண்டை இருக்கும். இயக்கம் அதுக்கான திட்டத்தைப் போடும். ஆனால் அதைச் செயல்படுத்த நேரம் பார்த்திட்டு இருக்கும்." - இன்னொருவரின் பதில் இப்படி வந்தது.

"நான் அப்பிடி நினைக்கையில்ல... இயக்கம் சண்டை செய்ய யோசிக்குதோ எண்டு யோசனையாய் இருக்கு."

"இல்லை. இயக்கம் ஒரு பெரிய திட்டத்தை வெச்சிருக்கு. அப்பிடித்தான் எனக்குத் தெரியுது. நீங்கள் என்ன நினைக்கிறியள் தூரிகை?"

நான் இப்போது ஏதாவது பதில் சொல்ல வேண்டும். ஆனால், எனக்கு என்ன தெரியும். இயக்கத்தின் முடிவுகளைத் தெரிந்துகொள்ளுமளவுக்கு நான் இப்போதில்லை. ஆனால் இந்த உரையாடலில் நான் இணைந்து கொள்ள வேண்டுமெனச் சிலர் எண்ணுகிறார்கள். நான் சொன்னேன்.

"இயக்கம் சண்டை செய்ய வேண்டும். அப்படிச் செய்தால்தான் ஒரு தீர்வை நோக்கி அரசாங்கம் வரும்" என்றேன்.

"இதென்ன தூரிகை பழைய அறிக்கையாய் இருக்கு. இயக்கம் தொடங்கேக்க கதைச்ச கதை இது. நாங்கள் சண்டை செய்து அரசாங்கம் தீர்வுக்கு வந்திடுமெண்டு நினைக்கிறதெல்லாம் பகல் கனவு."

"இல்லை. நான் சொல்லுறது இப்ப தொடங்கியிருக்கிற சண்டையைச் சொன்னான். இனிமேல் நாங்கள் பெறப்போகிற படையியல் வெற்றி ஒவ்வொன்றும் முக்கியமானது."

"எந்த வகையில முக்கியமென்று நினைக்கிறியள்?"

"நாங்கள் யாழ்ப்பாணத்தில் நிலை கொண்டிருக்கிற ராணுவத்தோட செய்யிற இந்தச் சண்டையில, எதிரி தோத்திட்டால் எங்கட படை வலிமை அவங்களுக்குத் தெரிஞ்சிடும். அதனால் அவங்கள் கொஞ்சம் யோசிப்பாங்கள்."

"இதென்ன பகிடிக்கதையாய்க் கிடக்கு தூரிகை, இந்தச் சண்டையில அவங்களவிட எங்களிட்ட ஒரேயொரு பலம்தான் கூடக் கிடக்கு. அது மனோபலம். மிச்சபடிக்கு ஆயுதத்திலும் ஆள்பலத்திலும் அவங்களுக்குக் கொட்டிக்குடுக்க எத்தனையோ நாடுகள் இருக்கு. இது உங்களுக்குத் தெரியாதா?"

"எனக்குத் தெரியும். ஆனால் நான் அப்பிடி நினைக்கேல்ல. எவ்வளவு ஆயுதங்களாலும் எங்களைத் தாக்கலாம். ஆனால் நாங்கள் பயந்துபோக மாட்டோம். அப்பிடி எல்லாரும் சேர்ந்து எங்களுக்கு

எதிராகச் சண்டை செய்தால், வலுவுள்ள வரைக்கும் போராடுவம்."

"நீங்கள் எதிரியைச் சும்மா எடை போடுகிறியள். நாங்கள் நினைக்கிற மாதிரி அவன் சண்டை செய்யமாட்டான்."

"அதுதான் சொல்லுறன், அவன் நினைக்கிற மாதிரி நாங்களும் செய்ய மாட்டம்" என்றேன்.

இந்த உரையாடல் நடந்து கொண்டிருந்தது. சில மணி நேரங்களில் மீண்டும் மோதல் எழுந்தது. நாங்களிருந்த பக்கத்தில் எதிரிகளின் சூடுகள் பறந்துவந்தன. நாங்கள் எதிர்த்திசையில் எதிரியின் இருப்பை இனங்கண்டுத் தாக்கினோம். சண்டை ஒரு களிப்போடு இருளை வழிநடத்தியது. கந்தகப்புகை நாசியை அடைத்தது. எறிகணைகள் வீழ்ந்து வெடித்துக்கொண்டிருந்தன. மோட்டார் ஷெல்கள் அதி பயங்கரமானவை. வீழ்ந்து வெடித்து பலரைக் காயப்படுத்தின. போராளிகள் காயமுற்று வலியில் துடித்தனர். குருதி கொதித்து மனித உடலிலிருந்து ஓடிக்கொண்டிருந்தது. துவக்குகள் குருதியில் தோயுண்டன. போரின் ஒவ்வொரு கணமும் சிலிர்ப்பும் பயங்கரமும் எழுந்து எழுந்து அடங்குகிறது.

எனக்கு ஆதீரனின் நினைவு வந்தது. அவனைப் பார்க்க வேண்டும்போலத் தோன்றுகிறது. என்னுடைய சுடுகலன் எதிரியினது இலக்குகளைத் தாக்கிக்கொண்டே இருக்கிறது. நான் ஆதீரனை நினைத்துக்கொள்கிறேன். நான் வீரச்சாவு அடைந்தால் அவன் தாங்கிக்கொள்ளப்போவதில்லை. நான் அவனைக் கருவில் சுமக்காத தாய். என்னுடைய தாய்மையை எனக்கு உணர்த்திய பிள்ளை அவன். இந்தப் போர்க்களத்திலிருந்து ஒரு விடுமுறை கிடைத்தால், அவனைப் பார்த்துவிட்டுத் திரும்ப வேண்டும். என்னுடைய சுடுகலன் இறுகி நின்றுவிட்டது. நான் அதனைக் கழற்றுகிறேன். எனக்கருகில் வீழ்ந்து வெடித்தது ஒரு மோட்டார் ஷெல்.

63

சண்டை நடந்துகொண்டிருந்தது. களமெங்கும் புகை மூட்டம். இரவுவரை நீடித்து காலையிலும் தொடரும் உக்கிரமான மோதல். களமெங்கும் அடர்ந்து நிறைந்திருக்கும் கந்தக வாசனை அடிவயிற்றைப் புரட்டியது. முன்னேறிய ராணுவத்தைத் தடுத்துநிறுத்தி போராளிகள் வெஞ்சமர் ஆடிக்கொண்டிருந்தோம். ஆனால், நிறைய பேர் விழுப்புண் அடைந்திருக்கின்றனர். என்னருகில் விழுந்து வெடித்த மோட்டார் ஷெல்லினால் கொஞ்சம் பயந்துபோய்விட்டேன். எழுந்த புகைக்குள்ளால் சிதறல்கள் பறந்தன. சத்தம் அடங்கியும் காற்றில் சுழன்றது. போர்க்களம் மெல்ல மெல்ல என்னைப் பழக்கியெடுக்கிறதுபோலும்!

துணிச்சலும் நடுக்கமும் மாறி மாறி சுற்றிவளைத்திருக்கிறது. இரவினில் ஒரு தோற்றம். பகலினில் ஒரு தோற்றமென விளங்கும் இப்போர்க்களத்தில், இரண்டு துவக்குகளை மாற்றியிருக்கிறேன். இயங்க மறுத்து இறுகி நிற்கும் ஆயுதங்களோடு களத்தில நிற்கும் என்னைப் போன்ற பல புதிய போராளிகளுக்கும் இப்படியான சிக்கல்களும் பரிதவிப்புகளும் நேரக்கூடும். அதனைச் சரிசெய்யவல்ல விவேகமான பயிற்சி இருந்தும், அக்கணத்தில் இயலாத ஒன்றென ஆகிவிடுகிறது. ஒரு துவக்கு இயங்க மறுக்கும் நொடியை துரதிர்ஷ்டமாகக் கருதுகிற மனநிலை எனக்குள் வளர்ந்துவிட்டது. அப்படி நின்றுவிட்டால், என்னுடைய உயிருக்கு ஏதோ நேரப்போகிறதோ என்கிற யோசனை ரத்தத்தைப்போலப் பெருக்கெடுக்கிறது. ‘அக்கா...’ என்று ஆதீரன் அழைக்கும் சத்தம் கேட்கிறது.

இத்தனை குண்டுச் சத்தங்களுக்கு இடையிலும், அவன் அழைப்பதைப் போலிருக்கும் பிரமையே ஆறுதலாக இருக்கிறது.

கிழக்கில் இருக்கிற இயக்கத்தின் படை வலிமை முற்றாக வீழ்ந்து விட்டது. அங்கிருந்த போராளிகள் காடுகளுக்குள்ளால் நடந்து வன்னிக்குள் வந்தடைந்தனர். அவர்கள் வாழ்வதற்குக் குடியிருப்புகளை உருவாக்கி அளித்திருந்தது இயக்கம். அவர்களுக்கு ஓய்வு வழங்கப்பட்டிருந்தது. போர்க்களத்துக்குச் செல்லத் தேவையில்லை என்பது அறிவிக்கப் படாத உத்தரவாக இருந்தது. ஆனால் பலர் அதனை மறுத்தனர். 'எங்களுக்கு ஓய்வு வேண்டாம்' எனத் தலைமைக்குத் தெரிவித்தனர். அம்மாவுக்குத் தெரிந்த போராளி ஒருவர் தேடிப்பிடித்து, நாங்கள் இடம்பெயர்ந்திருக்கும் இடத்துக்கே வந்திருந்தார். அவர் அம்மாவைப் பார்த்ததும் கட்டியணைத்து 'அக்கா...' என நீண்ட நேரமாக எந்தச் சொல்லுமற்று கண்ணீர் சிந்தினார். அம்மா ஆறுதல்படுத்தி அவரை அமரச் சொன்னாள். நான் அவரைப் பார்த்தது கிடையாது. அவர் கதைப்பது, பழகுவது எல்லாமும் புதுமையாக இருந்தது. "ஊரான், இங்க வாங்க" என்று என்னை அழைத்து அருகில் அமரச் சொன்னார். அவரது வலது கையில் விழுப்புண் தழும்புகள் நிறைந்திருந்தன. உள்ளங்கை காய்ச்சுப் போயிருந்தது. மூன்று விரல்களற்ற அவரது இடது கையைப் பிறகுதான் பார்த்தேன். பூட்டம்மா, "ஆரடா மோனே வந்திருக்கிறது?" என்று என்னிடம் கேட்டபோது, அவரே குரலுயர்த்திச் சொன்னார்.

"நான் மட்டக்களப்பிலருந்து 'வெறுங்கால் நந்தன்' வந்திருக்கிறன்."

பூட்டம்மாவுக்கு அவரைத் தெரிந்திருக்க வாய்ப்பில்லை. ஆனால் வந்திருப்பவர் புலிப்படையைச் சேர்ந்தவர் என்பதை விளங்கிக் கொண்டிருந்தாள். அம்மாவை அழைத்து, "என்ன செய்கிறாய்?" என்று கேட்டாள். அம்மா, "ராசவள்ளிக் கிழங்கில் கஞ்சி செய்கிறேன்" என்றாள். எனக்கு 'வெறுங்கால் நந்தன்' என்ற பெயரின் வரலாற்றை அறிய வேண்டுமென ஆவல் கொதித்தது. அம்மாவிடம் கேட்கலாம். அவள் சுருக்கமாகச் சொல்லி முடிப்பாள். இவரிடம் கேட்டால் எப்படி எடுத்துக் கொள்வார் என்று தெரியாது. எனக்குத் தெரிந்த போராளிகளோடு கதைப்பதைப்போல இவரிடம் கதைக்க முடியாது. நான் மெல்லக் கேட்டேன்.

"உங்கட இயக்கப் பேரே வெறுங்கால் நந்தனா?"

"இயக்கப் பேர், நந்தன். வெறுங்கால், இயக்கம் வெச்ச பட்டப்பெயர்."

கொஞ்சம் நேரம் எடுத்துச் சிரித்துக் கொண்டு கேட்டேன். "அதென்ன வெறுங்கால்?"

"ஊரான் அது பெரிய கத. மறுகா வர்றையில சொல்லுறன்."

அவர் கதைப்பதிலுள்ள பல சொற்களின் அர்த்தமும் சப்தமும் எனக்குப் புதிதாக இருந்தன. அவருடைய உடல்மொழியை ரசித்துக்கொண்டிருந்தேன். மிக இளமையாக இருந்தார். ஆனால் அவர் திடீரென யோசனையில் அமிழ்ந்து பின்னர் மேலெழுந்து என்னைப் பார்ப்பதை உணர்ந்துகொண்டேன். அம்மா ராசவள்ளிக் கிழங்கில் கஞ்சி செய்துகொண்டு வந்திருந்தாள். 'வெறுங்கால் நந்தன்' விருப்பமும் ஆசையும் கொப்பளிக்கச் சூடு பறக்கும் கஞ்சியைக் குடிக்கத் தொடங்கினார். கஞ்சிக்கும் அவருக்கும் ஓர் அந்தரங்க உறவை ஏற்படுத்திக்கொண்டார். சுற்றியிருக்கும் எம்மை அவர் மறந்திருந்தார். பிறகு அவராகவே அம்மாவிடம் சொன்னார்.

"அக்கா... இந்த மூசாப்பில உங்க கையால செய்த கஞ்சியைக் குடிக்கிறது பாக்கியம்."

அம்மா சிரித்துக்கொண்டு சொன்னாள். "நந்தன் உங்களுக்கெல்லாம் அடுப்பூதி சமைச்சன் என்கிற நிம்மதியோடயும் சந்தோசத்தோடயும் இந்தக் கட்டை தணலில வேகும்."

'வெறுங்கால் நந்தன்' எதுவும் கதையாமல் கஞ்சியை மட்டுமே குடித்துக்கொண்டிருந்தார். அண்ணாவும் அக்காவும் இயக்கத்தில் இருப்பதை அறிந்திருந்தார். அதனால் அவர்களைப் பற்றியே விசாரித்துக் கொண்டிருந்தார். பூட்டம்மா படுத்திருந்தபடி நந்தனைத் தன்னிடம் வருமாறு கையசைத்தாள். நந்தன் அவளுக்கருகில் போனதும், தலைமாட்டில் கிடந்த திருநீற்றை எடுத்து, அவரின் நெற்றியில் பூசிவிட்டார். அதன் மீதெல்லாம் அவருக்கு நம்பிக்கை இல்லை என்பதை உணரமுடிந்தது. ஆனபோதும் வெறுங்கால் நந்தன் அதனை வெளிப்படுத்தவில்லை. பூட்டம்மா சொல்வதைக் கேட்டார்.

"உனது வாசற்கடையை விட்டு ஒரு பூந்தபொழுதில் நீ காட்டுக்குள் இறங்கினாய். ஆயுதங்களோடும் சேனையோடும் நீ தேடிவந்த நிலத்தை அடைந்துவிட்டாய். பேயாடல் ஆடும் கருணையற்ற துரோகத்தின் நிழல்கூட உங்களில் விழுந்துவிடக் கூடாது என எண்ணிய புனிதர்களுள் நீயும் ஒருவன். உனக்குச் சுகமே பொலியட்டும்."

வெறுங்கால் நந்தன் பூட்டம்மாவை வணங்கினார். புறப்படத் தயாராகும் வேளையில் "இந்த வெட்டுவாயன் உங்கடையா... எடுத்துக்கொண்டு போகவா அக்கா?" என்று கேட்டதும், தென்னையின் கீழே கிடந்த மண்வெட்டியை எடுத்துக் கொண்டுவரும்படி அம்மா சொன்னாள். நான் நந்தனிடம் மண்வெட்டியைக் கொடுத்தேன். அவர் பிடியைக் கழற்றித் தந்துவிட்டு 'வெட்டுவாயனை' மட்டுமே எடுத்துச் சென்றார். அவர் போனதும் கேட்டேன்.

"நந்தன் கதைக்கிற பல விஷயங்கள் எனக்கு விளங்கவே இல்லை."

"ஓம், அவையள் அப்பிடித்தான் கதைப்பினம். அது மட்டக்களப்புக்

கதை.”

“உங்களுக்கு எப்பிடி விளங்குது அம்மா?”

“எல்லாம் பழக்கம்தான். சித்திரமும் கைப்பழக்கம், செந்தமிழும் நாப்பழக்கம் எண்டுற மாதிரிதான்.”

“மண்வெட்டிக்கு ‘வெட்டுவாயன்’ என்றொரு பெயர் நல்லாய் இருக்கு.”

அம்மா சிரித்துக்கொண்டு சொன்னாள். “அவையளப்போல கதைக்கவேணுமெண்டால் இந்தச் சொல் மட்டும் காணாது.”

“வெறுங்கால் நந்தன் என்று ஏன் அவருக்குப் பெயர் வந்தது?”

“அது அவன்ர பட்டப்பெயர். தளபதி ராஜு வெச்சது எண்டு நினைக்கிறன். இயக்கம் சீருடைக்கு மாறி சப்பாத்து போட்ட தொடக்க காலத்தில அதெல்லாம் போட முடியாது. மண்ணுக்கும் தன்ர உள்ளங்காலுக்கும் தொடர்பு இருக்க வேணுமெண்டு ஒரே வாதாட்டமாம்.”

“பிறகு என்ன நடந்தது?”

“இப்ப வரைக்கும் செருப்பு, சப்பாத்து போடுறதில்லை. வெறுங் காலோடதான் திரியிறான்.”

“இந்தக் காடுமேடெல்லாம் வெறுங்காலோட திரியிறதுக்கே ஒரு செருக்கு வேணுமெல்லே?”

“ஓம். அவையள் அப்பிடித்தான். நல்ல உபசரிப்பும் அன்பும்கொண்ட ஊர் சனம்.”

நான் வெறுங்கால் நந்தனை மீண்டும் சந்திக்க ஆவலாக இருந்தேன். அம்மா அவரைப்பற்றி நிறைய கதைகளைச் சொன்னாள். தன்னைத் தேடிவந்து பார்த்துவிட்டுப் போனது அவளுக்குப் பெருத்த சந்தோஷத்தைக் கொடுத்தது. நந்தன் இருக்கிறானா, இல்லையா என்றுகூட அம்மாவுக்குத் தெரியாமல் இருந்ததாம். துரோகத்தின் பிளவு யுத்தத்தில் இப்படி நிறைய போராளிகளை இழந்திருந்த மண்ணைப்போலவே அம்மாவும் சோர்வுகொண்டிருந்தாள். மரணங்களை நினைவில் வைத்துக் கொள்ளும் பழக்கம் யாரிடமும் இல்லாமல் இருந்தது. அம்மா சொன்னாள்.

“நந்தன் ஒரு போர்த்திறன் மிக்க ஆள். அவன் இயக்கத்தில் சேர்ந்த குறுகிய காலத்திலேயே பெயர் வாங்கியவன். பிறகு கொஞ்ச காலம் பெரியவரோட பாதுகாப்பு அணியில நிண்டவன். இப்ப இந்தச் சமாதான காலத்திலதான் ஊருக்குப் போனவன்.”

“எத்தினை வருஷமாய் இயக்கத்தில இருக்கிறார்?”

“நீ பிறக்கிறதுக்கு முதல் இயக்கமானவன்” என்றாள்.

சண்டை நடந்துகொண்டிருந்தது. இரவு வரை நீடித்து, காலையிலும் தொடர்ந்து, இப்போது மதியம் தாண்டியும் நிகழ்ந்து கொண்டிருக்கிறது உக்கிரமான மோதல். களமெங்கும் ரத்தமும் கந்தக வாசனையும். அதே மாதிரி முன்னேறிய ராணுவத்தைத் தடுத்து நிறுத்தி போராளிகள் வெஞ்சமர் ஆடிக்கொண்டிருந்தோம். போராளிகள் நாற்பது பேர் இதுவரையிலும் வீரச்சாவு அடைந்திருக்கின்றனர். போர்க்களம் வித்துடல்களை எண்ணத் தொடங்கு கிறது. வீரச்சாவும் விழுப்புண்ணும் எரிதழல் வெளியில் ஒரு சொல்லைப் போல அலர்கின்றன. என்னுடைய மாதப்போக்கின் இரண்டாம் நாளிது. என்னுடைய சுடுகலன் உக்கிரமாய் இயங்குகிறது. தூரிகை...

தூரிகை என்று பக்கத்தில் நிற்கும் அக்கா என்னை அழைக்கிறாள். அவளை எட்டிப்பார்க்கிறேன். அவள் காயப்பட்டு நிலத்தோடு படுத்திருக்கிறாள்.

“போரும் போர் வீரமும்
ஆணுக்கேயெனச் சொல்வார்
பொய்யை – உன்
புலி மகள் உடைத்தாளம்மா.
வேரோடும் வேரடி மண்ணோடும்
மாற்றானை வீழ்த்தினாள்
வீரம் படைத்தாளம்மா.
எங்கே நகையெங்கே என்று நகைதேடி
வாழ்ந்தாளம்மா நேற்று
வாழ்ந்த கன்னி
எங்கே பகையெங்கே என்று
வாழ்ந்தாளம்மா
உன் மகள் இன்றுதன்
மண்ணை எண்ணி
அம்மா உன் மகள்
காவலரண் ஒன்றில் நின்றாள்
நான் பார்த்தேன்”

என்ற காசி ஆனந்தனின் வரிகளை, செல்லப்பா முழங்கிக் கொண்டிருந்தார். பங்கருக்குள் கிடக்கும் வானொலியில் ஒலிக்கும் இந்தப் பாடலைக் கேட்டபடி, துவக்கை இயக்குவது ஏதோ சரித்திரக் காட்சிபோல எனக்குள் தோன்றியது. பங்கருக்கு வெளியே எழுந்து சென்று காப்பெடுத்து சண்டை செய்யவேண்டிய நிலை ஏற்பட்டு விட்டது. எங்களுக்கு முன்னிருந்த மண் அணையின் ஒரு பகுதியை ராணுவம் கைப்பற்றிவிட்டது என்கிற தகவல் எங்களுக்கு வந்துசேர்ந்தது.

64

அரச படையினர் கைப்பற்றிய பகுதியை விட்டு போராளிகள் பின்வாங்கினர். அந்தப் பகுதியை மீட்பதற்குத் திட்டங்கள் போடப்பட்டன. கட்டளைத் தளபதி நிறைய வியூகங்களை அமைத்துக்கொண்டிருப்பதாக அறியமுடிந்தது. போராளிகள் ஓர் உக்கிரமான பொழுதுக்காகக் காத்திருந்தனர். எரியுண்ட மரங்களும் வீடுகளும் புகைந்துகொண்டிருந்தன. பறவைகள் பல பொசுங்குண்டு போயின. பதுங்குக் குழியை விட்டு வெளியே வந்தேன். மாதப்போக்கின் வலியுழல்வு கொஞ்சம் கூடியிருந்தது. ஒவ்வொரு அணியினரும் முகங்களைப் பார்த்துக் கதைத்தோம். கிடைத்த இடைவெளியில் உடல் உபாதைகளைக் கழித்துக்கொண்டு முகங்களைக் கழுவினோம். சாப்பாடு வந்து சேர்ந்திருந்தது. மேலே வேவு விமானங்கள் இரண்டு பறந்துகொண்டிருந்தன. மரங்களுக்குக் கீழே நடமாடினோம். நிழலில் அமர்ந்து சாப்பிடலாம் என்று தோன்றியது. நான் உட்பட சில போராளிகள் அமர்ந்திருந்து சாப்பிடத் தொடங்கினோம். எங்களோடிருந்த மூத்த போராளியொருவர் தன்னுடன் எப்போதும் வைத்திருக்கும் பைபிளை எடுத்துப் பெரிதாகச் சத்தமிட்டு வாசிக்கலானார். அந்த வரிகள் அப்பொழுதின் மீது ஆறுதலைப் பொழிந்தன. விளக்கில் வளரும் ஒளியைப் போன்று ஒப்பில்லாத இளைப்பாறலை வழங்கியது. போராளி காண்டீபன் வாசிக்கும் வரிகள் கள முனையில் ஒலித்தன.

“பகலிலே வெயிலுக்கு நிழலாகவும், பெருங்காற்றுக்கும் மழைக்கும் அடைக்கலமாகவும், மறைவிடமாகவும், ஒரு கூடாரம் உண்டாயிருக்கும்.”

"கொடூரமானவர்களின் சீறல் மதிலை மோதியடிக்கிற பெரு வெள்ளத்தைப்போல் இருக்கையில், நீர் ஏழைக்குப் பெலனும், நெருக்கப் படுகிற எளியவனுக்குத் திடனும் பெருவெள்ளத்துக்குத் தப்பும் அடைக்கலமும், வெயிலுக்கு ஒதுங்கும் நிழலுமானீர்."

"நீ தண்ணீர்களைக் கடக்கும்போது நான் உன்னோடு இருப்பேன்; நீ ஆறுகளைக் கடக்கும்போது அவைகள் உன்மேல் புரளுவதில்லை; நீ அக்கினியில் நடக்கும்போது வேகாதிருப்பாய்; அக்கினி ஜுவாலை உன்பேரில் பற்றாது."

"நீங்கள் பிசாசின் தந்திரங் களோடு எதிர்த்து நிற்கத் திராணி யுள்ளவர்களாகும்படி, தேவனுடைய சர்வாயுத வர்க்கத்தையும் தரித்துக் கொள்ளுங்கள். ஏனெனில், மாம்சத்தோடும் இரத்தத்தோடுமல்ல, துரைத்தனங்களோடும், அதிகாரங் களோடும், இப்பிரபஞ்சத்தின் அந்தகார லோகாதிபதிகளோடும், வான மண்டலங்களிலுள்ள பொல்லாத ஆவிகளின் சேனை களோடும் நமக்குப் போராட்டம் உண்டு."

"காண்டியண்ணே, நீங்கள் வாசிச்சது காணும். சாப்பிடுங்கோ" என்ற சக போராளியின் குரலைக் கேட்டதும் இயல்புக்குத் திரும்பினார். பைபிளை மூடிவைத்துவிட்டுச் சாப்பிடத் தொடங்கிய அவரின் கண்ணீர், பொலபொலவென உதிர்ந்தது.

"ஏன் அழுகிறியள்?" சூழ இருந்த எல்லோரும் கேட்க நினைத்தோம். அவர் கண்களைத் துடைத்துக்கொண்டு சாப்பிட்டு முடித்தார். எனக்கு அவரிடம் கதைக்க வேண்டும்போலிருந்தது. அவரை நான் 'அப்பா'வென்று அழைத்தேன். அவருடைய கண்கள் என்னுடைய தந்தையை ஞாபகப்படுத்தின.

"சொல்லுங்கோ பிள்ளை. நான் அழுதது என்னத்துக்கு எண்டு கேக்கப் போறியளா?"

"இல்லை அப்பா" என்று சொன்னேன்.

"பின்ன என்ன கேக்க நினைச்சனியள், கேளுங்கோ பிள்ளை."

"ஒண்டுமில்லை. உங்களோட கதைக்கவேணும்போல இருந்தது. அதுதான்."

அவர் சிரித்துக்கொண்டு "நல்ல விஷயம். என்ன... சண்டைக்குப் புதிசு போல. ஒண்டுக்கும் பயப்பிடாதையும். நல்லதுதான் நடக்கும்" என்றார்.

"நான் பயப்பிடேல்ல. ஆனால் ஒருமாதிரி இருக்கு."

"அதுதான் பயம். பயமெண்டால் நடுங்கி அழுகிறது இல்லை. எங்கட மனம் வெறிச்சுப்போனாலே பயமென்றுதான் அர்த்தம்."

"அது எப்பிடி பயமாகும்?"

"நான் சண்டைக்களத்தில பத்து வருஷ அனுபவம் கொண்ட ஆள். உள்ளுக்குள்ள எல்லாம் வெறிச்சுப் போய்டும். அதைத்தான் நான் பயமெண்டு சொல்லுறன்."

"நீங்கள் இப்ப எதுக்கு அழுத னியள்?"

"நான் எங்க அழுதனான். என்னை யறியாமல் கண்ணீர் பொங்குது. உள்ளுக்குள்ள பேரலையோட கொந்தளிப்பும் சத்தமும் எனக்கு மட்டும்தான் கேக்குது. கண்ணீர் அதோட சாரல். ஆனால், நான் அழேல்ல. அழுகிறது ஒண்டும் மானக்கேடான விஷயமும்

கிடையாது. அழத் தெரிந்த மனுஷனுக்குத்தான் அழுகையை ஒழிக்கும் துணிச்சல் வரும்" எனச் சொல்லி முடித்தார். அவரது பைபிள் மினுக்கமான உறை போடப்பட்டிருந்தது. நான் அதைத் திறந்து பார்த்து, வருகிற பக்கத்திலுள்ள வாக்கியங்களை வாசிக்க ஆவலாயிருந்தேன். முதல் விரிப்பில் வந்த பக்கத்தில் இந்த வாக்கியம் எனக்குப் பெலமாயிருந்தது.

"நாங்கள் எப்பக்கத்திலும் நெருக்கப்பட்டும் ஒடுங்கிப் போகிறதில்லை; கலக்கமடைந்தும் மன முறிவடைகிறதில்லை; துன்பப்படுத்தப்பட்டும் கைவிடப் படுகிறதில்லை; கீழே தள்ளப்பட்டும் மடிந்துபோகிறதில்லை."

மீண்டும் மூடிக்கொண்டேன். சின்னஞ்சிறுமியாக இருந்த நாள்களில், பாடப்புத்தகத்தைத் திறந்து மூடி வருகிற பக்கத்திலுள்ளவற்றை வாசிப்பதைப்போல பைபிளையும் ஆக்கிக்கொண்டேன். மரத்தின் கீழே சாத்திவைக்கப்பட்டிருந்த துப்பாக்கியை எடுத்து மடியில் வைத்தபடி மீண்டும் பைபிளைத் திறந்தேன். அப்போது இந்த வாசகம் எனது கண்ணுக்குப்பட்டது.

"என் கட்டளைகளின்படி செய்து, என் நியாயங்களைக் கைக்கொண்டு அவைகளின்படி நடக்கக் கடவீர்கள்; அப்பொழுது தேசத்திலே சுகமாய்க் குடியிருப்பீர்கள்."

இந்த வசனத்தை எங்கள் கட்டளைத் தளபதி சொல்வதைப்போல எண்ணிக் கொண்டேன். காண்டீபனிடம் 'இந்த பைபிளை நான் எடுத்துச் செல்லவா?' என்று கேட்டேன். அவர் மறுத்துவிட்டார். அது தன்னோடு இருக்க வேண்டுமென அவர் ஆழமாக விரும்பினார். நான் இறுதி தடவையாகப் பைபிளை மூடித் திறந்தேன்.

"நீ எழுந்து தேசத்தின் நீளமும் அகலமும் எம்மட்டோ, அம்மட்டும் நடந்து திரி; உனக்கு அதைத் தருவேன்" எனும் இந்த வாக்கியத்தை மீண்டும் வாசித்தேன். உளவுந்தல் அளிக்கிறது. போராடும் என்னுடைய வழியை உறுதி செய்கிறது. நான் இந்த வரியை மட்டும் மனப்பாடம் செய்துகொள்ள எத்தனித்தேன். இந்தத் தேசம் முழுவதையும் வன்கவர்ந்து எங்கள் சனங்களைக் கொன்றொழிக்கும் அக்கிரமக்காரர்களோடு நாங்கள் செய்யும் யுத்தம், வாழ்வதற்கான அடிப்படைப் போராட்டம் என்பதையும் நினைத்துக் கொண்டேன். காண்டீபன் பைபிளை வாங்கிக்கொண்டு தன்னுடைய இடத்துக்கு நகர்ந்தார். முன்னரங்கம் அமைதியாக இருந்தது. ராணுவ அணியினர் மாற்றப்படுகின்றனர் என்கிற வேவுச் செய்தி எங்களுக்குக் கிடைத்தது. அப்படியெனில் மீண்டும் போர்க்களம் தீக்கழல் அணிந்து நகரப்போகிறது. நான் பங்கருக்குள் இறங்கினேன்.

அம்மா, அம்பிகா, நான் மூவரும் சேர்ந்து குளத்தில் குளிப்பதற்காக நடந்து சென்றுகொண்டிருந்தோம். வெவ்வேறு ஊர்களிலிருந்து இடம் பெயர்ந்து வந்த சனங்களும் குளத்தை நோக்கிப் போய்க்கொண்டிருந்தனர். அம்மா கொஞ்சம் வேகமாக நடக்கத் தொடங்கினாள். அம்பிகாவும் சளைக்காமல் வேகமாக நடக்கத் தொடங்குகையில், குளத்தை அடைந்திருந்தோம். கொஞ்சம் சனமாகத்தான் இருந்தது. "தண்ணியைக் கலக்கிச் சேறாக்கிப் போடுதுகள்" என்று அம்மா நொந்து

கொண்டாள். அம்மா குறுக்குக் கட்டை கட்டிக்கொண்டு நீரில் இறங்கினாள். அம்பிகா, அணிந்திருந்த பாவாடை சட்டையோடு அப்படியே இறங்கினாள். நான் கொஞ்சம் தள்ளிப்போய் நீரில் குதித்தேன். அம்மா தண்ணீரில் மூழ்கி எழும்பினாள். ஊத்தை உரஞ்சி குளித்து முடிக்க அவளுக்குப் பத்து நிமிஷம் போதுமானதாக இருந்தது. அம்பிகாவும் அப்படித்தான். ஆனால் அவளுக்கு இந்தக் குளக்குளிப்பில் அதிகம் பேர் இருந்தால், உடன்பாடு கிடையாது. "ஆதீரா... எவ்வளவு பெரிய நீர்ப்பரப்பு என்றாலும் நீங்களும் நானும் மட்டுமே நிண்டு குளிக்க வேணும்" என்பாள்.

சில நாள்களுக்கு முன்பு, அம்பிகாவும் நானும் இடையில் தனியாகச் சந்தித்துக்கொண்டோம். பூட்டம்மா வெளியே படுத்திருந்தாள். ஆழ்ந்த நித்திரையில் அவளிருந்தாலும் எனக்கு பயமாக இருந்தது. அம்மா வீட்டில் இல்லை. கிளிநொச்சியிலுள்ள சொந்தக்காரர் வீட்டு விசேஷத்துக்காகப் போயிருந்தாள். அன்றைக்குக் காலையில் அம்பிகா வீட்டுக்கு வந்திருந்தாள். நான் அவளுக்குத் தேத்தண்ணி போட்டுக் கொடுத்தேன். அவள் வீட்டுக்குள் வந்து ஒரு பூனையைப்போலச் சுழன்று கொண்டிருந்தாள். அவளது கண்களில் கொடி விட்டேறிய பூக்களைப் பார்த்துக்கொண்டேயிருந்தேன். காதல், தொட்டி மீனைப்போல அசையும் நீர்ப்பரப்பின் அடியில் தனக்கென ஓர் அணைப்புக்காகக் காத்திருக்கும். அம்பிகா அப்படித்தான் காத்திருந்தாள். நான் அவளை அணைக்கும் அந்தக் கணமொன்றுக்காகக் கனத்திருந்தாள். அருகில் தனது தலைவனிருந்தும் ஸ்பரிசிக்க இயலாதவள் பருத்தும், பிரிந்தால் மெலிந்தும் போய்விடுவாள்போலும்! அம்பிகா அடம்பிடித்தாள். அவளுக்கு இப்போது அணைப்பின் வழியாகப் பெருக்கெடுக்கும் முத்த நுரைகளை அளிக்க வேண்டும். நான் மெல்ல அவளை அணைத்துக்கொண்டேன்.

அவள் என்னை இறுகப் பற்றிக் கொண்டு சொன்னாள்.

“உங்கட மேல் சரியாய்க் கொதிக்குது.”

“உம்மட மேலும் கொதிக்குதுதானே” என்றேன்

“அப்பிடித்தான் அது கொதிக்கும்” என்று சொல்லியபடி, தன் இதழ்களை என்னில் இணைத்துக்கொண்டு கண்களை மூடி கிறக்கம் கொண்டு சொன்னாள்.

“உடம்பு மட்டுமில்ல, உங்கட எச்சிலும் கொதிக்குது.”

அவளை முத்தமிட்டு என்னுடைய கண்களை அவளுக்குள் ஊற்றிக் கொண்டு சொன்னேன்.

“உம்மட வாசம், பன்னிச்சைக் காட்டோடது.”

அவள் என்னை, இதழ்களை இன்னும் இன்னும் ஈரத்தில் ஆழ்த்திக்கொண்டு அப்படியே கண்களை மூடிக்கொண்டு அழத் தொடங்கினாள். நான் பயந்து போய்விட்டேன். அவளைக் கொஞ்சம் இறுக்கமாக என்னிலிருந்து பிரித்தெடுத்து “ஏன் அழுகிறியள்” எனக் கேட்டேன்.

அவள் கண்களைத் துடைத்துக் கொண்டு “நான் அழேல்ல, கண்ணீர் வந்திருக்கு” என்றாள்.

“ஒருத்தர் அழாமல் எப்பிடிக் கண்ணீர் வரும்?”

“தெரியேல்ல. ஆனால் உண்மையாக நான் அழேல்ல. அக்கணம் மனசுக்குள்ள அப்பிடியொரு ஆறுதல் இருந்தது. எல்லாமும் கரைஞ்சு ஒளி பெருகிய வெளியில நிக்கிற மாதிரி உணர்ந்தனான்.”

“அப்ப இனி லாம்பெண்ணை இல்லாட்டி, நாங்கள் ரெண்டு பேரும் கொஞ்சிக்கொண்டிருந்தால் வெளிச்சம் வந்திடும், அப்பிடித் தானே?” என்றேன்.

அம்பிகாவுக்கு அந்தப் பகிடி பிடிக்கவில்லை. முகத்தை மூஞ்சூறு மாதிரி ஆக்கிக்கொண்டு வெளியேறினாள்.

அம்மா குளத்தைவிட்டு வெளியேறி, உடுப்பை மாற்றிக்கொண்டிருந்தாள். நானும் கரைக்கு வந்திருந்தேன். திடீரென எங்களுடைய காதுகளை அடைத்துக்கொண்டு இரண்டு குண்டுகள் வெடித்தன. இரைச்சல் எல்லாவற்றையும் இருட்டிவிட்டது. அம்மாவின் குரல் மட்டும் ஒரு அசரீரியைப்போலக் கேட்டது.

“கிபிர் குத்துறான் எல்லாரும் தண்ணிக்குள்ள ஓடுங்கோ...”

65

வான்படைத் தாக்குதலில் எந்த உயிரிழப்பும் இல்லை. குளத்தை ஒட்டியிருந்த காட்டுக்குள் குண்டுகள் வீழ்ந்து வெடித்தன. அந்தக் காட்டுக்குள் போராளிகளின் முகாமும் இருக்க வாய்ப்பில்லை என்றே அம்மா சொன்னாள். ஆனால் அரசோ எந்த இலக்குமற்று தாக்குதலை நடத்தியிருக்காது என்று அம்மாவுக்கு உணர்த்தினேன். நாங்கள் குளத்திலிருந்து வீட்டுக்குப் போகிற வழியில் நின்று கொண்டிருந்த சனங்களும் கிபிர் தாக்குதலைப் பற்றியே கதைத்துக்கொண்டிருந்தனர். அம்பிகா எனக்கு நெருக்கமாக நடந்து வந்தாள். எனதருகில் அவள் இருக்கையில் காலத்தின் கசப்பும், நோவும் என்னைச் சற்று அழுத்தாமல் இருப்பதாக உணர்கிறேன். ஒரு வீட்டின் முகப்பு வாசலில் நிற்கும் பலா மரத்தின் அடிவரை காய்கள் தொங்குகின்றன. இன்னும் கொஞ்சம்தான் பழுக்க வேண்டுமெனக் காய்கள் அனுப்பும் வாசனையே அப்போதைக்குப் போதுமானதாக இருக்கிறது. நாங்கள் மூவரும் சிறிய பள்ளமொன்றைக் கடந்து திரும்பினால் வீடு வந்துவிடும். கிபிர் தாக்குதலில் பத்துக்கும் மேற்பட்ட போராளிகள் காயப்பட்டிருப்பதாகச் சனங்களுககுள் ஒரு செய்தி பரவலாயிற்று. அது உண்மையா, பொய்யா என்பதை அறிய முடியாது. எல்லாச் செய்திகளும் ஊகங்களாலும், நம்பிக்கையாலும், விருப்பு வெறுப்புகளாலும் உருவாகிக்கொண்டிருந்தன. நாங்கள் பள்ளத்தை இறங்கிக் கடந்தால் வருகிற தேத்தண்ணிக் கடையில், மணியன் நின்றுகொண்டிருந்தான். எங்களைப் பார்த்ததும் முன்னே ஓடிவந்து சேர்ந்துகொண்டான். அம்மா கேட்டாள்.

“கொப்பா எப்பிடி இருக்கிறார்?”

“நல்ல சுகம். வள்ளிபுனத்திலவுள்ள கடையொண்டில வேலைக்குப் போறார்.”

"நீ என்ன இந்தப் பக்கம்?"

"உங்கள் எல்லாரையும் பார்க்கத் தான் வந்தனான்" மணியன் சொன்னான்.

அம்மா அவனை வீட்டுக்குவரும்படி அழைத்துக்கொண்டு வந்தாள். அவன் எனக்கும் அம்பிகாவுக்கும் சேர்த்து ஒரு புன்னகையைத் தந்து முகத்தை மலர்த்தினான். மணியன் வீட்டுக்கு வந்து பூட்டம்மாவோடு கதைத்துக் கொண்டிருந்தான். அம்பிகா தனது வீட்டுக்குப் போய்விட்டாள். அம்மா உள்ளே சமைக்கத் தொடங்கியிருந்தாள். மணியனையும் நின்று சாப்பிட்டுப் போகுமாறு அம்மா இட்ட உத்தரவு, மணியனுக்குக் கொஞ்சம் ஆசுவாசமாக இருந்திருக்க வேண்டும். கால்களை நீட்டி அமர்ந்தவாறு பூட்டம்மாவிடம் கதையளந்தான்.

"நீங்களெல்லாம் போராடியிருந்தால் நாங்கள் கஷ்டப்பட்டிருக்கத் தேவையில்லை" என்று மணியன் சொன்னதும், "நாங்கள் அடிவாங்கிப் போராடின தோட தொடர்ச்சிதான் இப்ப அடி குடுத்து போராடுறதும்" என்றாள். மணியன் இந்த பதிலை எதிர்பார்க்கவில்லை. நான் அவனுக்கருகில் போய் அமர்ந்தேன். அவன் போராளியான தடயங்கள் தெரிந்தன. மாற்றங்கள் இன்னும் கூடியிருந்தன. ஆனால், அவனது கழுத்தில் குப்பியோ, இலக்கத் தகடோ இல்லாமல் இருந்தது. நான் மணியனிடம் கேட்டேன்.

"இண்டைக்கு உனக்கு என்ன விடுப்பா?"

"இல்லையில்லை. எனக்கு எப்பவுமே வெளியாலதான் வேலை" மணியன் சொன்னான்.

அம்மா சமைத்து முடிக்கும் வரை இருவரும் நிறைய கதைத்துக் கொண்டிருந்தோம். அவனுக்கு எதையும் பலவிதங்களில் அணுகுவதில் சிக்கல் இருந்தது. இயக்கத்தினால் சாதிக்க முடியுமென மணியன் சொன்னவை பல வெறும் கண்மூடித்தனமான நம்பிக்கையாக இருந்தன. அவனை நான் மறுக்க எண்ணவில்லை. ஆனால் அவனிடம் எதிர்பார்ப்பதற்கு எதுவுமில்லை என்று அடுத்த கணமே தோன்றியது. பூட்டம்மா இடையிடையே சில போராளிகளின் பெயர்களை உச்சரித்து நினைவுகளை மீட்டிக் கொண்டிருந்தாள். அம்மா உணவைப் பரிமாறினாள். சோறும், வெந்தயக் குழம்பும், மிளகாய்ப் பொரியலும் மணியன் ருசித்துச் சாப்பிட்டான். உறைப்பு தாங்க முடியாமல்,

கண்கள் கலங்கி அரைச் சொம்புத் தண்ணீரைக் குடித்து முடித்தான்.

அடுத்த நாள் காலையில் அம்பிகாவின் வீட்டுக்குப் போனேன். அவள் நித்திரையிலிருந்தாள். தலை சீவிக்கொண்டிருந்த அவளுடைய தாயார் என்னைக் கண்டதும், அமருமாறு சொன்னாள். புன்னகைத்துக்கொண்டு வேண்டாம் என்றேன். என்னுடைய குரலைக் கேட்டதும் விழித்தெழும்பிய அம்பிகா வெளியே வந்து கண்களைக் கசக்கினாள். பிறகு என்னைப் பார்த்து, "காலமை வெள்ளனவே இந்தப் பக்கம் காத்து அடிச்சிருக்கு, என்ன விஷேசம்?" என்று கேட்டாள்.

"நான் சாமத்தியப்பட்டிட்டன், அதைச் சொல்லிட்டுப் போக வந்தனான்" என்று சொன்னதைக் கேட்ட அம்பிகாவின் தாயார் விழுந்து விழுந்து சிரித்தாள். அம்பிகா கொஞ்சம் முகத்தை இறுக்கமாக வைத்துக்கொண்டு சொன்னாள்.

"அப்ப அதில போயிருங்கோ, முதல் தண்ணி வார்த்துவிடுறன்."

இரண்டு வாளிகள் நிறைய பாத்திரங்கள் கழுவுவதற்காக நிரப்பி வைக்கப்பட்ட தண்ணீர் இருப்பதைக் கண்டேன். அம்பிகா ஒரு நீண்ட கொட்டாவியை விட்டு மீண்டும் கேட்டாள்.

"பகிடி விடாமல் என்னவெண்டு சொல்லுங்கோ."

"சும்மா உம்மள பார்த்திட்டுப் போகலாமெண்டு வந்தனான்."

"அதுசரி, நாங்கள் பார்த்தே ரெண்டு நூற்றாண்டுகள் ஆகியிருக்கும் என்ன!"

"நக்கலா?"

“இல்லை, விக்கல். இருங்கோ... முகம் கழுவிட்டு வாறன். தேத்தண்ணி குடிச்சிட்டுப் போங்கோ.”

“இல்லை வேண்டாம், நான் வீட்டில போய் குடிக்கிறன்.”

“நான்தான் போடப்போறன், நிண்டு குடிச்சிட்டுப் போங்கோ.”

“அதுதான் சொல்லுறன், நான் வீட்டில போய் நல்ல தேத்தண்ணி குடிக்கிறன்.”

“சரி போய் குடியுங்கோ. உங்கட வீட்டு நல்ல தேத்தண்ணியை. ஆர் வேண்டாமெண்டது” அம்பிகா கோபித்துக்கொண்டு நடந்தாள். அவளது கோபத்துக்கு மஞ்சள் வாசனை. அது மெல்ல மெல்ல உணருகிற ஒருவரை அழகாக்கி விடும். பல்லைத் தீட்டி முகத்தைக் கழுவிக்கொண்டு வந்தவளுக்காகக் காத்திருந்தேன். அவள் ஆக்கித் தந்த தேத்தண்ணி, அந்தக் காலைப் பொழுதை நறுமணத் தேயிலை ஆக்கியிருந்தது. அம்பிகா நேற்றைவிடக் கொஞ்சம் பருத்திருக்கிறாள் என்றே தோன்றிற்று. அவள் கண்களால் என்னைப் பருகிக்கொண்டிருந்தாள். விழித்தெழுந்த அவளது படுக்கையில் பரவி நிற்கும் உடற்சூட்டின் வெப்பத்தை என்னால் உணர முடிந்தது. அடுப்படியில் இருக்கும் தாயாரைப் பார்த்தேன். அவள் வேலையாக இருக்கும் சிறு நொடியில் அம்பிகாவை இழுத்து அணைத்து முத்தமிட்டு விலகி அமர்ந்தேன். கணத்தின் ஒவ்வோர் இழையிலும் வலை பின்னிக்கொண்டிருந்தது காதல்.

‘இளவெயினி வீரச்சாவடைந்தாள்’ என்ற செய்தி என்னை அடைந்தபோது கண்ணீர் அடைத்துவிட்டது. மனத்தை வெறுமையும் சொல்ல வியலாத அவலமும் சூழ்ந்து தாக்கியது. ‘லெப்டினன்ட் இளவெயினி’ ஆகியிருந்த எனது பாசறைத் தோழமையின் வித்துடலை நான் காண வேண்டும். துயிலுமில்லம் வரைக்கும் அவளோடு சென்று வழியனுப்பிவைக்க வேண்டும். பூம்பாவைக்கும் தெரிந்திருக்கும். அவளால் இந்தச் செய்தியைத் தாங்க முடியாது. பயந்துகொண்டு அலறக்கூடும். அவளைத் தொடர்புகள் மூலம் அடைய முயன்றுகொண்டிருந்தேன். ஆனால் நேற்றைக்கு நடந்த தாக்குதலில், இயக்கத்துக்குக் கடுமையான இழப்பு. பல்குழல் எறிகணை வீச்சுகளுக்கும், உலங்கு வானூர்திகளின் தாக்குதலுக்கும் ஈடுகொடுக்க முயன்ற போராளிகள் பலர் வீரச்சாவைத் தழுவினர். பூம்பாவை என்னுடைய தொடர்புக்கு வந்திருந்தாள். அவளும் நானும் இளவெயினியின் வீரச்சாவு வீட்டுக்குச் சென்று திரும்ப வேண்டுமென கட்டளைப் பணியகத்துக்கு அறிக்கைஎழுதினோம். அதிர்ஷ்டவசமாக அன்றைக்கு

மாலையில் ஒப்புதலளிக்கப்பட்டது. களமுனையிலிருந்து பின்னுக்கு நடந்து வந்தோம். போர்க்களப் பணிக்காக வந்திருந்த உதவிப் படையினர் அங்கிருந்தனர். நாங்கள் அவர்களைக் கடந்து, போராளிகளின் இருப்பிடத்துக்குச் சென்று ஆயத்தமானோம். எங்களைக் கிளிநொச்சி வரை கொண்டு சென்று விடுவதற்கு வாகனம் ஒழுங்கு செய்யப்பட்டிருந்தது. அங்கிருந்து இன்னொரு வாகனமெனத் திட்டமிடப்பட்டிருந்தது.

அடுத்த நாள் காலையில், இளவெயினியின் வித்துடல் துயிலுமில்லம் எடுத்துச் செல்லப்படவிருந்தது. இரவு முழுக்க அவளது வித்துடலின் முன்னே நின்றுகொண்டிருந்தேன். அவள் புலிச்சீருடையில் நிமிர்ந்து கம்பீரம் எழுமாறு கிடத்திவைக்கப்பட்டிருந்தாள். தலைமாட்டில் தீபம் எரிகிறது. அதன் மெல்லிய அசைவில் நெருப்பின் தீரம். கண்ணீராலும், கதறலாலும், ஆற்ற முடியாத பிரிவாலும் உற்றாரும் உறவினரும் கலங்கிக்கொண்டேயிருந்தனர். லெப்டினன்ட் இளவெயினியின் வித்துடல் அவளது வீட்டிலிருந்து எடுத்துச்செல்லப்பட்டு, ஊரிலுள்ள பள்ளிக்கூட கேட்போர் கூட மொன்றில் வைக்கப்பட்டது. படித்த பள்ளிக்கூடத்துக்கு மாவீரராகி இளவெயினி வந்துசேர்ந்திருந்தாள். அங்கே நடக்கும் வீரவணக்கக் கூட்டத்தில் பிரதேச அரசியல்துறைப் பொறுப்பாளர் பேசி முடித்து எங்கள் இருவரையும் பேச அழைத்தார். முதலில் பூம்பாவை இளவெயினியுடன் தனக்கு ஏற்பட்ட நட்பையும் அன்பையும் பகிர்ந்து கொண்டாள். வார்த்தைகள் அறுந்து துடிக்கும் வாலென, ஒழுங்கற்று தளர்ந்து கண்ணீரில் மூச்சிழுத்து திணறி வெளியேறின. பூம்பாவைக்கு மூச்சடைத்தது. அவள் மயக்கமுற்று விழப்போகையில் தாங்கிக் கொண்டேன். பூம்பாவையை வேறுசில போராளிகள் பார்த்துக்கொண்டனர். என்னை இளவெயினி பற்றிப் பேச அழைத்தார்கள். அவளது வித்துடலுக்கு அருகில் நின்றபடி, கையில் ஒலிவாங்கியைப் பிடித்துக் கொண்டேன். வார்த்தைகள் இல்லை. அழுகையில்லை. எதைக்கொண்டு எதைச் சமன் செய்ய இயலும். நினைவுகளைத் தொகுக்கத் தொடங்கினேன். ஒன்றாய்க் கூடி எழுந்து வருகையில், இழப்பின் உண்மை அதனைத் தகர்த்துவிடுகிறது. பயிற்சி முகாம், கடுமையான தண்டனை, அழுகை, பாடல்கள், பாராட்டுகள் என தருணங்கள் அணிவகுக்கின்றன. போர்க்கள அனுபவங்கள் பின்னே ஓடிவருகின்றன. அழ வேண்டுமென ஆசைப்படுகிறேன். ஆனால் இயலவில்லை. இதயத்துக்கு நெருக்கமான ஒருவரை இழந்து நிற்கையில், அழ முடியாமல் போகும் வாழ்வு பற்றி யாரிடம் முறையிட வேண்டுமென எனக்குத் தெரியவில்லை. கொஞ்சம் அழுதால் சுகமெனத் தோன்றுகிறது. காலில் சிதல் முற்றி கழுத்தில் நெறி கட்டுவதுபோல இந்த வலி உடலில் மட்டிலுமா, உயிர் வரை நொம்பலமாய் நங்கூர மிட்டுள்ளதே! என்னால் எதுவும் பேச முடியவில்லை. நான் அவளது வித்துடலை முத்தமிட்டு "போய்ட்டு வா..." என்று சொன்னேன். மழை வலுத்துப் பெய்யத் தொடங்கியது. இளவெயினியின் வித்துடல் துயிலு மில்லத்தை நோக்கிப் புறப்பட்டது.

66

இளவெயினியின் வித்துடல் துயிலுமில்லத்தில் விதைக்கப்பட்டது. எங்களுடைய பிரிவின் முக்கியப் பொறுப்பாளர்கள் வந்திருந்தனர். நானும் பூம்பாவையும் மீண்டும் களமுனை நோக்கிச் செல்ல ஆயத்தமானோம். பூம்பாவைக்கு நிறைய யோசனைகளும் குழப்பங்களும் வந்தன. அவள் கொஞ்சம் பயந்துபோயிருக்கலாம். தன்னுடைய வீட்டுக்குச் சென்று இரண்டு நாள்கள் செலவிட அவள் விரும்பினாள். தன்னுடைய விடுமுறை கோரும் கடிதத்தைப் பொறுப்பாளரிடம் கையளித்தாள். ஆனால், உடனடியாகவே விடுமுறை மறுக்கப்பட்டது. நான் அவளை ஆற்றுப்படுத்தினேன். "இன்னும் பத்து நாள்கள் கழித்து மீண்டும் கேட்டுப் பார்க்கலாம். வா..." என்று அழைத்தேன். அவள் கண்களைத் துடைத்துக்கொண்டு வாகனத்தில் ஏறினாள். நாங்கள் ஆனையிறவைக் கடந்து போய்க்கொண்டிருந்தோம். இயக்கச்சி, கரந்தாய் பகுதிகளில் கடுமையான எறிகணை வீச்சுகள் தொடர்ந்தவண்ணமிருப்பதாகத் தகவல் வந்தது. வாகனத்தை அடர்ந்த மரத்தின் கீழே விட்டோம். வேவு விமானத்தின் பார்வையிலிருந்து தப்பித்தலே அப்போதைய நோக்கமாயிருந்தது. பூம்பாவை இயல்புக்கு வருவதற்குச் சிரமப்பட்டாள் என்றே தோன்றியது. இளவெயினியின் வீரச்சாவு இவளைக் கொஞ்சம் அச்சுறுத்திவிட்டது. மழையின் இரைச்சல் கூடியிருந்தது. இருண்டிருக்கும் பொழுதின்மீது மின்னல் விழுந்து மறைந்தது.

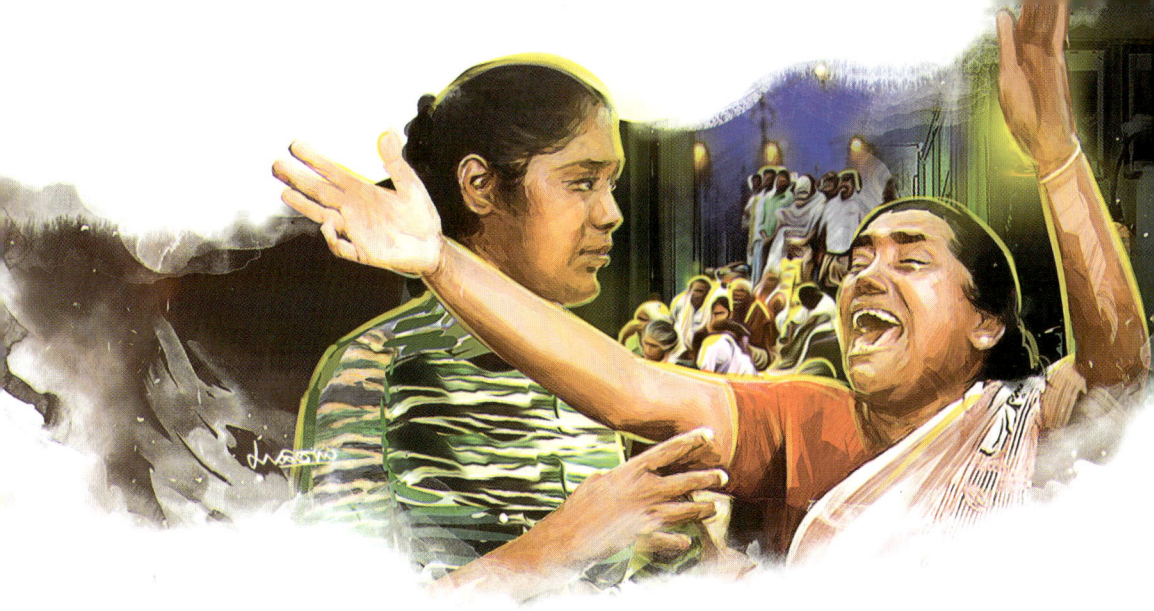

எறிகணை வீச்சு குறைந்திருந்தது. வாகனம் புறப்பட்டது.

"தூரி, நான் இந்தத் தடவை வீரச்சாவு அடைஞ்சிடுவனெண்டு உள் மனசு சொல்லுது" பூம்பாவை சொன்னாள்.

"உள் மனசு சொல்லுறதையெல்லாம் நம்பாத, அது உனக்கொண்டு சொல்லும் காலத்துக்கு இன்னொண்டு சொல்லும்."

"அப்பிடி நான் வீரச்சாவு அடைந்தால், நீ இளவெயினிக்கு எப்பிடி வந்தியோ, அது மாதிரி வரவேணும்."

"நான் மட்டும் என்ன இறவா வரம் வாங்கிக்கொண்டா சண்டையில வந்து நிக்கிறன். உனக்கு முதல் நான் வீரச்சாவு அடைந்தால் நீ என்ன செய்வாய்?" என்று பூம்பாவையிடம் கேட்டேன். அவள் முகத்தைக் கோபமாக வைத்துக்கொண்டிருந்தாள். அவளைப் பார்த்து,

"இறவாத இன்ப அன்பு வேண்டிப் பின் வேண்டு கின்றார்

பிறவாமை வேண்டும் மீண்டும் பிறப்பு உண்டேல் உன்னை என்றும்

மறவாமை வேண்டும் இன்னும் வேண்டும் நான் மகிழ்ந்து பாடி

அறவா நீ ஆடும்போது உன் அடியின் கீழ் இருக்க என்றார்"

என்ற இந்தப் பெரியபுராணப் பதிகத்தைப் பாடினேன். அவளுக்கு அர்த்தம் தெரிந்திருந்தது. பூம்பாவை கட்டியணைத்து ஆனந்தக் கண்ணீரால் எனை நனைத்தாள். வீதியில் போராளிகளின் வாகனங்கள் சென்றுகொண்டிருந்தன. நாங்கள் சென்றுசேர வேண்டிய இடத்தை அடைந்தோம். அதன் பிறகு நடந்துசெல்ல வேண்டிய தூரம் விரிந்து கிடந்தது. எங்களுடைய படையணியைச் சேர்ந்த போராளிகளில் இன்னும் சிலர் விழுப்புண் அடைந்தும் வீரச்சாவும் ஆகியிருந்தனர் என்று அறிய முடிந்தது. போர்க்களத்தில் அழுகையில்லை. குருதி பூக்கும், நிலவு சிவக்கும், இருள் வெறிக்கும், பகல் நெரிக்கும் இந்தப் போர்க்களத்தில் குன்றென வித்துடல்கள் குவிந்தாலும் எஞ்சிய தீரர்கள் அழுவதில்லை. அழுவதால் எஞ்சுவது எதுவுமில்லை என்றே ஆயுதம் ஏந்திய வீர யுகத்தின் புதல்வர்கள் நாங்கள். பூம்பாவை தன்னுடைய துவக்கை

எடுத்துக்கொண்டு போகலாம் என்றாள். நானும் அவளும் முன்னரங்கை நோக்கி நடக்கத் தொடங்கினோம்.

அம்மாவும், நானும், பூட்டம்மாவும் கதைத்துக்கொண்டிருந்தோம். மழை பெய்துகொண்டிருந்தது. எங்களுடைய வீட்டுக்கு முன்பாக உந்துருளியில் வந்த ஒருவர் அம்மாவின் பெயரைச் சொல்லி விசாரித்தார். அம்மா, “உள்ள வாங்கோ” என்று கூப்பிட்டார். வந்தவர் குரலில் ஒருவிதக் கலக்கம் இருந்தது. தன்னை அந்தப் பிரதேசத்தின் அரசியல்துறைப் பொறுப்பாளர் என அறிமுகப்படுத்திக்கொண்டார். அவர் எதற்கோ தயாராகிக்கொண்டு என்னைத் தனியாக அழைத்தார். என்னை அழைத்துக்கொண்டு வீதிக்குப் போனார். அவரிடமிருந்த பெரிய பிரம்புப் பிடியிலான குடைக்குள் சேர்ந்து நடந்து சென்றேன். அவர் அண்ணாவின் வீரச்சாவு தகவலை என்னிடத்தில் கூறினார். அவரது குரலும் கண்களும் சோர்ந்துபோயிருந்தன. அவர் சொல்லி முடித்ததும் மழை இன்னும் வலுத்துப் பெய்தது. அண்ணா வீரச்சாவு என்பதை அம்மாவுக்குச் சொல்ல வேண்டும். ஆனால், அவளுக்குச் சொல்ல முதல் பூட்டம்மாவுக்குச் சொல்லிவிட வேண்டுமென நினைத்துக் கொண்டேன். மழைக்கு அம்மாவும் பூட்டம்மாவும் வீட்டுக்குள்ளேயே இருந்தனர். பொறுப்பாளர் பிரம்புப் பிடியிலான குடையோடு மீண்டும் வீட்டுக்குள் வந்தார். நான் உள்ளூரக் கலங்கிப்போயிருந்தேன். அலைகளின் சீற்றம் அடங்கிய கடலைப்போல மனதுக்குள் எதுவுமில்லை. ஈரக் காகிதத்தின் வாசனையைப்போல உடலுக்குள் ஏதோ வாசனை சுரக்கிறது. துயரமடர்ந்த நேரங்களில் நான் அப்படி உணர்கிறேன். நானே அம்மாவிடமும் பூட்டம்மாவிடமும் சொன்னேன்.

“அண்ணா வீரச்சாவு...”

பொறுப்பாளர் பார்வையை நிலத்தின்மீது குவித்திருந்தார். அம்மா அடிவயிற்றில் அடித்துக்கொண்டு தலைவிரி கோலமாக நிலத்தில் விழுந்து அழுதாள். அம்மாவின் ஒப்பாரி கேட்டு சுற்றத்தில் இருந்தவர்கள் வந்தனர். ‘அண்ணா வீரச்சாவு’ என்கிற செய்தியை எல்லோரும் அறிந்தனர். வந்தவர்களுக்கு அக்காவா, அண்ணாவா என்கிற கேள்வி இருந்ததினால் நான் மீண்டும் மீண்டும் ‘‘அண்ணா... அண்ணா...’’ என்று சொல்லிக்கொண்டேயிருந்தேன். பிரதேசப் பொறுப்பாளர் அடுத்த கட்டத்துக்கான வேலைகளைச் செய்து முடிக்க ஏற்பாடுகளை மேற்கொண்டார். அம்பிகா, அம்மாவுடன் இருந்தாள். வெவ்வேறு இடங்களில் இடம்பெயர்ந்து வாழும் பன்னிச்சையடி கிராமத்தின் சனங்களுக்குப் பேருந்துகளிலும், சிலர் நேரடியாகவும் சென்று செய்தி சொல்லினர்.

அக்கா, களத்திலிருந்து வரவேண்டும். அவளுடைய பிரிவின் செயலகத்துக்குத் தகவல் சொல்லப்பட்டது. அண்ணாவின் வித்துடல் இரவு வந்துவிடுமென பொறுப்பாளர் சொன்னார். அம்மா, அண்ணாவின் பெயரைச் சொல்லிச் சொல்லி அரற்றிக்கொண்டிருந்தாள். சனங்கள் கூடிவிட்டனர். பழக்கமாகிப்போன கூடுகை நிகழ்வுதான். இன்று எங்களுடைய வாசலில் இந்தக் கூடுகை. நாளை இன்னொருவரின் வாசலில். இந்தக்

காலத்தின் இயற்கையிது. பந்தல் போடப்பட்டது. சொந்த வீடற்று, ஊரற்று பிள்ளையை வழியனுப்பப் போகிறோமென்கிற நினைப்பு, இழப்பைவிடப் பெரிதாக எங்களை ஆட்கொண்டது. அண்ணாவின் வித்துடல் வருவதற்கு முன்பாகவே, அம்மாவுக்குத் தெரிந்த நிறைய போராளிகள் வந்தனர். அவர்களில் பாதிப் பேரை அப்போதுதான் முதன்முறையாகப் பார்க்கிறேன். பூட்டம்மா அழவில்லை. அவள் அண்ணாவுக்காகக் காத்திருந்தாள். அவனுக்குக் கையளிக்க ஒரு சொல்லை மட்டுமே தான் வைத்திருப்பதாகச் சொன்னாள். மழை விடுவதாயில்லை. சனங்கள் அவதிப்பட்டனர். எல்லோரும் பந்தலுக்குள்ளேயே அமர்ந்திருந்தனர். போராளிகள் மழையங்கி அணிந்திருந்தனர். 'மழை இப்படிப் பெய்தால், சரியான கஷ்ட மாயிடும்' என்று சிலர் கதைத்தனர். வேறு இடங்களில் இருந்த சொந்தக்காரர்கள் அப்போதுதான் வரத் தொடங்கியிருந்தனர். வீட்டின் முகப்பினுள்ளே நுழைகிறபோதே அழுகை பீறிட ஓடிவந்தனர். தாய்மார்களின் ஒப்பாரியில் மழை உலர்ந்தது. வானம் தெளிந்தது. மண்ணுக்குள் இறங்கியது போக, மீதி மழைநீர் வாய்க்காலுக்கு ஓடிக் கடந்தது. அம்மா கண்களைத் துடைத்துக்கொண்டு வந்திருந்த போராளிகளுக்கு அருகில் போய் "தேத்தண்ணி போடவா?" என்று கேட்டாள். அவர்கள் வேண்டாம் என்று மறுக்க எண்ணுகையில் 'வெறுங்கால் நந்தன்' சொன்னார்... "அக்கா நீ வழமையாய்ப் போடுகிற மாதிரி, நல்ல சாயம்விட்டு ஒரு தேத்தண்ணி ஊத்து. எல்லாருமாய்க் குடிப்பம்."

தாழ்வாரத்தில் அடுக்கப்பட்டிருந்த விறகுகளை எடுத்துக்கொண்டு அம்மா வீட்டுக்குள் நுழைந்தாள். எங்களுடைய சொந்தக்காரப் பெண்மணி ஒருத்தி வந்து சொன்னாள்.

"அக்கா துக்க வீட்டில அடுப்பு மூட்டக்கூடாது."

"என்ர பிள்ளை மண்ணுக்காக மடிஞ்சிட்டான். அதுக்காக நான் துக்கப்பட மாட்டான். நான் அழுவன். அது பிள்ளையை இழந்த கருப்பையோட வெக்கை. அதுக்காக இதை துக்க வீடென்று ஒருநாளும் நினைக்க மாட்டன். என்ர வீட்டில ஒரு போராளி வந்து தேத்தண்ணி குடிக்காமல், சாப்பிடாமல் போனால் அண்டைக்குத்தான் நான் துக்கப்படுவன். அண்டைக்குத்தான் நான் செத்திருப்பன்" என்ற அம்மாவின் குரலில் எந்தக் கலக்கமும் இல்லை. அவள் அடுப்பை மூட்டி நீரைக் கொதிக்கவைத்தாள். தீ நிறம் கொண்டு எரிந்தது. தண்ணீரின் கொதிப்பை அது மெல்ல மெல்ல உணர்த்தியது. அம்மா எழுந்து வந்து என்னை அழைத்தாள். அம்பிகா ஏற்கெனவே தேநீர்க் கோப்பைகளைக் கழுவி ஆயத்த நிலையில் வைத்திருந்தாள். அம்மா தேத்தண்ணியைத் தயாரித்து எல்லோருக்கும் அளிக்கும்படி என்னிடமும் அம்பிகாவிடமும் சொன்னாள். போராளிகள் நின்ற இடத்துக்கு எடுத்துச் சென்று கொடுத்தோம். அம்மா அவர்களைப் பார்த்துப் புன்னகைத்தபடியிருந்தாள். 'வெறுங்கால் நந்தன்' அம்மாவை அழைத்து "மகனின்ர இயக்கப் பெயர் என்ன" என்று கேட்டிருக்கிறார். அம்மாவுக்குத் தெரியவில்லை.

என்னை அழைத்து பெயரைக் கேட்டாள்.

"சோழ மறவன்" என்றேன்.

வெறுங்கால் நந்தன் "சோழ மறவனா?" என்று வியந்து கேட்டார்.

"ஓம். அப்பிடித்தான் ஒருக்கால் அண்ணா சொன்னவர்" என்றேன்.

பூம்பாவையும் நானும் முன்னரங்கைச் சென்று அடைந்த சில நிமிடங்களில் எனக்கொரு தொடர்பு வந்தது. "நீங்கள் மீண்டும் பின்னுக்கு வரவேண்டும். அவசரம்!" என்பதே அந்தத் தொடர்பில் எனக்குக் கிடைத்த உத்தரவு. நான் பூம்பாவைக்கும் சொல்ல முடியாது மிக வேகமாக அங்கிருந்து மீண்டும் நடக்கலானேன்.

என்னோடு இன்னொரு போராளியும் வந்தார். அவரது பெயர் நல்லாள். அவருக்கும் என்ன விடயமென சொல்லப்படவில்லை. உண்மையில் இதுபோன்ற குழப்பங்களோடு தூரத்தை நடந்து கடப்பது கொடுமையானது. நானும் நல்லாளும் நடந்து போய்க்கொண்டிருந்தோம். அவளது கையில் ஏற்கெனவே காயம்பட்ட தழும்புகள் இருந்தன. அவரிடம் கேட்டேன்.

"நீங்கள் இயக்கத்துக்கு வந்து எத்தினை வருஷம்?"

"பத்து வருசத்துக்கு மேல, ஏன் கேக்கிறியள்?"

"காயப்பட்டிருக்கிறியள், நிறையத் தழும்புகள் இருக்கு."

"ஓம்... சும்மா சின்னச் சின்ன காயங்கள்தான்."

நாங்கள் கட்டளைச் செயலகத்தை வந்தடைந்தோம். எங்களை ஏற்றிச் செல்ல வாகனம் காத்திருந்தது. ஆனால், எதற்காக எங்கே என்றெல்லாம் சொல்லப்படவில்லை. நாங்கள் இருவரும் குழம்பிப் போயிருந்தோம். எங்கள் இருவருக்கும் சேர்த்துச் சொல்லப்பட்ட செய்தி ஒன்றெனினும் உறவு வேறாக இருந்தது. என்னிடத்தே "மேஜர் சோழ மறவன் என்கிற உங்களுடைய சகோதரன் வீரச்சாவு அடைந்தார்" என்றனர். எனக்கருகில் நின்றுகொண்டிருந்த நல்லாள் "ஐயோ என்ர சோழன்" என்று களத்திடை அலறித் துடித்தாள். அண்ணாவின் காதலியோடு அவனது வித்துடலைப் பார்க்க பயணிக்கத் தொடங்கினேன்.!

67

அண்ணாவின் வித்துடல் வீட்டுக்குக் கொண்டு வரப்பட்டது. புலிச்சீருடையோடு முகம் விரிந்து பேழைக்குள் கிடத்திவைக்கப்பட்டிருந்தான். கழுத்தின் வலப்புறத்திலிருந்த காயம் தெரிந்தது. அண்ணாவை ஒருமுறை கண்களை மலர்த்தும்படி அம்மா ஒப்பாரியில் இறைஞ்சினாள். வேப்பம் பழங்கள் உதிரும் இரவில் அண்ணாவின் வித்துடலின் கால்மாட்டில் நின்றுகொண்டிருந்தேன். நிறைய போராளிகள் வந்துகொண்டிருந்தனர். அண்ணாவின் தோழர்கள், விடுதலை யாகத்தில் தம் உயிர் ஊற்றி ஆகுதியாகக் காத்திருப்பவர்கள், சொந்தக்காரர்கள் வந்து சேர்ந்தனர். என் அக்காவுடன் இன்னொரு போராளி அக்காவும் வந்து சேர்ந்தார். அது அவளுடைய தோழமையாக இருக்க வேண்டுமென நினைத்துக்கொண்டேன். ஆனால் அவள் முண்டியடித்துக்கொண்டு அண்ணாவின் வித்துடலை அணைத்தபடி அழுதாள். அக்கா, அம்மாவை இறுகப் பற்றிக்கொண்டு அழுதாள். அழுகையின்மீது சலிப்பூறிய இரவு. அண்ணாவின் வித்துடலைப் பார்க்கமாட்டேன் என்று அக்கா அடம்பிடித்தாள். அவனை அப்படிப் பார்க்க மனம் ஒப்பவில்லை என அவள் திடம்பூண்டாள். நல்லாள், அண்ணாவின் வலதுபுறக் கழுத்திலிருந்த காயத்தைத் தடவியபடி கண்ணீரால் கதைத்துக்கொண்டிருந்தாள். அம்மா, நல்லாளைப் பற்றி அக்காவிடம் எதுவும் விசாரிக்கவில்லை. ஆனால், அவளுக்கு எல்லாம் விளங்கியிருந்தது. தனது மகனுக்கும் ஒரு பெண்ணுக்கும் இடையிலிருந்த காதலைத் தாயார் அறிந்துகொள்ளும் போழ்தில் அந்த மகனே வீரச்சாவைத் தழுவியிருந்தான். நல்லாளை அம்மா ஆற்றுப்படுத்தினாள். அக்கா அழுதுகொண்டேயிருந்தாள். அவளுக்கு நிறைய அழவேண்டுமாற் போலிருந்தது. ஊழிக்குத் தம்மை ஒப்புக்கொடுத்தவர்கள் கண்ணீருக்கு உரித்துடையோர்.

உப்புக்கரிக்கும் கண்ணீரில் தாகம் தீராது. ஆனால், சமுத்திரத்தை நிறைக்கும் கண்ணீரை இந்தக் காலத்தில் நாம் உகுத்திருப்போம். அம்மாவும் நல்லாளும் அருகருகே இருந்தனர். நல்லாளுக்குக் குடிப்பதற்குத் தோடம்பழம் கரைத்துக் கொடுத்தனர். அம்மாவின் மடியில் கொஞ்ச நேரம் தலைசாய்க்க விரும்பினாள் நல்லாள். அம்மா அவளை அணைத்துக்கொண்டு மடியில் கிடத்தினாள். அம்மாவின் அடிவயிற்றில் எரியும் தீக்கங்கின் வெப்பத்தை நல்லாள் உணர்ந்திருக்க வேண்டும். அவள் தலையை வெடுக்கெனத் தூக்கி "ஏன் இவ்வளவு சுடுகுது?" என்று கேட்டாள். கண்ணீர் ததும்பும் தனது கண்களைத் துடைத்துக்கொண்டு அம்மா சொன்னாள்.

"உன்ர சோழ மறவன, சுமந்த கருவறையின்ர கங்கு."

பூட்டம்மா அண்ணாவைப் பற்றி நிறைய சொல்லிக்கொண்டிருந்தாள். அவள் சொல்வதைக் கேட்க நிறைய சிறுவர்கள் குவிந்திருந்தனர். பூட்டம்மா இந்தக் கதையைச் சொல்லத் தொடங்கினாள். வித்துடலைச் சுமந்திருந்த இரவு வளர்ந்தது.

"அவன் பிறந்தான். ஒரு கார்த்திகை மாதத்தின் திங்கட்கிழமையில், சூரியன் கடலடியில் வீழ்ந்தபோது அவனது தொப்பூழ்க்கொடியை நானே அறுத்தேன். பீறிட்டு எழுந்த அவனின் முதல் அழுகையை என் செவிகளில் யாழிசையைப்போல ஊற்றுவித்த நிமிடங்கள் நினைவுக்குத் திரும்புகின்றன. அவனது கண்கள் நிலத்தைப் பார்க்கவே எண்ணின. அவனது கால்கள் நிலத்தில் பதியமிடத் துடித்தன. நிலத்துக்காகப் பிறந்தவன் என்றே அவனை நான் முதற்கணம் துதித்தேன். அவனது மேனியில் கிடந்த குருதியின் பிசுபிசுப்பைப் பூவரசம் இலைகளால் துடைக்க வேண்டுமென மனம் உந்தியது. அவனுக்கு ஆபரணமாகப் பனையோலையால் ஒரு மாலையிட வேண்டுமென உத்தரவிட்டேன். அவன் எனது கைகளில் கிடந்த போது மூத்திரம் கழன்றான். 'நிலத்துக்காகப் பிறந்தவன்' என்று எனக்குள்ளே தோன்றியதைத்தான் பன்னிச்சைத் தாயும் சொன்னாள். அவனைப் பன்னிச்சை அம்மா கோயிலுக்குக் கொண்டுசென்ற நாளில், அவன் மண்ணை அள்ளித் தின்று புன்னகைத்தான். அவன் நிலத்துக்காகப் பிறந்தவன்." என்றாள்.

இரவு ஒளிர்ந்தது. வித்துடலாகக் கிடக்கும் அண்ணாவின் முகத்தில் மின்மினிப் பூச்சிகள் இருந்து பறந்தன. லாம்புகளும், பெற்றோல்மாக்ஸ் விளக்குகளும் இரவின்மீது மஞ்சள் ஒளியை அப்பின. பந்தலுக்குள் இருந்தவர்கள் சிலர் அரசியல் கதைத்துக் கொண்டிருந்தனர். இயக்கத்தின் ஆட்சேர்ப்பு

நடவடிக்கைகளில் நிகழும் அத்து மீறல்கள் பற்றிய விமர்சனங்கள் ஓடிக்கொண்டிருந்தன. மறுபுறத்தே பெருகும் இழப்புகள் பற்றிய அச்சமும், என்ன நிகழப்போகிறதென்ற கவலையும் சடைவிரித்திருந்தது. கள்வெறியில் சிலர் பாடல்கள் பாடிக்கொண்டிருந்தனர். பீடிப்புகை பரவி நிற்க, கடதாசிக் கூட்டம் விளையாடுபவர்கள் சிரித்தும், தூஷணை வார்த்தைகளாலும் அந்த இரவின் பாரத்தை லேசாக்கினார்கள். மிக தாமதமாக வந்திருந்த ஒன்றுவிட்ட சகோதரன் சுகிர்தரன் நிரம்பக் குடித்திருந்தான். அண்ணாவைப் பார்த்து அழுது முடித்துவிட்டு, பக்கத்திலிருந்த கதிரையில் அமர்ந்தான். அவனால் நிற்க முடியவில்லை. பூமியில் அவனது கால்கள் அந்தரத்தில் இருப்பதாக நினைக்குமளவுக்கு மதி மயங்கிய கள்வெறி. ஆனால் அவன் அதைக் காட்டிக்கொள்ளாமல் அண்ணாவின் வீரச்சாவில் தளர்ந்திருப்பதாக பாவனை செய்தான். அடிக்கடி அண்ணாவின் பெயரைச் சொல்லிக் கூப்பிட்டு "என்னையும் கூட்டிக்கொண்டு போ" என்றான். அவனை அங்கிருந்து எழும்பிப் போகுமாறு அம்மா ஒருமுறை சொன்னாள். அவன் அதைக் கேட்பதற்குத் தயாரில்லை. மீண்டும் அண்ணாவின் வித்துடலை அளைந்து நிற்க முடியாமல் விழப்போய் பேழையை இழுத்தான். நல்ல காலத்துக்குப் பேழையை விழாமல் பிடித்துக்கொண்டோம். அம்மா சுகிர்தரனை அங்கிருந்து கூட்டிச் செல்லுமாறு சொன்னதும், அவனைத் தூக்கிவந்து பந்தலில் போட்டோம். அவன் அப்போதும் அண்ணாவை அழைத்து "என்னைக் கூட்டிக்கொண்டு போ" என்று அரற்றியபடியே கிடந்தான். சுகிர்தரனின் இந்தக் கூத்து அங்கிருந்தவர்களுக்குக் கொஞ்சம் பகிடியாக இருந்தது. நடுவிரவில் அவன் பேச்சுமூச்சற்று நித்திரையாகியிருந்தான். அம்மாவும் இன்னும் பல பெண்களும் ஒன்றாக வட்டமிட்டிருந்து அழுதனர். நடு இரவில் அழவேண்டுமென்ற சடங்கு அது.

'முத்தத்து முருங்கை முறிய நாளாச்சோ
எங்கன்ர
விளக்கு இண்டைக்கு அணைய
நேரமாச்சோ!
கிணத்தடியில் இந்தப்பாசி சறுக்கு விழ
நாளாச்சோ
நீ போன இடத்தில் உனக்குக் குளிக்கத்
தான் கிணறு உண்டோ
கும்பிடத்தான் கோயிலுண்டோ!
பாலூட்டும் முலையாள் நான்
உனக்கு வாய்க்கரிசி இட நாளாச்சோ
வீதிவரை நான் கொண்டுவந்து
விட்டன்.
உனக்குச் சுடலை வரை கால்
ஏவினதோ!'

என்ற அம்மாவின் ஒப்பாரியில் நிறைய வார்த்தைகள் அந்தரத்தில் மாய்ந்தன. அழுகையில் தேய்கிற இந்த வார்த்தைகளைப் பொறுக்கி யெடுக்கும் எறும்பைப்போல இரவு மெல்ல ஊர்ந்துகொண்டிருந்தது. நல்லாள் அண்ணாவின் முகத்தி லிருந்த மின்மினியைத் தனது உள்ளங்கையில் ஏற்றிவைத்திருந்தாள். அது அவளிடமிருந்து பறந்துபோனது. நல்லாள் அண்ணாவைப் பார்த்துக்கொண்டேயிருந்தாள். இடையிடையே ''சோழா...'' என்று அழைத்துக்கொண்டாள்.

ஓர் ஊமைப்பெண்ணின் சொற்களைப்போல அவளுக்குள் துடித்துக்கொண்டிருந்த உயிரின் ரணத்தை என்னால் உணரமுடிந்தது. அக்கா அவளைத் தாங்கிப்பிடித்து அமரச் செய்தாள். பூட்டம்மா தன்னுடைய இடத்திலேயே இருந்தாள். அவளுக்கு அண்ணாவிடம் சொல்ல வேண்டிய ஒரு சொல் இருந்தது. இன்னும் அவனது வித்துடலை அவள் பார்க்கவில்லை. எப்போது பார்ப்பாள் என்று தெரியாது. சில வேளைகளில் துயிலுமில்லத்தில்கூட அந்தச் சொல்லை அவள் சொல்ல விரும்பியிருக்கலாம். அவள் தனக்கு முன்னிருக்கும் சிறார்களுக்கு அண்ணாவைப் பற்றிய கதைகளை மீண்டும் சொல்லத் தொடங்கினாள்.

"நிலத்துக்காகப் பிறந்தவனுக்கு அப்போது வயது பத்து. அவன் பள்ளிக்கூடம் சென்று திரும்பி வருகிற வேளையில் அமைதிப்படையின் மனித சங்காரம் நிகழ்ந்திருந்தது. முப்பதுக்கு மேற்பட்டவர்களைக் கொன்று குவித்து, தார் ஊற்றி எரித்தனர். நிலத்துக்காகப் பிறந்தவன் மதகின் மறைவில் நின்று அவற்றைப் பார்த்துக்கொண்டு நின்றான். சிலர் உயிரோடு எரிபட்டு தீயில் வெந்து அலறுவதைக் கேட்டுக்கொண்டான். அவன் வீட்டுக்கு வந்தான். நடந்தவற்றை என்னிடம் சொன்னான். இந்த மிலேச்சர்களை அழித்தொழிக்க வேண்டுமென தீர்மானம்கொண்டான். அவன் ஊமல் கொட்டைகளைப் பொறுக்கி, கருக்கு மட்டைகளை வெட்டி அவர்களுக்கு எதிரான தனது ஆயுதமாகச் சேமித்துக்கொண்டான். பனையை அவன் தனது ஆயுத வழங்கலாக உருவகித்துக்கொண்டு வணங்கவும் செய்தான். அமைதிப் படையின் ரோந்து நேரத்தில், அவன் ஊமல் கொட்டைகளை எறிந்து கருக்கு மட்டைகளால் அவர்களை வெட்டிக் கொல்ல ஆயத்தமாயிருந்தான். அன்றைக்கு இயக்கம் அமைதிப்படையின் ரோந்து அணியை ஆயுதங்களால் பழிதீர்த்தனர். அப்போதுதான் அவனுக்கு இயக்கம் அறிமுகமானது. அவன் ஊமல் கொட்டைகளுக்கு பதிலாகக் கையெறி குண்டுகளும், கருக்கு மட்டைகளுக்கு மாற்றாகத் துவக்குகளும் அண்ணன்மாரிடம் இருப்பதைத் தெரிந்துகொண்டு பனங்கூடலுக்கு ஓடினான். பனையின் முன்பாக நின்றுகொண்டு அதனை வணங்கி மண்ணையெடுத்து நெஞ்சில்

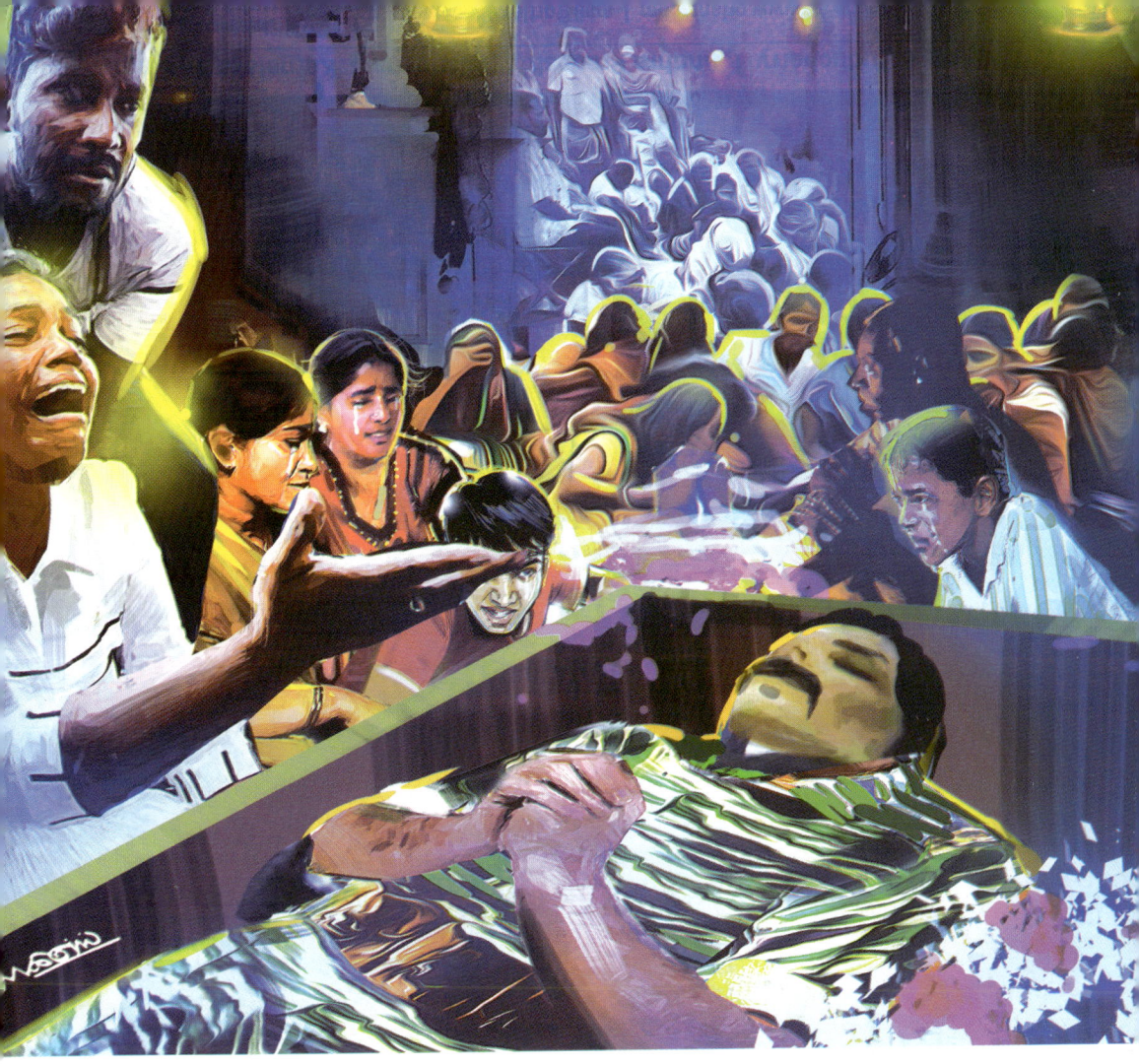

பூசினான். அவன் நிலத்துக்காகப் பிறந்தவன்." பூட்டம்மா இப்படித் துண்டு துண்டுகளாக அண்ணாவின் பிறப்பையும், அவனுடைய சிறு வயது நாள்களையும் நினைவு கூர்ந்துகொண்டிருந்தாள். அவள் சொன்ன கதையைக் கேட்ட சிறார், அண்ணாவை ஒரு சரித்திரத்தின் தலைமகனாக எண்ணிக்கொண்டனர். நல்லாள் கண்களைத் துடைத்துக்கொண்டு அம்மாவின் அருகில் வந்து அமர்ந்தாள். அக்கா, அண்ணாவை இன்னும் பார்க்கவில்லை. நான் அண்ணாவின் வித்துடலுக்கு அருகில் வந்து உயிர் விம்ம விம்ம பார்த்துக் கொண்டிருந்தேன். அதிகாலை நான்கு மணிக்குச் சில முக்கியமான பொறுப்பாளர்களும், போராளிகளும் வந்திருந்தனர். அம்மாவை அவர்கள் ஆற்றுப்படுத்தினர். அம்மாவுக்கு எத்தனையோ பிள்ளைகள். அவளுக்கு ஒன்றெனில சூழ்ந்துகொள்ளும் இந்த மண்ணின் புதல்வர்கள் அனைவரும் அம்மாவின் பிள்ளைகள்தான். ஒரு வாகனம் வந்து நின்றது. அதிலிருந்து இறங்கிய நான்கு போராளிகளும் இயந்திரத் துப்பாக்கியோடு நிற்க, இறுதியாக ஒருவர் இறங்கினார். அம்மா பெருங்குரலெடுத்து அழுதாள்.

68

சூரியன் எழுந்தது. அண்ணாவின் தலைமாட்டு விளக்குத்திரி, பிரகாசம் கொண்டசைந்தது. அதிகாலையில் வந்திருந்த தளபதியொருவர் சனங்களோடு கதைத்துக்கொண்டிருந்தார். அம்மாவுக்கருகில் வந்த தளபதி, கைகளைப் பற்றிக்கொண்டு கண்கள் கலங்கி நின்றார். அண்ணாவைச் சிறுவயதிலிருந்தே அறிந்தவர். அப்பாவின் உற்ற தோழன். இந்தத் தளபதியின் நிழலைக் கண்டாலே பகைவன் அஞ்சுவான் என்கிற கூற்றினைக் கேட்டு வளர்ந்தோம். என்னை அழைத்து தனக்கருகில் அமரச் சொன்னார். அவருடைய புலிச்சீருடை வாசனை அவ்வளவு பிடித்திருந்தது. என்னுடைய தோளில் கைபோட்டுக்கொண்டு “அண்ணாவ நினைச்சுக் கவலைப்படாத, நாங்கள் எல்லாரும் இருக்கிறம்” என்றார். அப்படி ஒருதுளி கவலையும் எனக்குள் எழவில்லை. வீரச்சாவு அடைந்த என்னுடைய அண்ணாவை நினைத்து நான் கலங்கியிருக்கவில்லை. ஆனால், அவனின் பிரிவு என்னைச் சூழ்ந்து வருத்தும் என்பதை அறிவேன். அண்ணாவின் வித்துடல் காலை பதினொரு மணிக்கு வீட்டிலிருந்து எடுத்துச்செல்லப்படும். பின்னர் பொது நோக்கு மண்டபத்தில் வீரவணக்கக் கூட்டம் நடைபெற்று துயிலுமில்லம் எடுத்துச் செல்லப்படும் என்று திட்டமிடல்கள் செய்யப்பட்டன. தளபதி வீட்டிலிருந்து புறப்பட்டார்.

பூட்டம்மா தன்னுடைய இடத்தை விட்டு எழவேயில்லை. அண்ணாவின் வித்துடலைப் பார்க்கப்போறதில்லை என்றே சொல்லிக்கொண்டிருந்தாள். முகத்தில் எந்தச் செந்தளிப்பும் இல்லாமல் காலை வானத்தை அண்ணாந்து பார்த்தாள். பிறகு என்னை அழைத்து “பெரியவனை எப்ப கூட்டிக்கொண்டு

போகப்போறம்” என்று கேட்டாள். “பதினொரு மணிக்குத் திட்டமிடுகிறார்கள்” என்றேன். நல்லாளை அழைத்துவருமாறு சொன்னாள். பூட்டம்மாவின் உத்தரவின் பேரில் வருத்தமுற்று வாடிப்போயிருந்த நல்லாள் அருகில் சென்றேன்.

“உங்களைப் பூட்டம்மா கூட்டிக் கொண்டு வரச்சொன்னவா, வாங்கோ” என்றேன்.

நல்லாள், பூட்டம்மாவைத் திரும்பிப் பார்த்துவிட்டு அப்படியே இருந்தாள். என்னோடு வருவதைப்போலத் தெரியவில்லை. மீண்டும் நல்லாளிடம் சொன்னேன்.

“உங்களைப் பூட்டம்மா கூட்டிக் கொண்டு வரச்சொன்னவா, வாங்கோ.”

நல்லாள் எழுந்தாள். எனக்கு முன்பாகவே பூட்டம்மாவை நோக்கி நடந்துபோனாள். அவளின் பின்னால் வேகமாக ஓடிப்போனேன். பூட்டம்மா அவளைத் தனக்கருகில் அமரச்சொல்லி, தன்னுடைய கைகளால் தலையைத் தடவிக் கொடுத்தாள். நல்லாள் எதுவும் கதையாமல் அமர்ந்திருந்தாள். பூட்டம்மா என்னைப் போகுமாறு கண்ணைக் காட்டினாள். கொஞ்சம் அதிர்ச்சியாகவும் வியப்பாகவும் இருந்தது. நான் அங்கிருந்து அகன்றேன்.

வீரவணக்கக் கூட்டம் நடைபெறும் பொதுநோக்கு மண்டபத்தின் முகப்பு வாயில், எழுச்சிக்கோலம் பூண்டிருந்தது. சிவப்பு, மஞ்சள் கொடிகள் அசையும் காற்றில் கம்பீரம் இழைந்து நிலமெங்கும் ஈன்றது. பெரிய இரண்டு ஒலிபெருக்கிகள் வைக்கப்பட்டு மேடை தயார் நிலையில் இருந்தது. பிரதேச

அரசியல்துறைப் பொறுப்பாளர், வீட்டுக்கும் பொதுநோக்கு மண்டபத்துக்குமென மாறி மாறி ஓடித் திரிந்தார். பக்கத்திலிருந்த பள்ளிக்கூட மாணவர்கள் அணிவகுத்து பூக்களோடும், மாலைகளோடும் வீட்டுக்கு வந்திருந்தனர். வித்துடல்மீது சார்த்தப்பட்ட மலர் மாலைகள் குவிந்திருந்தன. எல்லாப் பூக்களும் நறுமணம் பெருக்கின. சவத்தின் மீது போடப்படும் மாலையைப் போலில்லை இவை. தாம் பூக்கும் மண்ணுக்காய் மாண்ட ஒரு போர் மறவர் நெஞ்சில் தன்னைக் கிடத்திய மாலைகள். பள்ளிக்கூட மாணவர்கள் மாலையை அணிவித்தனர். வித்துடல் மலர்களால் அபிஷேகிக்கப்பட்டது. இந்த மண்ணில் உதிக்கும் எல்லா வற்றோடும் மாவீரர்களின் குருதி கலந்திருக்கிறது. சனங்கள் குவிந்தனர். அழுகை ஓங்கி எழுந்தது. இன்னும் சொற்ப நேரத்தில் வித்துடல் வீட்டிலிருந்து பொதுநோக்கு மண்டபம் கொண்டு செல்லப்படுமென பொறுப்பாளர் கூறினார்.

அக்காவும் அம்மாவும் நல்லாளும் நேற்றிலிருந்து சாப்பிடவில்லை. அம்மா ஒரு சொட்டுத் தண்ணீரும் அருந்தவில்லை. அக்காவுக்கு இடையிடையே தேநீரும் பழச்சாறும் கொடுத்தனர். நல்லாள் தண்ணீரை மட்டுமே உணவாக்கிக்கொண்டாள். அண்ணா காதலித்த பெண்ணைக் காணும் நாளில், அவன் வீரச்சாவு ஆகியிருக்கிறான் என்பது துயரம். தலைச்சன் பிள்ளையை மண்ணுக்கு அளித்த அம்மாவோ, கண்களை வெளியில் குத்தி வெறுமையை உணர்கிறாள். பூட்டம்மா நல்லாளுக்கு ஏதோ சொல்லிக்கொண்டிருந்தாள். நான் அருகில் போனேன். அவள் என்னைப் பார்த்தும் பொருட்படுத்தாமல் நல்லாளிடம் சொன்னாள்.

"அவன் உன்னுடைய அரசன். உன்னுடைய கூந்தலில் நீ எப்போதும் சூடிக்கொண்ட மலர் அவன். அவனைப் பிரித்துவிட்ட இந்தக் காலத்தை யாராலும் எதுவும் செய்ய இயலாது. மண்ணிலே உயிர் விதைக்கும் காலமிது. நாம் அறுவடையாக எதைப் பெறுவோம் என்ற யோசனைகள் இங்கில்லை. எல்லாமும் விதைப்பு பற்றிய பூரிப்பில் இருக்கிறோம். நான் என்ன செய்வேன். கண்ணீர் சிந்தும் உன்னுடைய துயரத்தை என்னால் தாங்கவியலாது இருக்கிறது. அவனை நான் தூக்கி வளர்த்தேன். அவனுக்கு நான் அமுதூட்டினேன். அவனை நான் மண்ணாலும் மூடப்போகிறேன். எனது துயரத்தை நீ அறிய மாட்டாய் நல்லாள்."

"சோழன் உங்களைப் பற்றி நிறைய தடவை என்னிடம் சொல்லியிருக்கிறார்."

"என்ன சொன்னவன்?" பூட்டம்மா கேட்டாள்.

"பூட்டம்மா தீர்க்கதரிசி. எங்கட குடும்பத்தோட செல்வம். அவளின்ர ஒரு சொல்லும் பொய்க்காது என்று கனக்கச் சொல்லியிருக்கிறார்."

"அவன் உன்னைப் பற்றியும் என்னட்ட சொல்லியிருக்கிறான். என்னட்ட மட்டும்தான் சொல்லியிருக்கிறான்" என்ற பூட்டம்மாவை அதிர்ச்சியாகப் பார்த்தேன். தன்னைப் பற்றி சோழன் பூட்டம்மாவிடம் சொல்லியிருக்கிறார் என்கிற செய்தி நல்லாளுக்கும் வியப்பாக இருந்தது. பூட்டம்மா சொன்னாள்.

"உன்னை அவன் சண்டைக் களத்தில் சந்தித்த நாளில்

நிலவற்ற இருட்டும், எதிரிகள் ஊடுருவிவிடுவார்களோ என்ற அச்சத்தோடும் போராளிகளாகிய நீங்கள் விழித்திருந்தீர்களாம். விடிகிற வரை பேச்சு மூச்சற்று இரவோடு இரவாக மறைந்திருந்து எல்லையைப் பாதுகாத்திருக்கிறீர்கள். காலையில் நீங்கள் இருவரும் சந்தித்துக்கொண்டது ஒரு பனை குளத்தில் வைத்து, அதுவும் நீ அவனிடம் பற்பொடி கேட்டாய் எனச் சொன்னதாக ஞாபகம்."

நல்லாள் தலையசைத்துத் தொடருங்கள் என்பதைப்போல பூட்டம்மாவின் கதையில் லயித்திருந்தாள்.

"அவன் தன்னுடைய உடைமைப் பையில் பற்பொடியை எடுத்துத் தந்து, 'நீங்களே வைத்துக்கொள்ளுங்கள், என்னிடம் இன்னொன்று இருக்கிறது' என்று சொன்னதும், நீ உன் கூந்தலை இறுக்கிக்கொண்டு 'என்னிடமும் இருக்கிறது. எங்கோ தவறிவிட்டது. நாளை நான் பார்த்துக்கொள்வேன்' என்று முகத்தை நீட்டினாயாம். அவன் உன்னுடைய முகத்தைப் பார்த்து, 'கோபப்படும் பூனை போல இருக்கிறது' எனச் சொல்லி வாயைக் கொப்பளித்து அங்கிருந்து போனானாம். பல்லைத் தீட்டியபடியே அவனுக்குப் பின்னால் ஓடிப்போன நீ 'என்னைப்

பார்த்தால் பூனை மாதிரித்தான் தெரியுதோ, உங்களைப் பார்த்தால் கருவாடு மாதிரி தெரியுது' என்று சொல்லிவிட்டுப் போனாயாம். அவன் உன்னைத் திரும்பிப் பார்த்து 'நடையில புலிக்குணம் இருக்கு' என்றதும், 'நான் எல்லாத்திலையும் புலிதான், பூனை எண்டு சொல்லுற ஆக்களோட இனி கதை கிடையாது' என்றாயாம்."

ஆற்றில் விழுந்த இலையென நல்லாள் நினைவுகளில் இழுத்துச் செல்லப்பட்டாள். பூட்டம்மா சொல்லிக்கொண்டிருக்க அவளது கண்கள் நீர்த் தேக்கமென ஆகியிருந்தது.

"அவனை நீதான் முதலில் விரும்பத் தொடங்கினாய். ஒரு அதிகாலைப்பொழுதில் ராணுவத்துடன் நிகழ்ந்த நேரடி மோதலில் அவன் தலைமையேற்ற அணியில் நீ சேர்ந்திருந்தாய். அன்றைக்கு மாலையிலும் முடியாத மோதல், அடுத்த நாள் மதியம் வரை நீடித்தது. அவனுடன் நீ கள முனையில் சேர்ந்து நின்றாய். உன்னுடைய சுடுகலனில் ஒரு கண்ணைப் பதித்து எதிரிகளை சங்ஹாரம் செய்தாய். இன்னொரு கண்ணால் அவனை உன்னுள் மலரச் செய்தாய். போர் நிகழும் களத்திடை உன் வேந்தனாக அவனை நீ தெரிந்த கணத்தில், எதிரியை மூன்று கிலோ மீட்டர்கள் பின்தள்ளி வெற்றிவாகை சூடியிருந்தீர்கள். அன்றைய நாளிலேயே நீ உனது விருப்பத்தை அவனிடம் தெரிவித்தாய். எல்லாவற்றையும்போல அவன் ராணுவ தொனியோடு உனது காதல் கோரிக்கையை எடுத்துக்கொண்டு 'சரி' என்று மட்டும் சொன்னான். நீ அவனை வழிமறித்து, கொஞ்சம் அடம்பிடித்து 'நீங்கள் சிரித்துக் கதைக்க மாட்டியளா?' என்று கேட்டதும், வேணுமென்றே முகத்தை விரித்துச் சிரித்துக் காட்டிவிட்டு போனானாம்."

நல்லாள், பூட்டம்மாவின் மடியில் கிடந்து விசும்பி அழுதாள். பூட்டம்மா கண்ணீரை உகுத்து "என்ர கொழுந்து கருகிட்டுது" என்று மாரிலடித்து அழுதாள். நல்லாள் கண்களைத் துடைத்துக்கொண்டு எழுந்தாள். பூட்டம்மா என்னிடம் கேட்டாள்.

"தூக்கப்போறாங்களோ?"

"இன்னும் கொஞ்ச நேரம் ஆகும்."

"அவனிட்ட ஒரு சொல் மட்டும் சொல்லவேணும். அது சொல்லும் போதுதான் அவனை நான் பாப்பன்."

நல்லாள் பூட்டம்மாவிடம், "வாங்கோ நான் கூட்டிக்கொண்டு போறன்" என்றாள்.

"இல்லை பிள்ளை, நீ போ. நான் அந்த நேரமாய்ப் பார்த்து வாறன்."

நானும் நல்லாளும் வித்துடல் இருக்கும் இடத்துக்கு வந்தோம். காலை வேளையில் வந்திருந்த சொந்தக்காரர்கள் கூடியிருந்தனர். அண்ணாவின் முகம், கொஞ்சம் கறுத்துப்போயிருந்தது. ஊதுபத்தியைக் கொளுத்திவைத்தேன். இன்னும் சில நிமிடங்களில் 'மாவீரர் ஊர்தி' வந்துவிடுமென தகவல் வந்தது. ஊர்தி வந்தால் நேரமிருக்காது. பூட்டம்மாவைக் கூட்டிக்கொண்டு வரலாமெனத் தோன்றியது. அவளை நோக்கிப் போனேன். அவள் படுக்கையைவிட்டு எழுந்து என்னுடைய கையைப் பற்றிக்கொண்டு நடந்துவந்தாள். எல்லோரும் பூட்டம்மாவையே பார்த்துக்கொண்டிருந்தனர்.

69

வித்துடலாகக் கிடக்கும் அண்ணாவுக்கருகில் வந்து நின்ற பூட்டம்மாவின் கண்கள் அனலேந்தி நின்றன. நினைவில்லாத ஒரு சொல்லை அகழ்ந்தெடுக்கும் தோரணையோடு, அவள் அண்ணாவைப் பார்த்தாள். முறிந்த பனையைப்போலக் கிடந்த அவனின் நெற்றியில் முத்தமிட்டு "நீ துளிர்ப்பாய் மோனே" என்றாள். எந்த அழுகையோ, கலக்கமோ அற்று பூட்டம்மா வித்துடலுக்கு அருகில் அமர்ந்திருந்தாள். ஊர்தி வந்தது. போராளிகள் சூழ அண்ணாவின் பேழை தூக்கிச் செல்லப்பட விருந்தது. பெண்கள் சிலர் பெருங்குரலெடுத்து கதறி அழுதனர். அம்மா அழுவதற்குப் பெலனற்று விம்மிக் கொண்டிருந்தாள். அழுது களைத்துப்போன காலமதில் கண்களில் வெறுமை கலங்கியிருந்தது. நல்லாளும் அக்காவும் அண்ணாவை முத்தமிட்டு வீட்டிலிருந்து வழியனுப்பக் காத்திருந்தனர். இந்த மண்ணில் எத்தனை வழியனுப்புதல்கள் கண்டோம்... விடுதலைக்காய், காலம் உன்னைக் களம் நோக்கி அழைக்கையில் 'சென்று வா மகனே, மகளே' எனும் வழியனுப்புதலில் தொடங்கி, களத்தில் உயிர் துறந்து மண்ணுக்குள் விதையாக நடுவது வரை வழியனுப்புதல்கள் நிரம்பிவிடுகின்றன. 'புழுதி துடைத்து முலை கொடுத்துப் போயின தாயை வரவு காணாது அழுது உறங்கும் புறங்காட்டில்' எனும் மூத்த திருப்பதிகப் பாடல் வரியைப்போல அழுது விழிக்கும் வீர யுகத்தின் வழியனுப்புதல் தொடங்கியது.

பொதுநோக்கு மண்டபத்தில் சனங்கள் நிரம்பியிருந்தனர். அண்ணாவின் வித்துடல் பேழை வீரவணக்கக்

கூட்டத்துக்காக வைக்கப்பட்டது. அண்ணாவின் பாசறைத் தோழர்கள், அவரோடு களத்தில் நின்று பழகிய வேறு படையணியைச் சேர்ந்த போராளிகள், அரசியல்துறையில் இருந்த மிக முக்கியமான பொறுப்பாளர்கள் அங்கு வந்திருந்தனர். ஆளற்ற வேவு விமானம் வானத்தில் பறந்துகொண்டிருந்தது. சிறுவர்கள் அதனை அண்ணாந்து பார்த்து குருவிகளோடு மதிப்பிட்டுக் கொண்டிருந்தனர்.

"பலாக்கொட்டைக் குருவியோட அளவில தெரியுது."

"போடா குருட்டுச் சனியன்... அது எவ்வளவு பெரிசாய் தெரியுது. நல்லாய்ப் பார். ஒரு புறாவோட அளவில தெரியுது."

"உனக்குத்தான் குருடு. நல்லாய்ப் பார்" என்று சொன்னபடி அவனைத் தனக்கருகில் அழைத்து வந்த சிறுவன், தன்னுடைய கையிலிருந்து வானத்தைப் பார்க்குமாறு நீட்டுகிறான். அவன் சொன்னதைப் போல பலாக் கொட்டைக் குருவி அளவில் ஒரு வேவு விமானம் பறந்துகொண்டிருந்தது. பரந்து விரிந்திருந்த வானத்தில் பறவைகளுக்கு பதிலாகப் போர் விமானங்கள். மற்ற சிறுவன் இப்போதுதான் கண்ட புறா அளவிலான வேவு விமானத்தைக் காட்டுகிறான். இரண்டு வேவு விமானங்கள் வன்னிப் பெரு நிலப்பரப்பின் வான் வெளியில் பறந்து கொண்டிருக்கின்றன. போராளிகள் வந்த வண்ணமிருந்தனர். வீரவணக்கக் கூட்டம் தொடங்கியது. அண்ணாவின் நேசத்துக்குரிய நண்பர்கள் உரையாற்றினார்கள். கள முனையில் நிகழ்ந்த சில சுவாரஸ்யமான சம்பவங்களை இருவரும் உரைகளில் கோர்த்தனர். அண்ணாவை அவர்கள் விவரித்த விதம் கொஞ்சம் புதிதாக இருந்தது. எங்களுக்குத் தெரியாத அண்ணாவை அவர்கள் சொல்லிக்கொண்டிருந்தனர். எப்போது பார்த்தாலும் பகிடியாகக் கதைத்துக்கொண்டிருப்பாராம். சண்டையற்று ஓய்வாக இருக்கும் நேரங்களில், வடிவேலுவின் நகைச்சுவைக் காட்சிகளைச் சொல்லி, அவரைப்போலவே செய்தும் காண்பிப்பாராம். சண்டை நிகழும் நேரங்களில் உக்கிரமான காளியைப்போல முன்னேறுவதிலும், பகைவனைச் சுட்டு வீழ்த்துவதிலும் தீரமான சக்தியைக்கொண்டிருந்தாராம். 'சோழ மறவன்' என்பவரோடு நாம் களத்தில் நிற்கிறோம் என்பதே பெருமையும் மகிழ்வும் தந்ததாக உரையை நிறைவுசெய்தனர். நல்லாள் பேச விரும்பினால், பேசட்டுமென சில நிமிடங்கள் காத்திருந்தனர். ஆனால், அவள் மறுத்துவிட்டாள். வீரவணக்கக் கூட்டம் நிறைவுற்றதும், வித்துடல் ஊர்தியில் ஏற்றப்பட்டு, கிளிநொச்சி மாவீரர் துயிலுமில்லம் நோக்கிக் கொண்டுசெல்லப்பட்டது. அங்குள்ள நிகழ்ச்சி நிரலின்படி யாவும் நிறைவுபெற்று அண்ணாவை விதைத்துவிட்டு நாங்கள் வீட்டுக்குத் திரும்பினோம்.

போயின பிள்ளையை வரவு காணாது அழுது உறங்கும் புறங்காடாக வீடு இருந்தது. அண்ணாவின் புகைப்படத்துக்கு முன்பாக விளக்கு ஏற்றப்பட்டு, ஒரு செம்பில் நீர் நிரப்பிவைக்கப்பட்டது. சொந்தக்காரர்கள் குவிந்திருந்தனர். மூன்று வீடுகளிலிருந்து சாப்பாடுகள் கொண்டுவரப்பட்டிருந்தன. எல்லோரும் சாப்பிட்டும் மிச்சமிருந்தது. நல்லாளும் அக்காளும்

வெளியே அமர்ந்திருந்தனர். எல்லோரின் முகத்திலும் இழப்பின் வலி பெருகியிருந்தது. உயிரற்று இருப்பினும் உடலாக இருக்கிறார் என எண்ணும் ஆறுதலும் இப்போதில்லை. அண்ணாவை நானும் தேடத் தொடங்கினேன். அவர் எப்போதாவது வந்தால் அணியும் நீல நிறச் சட்டையை அணிந்திருந்தேன். பூட்டம்மா தனது படுக்கையில் கிடந்தபடி சிரட்டை ஒன்றில் மண்ணை நிரப்பி தன்னுடைய அடிவயிற்றில் கொட்டிக்கொண்டிருந்தாள். பின்னர் அதனை ஒரு மண்மேடாக ஆக்கும் வேலையில் மும்முரமாக ஈடுபட்டிருந்தாள். நல்லாளை அழைத்து மண் மேடாயிருக்கும் தனது அடிவயிற்றின் மீது நீர்த்துளிகளை தெளிக்கச் சொன்னாள். அவளுக்குக் கொஞ்சம் பயமாகவிருந்தது. பூட்டம்மாவைப் பார்த்துக்கொண்டு நின்றாள். பூட்டம்மா மீண்டும் சொன்னாள்.

“உன்ர கையால மூன்று துளி தண்ணி விடு.”

அவள் எதையும் கேட்கவில்லை. பாத்திரத்தில் இருந்த நீரைத் தனது உள்ளங்கையில் ஏந்திவந்து மூன்று துளிகளை மண்ணில் இட்டாள். பூட்டம்மா அப்படியே கண்களை மூடிக்கொண்டு கேட்டாள்.

“நீ இப்ப தண்ணிவிட்டது மண்ணுக்கா… அடி வயிற்றுக்கா?”

“மண்ணுக்கு.”

“இல்லை. மண்ணுக்குக் கீழே இருக்கிற என்ர அடிவயிற்றுக்கு.”

நல்லாள் எதுவும் விளங்காமல் விழியைப் பிரட்டினாள்.

“ஓமடி மோளே! இந்த நிலத்துக்காகப் பிள்ளையள் நீங்கள் போராடுறியள். உயிரைக் கொடுக்கிறியள். தாய்மாரோட அடிவயிற்றுக்கு மேலதான் நிலம் இருக்கு. அதுதான் தாய்மண். நீ இப்ப சொட்டின தண்ணி, இந்த மண்ணைக் கடந்து என்னோட உடம்புக்குள்ள இறங்கிறதை நான் உணர்ந்தன். நிலமென்றால் தாய்தான். தாயென்றால் நிலம்தான்.

"இப்ப உன்ர 'சோழ மறவன்' என்ர அடிவயிற்றுக்குள்ளதான் இருக்கிறான்."

இரண்டு மூன்று நாள்களாக ஆட்கள் வந்தனர். அண்ணாவின் வீரச்சாவு செய்தியை அறிந்ததும், நிறைய தூரத்திலிருந்து வந்து கொண்டேயிருந்தனர். வேறு கள முனைகளில் இருந்த அண்ணாவின் தோழர்கள் வந்தனர். நினைக்க முடியாத அன்பையும் நட்பையும் கொண்டிருந்த ஒரு ஆன்மாவாக அண்ணாவை அவர்கள் நினைவு கூர்ந்தது, மகிழ்ச்சியாக இருந்தது. அக்காவுக்கும் நல்லாளுக்கும் விடுமுறை முடிந்தது. எட்டுச்செலவு முடிய முதலே அவர்கள் போக வேண்டியிருந்தது. அம்மா சிலரோடு கதைத்து விடுமுறையை நீட்டித்தாள். அவள் வீட்டிலிருந்தபடி எழுதிக்கொடுத்த கடிதத்தின் அடிப்படையில், உடனடியாக இருவருக்கும் விடுப்பு கிடைத்தது. நல்லாளுக்கு அம்மாவைப் பார்க்கப் பார்க்க வியப்பாக இருந்தது. அண்ணாவின் மொத்தச் செழுமையும் அம்மாவிடமிருந்துதான் வந்திருக்கிறது என்பதை உணர்ந்தாள். எட்டுச்செலவு முடிந்து இரண்டு நாள்களில் அக்காவும் நல்லாளும் மீண்டும் களமுனைக்குச் செல்லத் தயாரானார்கள். அம்மா அவர்களுக்கு நிறைய உலர் உணவுகளையும், புதிய உடுப்புகளையும் வாங்கிக்கொடுத்து வழியனுப்பிவைத்தாள். அக்கா, அம்மாவை முத்தமிட்டு, காலில் விழுந்து வணங்கி எழுந்து சென்றாள். பூட்டம்மா இருவருக்கும் திருநீற்றை நெற்றியில் பூசிவிட்டு 'சென்று வருக' என்றாள். அக்கா என்னைப் பார்த்துச் சொன்னாள்.

"அம்மாவைக் கவனமாய்ப் பார்த்துக் கொள்ளு, சுத்தி திரியாத."

"இஞ்ச எங்க சுத்தி திரியிறது... நீங்கள் கவனமாய் இருங்கோ."

"நாங்கள் கவனமாய் இருந்தாலும், இருக்காட்டியும் நடக்கிறதுதான் நடக்கும். நீங்கள் கவனமாயிருங்கோ ஆதீரன்" என்றாள் நல்லாள்.

நான் ஓமென்று தலையசைத்தேன். அக்காவும் நல்லாளும் வீட்டிலிருந்து புறப்பட்டனர். சொந்தக்காரர்கள் தங்களுடைய வீட்டுக்குப் பேருந்தில் சென்றனர். வீடு மெல்ல மெல்ல ஆட்களை இழந்தது. நாங்கள் மூவரும் தனித்திருந்தோம். அம்பிகா, அம்மாவுக்கு ஆறுதலாக இருந்தாள். சமையல் வேலைகளில் பக்கத்துணையாக இருந்து, வீட்டிலேயே பகல் பொழுதைக் கழித்தாள். பூட்டம்மா தன்னுடைய அடிவயிற்றில் மண்ணை நிரப்பி அதற்கு நீரூற்றுமாறு என்னை அழைத்தாள். எதுவும் பேசாமல் அவள் சொல்வதைச் செய்வேன். அன்றைக்கும் அப்படித்தான்

என்னை அழைத்து அடிவயிற்றில் கிடக்கும் மண்மேட்டில் நீர் ஊற்றச் சொன்னாள். அந்த மண்மேட்டில் ஒரு துளிர் அசைவதைக் கண்டேன். அது பன்னிச்சை மரத்தின் வாசனையோடு இருந்தது. பூட்டம்மா சிரித்துக்கொண்டு கேட்டாள்.

"என்ன பயமாய் இருக்கா?"

"இல்லை, ஆனால் அதிசயமாய் இருக்கு."

"அதிசயப்பட என்ன இருக்கு மோனே, நாங்கள் அற்புதங்களை இழக்கப்போறம். அற்புதங்களோட சீவன் இழுத்துக்கொண்டிருக்கு. எனக்கு அந்தச் சத்தம் கேக்குது."

"என்ன சொல்லுறியள் எண்டு விளங்கேல்ல."

"விளங்காது மோனே. சொல்வதற்குச் சொல் இருந்து, கேட்கும் செவிகளுக்குப் பொருள் தெரியாமல் போவது அது தீர்க்க தரிசனத்தோட ஊழ்."

பூட்டம்மாவின் அடிவயிற்றில் அசைந்த பன்னிச்சைத் துளிரை இப்போது காணவில்லை. நான் அவளின் அடிவயிற்று மண் மேட்டைத் தட்டிக் கொட்டினேன். சுருக்கம் விழுந்து குளிர்ந்துபோன அவளது சருமத்தில் வேர்கள் ஓடிக்கொண்டிருக்கின்றன. அவளிடம் கேட்டேன்.

"இதென்ன வேர் ஓடுது?"

"நிலத்தோட வேர், எங்கட பன்னிச்சைத்தாயோட வேர்."

பூட்டம்மா கலங்கிய கண்களைத் துடைத்துக்கொண்டு சொன்னாள். "ஆதீரா, இன்று தோற்போம் எனிலும், என்றோ ஒருநாள் நாம் வெல்வோம். அதுவரைக்கும் நீ இந்த வேரை வெட்டிப்போடாத. அது உன்ர வயத்திலயும் படரும்."

நான் என்னுடைய வயிற்றைத் தடவிப் பார்த்து "இல்லை" என்றேன்.

பூட்டம்மா சொன்னாள். "அது இப்பவில்லை, என்ர சீவன் போகேக்க உன்னட்ட வரும்."

நாங்கள் இருவரும் கதைத்துக் கொண்டிருக்கையில் போர் விமானங்களின் இரைச்சல் காதைக் கிழித்தது. அடுத்த கணத்தில் குண்டுகள் வீழ்ந்து வெடித்தன. நாங்கள் இருந்த இடமெங்கும் புகைமண்டலம். தீப்பிழம்பு. அம்மா பெரிதாகக் குரல் கொடுத்து "எல்லாரும் நிலத்தில படுங்கோ..." என்று கூச்சலிடுகிறாள். பூட்டம்மாவை நிலத்துக்கு இறக்குகிறேன். அவள் உடல் குளிர்கிறது. மீண்டும் இரண்டு குண்டுகள் வீழ்ந்து வெடிக்கின்றன. அம்பிகாவின் பெயரைச் சொல்லி அம்மா அழும் சத்தம் கேட்கிறது. மனம் திகைத்து, குருதியைக் கொதிப்பூட்டியது.

"அம்மா அம்பிகாவுக்கு என்ன நடந்தது?" என்று கேட்கிறேன். அம்மாவின் குரல் வரவில்லை. நாங்கள் இருந்த குடியிருப்பில் தாக்குதல் நிகழ்த்திவிட்டு, போர் விமானங்கள் மறைந்த கணத்தில் நான் வீடு நோக்கி ஓடினேன். அம்பிகாவை அம்மா தன்னோடு அணைத்து வைத்துக்கொண்டிருந்தாள். அம்பிகாவின் கொதிக்கும் குருதி வீட்டினுள் ஓடிக்கொண்டிருந்தது.

அம்பிகாவின் தலையை சுற்றும் முற்றும் பார்த்தேன். அது எனக்குப் பின்னாலிருந்த கடகத்துக்கு அருகில் இருந்தது. அம்பிகாவின் கண்கள் அப்போதும் எனக்காக மலர்ந்திருந்தன. ஒலத்தின் குகையில் ஒரு குருடனைப்போல, ஓடும் குருதி கால் அளைய நிற்கிறேன் என் நிலமே!

70

சமாதான காலமெனும் கோரமான நாள்களின் பலனாக, இந்த யுத்தம் பெரு வெறியோடு தொடங்கியிருக்கிறது. பல நாடுகளின் பேருதவியோடு அரசினால் நிகழ்த்தப்படும் மிலேச்சத்தனமான தாக்குதல்களில், அப்பாவிப் பொதுமக்கள் கொல்லப்படுகின்றனர். இந்தத் தீவில் சமாதானத்தை நிலைக்கப்பண்ணுவதற்காக இயக்கம் நிதானமாகப் பேசிய பேச்சுவார்த்தை மேடைகளெல்லாம் வீண் வேலையென்று சனங்கள் சொல்லினர். அதன்பொருட்டு “யுத்தம் அமைதியைவிட நேர்மையானது” என்றொரு வரியை இரணைமடு குளத்துக்குச் செல்லும் பாதையிலிருக்கும் மதகில் சுண்ணாம்பினால் எழுதிவைத்தேன். அம்பிகா கொல்லப்பட்டு மாதங்கள் உருண்டோடின. அவளின் தலையற்ற உடலைப்போல நிறைய சாவுகள் விளைந்திருந்தன. வான் தாக்குதல்களில் அப்பாவிச் சனங்கள் கொல்லப்பட்ட உண்மையைக்கூட அரசாங்கம் மறுத்தது. தங்கள் தாக்குதல்களில் கொல்லப்படும் அனைவரும் பயங்கரவாதிகளே என்று தீர்ப்பு வழங்கினர். பூட்டம்மாவும் அம்மாவும் அம்பிகாவின் சாவிலிருந்து வெளியேற முடியாமல் திணறினர். இரவுகளில் விழித்திருக்கும் அம்மாவுக்கு, அம்பிகாவின் நிஜமான உருவம் தெரியுமாம். அம்பிகா இல்லாத வாழ்வின் நொடிகளைப் பாரச் சிலுவையாக உணர்ந்தேன். என்னுடைய சிரசில் நிரந்தரமாக தரிக்கப்பட்ட முள்முடியாக அவ்வலி அழுத்தியது. அவளோடு கதைத்தவை,

சிணுங்கியவை, நெகிழ்ந்தவை, மோகித்தவை எனத் தருணங்கள் மாறி மாறிக் கொந்தளிப்போடு அலைந்தன. ஒருநாள் இரவு அவளும் நானும் லாம்பு வெளிச்சத்தில் அமர்ந்தபடி கதைத்துக்கொண்டிருந்தோம்.

"ஆதீரன், இந்தச் சண்டையெல்லாம் ஓய்ஞ்சு ஒரு நிம்மதியான காலம் எங்களுக்கு வராதோ?"

"அந்தக் காலம் வரும். அதுக்காகத் தானே இப்பிடியாய் உயிர்களை விலை கொடுக்கிறம்."

"ஆனால், எவ்வளவு உயிர்களைக் கொடுக்கிறது... நிறைய துயிலுமில்லங்கள் பெரிதாக்கப் படுகுதாம்."

"ஓம், அப்பிடித்தான் நடக்கும். போராளிகள் எதிர்த்து நிக்கிறது வெறுமென ஒரு வெறிகொண்ட அரசை மட்டுமில்ல. எங்களுக்கு எதிராய் உலகத்திலுள்ள நிறைய ரத்தக்காட்டேரிகள் எல்லாம் ஒன்று சேர்ந்திருக்கினம். இராக்கில ரத்தம் குடிச்ச காட்டேரி இப்ப இரணைமடுவிலையும் குடிக்கத் துடிக்குது."

"நாங்கள் எல்லாரும் செத்துப்போய் மீட்கிற மண்ணில, வாழக்கூட ஆட்கள் இருக்கமாட்டினம் அல்லவா?"

"இது முட்டாள்தனமான எண்ணம். அதுக்காக அடிமையாய் மூச்சுவிட்டுக்கொண்டிருக்க ஏலுமே?"

"நான் அப்பிடிச் சொல்லேல்ல ஆதீரன், நிறைய சாவு. பயமாயிருக்குது" எனச் சொல்லிவிட்டு கதைப்பதை நிறுத்திய அம்பிகா, என்னையே பார்த்துக்கொண்டிருந்தாள். ஆனால், இன்று அவளில்லை. தலை வேறு, உடல் வேறாகச் சிதறிக்கிடந்த அவளைச் சவப்பெட்டியில் வைத்து சரிசெய்த நொடிகள் என்னை ரணமாக்குகின்றன. அவளுடைய கூந்தலில் காய்ந்திருந்த ரத்த வெடிலை நினைக்கவே குமட்டுகிறது. அம்பிகாவைச் சுடலையில் வைத்து எரியூட்டும் முன்பு, என்னை அழைத்த அவளது தந்தையார், "நீங்களே கொள்ளியை வையுங்கள்" என்றதும்,

உடலெல்லாம் எரிவின் வெக்கை எழுந்தது. நான் மறுத்தேன். “எனக்காக வந்துதித்த அம்புலி வெளிச்சத்தில் மலர்ந்த வாசனை மலர் அவள். ஒரு பொருட்டும் அவளைத் தீயினால் தொடமாட்டேன். அவள் என்னுள் இப்போதும் வாடாத ஓர் அதிசய மலர். அவளை நீங்கள் எரியூட்டுங்கள். என்னுள் இறக்காத ஒரு தேவியை நான் சாம்பலாக்கமாட்டேன்’’ என்று கூறினேன். வார்த்தைகள் நல்ல கவித்துமாயும் தெளிவாகவும் இருந்தன. எனக்குள் எந்தக் கலக்கமும் அப்போதில்லை. அம்பிகா இல்லையெனத் தெரிந்தாலும், ஏதோவொன்று அவள் இருக்கிறாள் என உணரச் செய்தது. நான் இறை நம்பிக்கை கொண்டவன் என்பதால்கூட அப்படி நிகழும்.

பூட்டம்மா எப்போதும் தனது அடிவயிற்றில் மண்ணை நிரப்பி, அதனை மேடாக்கித் தண்ணீர் ஊற்று என்று சொல்லிக் கொண்டேயிருப்பாள். அவளுக்கு அதுவொரு வேலையாகவே இருந்தது. அம்மாவை எத்தனையோ நெருக்குவாரங்கள் சூழ்ந்திருந்தன. இயக்கத்தின் சில முடிவுகள் சனங்களை இடருக்குள் தள்ளின. வாழ்வா, சாவா எனும் இறுதிக் களத்துக்கு ‘வீட்டுக்கு ஒருவரை நாட்டுக்குத் தாருங்கள்’ எனப் பிரசாரம் செய்து, பின்னர் ‘நீங்கள் தருவதில்லை எனில், இயக்கமே எடுத்துக்கொள்ளும்’ என நடந்த சில சம்பவங்கள் அம்மாவைக் கவலைக்குத் தள்ளின. அம்மா இயக்கத்தின் இதுபோன்ற நடவடிக்கைகளைக் கடுமையாக எதிர்த்து, உடனடியாகத் தனக்குத் தெரிந்த மேல்மட்டப் பொறுப்பாளர்களுக்குத் தெரியப் படுத்தினாள். போராட விருப்பமற்ற, திராணியற்ற ஒருவரைக் கட்டாயமாகப் படையில் சேர்ப்பதன் மூலம் எம்மால் வெற்றியடைய முடியாது எனத் திட்டவட்டமாகப் பலரோடு பேசினாள். இயக்கத்தின் இதுபோன்ற அத்துமீறல்களைக் கண்டித்து, அம்மா இயக்கத்தின் உயர்மட்டத்தினருக்குக் கடிதம் எழுதினாள். அந்தக் கடிதத்தில் அம்மா பயன்படுத்திய வார்த்தைகள் பிரளயத்தின் மொழியில் இருப்பவை. அவை விறகென எரிந்து சுழன்றடித்தன.

நான் தூரிகை. களமுனையில் கடுமையான மழை பெய்கிறது. பங்கருக்குள் தண்ணீர் நிரம்பி விட்டது. இருப்பதற்கோ நிற்பதற்கோ இடமற்று, எட்டு மணித்தியாலங்கள் நீரில் காலூற நிற்கிறேன். சண்டை ஓய்ந்திருக்கும் இப்பொழுதில், மழையின் சன்னதம் ஏறி நிற்கிறது. நேற்றைக்கு முழுவதும் மருதனின் நினைப்பாகவே இருந்தது. திரும்பத் திரும்ப எனக்கருகில் இருப்பதைப்போல உணர்கிறேன். போர்க்களம் பற்றிய மருதனின் அனுபவங்கள் வேறானவை. அவர் சொல்லி நான் கேட்ட கதைகள் எல்லாமும் பிறிதொன்றாய் இருந்தன. ஆனால் இக்களத்திடை நிறைய கடினங்களும் சிக்கல்களும் நிறைந்திருக்கின்றன. நான் மருதனை இழந்து நிற்பதைப்போல, சோழ மறவனை இழந்து நல்லாள் நிற்பதைப் போல, இக்களத்தில் இன்னும் எத்தனை பேர் நிற்கக்கூடும்... போர் எல்லாவற்றையும் சிதைக்கிறது. அதற்குக் காருண்யம் என்பதே தெரியாது. காருண்யத்தை போதித்த புத்தனின் புதல்வர்கள், மானுடத்தைப் புதைக்கையில் காருண்யமும் கொல்லப்பட்டுவிட்டது. மருதன்

என்னுடைய கூந்தலில் பூச்சூட வேண்டிய அரசன். அவனை இழந்தேன். ஆயுதம் எல்லோரையும் கொல்லும். மருதனுக்கு அது நன்றாகத் தெரிந்திருந்தது. தனது வாழ்வின் ஒவ்வொரு நொடியிலும் ஒரு தோட்டாவைச் சந்திக்க வேண்டுமெனச் சொல்லிக்கொண்டே இருந்தார். என் கூந்தலில் இனி எப்போதும் ஒரு பூ தங்காது. மருதனின் நினைவுகள் இந்த மழை நாளில் ஏன் எழுகிறது என்ற கேள்வியை என் மனம் வானத்திடம் கேட்கிறது. நீரில் தத்தளித்து மேலேறிய எறும்பு எனது துப்பாக்கியின் முனையில் ஊர்வதைப் பார்க்கையில், ஜீவிதத்தில் அடர்ந்திருக்கும் துருவின் பாரம் குறைகிறது. அம்பிகா கொல்லப்பட்டுவிட்டாள் என்ற செய்தியறிந்தும் போக முடியாமல் போயிற்று. போர்க்களத்திலிருந்து வீடு திரும்புவதற்கு ஒன்றில் நாமோ அல்லது வேறு யாரோ இல்லாமல் போகவேண்டுமென்று இருப்பதை நினைத்து மெல்லச் சிரித்தேன். காலம் கைகூடினால் வீடு திரும்புவேன்.

நான் நல்லாள். அரசனை இழந்தவள். என் கூந்தலில் மலர்கள் இல்லை. இனி என்னிடம் வசந்தமில்லை. இக்களத்திடை எனது துவக்கு சிவந்து கக்கும் குண்டுகள் எதிரியை வீழ்த்தும். ஒரு போர் மங்கையின் துயரக்கதையைக் கேட்கக்கூட நொடிகளற்று நீளும் இந்தச் சண்டையில், நான் கொற்றவையைப்போல உக்கிரம் கொண்டுள்ளேன். அவனை மண்ணினால் மூடிவிட்டு களத்துக்குத் திரும்பிய நாளிலிருந்து நித்திரையற்று விழித்திருக்கிறேன். சுடுகாட்டுக் கூகையின் கண்களைப்போலச் சிவந்திருக்கும் என்னுடைய கண்களை நேற்றைக்குக் காலைச் சூரியனிடம் காட்டினேன். உதித்து சில நொடிகள் ஆன இளஞ்சூரியன், தனது கதிர்களால் என்னைத் தடவிக் கொடுத்தான். கண்கள் இன்னும் இன்னும் சிவந்தன. கிழக்குத் திசை முழுதும் அவனது வெளிச்சத்தின் கனதி மெல்ல மெல்ல வளர்ந்து பெருகியது. இந்தக் களத்திடை நான் வீழ்வேனென என்னுள் எழுகிற குரலின்மீது அவ்வளவு வாஞ்சையும் காதலுமெனக்கு. வீரச்சாவு அடைந்தால் சுகம்போலிருக்கிறது என்று ஒருமுறை நான் சோழனிடம் சொன்னபோது, கோபங்கொண்டு என்னைப் பார்த்தது நினைவிருக்கிறது. எனக்கு முன்பாக அவனை இந்த மண் முத்தமிட்டுவிட்டது. ‘களத்தில் ஓய்வற்றுச் சுழலும் ஒரு சூறாவளியாய், எனக்குள் என்னையே குளிர்விக்கும் ஒரு தென்றல் மூச்சாய் இருந்த சோழா... நீ எல்லாவற்றுக்கும் மேல் நேசித்த மண்ணின் விடுதலையைப் பெறுகிறபோது, நான் மிஞ்சியிருந்தால் என் கூந்தலில் ஒரு காந்தள் மலரை உனது அம்மாவின் கரங்களால் சூடிக்கொள்கிறேன். அதுவரை இக்களத்திடை என் கால்களை நிறுத்துவேன்.’

நித்திரையிலிருந்து வீறிட்டு அழுதபடி எழுந்தேன். அம்மா எழுந்து திருநீற்றை அள்ளி நெற்றியில் பூசினாள். அம்பிகா இறந்து கிடந்த அதே தரை. எத்தனை தடவை சாணி போட்டு மெழுகினாலும், அதற்குக் கீழே அவளது ரத்தம் ஈரமாகவே கிடக்கிறதுபோலும். நான் வீட்டை விட்டு வெளியே வந்தேன். பூட்டம்மா தன்னுடைய உடலை நிர்வாணமாகக் கிடத்தி அதன்மீது மண்ணை அள்ளி அள்ளிப் போட்டுக்கொண்டிருந்தாள். பின்னிலவு வானில் ஒளிர்ந்து

கொண்டிருந்தது. நான் அவளுக்கருகில் போனேன். அவளுடைய கண்கள் வேல் வடிவில் கங்குகளைப்போல மூண்டுகொண்டிருந்தன. என்னைப் பார்த்ததும் "நீரள்ளி அடிவயிற்றில் ஊத்து" என்றாள். வாளியில் கிடந்த நீரை மெல்ல மெல்ல அவளது அடி வயிற்றில் ஊற்றினேன். அவளது மூச்சின் இரைச்சல் கடலின் பேரலையைப்போல அந்த அதிகாலையை அச்சுறுத்தியது. ஊற்றும் நீரை அடி வயிறு உள்வாங்கிக் கொண்டிருந்தது. அவள் "இன்னும் ஊற்று... ஊற்று..." என்று சொல்லிக்கொண்டேயிருந்தாள். கிடக்கும் வாளிகளில் நீரை நிரப்பி ஊற்றிக்கொண்டிருந்தேன். அவளது கண்களிலிருந்து இரண்டு காந்தள் செடிகள் எழுந்தன. அவளது அடி வயிற்றிலிருந்து பன்னிச்சை மரத்தின் துளிர் எழுந்தது. அடிவயிற்றின் மண்ணைத் தட்டிவிட்டு தனது ஆதிக்குகையிலிருந்த குருதியை எடுத்து மண்ணோடு குழைத்து என்னுடைய கைகளில் ஒரு பிடி சோற்றைப்போலத் தந்து "இந்த ஒரு குழையல் பிடிமண்ணை நீ கைவிடாமல் பாதுகாக்க வேண்டும். எப்போதும் உலர்ந்துபோகாத, ஈரமாய் ரத்தமிருக்கும் இந்தப் பிடிமண்ணை கைவிடாதே" என்று சொல்லிக்கொண்டு அவளது கண்களில் துளிர்த்தெழுந்த காந்தள் மலர்ச்செடியில் பூத்த இரு மலர்களையும் என்னிடம் கையளித்துச் சொன்னாள்.

"ஒன்று உன்னுடைய கொக்காவுக்கு, இன்னொன்று உன்னுடைய அண்ணி நல்லாளுக்கு" அவர்கள் இருவரும் கூந்தலில் மலர் சூடும் ஒருநாள் வரும். அந்நாளில் இந்த மலர்களை அவர்களிடம் கையளி. அதுவரை இந்த மலர்களை நீ பாதுகாத்து வைத்திரு. இந்தக் காந்தள் மலர்கள் வாடாது."

"அவர்கள் பூக்களைச் சூடும் நாள் வருமா?" பூட்டம்மாவிடம் கேட்டேன்.

"ஒரு ஊழியை நாம் காண்போம். அந்த ஊழியில் பிணங்கள் பெருகும். சாவு கடலாகும். அலைகள் குருதி யாய் நிறம் மாறும். கானகங்கள் பறிபோகும். நம் வேங்கைகள் மாயும். பாதைகள் அழியும். ஆனபோதிலும் தூரிகையும் நல்லாளும் பூக்களைச் சூடும் நாள் வரும்."

"இவ்வளவு நடந்தும், ஒரு நாள் வருமா?"

"ஒரு கொடுங்கனவென நம்மை விட்டுப் பறிபோன பெரு நிலத்தில், ஒருநாள் வசந்தம் திரும்பும். விடுதலை அரும்பும். நடுகற்களிலும் கல்லறைகளிலும் உறங்கும் தெய்வங்கள் ஒன்றுகூடி எழுவர். அப்போது ஒரு வீரயுகம் தனது அறத்தால் வெல்லும். அறம் வெல்லும் அஞ்சற்க" என்று சொல்லியபடி, கங்குகள் எரியும் கண்களை மூடிக் கொண்டாள். ரத்தம் சேர்த்துக் குழைத்த ஒரு பிடி மண்ணோடும், இரண்டு காந்தள் மலரோடும் வீட்டுக்குள் நுழைகிறேன். அடைக்கல மாதாவாகவும், பன்னிச்சைத் தாயாகவும் நின்றுகொண்டு அம்மா என்னை அணைத்து முத்தமிடுகிறாள். அவளின் கண்ணீரில் ஒரு துளி அந்தப் பிடி மண்ணில் விழுகிறது.

வெளியே நிலம் விடிந்தது!